फॉल्स इम्प्रेशन

मूळ लेखक
जेफ्री आर्चर

अनुवाद
सुधाकर लवाटे

मेहता पब्लिशिंग हाऊस

- *या पुस्तकातील लेखकाची मते, घटना, वर्णने ही त्या लेखकाची असून त्याच्याशी प्रकाशक सहमत असतीलच असे नाही.*

FALSE IMPRESSION by Jeffrey Archer

Copyright © Jeffrey Archer 2005

First published 2005 by Pan an imprint of Pan Macmillan, a division of Macmillan Publisher Limited
Translated into Marathi Language by Sudhakar Lavate

फॉल्स इम्प्रेशन / अनुवादित कादंबरी

अनुवाद : सुधाकर लवाटे

मराठी अनुवादाचे व प्रकाशनाचे हक्क मेहता पब्लिशिंग हाऊस, पुणे ३०.

प्रकाशक : सुनील अनिल मेहता, मेहता पब्लिशिंग हाऊस,
१९४१, सदाशिव पेठ, माडीवाले कॉलनी, पुणे - ४११०३०.

अक्षरजुळणी : श्री संजय रोडे, शिवप्रसाद चाळ, ३/७ शिवाजीनगर, कळवा (पुर्व), ठाणे.

मुखपृष्ठ : चंद्रमोहन कुलकर्णी

प्रथमावृत्ती : जानेवारी, २००९, / जून, २००९ / पुनर्मुद्रण : एप्रिल, २०१५

ISBN for Printed Book 9788177669909
ISBN for E-Book 9788184987133

-अनितास-

माझ्या कलामय जीवनात तुझी
तोलामोलाची साथ होती.
म्हणून माझा हा पहिला अनुवाद
तुझ्या स्मृतीस अर्पण....

मनोगत

अनुवाद करण्याचा हा माझा पहिलाच प्रयत्न.

कादबंरीचा अनुवाद करताना कथा घडते ती स्थळं, तो काळ आणि कथा निवेदन करणाऱ्या लेखकाची शैली, याचं प्रत्यंतर आलं पाहिजे, आणि ते सुद्धा, ज्या भाषेत अनुवाद होत आहे त्या भाषेच्या वैशिष्ट्यातून, अशी माझी धारणा आहे.

'अनुवादा'च्या तुलनेनं 'स्वैर अनुवाद' करणं थोडं सोपं आहे असं मला वाटतं. अनुवादातून भाषेचा ओघवतेपणा सांभाळणं अंमळ अवघड जातं. त्यामुळे, ओघवतेपणा हा महत्त्वाचा भाग समजून, मराठी भाषेत रूढ झालेले काही इंग्रजी शब्द मी तसेच वापरले आहेत, तर काही ठिकाणी समानअर्थी सुसंगत शब्दांची व/वा वाक्यांची रचना केली आहे. बोलता बोलता आपण कधी कधी एकाच वाक्यात एकदा इंग्रजी शब्द वापरतो, तर दुसऱ्यांदा मराठी प्रतिशब्द वापरतो. पण त्यामुळे विसंवाद निर्माण होतो असं नाही. लिहिण्याच्या ओघात असं काही वेळा झालं आहे, पण मी ते तसंच ठेवलं आहे. असं काही असलं, तरी आशयाला कुठे धक्का पोहचणार नाही याची दक्षता मात्र नक्कीच घेतली आहे.

रूढ इंग्रजी शब्दांचे उच्चार जसे सर्वसाधारण केले जातात तसेच लिहिले आहेत. नावांचे उच्चार लिहितानाही प्रचलित उच्चारांप्रमाणे लिहिले आहेत. मात्र, काही अप्रचलित किंवा विशिष्ट उच्चार असलेल्या चित्रकारांच्या नावांचे उच्चार, मला माहीत असल्याप्रमाणे लिहिले आहेत व त्यांची नावे कंसात इंग्रजीमध्ये दिली आहेत. कलाकृतींच्या शीर्षकांचा अनुवाद न करता ती तशीच ठेवली आहेत. मूळ पुस्तकात असलेली लेखकाची टिप्पणी तथा चित्रलिलाव जगतात सर्वाधिक मूल्य मिळालेल्या चित्रांची सूचीसुद्धा तशीच समाविष्ट केली आहे - वाचकांच्या अतिरिक्त माहितीसाठी.

पुस्तक वाचल्यावर, चित्रकलेच्या क्षेत्राबद्दल वाचकांमध्ये थोडं औत्सुक्य निर्माण होऊन, त्यातले काही जरी आर्ट गॅलरीकडे अधूनमधून वळले, तर मला नक्कीच आनंद वाटेल. परिश्रम कामी आले ही भावना निर्माण होईल.

श्री. सुनील अनिल मेहता यांनी हा अनुवाद करण्यास प्रोत्साहन देऊन, मेहता पब्लिशिंग हाऊसतर्फे प्रकाशित करण्याचं मान्य केलं, याबद्दल मी त्यांचा ऋणी आहे. मेहता पब्लिशिंग हाऊसच्या रश्मी साठे, राजश्री देशमुख तथा अन्य सर्व सहकाऱ्यांच्या सहकार्याबद्दल मी आभारी आहे. चित्रकार श्री. चंद्रमोहन कुलकर्णी यांनी सुंदर मुखपृष्ठाने पुस्तक सजवलं याबद्दल त्यांना खास धन्यवाद. पुस्तकाचं स्वागत होईल अशी खात्री आहे.

सुधाकर लवाटे

९/१०

-१-

व्हिक्टोरिया वेण्टवर्थ त्या ऐतिहासिक टेबलापाशी एकटीच बसली होती. वॉटर्लूला जाण्याच्या आदल्या रात्री ज्या टेबलावर वेलिंग्टन याने आपल्या सोळा फिल्ड ऑफिसर्सबरोबर भोजन केले होते तेच हे टेबल.

सर हॅरी वेण्टवर्थच्या डावीकडे आयर्न ड्यूक बसला होता. जनरल हॅरी सेनाधिकाऱ्यांच्या डाव्या तुकडीस आदेश देत होते, त्या वेळेस हरलेल्या नेपोलियनने रणमैदान सोडले होते आणि तो हद्दपार झाला होता. जनरल वेण्टवर्थच्या कामगिरीचा गौरव करताना उपकृत राजाने त्याला 'अर्ल ऑफ वेण्टवर्थ' अशी सन्माननीय पदवी बहाल केली होती. १८१५ साली मिळालेला हा किताब वेण्टवर्थ कुटुंबीय अजूनही अभिमानानं मिरवीत होते.

डॉ. पेट्रेस्कूचा अहवाल पुन्हा एकदा वाचताना आपल्या कौटुंबिक परंपरेचेच विचार व्हिक्टोरियाच्या मनात घोळत होते. तिनं अहवालाचं शेवटचं पान वाचलं आणि सुटकेचा नि:श्वास सोडला. अगदी अखेरच्या क्षणी का होईना, तिच्या सर्व समस्यांचं निराकरण करणारा तोडगा तिच्या हाती आला होता.

डायनिंग रूमचं दार आवाज न करता उघडून अॅण्ड्र्यूज आत आला. त्याने व्हिक्टोरियाच्या समोरील फळांच्या रिकाम्या डिशेस सफाईने गोळा केल्या. घरकाम करणाऱ्या अॅण्ड्र्यूजच्या गेल्या तीन पिढ्या 'वेण्टवर्थ' ची सेवा करण्यात गेल्या होत्या – आणि आता तो त्याच निष्ठेनं मुख्य चाकराची भूमिका बजावत होता.

"धन्यवाद." ती म्हणाली आणि तो दाराकडे निघाला, त्याचवेळी तिनं "चित्र काढून नेण्याची सर्व व्यवस्था झाली नं अॅण्ड्र्यूज?" असा प्रश्न केला. चित्रकाराचं नाव मात्र तिनं उच्चारलं नाही.

"होय मॅडम," अॅण्ड्र्यूजनं वळून उत्तर दिलं. "आपण नाश्ता करायला खाली

येण्यापूर्वी चित्र रवानाही झालेलं असेल, मॅडम!''

''डॉ. पेट्रेस्कूच्या भेटीची सर्व तयारी झाली?''

''होय मॅडम, त्या बुधवारी येणार आहेत आणि आपल्याबरोबर काचघरात लंच घेणार आहेत असं मी मुख्य स्वयंपाक्याला सांगून ठेवलंय.''

''धन्यवाद ॲण्ड्र्यूज,'' वेण्टवर्थ घराण्याच्या मौल्यवान वारसांपैकी एक अमेरिकेला रवानाही होईल. वेण्टवर्थ हॉलमध्ये 'ते' दिसलं नाही तरी घराण्याबाहेरच्या कोणालाही ते कळणार नव्हतं.

रुमालाची घडी करत व्हिक्टोरिया टेबलावरून उठली. डॉ. पेट्रेस्कूचा अहवाल घेऊन ती हॉलमध्ये गेली. संगमरवरी फरशीमुळे तिच्या पावलांचा आवाज घुमत होता. बेडरूमच्या जिन्याच्या पहिल्या पायरीवर, भिंतीवर लावलेलं गेन्सबरोचं कॅथरिन हे पूर्णाकृती व्यक्तिचित्र पाहत ती काही काळ रेंगाळली अन् मग सावकाश जिना चढू लागली.

लेडी वेण्टवर्थनं उत्कृष्ट दर्जाचा, सिल्क आणि टाफेटाचा लांब गाऊन घातला होता आणि त्यावर हिऱ्यांचा नेकलेस व मॅचिंग इअरिंग्ज घातली होती. कानाला सहज स्पर्श करताना तिच्या मनात विचार आला. 'अशावेळी अशा महागड्या वस्तू परिधान करणं म्हणजे एक प्रकारचं नाटकच नाही का?' आणि तिचं तिलाच हसू आलं.

व्हिक्टोरिया शांतपणे तिच्या बेडरूमकडे निघाली. जिन्याच्या संगमरवरी पायऱ्या ती चढू लागली. जिन्याच्या बाजूच्या भिंतीवर तिच्या पूर्वजांच्या कलाकृती लावलेल्या होत्या. त्या इतक्या जिवंत वाटत होत्या की जणू काही त्या व्यक्तीच समोर उभ्या होत्या. त्या रुंद संगमरवरी जिन्याच्या पायऱ्या चढताना ती सरळ चढत वर गेली. तिनं बाजूला नजरही टाकली नाही. आपल्या पूर्वजांच्या डोळ्यांकडे नजर टाकण्याचं धाडस तिला झालं नाही. त्या सर्वांचीच आपण मानहानी केली आहे अशी अपराधी भावना तिच्या मनात होती. या निर्णयाप्रत आपण का आलो हे आपल्या बहिणीला– ॲराबेलाला कळवलंच पाहिजे असं तिला तीव्रतेनं वाटलं. ॲराबेला शहाणी आणि समंजस होती. तिची ही जुळी बहीण जर तिच्या अगोदर काही मिनिटं जन्माला आली असती तर सर्व इस्टेट तिलाच मिळाली असती आणि हा प्रश्न तिने नक्कीच सहजपणे, ऐटीत सोडवला असता. आता वाईट गोष्ट एवढीच होती की कळूनसुद्धा घराण्याची शान राखण्यासाठी तिला काही तक्रारही करता येणार नव्हती– विरोधाची गोष्ट तर सोडाच.

बेडरूमचं दार बंद करून ती लिहिण्याच्या छोट्या टेबलाजवळ गेली. डॉ. पेट्रेस्कूचा अहवाल त्यावर ठेवला. पलंगावर बसून तिनं केसांची पिन काढली आणि केस खांद्यावर रुळू दिले. तिला थोडं बरं वाटलं, मोकळं-मोकळं. थोड्या वेळाने तिनं केस विंचरले आणि घट्ट बांधले. कपडे काढून पलंगावर मोलकरणीनं ठेवलेला सिल्कचा नाईटगाऊन चढवला. पायात सपाता घातल्या आणि अहवाल ठेवला त्या टेबलाकडे ती वळली.

‘अधिक काळ जबाबदारी नको’ अशा विचाराने कागद पुढे ओढला आणि तिनं पत्र लिहायला घेतलं.

‘वेण्टवर्थ हॉल’

सप्टेंबर १०, २००१

प्रिय ॲराबेला,

ही खेदजनक बातमी कशी सांगायची या विचारानंच आत्तापर्यंत पत्र लिहायचं टाळलं. जिला हे कळू नये असं मला वाटत होतं अशांमध्ये तू पहिली.

पपा सोडून गेले आणि सर्व इस्टेट मला मिळाली. त्यांनी किती कर्ज करून ठेवलंय हे समजायलाच खूप वेळ लागला मला. पपांच्या मरणोत्तर जबाबदाऱ्या आणि व्यवसायातला माझा कच्चा अनुभव, यामुळे प्रश्न आणखीनच गंभीर झाला. मला वाटलं, आणखी नवं कर्ज काढणं हेच त्यावरचं उत्तर आहे, पण त्यामुळे प्रश्नाचं गांभीर्य उलट वाढलंच. एकाक्षणी तर अशी भीती वाटली की माझ्या भाबडेपणामुळे आपली वडिलोपार्जित अशी सर्व इस्टेटच विकावी लागेल; पण आता मला तुला कळवायला आनंद वाटतोय की सुदैवानं त्यावरचा तोडगा सापडलाय.

बुधवारी मला.......

लिहिता लिहिता व्हिक्टोरिया मध्येच थांबली. बेडरूमचं दार उघडलं गेलं असं तिला वाटलं. की भासच होता तो? कारण दरवाजा ठोठावल्याशिवाय नोकरांपैकी कुणीही या वेळेस येण्याची शक्यता नव्हती. कोण आलं आहे हे मान वळवून पाहीपर्यंत ‘ती’ तिच्यापर्यंत पोहोचलीही होती. व्हिक्टोरियाने तिच्याकडे तीक्ष्ण नजरेनं पाहिलं.

त्या तरुणीला तिनं पूर्वी कधीही पाहिलं नव्हतं. तिच्यापेक्षा ती बुटकी आणि बारीक चणीची होती. ती असं गोड हसली की ते हास्य कुणाच्याही लक्षात राहिलं असतं. नकळत अस्फुट हास्याने तिला प्रतिसाद देतानाच व्हिक्टोरियाच्या लक्षात आलं की तिच्या उजव्या हातात स्वयंपाकघरातली धारदार सुरी होती.

‘कोण...’ व्हिक्टोरिया विचारणार त्याआधीच तिचा डावा हात पुढे आला. व्हिक्टोरियाच्या केसांना धरून तिनं तिचं डोकं खुर्चीच्या पाठीवर आपटलं. मानेवर धारदार सुरी ठेवल्याची शेवटची जाणीव व्हिक्टोरियाला झाली आणि दुसऱ्याच क्षणी त्या पात्याने तिचा गळा चिरला गेला... गळ्यातून काही शब्द-आवाज निघण्यापूर्वीच. ती जणू खाटकाकडे आलेली शेळीच होती.

शेवटचा श्वास घेण्यापूर्वीच त्या तरुणीने तिचा डावा कान अलगद कापला.

❖

९/११

-२-

ॲना पेट्रेस्कूनं आपल्या बिछान्याजवळच्या घड्याळाचं बटण दाबलं त्याबरोबर त्यावर ५.५६ ची वेळ चमकली. खरंतर आणखी चार मिनिटांनी तिला सकाळच्या बातम्यांनी जाग आणलीच असती पण आज तिला लवकरच जाग आली होती. रात्री तिच्या मनात सारखे विचार चालले होते, त्यामुळे मधेच जाग मधेच झोप अशा अस्वस्थ स्थितीत तिची नीट झोप झाली नव्हती. तिच्या शिफारशी अमलात आणण्याबद्दल अध्यक्षांनी अनिच्छा दर्शवली तर आपण नेमकं काय करायचं याचा विचार पक्का होताक्षणीच ती उठून बसली होती. तिनं घड्याळाच्या स्वयंचलित गजराचं बटण बंद केलं. तिला टी.व्ही.वरची मन चाळवणारी कोणतीही बातमी ऐकायची नव्हती. ती उठली आणि सरळ बाथरूमकडे निघाली. थंड पाण्याच्या शॉवरखाली ॲना आज रोजच्यापेक्षा अधिक काळ राहिली... डोळ्यांवरची अर्धवट झोप पूर्ण उडेपर्यंत. सकाळी धावण्याचा व्यायाम करण्याअगोदर थंड शॉवर घेण्याच्या सवयीची तिच्या शेवटच्या प्रियकराला नेहमीच गंमत वाटे. किती काळ झाला बरं त्या गोष्टीला? – देव जाणे.

अंग पुसून ॲनाने पांढरा शर्ट आणि पळताना नेहमी घालायची निळी शॉर्ट पॅन्ट घातली. सूर्य अद्याप वर यायचा होता, पण आजचा दिवस स्वच्छ सूर्यप्रकाशाचा असणार आहे हे कळण्यासाठी बेडरूमचे पडदे उघडण्याची गरज तिला वाटली नाही. खोलीत पसरलेल्या प्रकाशावरूनच तिला ते समजलं होतं. तिनं आपल्या ट्रॅकसूटची झिप ओढली. त्यावरचं P हे अक्षर अजूनही पुसटसं दिसत होतं. पेनसिल्व्हानिया युनिव्हर्सिटीच्या धावपटू टीमपैकी ती एक होती हे जाहीर करण्याची आवश्यकता तिला वाटत नव्हती

'हंऽऽ, नऊ वर्षांपूर्वीची गोष्टी आहे ती.' ती उसासली. 'नाईके' ट्रेनिंग बूट ओढून तिनं चढविले आणि त्यांची लेस घट्ट आवळून बांधली. धावताना लेस सुटल्यास पुन्हा बांधण्यासाठी थांबणं हा तिला नेहमीच ताप वाटायचा. तिच्या घराच्या दाराची किल्ली

अडकवलेली चांदीची चेन हा एकमेव अलंकार गळ्यात घालून ती निघाली.

आपल्या चार खोल्यांच्या ब्लॉकचं दार दोनदा चावी फिरवून डबल लॉक करून ती कॅरिडॉरमधून लिफ्टकडे वळली. दहाव्या मजल्यावर लिफ्ट पोहोचण्यास वेळ लागणार होता. तो प्रवास जणू लिफ्टलाच नाखूष करणारा होता. लिफ्ट येईपर्यंत स्वत:ला सज्ज करण्यासाठी तिनं हातांचे छोटे छोटे व्यायामप्रकार केले. लिफ्ट येताच ती आत शिरली. लॉबीत ती लिफ्टबाहेर पडली तेव्हा तिच्या आवडत्या दरवानानं – सॅमनं तिला अभिवादन केलं. स्मितहास्याने त्याला प्रत्युत्तर देऊन ती पश्चिमेकडे ५४ व्या रस्त्याला असलेल्या आपल्या 'थॉर्नटन हाऊस' या इमारतीतून बाहेर पडली आणि सेन्ट्रल पार्ककडे वळली.

दर बुधवारी ती दक्षिणेकडून वळसा घेई. शनि-रवि म्हणजे वीकएन्डला मात्र ती सहा मैलांचा वळसा पूर्ण करी. त्यावेळी थोडा अधिक वेळ लागला तरी तिला त्याचं काही वाटत नसे. आज मात्र वेळ महत्त्वाची होती.

◆ ◆ ◆

ब्रायस फेन्स्टनसुद्धा त्या दिवशी सकाळी सहापूर्वीच उठला होता कारण त्याची एक अपॉइंटमेन्ट लवकरची होती. तो स्नान करत असतानाच पश्चिम किनाऱ्यावर धडक देऊन एका आत्मघाती अतिरेक्याने आत्मघात केल्याची टी.व्ही.वरची बातमी त्याने ऐकली. रोजचा हवामानाचा अंदाज असतो तसं हेही आता रोजचंच झालं होतं. पुढे चलनाची वटघट ऐकतानाही आवाज मोठा करावा असं त्याला वाटलं नव्हतं.

"किमान ६५ व किमान ७७ च्या गतीनं दक्षिण पूर्वेकडे मंद वारे वाहत असलेला आजचा आणखी एक स्वच्छ सूर्यप्रकाशाचा दिवस." अशी घोषणा होत असतानाच तो बाथरूममधून बाहेर पडला होता. हवामानाचा अंदाज सांगणाऱ्या बाईची जागा आता गंभीर आवाजाच्या पुरुषाने घेतली होती. "टोकियोत निक्कीचे भाव १४ अंशाने वाढले तर हाँगकाँग हँगसेंगचा भाव १ अंशानं घसरला. लंडनच्या एफ.टी.एस.ईचा कल अद्याप स्पष्ट होत नव्हता." त्याच्या मते फेन्स्टन फायनान्सच्या शेअर्समध्ये कोणत्याही बाजूने झुकाव होण्याची शक्यता नव्हती. अर्थात आपल्या कंपनीबद्दल खरी कल्पना केवळ दोन व्यक्तींनाच होती हे फेन्स्टन समजून होता. त्यांच्यापैकी एकाबरोबर तो सकाळी सात वाजता ब्रेकफास्ट घेणार होता तर दुसऱ्या व्यक्तीला बरोबर आठ वाजता कामावरून 'डच्चू' देणार होता.

६ वाजून ४० मिनिटांपर्यंत स्नान करून, कपडे चढवून फेन्स्टन तयार झाला होता. आरशातील आपल्या प्रतिबिंबाकडे पाहून आपण आणखी दोन-तीन इंच उंच आणि बारीक असायला हवे होतो असा विचार नेहमीप्रमाणे त्याच्या मनात आला. अर्थात उत्कृष्ट प्रकारच्या खास 'क्युबन' जोड्यांनी आणि दर्जेदार शिंप्यानं शिवलेल्या कपड्यांनी ही त्रुटी दूर होणार नव्हती असं नाही. त्याला आपले केसही वाढवायचे

होते, पण इतक्यात नाही. त्याच्या देशातून हद्दपार झालेले असे अनेक लोक होते की जे त्याला ओळखू शकत होते. ते इथं असेपर्यंत हे शक्य होणार नव्हतं.

फेन्स्टनचे वडील बुखारेस्टमध्ये बस कंडक्टर होते. ब्राऊनस्टोन या ७९व्या रस्त्यावर असलेल्या आलिशान इमारतीतून फेन्स्टन बाहेर पडला. स्वच्छ आणि अद्ययावत पोशाख केलेल्या फेन्स्टनला ड्रायव्हरने दार उघडलेल्या 'लिमोझीन' मध्ये प्रवेश करताना पाहून कोणीही तो पूर्वबाजूच्या श्रीमंत भागातल्या वस्तीतला आहे असंच म्हटलं असतं. अधिक बारकाईनं पाहणाऱ्याला त्याच्या डाव्या कानात घातलेला हिरा दिसला असता. त्यामुळे आपण आपल्या पुराणमतवादी मित्रांपेक्षा वेगळे दिसतो अशी त्याची धारणा होती, किंबहुना 'समज' होता असं म्हणणंच योग्य ठरेल, कारण ऑफिसमधल्या बहुतेकांना तसं वाटत होतं. पण कोणाचीही सांगण्याची हिंमत नव्हती.

फेन्स्टन लिमोझीनमध्ये मागच्या बाजूस आरामात बसला.

"ऑफिस." तो धारदार आवाजात म्हणाला. त्याच्या आवाजातली हुकूमत स्पष्ट कळत होती. त्याचा स्वर ऐकूनच 'बॉस' ला आपल्याशी कुठलंही संभाषण नको आहे हे ड्रायव्हरनं ओळखलं आणि त्याच्यामागे असलेली धूसर काच वर घेऊन गाडीत त्यानं फेन्स्टनसाठी एकांतवास निर्माण केला. त्याच्या शेजारीच पडलेला 'न्यूयॉर्क टाइम्स' फेन्स्टन चाळू लागला. त्याच्या दृष्टीनं काही महत्त्वाची बातमी आहे का, हे तो पाहत होता. महापौर गुईलियानी यांचा प्लॉट जवळजवळ गेल्यात जमा होता. ग्रेसी मॅन्शनमध्ये प्रणयपात्रास ठेवून आपल्या सौभाग्यवतीला– फर्स्ट लेडीला त्यानं 'सार्वजनिक चर्चा' करण्यास मोकळं सोडलं होतं. ज्यांना ऐकायची आहे त्यांनी खुशाल ऐकावी. या खेपेला 'न्यूयॉर्क टाइम्स'ने त्याची दखल घेतलेली त्याला दिसली. अर्थकारणविषयक पानं चाळत असतानाच ड्रायव्हरने लिमोझीन एफ.डी.आर. ड्राइव्हवर आणली. 'मृत्यूविषयक' पर्यंत तो पोहोचला, तोपर्यंत गाडी नॉर्थ टॉवरजवळ पोहोचली होती. त्याला ज्या 'मृत्यूविषयक' बातमीत रस होता ती उद्यापर्यंत तरी दिसणार नव्हती. खरं सांगायचं तर ती मेली आहे हे अमेरिकेतल्या कोणालाही माहीत नव्हतं.

"हे पाहा, मला वॉल स्ट्रीटवर साडेआठची अपॉईंटमेन्ट आहे." ड्रायव्हर मागचं दार उघडत असतानाच तो त्याला म्हणाला. "तेव्हा बरोबर सव्वा आठ वाजता मला घ्यायला ये." ड्रायव्हरने मान डोलावली. फेन्स्टन इमारतीच्या लॉबीकडे झपाझप पाऊले टाकू लागला. इमारतीत एकूण नव्याण्णव लिफ्ट होत्या पण फक्त 'एक' एकशेसातव्या मजल्यावर असलेल्या रेस्टॉरंटकडे जात होती. आपल्या आयुष्यातील तब्बल एक आठवडा आपण लिफ्टच्या प्रवासात घालवत असतो. एकदा त्याने तसा हिशोब केला होता. एका मिनिटानंतर तो लिफ्टबाहेर पडला तसं रेस्टॉरंटच्या मालकाने त्याच्या नेहमीच्या बड्या गिऱ्हाईकाचं वाकून स्वागत केलं आणि कोपऱ्यातील खास टेबलाकडे त्याला नेलं. तिथून लिबर्टी स्टॅच्यूचं सरळ दर्शन होत असे. एकदा आपलं ते नेहमीचं

टेबल उपलब्ध नाही असं पाहताच तो सरळ मागे लिफ्टकडे वळला होता. तेव्हापासून ते खास टेबल रोज सकाळी त्याच्यासाठीच राखून ठेवण्यात आलं होतं... 'न जाणो तो आला तर' या भीतीतून म्हटलं तरी चालेल.

त्याची वाट पाहत असलेल्या कार्ल लिपमनला, समोरच उभा असलेला पाहून फेन्स्टनला मुळीच आश्चर्य वाटलं नाही. फेन्स्टन फायनान्ससाठी काम करताना गेल्या दहा वर्षांत लिपमनला एकदाही उशीर झालेला नव्हता. आपल्या अगोदर 'अध्यक्ष' पोहोचू नये म्हणून लिपमन किती वेळ आधी आला असावा याचा त्याला अंदाजच करता येत नव्हता. त्याला फक्त आश्चर्यच वाटत होतं. आपल्या मालकासाठी कसल्याही गटारात उतरण्याची तयारी असलेल्या या माणसाकडे फेन्स्टन कौतुकाने पाहत होता. तुरुंगातून बाहेर पडलेल्या लिपमनला दुसऱ्या कुणी नाही तर अखेर फेन्स्टननेच नोकरी दिली होती ना? नाहीतर लबाडी आणि फसवेगिरीच्या आरोपाखाली तुरुंगाची हवा खाल्लेल्या आणि सनद बाद झालेल्या वकिलाला सहकारी म्हणून कोण जवळ करेल?

खुर्चीवर बसण्यापूर्वीच फेन्स्टनने बोलायला सुरुवात केली. ''व्हॅन्‌गॉगचं चित्र आता जवळ जवळ आपल्या ताब्यात आलं आहे. आता फक्त एकाच गोष्टीवर विचार करायचा आहे. कुठलाही संशय येऊ न देता डॉ. पेट्रेस्कूला दूर कसं करायचं, कसा डच्चू द्यायचा?''

लिपमनने समोरची एक फाईल उचलली आणि ती त्याच्याकडे सरकवत तो गालातल्या गालात हसला.

❖

- ३ -

त्या सकाळी ठरविल्याप्रमाणे काहीच घडलं नव्हतं...

पेन्टिंग पाठवल्याबरोबर व्हिक्टोरिया बाईसाहेबांना नाष्टा घेऊन जाण्याची सूचना ॲण्ड्र्यूजने मुख्य स्वयंपाक्याला देऊन ठेवली होती. पण त्याचं अर्धशिशीचं दुखणं अचानक उपटलं होतं, त्यामुळे त्याच्यानंतर नंबर दोनच्या सेवकाला हे काम सोपविण्यात आलं होतं आणि ती बाई तेवढी विश्वासार्ह नव्हती. सुरक्षा व्हॅन चाळीस मिनिटं उशिरानं पोहोचली होती. तिच्या तरुण ड्रायव्हरने नाष्टा केल्याशिवाय प्रस्थान करण्यास नकार दिला होता. नेहमीचा मुख्य स्वयंपाकी असता तर त्यानं हे कधीच सहन केलं नसतं, पण नंबर दोनच्या बाईनं त्याला मान्यता दिली होती आणि अर्ध्या तासानंतर ॲण्ड्र्यूज जेव्हा स्वयंपाकघरात गेला तेव्हा त्याला ती दोघं गप्पा मारताना दिसली होती.

कडक सूचनेनंतर अखेरीस ड्रायव्हर व्हॅन घेऊन गेला. तोपर्यंत सुदैवाने बाईसाहेब उठल्या नव्हत्या. ॲण्ड्र्यूजनं सुटकेचा नि:श्वास सोडला. नाष्ट्याचा ट्रे तपासून सर्व काही व्यवस्थित आहे याची खात्री करून घेऊन तो मालकिणीच्या खोलीकडे निघाला. हातातला ट्रे सांभाळत त्यानं तिच्या बेडरूमचं दार हळुवारपणे ठोठावलं आणि एक दरवाजा उघडून तो आत शिरला... 'माय गॉड!' त्याचा श्वास घशातच अडकला. समोरच जमिनीवर रक्ताच्या थारोळ्यात मरून पडलेल्या मालकिणीच्या देहाकडे पाहताच त्याच्या तोंडून उद्‌गार निघाले आणि हातातला ट्रे गळून पडला. त्याला विलक्षण धक्का बसला होता. तो ओसरताच तिच्या देहाकडे तो धावला.

व्हिक्टोरिया बाईसाहेब मरून बराच वेळ झाला असावा हे त्यानं ओळखलं. लगेच पोलिसांना कळवायचं त्याच्या मनात आलं; पण क्षणकाल तो थांबला. 'वेण्टवर्थ' इस्टेटीच्या पुढील वारसाला कळविल्याशिवाय कुठलंही पाऊल उचलायचं नाही असं त्यानं ठरवलं. दु:खानं सुन्न झालेल्या मन:स्थितीतच तो जिन्याकडे आयुष्यात पहिल्यांदाच धावला.

ॲराबेलाला त्याचा फोन आला तेव्हा ती आपल्या दुकानात एका परिचिताशी बोलत होती. ॲण्ड्र्यूजनं फक्त "आणीबाणीची परिस्थिती. ताबडतोब या." एवढेच शब्द उच्चारले होते आणि फोन खाली ठेवला होता. एकोणपन्नास वर्षांत ॲण्ड्र्यूजचे असे शब्द तिनं कधीच ऐकले नव्हते.

"माफ करा, पण मला तातडीनं निघायला हवं," फोन ठेवताक्षणीच ॲराबेला त्या परिचितास म्हणाली. दुकानावरची 'दुकान खुले' असल्याची पाटी काढून 'दुकान बंद' ची पाटी लावून आणि दुकान बंद करून ती ताबडतोब निघाली. बरोबर पंधरा मिनिटांनी तिनं आपली छोटी गाडी वेण्टवर्थ हॉलच्या पोर्चमध्ये उभी केली. खालच्याच

पायरीवर तिची वाट बघत ॲण्ड्र्यूज उभाच होता. "इतक्या तातडीनं बोलावल्याबद्दल मी दिलगीर आहे बाईसाहेब," एवढेच बोलून तो आपल्या नव्या मालकिणीला घेऊन जिन्याच्या संगमरवरी पायऱ्या चढू लागला. जिन्याचा कठडा 'घट्ट' धरून तो पायऱ्या चढू लागला तेव्हाच ॲराबेलानं ओळखलं – आपली बहीण जिवंत नाही!

अशा प्रसंगाला कसं सामोरं जायचं हे काही तिला कळत नव्हतं. जेव्हा तिनं आपल्या बहिणीचा मृतदेह पाहिला तेव्हा तिला भडभडून आलं. ती बेशुद्ध कशी पडली नाही याचंच तिला नवल वाटलं. मृतदेहाकडे परत एकदा नजर टाकून, पलंगाचा आधार घेत ती कशीबशी उठली.

सर्वत्र रक्ताचा सडा पडला होता. कार्पेटवर, भिंतीवर, लिहिण्याच्या छोट्या टेबलावर आणि काही थेंब अगदी छतावरसुद्धा. अतिशय प्रयत्नपूर्वक तिनं पलंगाचा आधार सोडला आणि उशाशी असलेल्या फोनपर्यंत ती कशीबशी पोहोचली. रिसिव्हर उचलून तिनं ९९९ नंबर फिरवला. फोनवरून विचारलं गेलं, "आणीबाणी. कोणती सेवा बाईसाहेब?"

"पोलीस." तिनं उत्तर दिलं आणि रिसिव्हर खाली ठेवला.

पुन्हा आपल्या बहिणीच्या शवाकडे पाह्यचं नाही असा निर्धार करून ती बेडरूमच्या दरवाजाकडे निघाली, पण तिचा निर्धार फसला आणि त्यामुळेच तिला 'ते' पत्र दिसलं. 'प्रिय ॲराबेला' अशी सुरुवात असलेलं पत्र तिनं घाईघाईनं ताब्यात घेतलं. आपल्या प्रिय बहिणीचे शेवटचे विचार काय होते ते तिच्या अगोदर पोलिसांनी वाचावेत हे तिला मंजूर नव्हतं. तिनं ते खिशात घातलं आणि अडखळत अडखळत ती बेडरूमबाहेर पडली.

❖

-४-

म्युझियम ऑफ मॉडर्न आर्टवरून सहावा अॅव्हेन्यू ओलांडून पूर्वेकडील चौपन्नाव्या रस्त्याच्या कडेनं जॉगिंग करत अॅना निघाली. पंचावन्न ईस्ट रस्त्याच्या कोपऱ्यावरील भव्य शिल्पाकडे किंवा सत्तावनावा रस्ता ओलांडताना समोर असलेल्या कार्नेजी हॉलकडे तिनं लक्षही दिलं नाही. तिचं सर्व लक्ष सकाळचा फेरफटका करणाऱ्या – तिच्या आड येणाऱ्या लोकांना टाळून धावण्याकडे होतं. तिची शक्ती त्यातच खर्ची पडत होती. सेन्ट्रल पार्कला पोहोचेपर्यंत शरीर वॉर्मअप करायचं या एकमेव उद्देशानं आर्टिसन गेट येईपर्यंत डाव्या मनगटावरचं स्टॉप वॉचपण तिनं सुरू केलं नव्हतं.

आपल्या नेहमीच्या जॉगिंग लयीत पोहोचल्यानंतर तिच्या मनातल्या विचारांनाही लय सापडली. तिच्या मनात चेअरमन साहेबांबरोबर सकाळी आठ वाजता ठरलेल्या मीटिंगबद्दल विचार आला. 'सद्बीज' (Sotheby's) च्या 'इम्प्रेशनिस्ट' (Impressionist) विभागातील द्वितीय क्रमांकाचं अधिकारपद सोडल्यानंतर केवळ काही दिवसांतच ब्रायस फेन्स्टननं तिला नोकरी देऊ केली होती याचं तिला आश्चर्य वाटत होतं, पण त्याचबरोबर तिनं सुटकेचा निःश्वासही सोडला होता. 'सद्बीज'चा काही मौल्यवान संग्रह प्रतिस्पर्धी असलेल्या 'ख्रिस्टीज्' (Christies) च्या ताब्यात जाण्यास आपण जबाबदार असल्याचं तिनं मान्य केल्यानंतर तिच्या नोकरीत बढतीचा विचार काही काळ तरी स्थगित ठेवण्यात येईल असं तिच्या 'बॉस'नं– ब्रायस फेन्स्टननं सुरुवातीला, नोकरी देण्यापूर्वी पूर्ण स्पष्ट केलं होतं. वास्तविक, वंशपरंपरेनं मिळालेली इस्टेट केवळ 'सद्बीज'द्वारे विकण्यात कसा फायदा आहे हेच तिनं त्या विशिष्ट ग्राहकाला सांगितलं होतं. त्याला पटवण्याचा तिनं आटोकाट प्रयत्न केला होता. खुषमस्करी केली होती, मिनतवाऱ्या केल्या होत्या आणि आपल्या प्रियकराला 'हे सर्व' भाबडेपणानं सांगताना आपला प्रियकर अतिशय धोरणीपणे वागेल असं तिनं गृहीत धरलं होतं, कारण तो

वकील होता. पण 'न्यूयॉर्क टाइम्स'च्या कलासदरातून जेव्हा त्या ग्राहकाचं नाव उघड झालं तेव्हा तिनं 'नोकरी आणि प्रियकर' दोन्ही गमावले होते. त्यानंतर त्याच वर्तमानपत्रातून डॉ. पेट्रेस्कूला काढून टाकण्यात आलं नाही, तर काही तणावपूर्ण परिस्थितीमुळे तिनंच राजीनामा दिला, असा खुलासा करण्यात आला होता. त्यामुळे तिनं 'ख्रिस्टीज्' कडे अर्ज करण्यात कोणतीच अडचण नाही असं छापून तिला दिलासा देण्याचाही 'टाइम्स' चा प्रयत्न होता. पण त्याने काहीही साध्य होऊ शकलं नव्हतं.

'इम्प्रेशनिस्ट' (Impressionist) चित्रांच्या प्रत्येक प्रमुख लिलावाला ब्रायस फेन्स्टन उपस्थित असायचा. लिलाव पुकारणाऱ्याच्या व्यासपीठालगत उभ्या असलेल्या आणि नोंदी करणाऱ्या ॲनाकडे त्याचं लक्ष न जाणं केवळ अशक्य होतं. तिची उत्कृष्ट खेळाडूगत असलेली देहयष्टी आणि वेधक नजर यामुळेच लिलावस्थळी असलेल्या कुठल्याही खोलीजवळ न ठेवता तिला महत्त्वाचं असं स्थान देण्यात आलं होतं, या व्यवस्थेची ॲनाला चीड यायची.

प्लेमेट्स आर्चजवळ पोहोचल्यानंतर ॲनानं घड्याळ पाहिलं. दोन मिनिटं अठरा सेकंद. संपूर्ण वळसा बारा मिनिटांत पूर्ण व्हायलाच हवा हे तिचं नेहमीचं ठरलेलं लक्ष्य असायचं. अर्थात ही काही 'जलद धाव' नाही याची तिला कल्पना होती, पण तरीही एखादा कुणी तिला पार करून पुढे गेला – विशेषत: एखादी स्त्री धावपटू – की ती भयंकर नाराज व्हायची. मागच्या न्यूयॉर्क मॅरेथॉन स्पर्धेत ॲनानं शंभराच्या आत क्रमांक मिळवला होता. त्यामुळे सेंट्रल पार्कमधील तिच्या धावेपुढे 'दोन पायांचा' प्राणी सहसा कुणीच नसे.

धावत असताना तिच्या मनात पुन्हा फेन्स्टनचे विचार सुरू झाले. कलाजगतातील प्रमुख कलादालनं, लिलावकर्ते, खाजगी विक्रेते आणि कलाजगतातील इतर संबंधित अशा सर्वांनाच, फेन्स्टन 'इम्प्रेशनिस्ट' चित्रांचा मोठा संग्रह एकत्रित करण्याच्या प्रयत्नात आहे ही गोष्ट काही काळापासून माहीत होती. कोणताही नवीन लिलाव आला की त्यात अंतिम 'बोली' बोलणाऱ्या स्टीव्ह वाईन, लिओनार्ड लॉडर, ॲन डायस आणि ताकाशी नाकामुरा यांच्या जोडीला तोही असे. सुरुवातीला सहज आपली आवड, छंद म्हणून संग्रह करणाऱ्या अशा संग्राहकांचं हे वेड पुढे इतकं वाढत जातं की त्याचं व्यसनात रूपांतर होतं. 'ब्रायस फेन्स्टन' हे त्याचं एक उत्तम उदाहरण होतं. त्याच्याकडे 'व्हॅन्गॉग' (Van Gogh) सोडून सर्व 'इम्प्रेशनिस्ट' चित्रकारांची चित्रं होती. 'व्हॅन्गॉग'चं चित्र मिळवणं हा नुसता विचारसुद्धा 'हेरॉईन'च्या डोसप्रमाणे धुंद करणारा होता. त्यानं एक चित्र मिळवलं आणि मग तो आणखी मिळवण्याच्या मागे लागला. एखादा व्यसनाधीन त्याचं व्यसन पुरवणाऱ्याच्या मागे लागतो तसा. ॲना पेट्रेस्कू व्यसन पुरवणाऱ्याच्या भूमिकेत होती.

'न्यूयॉर्क टाइम्स' मध्ये ॲनानं 'सद्बीज' सोडल्याचं वृत्त वाचताच त्यानं ताबडतोब

तिला आपल्याकडे 'अशी' जागा आणि पगार देऊ केला की त्यावरूनच तो आपला चित्रसंग्रह वाढविण्यास किती उत्सुक आहे हे स्पष्ट होत होतं. फेन्स्टन मूळचा रोमेनियाचा आहे हे कळल्यानंतर ॲनाला धक्काच बसला होता. तिथल्या जुलमी राजवटीला कंटाळून आपण अमेरिकेच्या आश्रयाला आलो आहोत याची तो तिला सतत आठवण करून देत असे.

बँकेत अधिकारीपदावरील नोकरी तिनं पत्करल्यानंतर काही दिवसांतच फेन्स्टननं तिची परीक्षा घेण्याचं ठरवलं. त्यानं तिला भोजनाचं आमंत्रण दिलं आणि त्यावेळेस तिला अनेक प्रश्न विचारले. वंशपरंपरेनं दुसऱ्या किंवा तिसऱ्या पिढीतील वारसांकडे अजूनही असलेल्या संग्रहाची माहिती विचारली होती.

ॲनानं पाहिल्याशिवाय, एखादं मुख्य 'इम्प्रेशनिस्ट' चित्र लिलावापर्यंत पोहोचलं आहे, असं 'सद्बीज' च्या तिच्या सहा वर्षांच्या कालखंडात एकदाही घडलं नव्हतं. किंवा तिनं चित्र पाहूनही त्याची नोंद घेतली नव्हती असंही घडलं नव्हतं.

जुने श्रीमंत विक्रेते असतात तर नवे श्रीमंत खरेदीदार असतात हा पहिला धडा ॲनाला सद्बीजमध्ये गेल्यानंतरच शिकायला मिळाला होता. त्यातूनच पुढे 'अर्ल ऑफ वेण्टवर्थ' च्या थोरल्या कन्येचा– लेडी व्हिक्टोरिया वेण्टवर्थचा आणि तिचा संबंध फेन्स्टनमुळे आला होता.

दुसऱ्यांच्या संग्रहाची फेन्स्टनला असलेली अभिलाषा पाहून ॲना आधी कोड्यात पडली होती पण चित्रांच्या बदल्यात मोठी रक्कम कर्ज म्हणून देण्याचं त्याच्या फायनान्स कंपनीचं धोरण होतं हे कळल्यानंतर ते कोडं सुटलं होतं. फारच थोड्या बँका कलाकृतींकडे 'सुरक्षिततेसाठी गहाण ठेवण्याची वस्तू' या विचाराने पाहत होत्या. जमीनजुमला, मालमत्ता, मिळकत, शेअर्स, बॉण्ड्स, जडजवाहीर ह्यात त्यांना 'कले'पेक्षा अधिक रस होता. कारण बँकांना कलेच्या बाजारपेठेची कल्पना नव्हती किंवा त्यांच्या कर्जवसुली धोरणात 'कला' बसत नव्हती असं म्हणा हवं तर! कलाकृतींचे जतन करणे, विमा काढणे या गोष्टी करूनही बाजारात विक्रीला आणल्यानंतर त्याची नेमकी किंमत मिळून कर्ज वसूल होईल की नाही याची शाश्वती नसणे या सर्व गोष्टी बँकांना वेळकाढू वाटत होत्या. त्यात जोखीम पण होती. 'फेन्स्टन फायनान्स बँक' त्या गोष्टीला अपवाद होती. फेन्स्टनला कलेतलं फारसं कळत नाही असं ॲनाला वाटत होतं, पण तिची ती 'समजूत' होती हे तिच्या कधी लक्षात आलं नव्हतं. ऑस्कर वाईल्डनं म्हटलं तसं ''प्रत्येक गोष्टीची 'किंमत' त्याला कळत होती पण कसल्याही गोष्टीचं 'मूल्य' त्याला कळत नव्हतं,'' हेच फेन्स्टनला लागू पडतं असं तिला वाटत होतं.

पण त्याचा खरा हेतू तिला त्यावेळी कुठे कळला होता!

◆◆◆

'फेन्स्टन फायनान्स' कडे मोठं कर्ज मागणारी संभाव्य कर्जदार म्हणून लेडी

व्हिक्टोरिया वेण्टवर्थच्या मालमत्तेचं मूल्यमापन करणं ही ॲनावर सोपवलेली पहिली कामगिरी होती. त्यासाठी ती इंग्लंडला गेली होती. 'वेण्टवर्थ' चित्रसंग्रहाला खास 'इंग्लिश स्पर्श' होता हे उघड दिसत होतं. उच्चकुलीन पण तऱ्हेवाईक असलेल्या दुसऱ्या अर्लने उच्च अभिरुची आणि भरपूर पैसा खर्च करून हा चित्रसंग्रह केला होता. तो पाहून त्याच्या पुढील पिढ्या, 'सौंदर्यदृष्टींची दैवी देणगी असलेला हौशी' असं त्याचं वर्णन करू शकणार होत्या यात शंकाच नव्हती. त्याच्याच देशातील रूमनी (Romney), वेस्ट, कॉन्स्टेबल, स्टब्ज, मोरलॅण्ड या चित्रकारांची चित्रं आणि 'प्लायमाऊथवरील सूर्यास्त' हे टर्नर (Turner) यांचं चित्र त्या संग्रहात होतं.

तिसऱ्या अर्लला कोणत्याही कलात्मक गोष्टींमध्ये रस नव्हता, त्यामुळे असलेल्या संग्रहावर धूळ चढली. ती उतरली ती चौथ्या अर्लच्या काळात. त्याला वंशपरंपरेनं इस्टेट मिळाली तशीच चिकित्सक दृष्टीही. आपल्या जन्मभूमीपासून जवळ जवळ एक वर्ष हद्दपार असलेला 'जॅमी वेण्टवर्थ' त्या काळाला पर्यटनकाळ समजून पर्यटन करत होता. पॅरिस, ॲम्स्टरडॅम, रोम, फ्लोरेन्स, व्हेनिस आणि सेंट पीट्सबर्गची सफर करून वेण्टवर्थ हॉलला परतताना त्याने राफेल (Raphael), तिन्तोरेत्तो, टिशन (Titian), रूबेन्स, व्हॅन डिक यांची चित्रं तर आणली होतीच पण आणखीही एक वस्तू तो घेऊन आला होता... त्याची इटालियन बायको! अर्थात तिचा उल्लेख संग्रहात करण्याचं कारण नाही. पाचवा अर्ल चार्ल्स हासुद्धा संग्राहक होता– चित्रांचा नाही तर बायकांचा! आपल्याकडील असलेल्या पूर्वसंचित चित्रसंग्रहाचेच ढोल तो बडवत राहिला. तरीसुद्धा त्यानं एक अफलातून चित्र खरेदी केलंच. वीक एन्डला पॅरिसमध्ये चॅम्पच्या रेसकोर्सवर काही काळ आणि क्रिलॉनला आपल्या नवीन प्रेमपात्राबरोबर बराच काळ हॉटेलमधल्या बेडरूममध्ये घालवणाऱ्या चार्ल्सने तिच्याच सांगण्यावरून एका डॉक्टरकडून एका अप्रसिद्ध चित्रकाराचं एक चित्र खरेदी केलं. पुढे आपल्या प्रेमपात्राला झटकून पण चित्र मात्र सांभाळून आणून ते त्यानं वेण्टवर्थ हॉलमध्ये पाहुण्यांसाठी राखीव असलेल्या खोलीमध्ये लावलं. 'सेल्फ पोर्ट्रेट वुईथ बॅण्डेज्ड इअर' असं शीर्षक असलेलं ते चित्र आता व्हॅन्‌गॉगच्या उत्कृष्ट चित्रांपैकी एक मानलं जात होतं.

'व्हॅन्‌गॉग' खरेदी करण्याचा प्रश्न आला तेव्हा ॲनानं फेन्स्टनला सावधानतेचा इशारा दिला होता कारण वॉल स्ट्रीट बँकरपेक्षा, होणाऱ्या आरोपांबद्दल ती साशंक होती. पण फेन्स्टनला त्याची फिकीर नव्हती. या चित्राच्या काही नकला खाजगी संग्राहकांकडे तर आहेतच, पण 'नॅशनल म्युझियम ऑफ ओस्लो'सह आणखी एकदोन म्युझियम्समधूनही त्या तशा आहेत हे तिनं त्याला स्पष्ट केलं होतं. व्हॅन्‌गॉगच्या त्या पोर्ट्रेटसंबंधी असलेली कागदपत्रं तिनं तपासली. ज्या डॉक्टरकडून चार्ल्सने ते चित्र विकत घेतलं त्याचं पत्र, मूळ चित्रविक्रीची आठशे फ्रॅन्क रकमेची पावती, चित्र अस्सल असल्याबद्दल व्हॅन्‌गॉग म्युझियमचे व्यवस्थापक लुईस व्हॅन तिलबोर्ग यांचं हल्लीचं

दिलेलं प्रमाणपत्र अशा सर्व गोष्टी तपासल्यानंतरच ते चित्र महान चित्रकार व्हॅन्‌गॉगचं अस्सल चित्र आहे असा सल्ला देण्याचा पूर्ण विश्वास ॲनाला वाटला.

व्हॅन्‌गॉगच्या चित्रांचं वेड असणाऱ्यांसाठी 'सेल्फ पोर्ट्रेट वुईथ बॅण्डेज्ड इअर' हे चित्र म्हणजे सर्वोच्च कोटीचं होतं. व्हॅन्‌गॉगनं आपल्या आयुष्यात पस्तीस सेल्फ पोर्ट्रेट्स केलेली असली तरी आपला डावा कान कापल्यानंतरची चित्रं मात्र दोनच होती. त्यांपैकी एक कोर्टाल्ड इन्स्टिटट्यूट, लंडन इथं लावलं होतं त्यामुळे उरलेलं दुसरं आपल्याच संग्रही असावं म्हणून खऱ्याखुऱ्या संग्राहकांमध्ये प्रचंड ईर्षा होती. म्हणून 'ते' मिळविण्यासाठी फेन्स्टन कोणत्या मर्यादेपर्यंत जाईल हे जाणून घेण्याची ॲनाला भयंकर उत्सुकता होती.

वेण्टवर्थ कुटुंबीयांच्या चित्रसंग्रहाचं मूल्यमापन करण्यात आणि त्याची सूची तयार करण्यात ॲनाचे दहा दिवस अत्यंत आनंदात गेले होते. या संग्रहाची किंमत बँकेनं कर्ज म्हणून दिलेल्या तीस लक्ष डॉलर्सपेक्षा अधिक असेल का, हे जाणून घेण्यास उत्सुक असणाऱ्या फेन्स्टनच्या कळपातील मित्रांसाठी आणि बँक अधिकाऱ्यांसाठी ॲनानं अहवाल तयारच करून ठेवला होता आणि ती न्यूयॉर्कला परतताच तिनं तो बोर्डासमोर ठेवला होता.

व्हिक्टोरिया वेण्टवर्थला एवढ्या मोठ्या रकमेच्या कर्जाची गरज का होती, हे जाणून घेण्यात ॲनाला स्वारस्य नव्हतं. तरीसुद्धा आपल्या पपांच्या आकस्मिक मृत्यूबद्दल, विश्वासू इस्टेट मॅनेजरच्या निवृत्तीबद्दल आणि चाळीस टक्के दरानं द्याव्या लागणाऱ्या कराबद्दल बोलताना व्हिक्टोरियाचं तिनं सर्व ऐकून घेतलं होतं. प्रत्येकवेळी बोलताना 'ॲराबेला माझ्या अगोदर काही मिनिटं जन्माला आली असती तर...' हा जणू तिचा मंत्रच होता.

न्यूयॉर्कला परत आल्यावर कोणी विचारलं असतं तर कागदपत्रं न पाहताही, व्हिक्टोरियाच्या संग्रही असलेल्या प्रत्येक चित्राबद्दल आणि शिल्पाबद्दल ती सहज सांगू शकली असती. 'पेन'ला असताना किंवा 'सद्‌बीज'मध्ये असताना, बरोबर असणाऱ्या इतरांपेक्षा वेगळं व्यक्तिमत्त्व लाभण्याचं कारण तिची ही विलक्षण स्मरणशक्ती – दैवी देणगी – हेच होतं. ॲनानं एकदा जरी एखादं पेन्टिंग पाहिलं तरी त्याची प्रतिमा, मूळ आणि ठिकाण ती कधीच विसरत नसे. आपल्या स्मरणशक्तीची परीक्षा घेण्यासाठी दर रविवारी ती एखाद्या कलादालनाला भेट देत असे किंवा एखाद्या मैत्रिणीकडे जात असे. घरी आल्यावर तिथे पाहिलेल्या प्रत्येक चित्राची माहिती ती लिहून काढत असे आणि मग ती बरोबर आहे की नाही हे वेगवेगळे कॅटलॉग पाहून तपासत असे. युनिव्हर्सिटीमधून बाहेर पडल्यावर आपल्या स्मरणशक्तीच्या साठ्यात लुव्र, प्रादो, उफीजी, वॉशिंग्टनची नॅशनल गॅलरी ऑफ मॉडर्न आर्ट, फिलिप्स चित्रसंग्रह आणि गेटी म्युझियम या सर्वांची नोंद तिनं कायम करून ठेवली होती. सदतीस खाजगी कलासंग्रह आणि

अगणित कॅटलॉग्जमधील क्रमश: माहितीही तिच्या मेंदूत साठवलेली होती. फेन्स्टनने तिला एवढ्या पगारावर उगाच नव्हतं ठेवलं!

संभाव्य अशिलांच्या चित्रसंग्रहाचं मूल्यमापन करणं आणि त्यासंबंधी लेखी अहवाल तयार करून सादर करणं ही तिची बँकेच्या कामासंबंधातली मर्यादा होती. कोणताही करार करण्याच्या प्रक्रियेत ती कधीच सामील झाली नव्हती. ती बाब बँकेनं नेमलेल्या कार्ल लिपमन या कायदेशीर सल्लागाराच्या अखत्यारीतील होती. 'बँक आपल्याला सोळा टक्के चक्रवाढ व्याज लावते' अशी तक्रार व्हिक्टोरियाने एकदा केली होती आणि त्यावेळेस तिच्या लक्षात आलं होतं की 'भाबडेपणा आणि आर्थिक बाबतीतलं अज्ञान' याच दोन गोष्टी तर फेन्स्टन बँकेच्या भरभराटीतले मुख्य घटक होते. आपल्या ग्राहकाच्या अकार्यक्षमतेतच या बँकेला खास रुची होती.

'काराऊसेल' जवळ आल्यावर ॲनानं आपल्या चालण्याचा वेग वाढवला. तिनं घड्याळ पाहिलं. नेहमीपेक्षा बारा सेकंद उशीर झाला होता, पण सुदैवानं तिला पार करून कुणी पुढे गेलं नव्हतं. पुन्हा तिच्या डोक्यात वेण्टवर्थ चित्रसंग्रहाचे विचार आले आणि त्याबाबत ती ज्या शिफारशी फेन्स्टनला आज करणार होती त्याबद्दलसुद्धा. अध्यक्षांनी तिचा सल्ला धुडकावून लावला तर राजीनामा द्यायचा असा तिचा विचार पक्का झाला होता. आपल्या नोकरीला अजून एक वर्षही पूर्ण झालं नाही आणि 'सद्‌बीज' किंवा 'ख्रिस्टीज्' ला आपल्याला लगेच नोकरी मिळणार नाही याची दु:खद जाणीव होऊनही तिचा हा निश्‍चय कायम होता.

फेन्स्टनच्या गर्विष्ठपणाचा अनुभव तिनं गेले एक वर्षभर घेतला होता. क्वचित, त्याच्या मनाप्रमाणे झालं नाही की तो भडकून उठे. तेही तिनं सहन केलं होतं; पण ग्राहकाला चुकीची दिशा दाखवणं – विशेषत: व्हिक्टोरियासारख्या भाबड्या स्त्रीला – हे तिला कधीच सहन होणारं नव्हतं. फेन्स्टन फायनान्सची नोकरी एक वर्षाच्या आतच सोडणं हा नक्कीच शहाणपणा नव्हता, पण भावी काळात लबाडीबाबत चौकशी होण्यापेक्षा हे नक्कीच बरं होतं.

❖

-५-

"**ती** मेली आहे हे आपल्याला कधी कळेल?'' कॉफीचा घोट घेत लिपमननं विचारलं.

"आज सकाळी.'' फेन्स्टननं उत्तर दिलं.

"छान. कारण मला तिच्या वकिलाला भेटून आठवण करून द्यायला लागेल की...'' क्षणभर लिपमन थांबला अनुपुढे म्हणाला, "संशयास्पद मृत्यू झाल्यास कोणताही समझोता 'न्यूयॉर्क स्टेट बार'च्या कक्षेतून बाद होईल आणि पूर्वस्थिती निर्माण होईल.''

"करारातल्या या कलमाबद्दल त्यांच्यापैकी कोणीच मुद्दा उपस्थित केला नाही हे विलक्षण नाही का?'' फेन्स्टन म्हणाला.

"त्याचं कारणच काय?'' लिपमन म्हणाला, "तिला अशाप्रकारे मृत्यू येण्याची शक्यता आहे याची कल्पना त्यांना कशी बरं असणार होती?''

"त्यात आपला सहभाग आहे असा संशय पोलिसांना येण्याची शक्यता किंवा काही कारण आहे असं वाटतं का?''

"अंहं, मुळीच नाही,'' लिपमन म्हणाला. "व्हिक्टोरिया वेण्टवर्थला तुम्ही कधी भेटला नव्हतात. मूळ करारावर पण तुम्ही सही केलेली नाहीत आणि 'ते' चित्रही कधी तुम्ही पाहिलं नाहीत.''

"वेण्टवर्थ कुटुंबीय आणि डॉ. पेट्रेस्कू यांच्याशिवाय...'' फेन्स्टनने त्याला आठवण करून दिली. "पण तरीही मला जाणून घ्यावसं वाटतं की सर्व सुरळीतपणे पार पाडण्यासाठी किती वेळ लागेल?''

"हे सांगणं कठीण आहे. संशयिताची आपल्याला कल्पना आहे हे कबूल करण्यासाठीही पोलिसांना पुष्कळ वर्षं लागली – विशेषत: अशा बड्या मामल्यात.''

"मला वाटतं दोनेक वर्षं पुरेशी होतील.'' फेन्स्टन म्हणाला. "त्यानंतर कर्जावरचं

व्याज इतपत नक्कीच होईल, की मी व्हॅन्‌गागचं चित्र ठेवून बाकीचा चित्रसंग्रह विकू शकेन आणि माझी किमान मूळ कर्जाची रक्कम सुरक्षित ठेऊ शकेन.''

''म्हणजे डॉ. पेट्रेस्कूचा अहवाल मी वाचला हे बरंच झालं म्हणायचं. कारण जर तिच्या शिफारशींप्रमाणे व्हिक्टोरियानं वागायचं ठरवलं असतं तर आपल्या हाती काहीच उरलं नसतं.''

''बरोबर. तुझं म्हणणं मला मान्य आहे,'' फेन्स्टन म्हणाला. ''पण आता आपल्याला डॉ. पेट्रेस्कूला कसं घालवायचं याचा विचार करायला हवा.''

लिपमनच्या ओठावर मंद हसू झळकलं. ''ते सोपं आहे.'' तो म्हणाला. ''आपण तिच्या दुर्बलतेचा फायदा घ्यायला हवा.''

''कोणत्या?'' फेन्स्टननं विचारलं.

''तिचा प्रामाणिकपणा.'' लिपमन म्हणाला.

◆◆◆

ॲराबेला हॉलमध्ये एकटीच बसली होती. आपल्या आजूबाजूला काय चाललं आहे याचं तिला भान नव्हतं. बाजूला ठेवलेला चहा गार होतो आहे हेही तिच्या लक्षात आलं नव्हतं. फायरप्लेसच्या वर ठेवलेल्या घड्याळाची टिक्‌टिक् हाच त्या खोलीतला सर्वांत मोठा आवाज वाटत होता. ॲराबेलासाठी मात्र काळ जणू थांबला होता.

ॲम्ब्युलन्स आणि पोलिसांच्या काही गाड्या बागेतील मऊ वाळूवर थांबल्या होत्या. त्यातून आलेली, पांढरा कोट किंवा गडद रंगाचे सूट असा ठरीव पोशाख केलेली मंडळी ॲराबेलाला त्रास न देता आपापलं काम शांतपणे करत होती.

दारावर हळुवारपणे टक्‌टक् केल्याचा आवाज आला तशी ॲराबेलाची तंद्री भंग पावली. मान उंचावून तिनं दाराकडे पाहिलं. दारात पोलीस सुपरिन्टेडेन्ट स्टिफन रेन्टन उभे होते. तिनं आपल्या कुटुंबाच्या त्या जुन्या स्नेह्याला आत यायची खूण केली. खोलीत शिरताना त्यांनी आपली पी कॅप काढली. रडून रडून डोळे लाल झालेली, सुकलेला चेहरा असलेली ॲराबेला उठून उभी राहिली. तिच्या दोन्ही गालांचं हलकेच चुंबन घेऊन त्यांनी तिचं सांत्वन केलं आणि हलकेच तिला कोचावर बसवलं. तिच्यासमोरच्या खुर्चीत ते स्वत: बसले. स्टिफन रेन्टननी तिचा हात हलकेच दाबून तिच्या दु:खात आपणही सहभागी आहोत ही भावना तिच्यापर्यंत पोहोचवली.

ॲराबेलानं त्यांना धन्यवाद दिले आणि ताठ बसत हळूच प्रश्न केला, ''कोणाचं कृत्यं असावं हे? व्हिक्टोरियासारख्या निष्पाप बाईला ठार मारण्याचं काम कोण करू शकेल?''

''तुमच्या प्रश्नाचं उत्तर आत्ता देता येत नाही आणि ते सोपंही नाही.'' सुपरिन्टेडन्ट उत्तरले. ''तिचा खून उघडकीस येईपर्यंत खुन्याला निसटून जायला वेळ कसा मिळाला आणि कोणालाही जाग कशी आली नाही याची उत्तरं मिळेपर्यंत तरी.'' ते म्हणाले

आणि मग थोडा वेळ थांबून त्यांनी विचारलं, ''तुम्ही आता माझ्या काही प्रश्नांची उत्तरं देण्याच्या मन:स्थितीत आहात नं?'' ॲराबेलानं मान डोलावून संमती दिली आणि म्हणाली, ''माझ्या बहिणीच्या खुन्याला पकडण्यासाठी मी तुम्हाला कोणतीही मदत करायला तयार आहे.''

''साधारणत: अशा प्रकरणात तुमच्या कुटुंबीयांचं कोणाशी शत्रुत्व होतं का? असा पहिला प्रश्न विचारला जातो पण तशी शक्यता नाही असं मला स्वत:लाच वाटतं, कारण लेडी व्हिक्टोरियांना मी चांगलं ओळखत होतो, पण तरीसुद्धा याबाबत तुम्हाला काही माहीत आहे का, असं मला विचारायचं आहे.'' मग अंमळ संकोचून ते पुढे बोलले, ''तुमच्या वडिलांच्या मृत्यूनंतर तुमच्या बहिणीला बरंच काही कर्ज झालं होतं अशी अफवा मी ऐकली आहे म्हणून विचारतो.''

''खरं सांगायचं तर सत्य काय आहे हे मलासुद्धा माहीत नाहीय.'' ॲराबेला त्यांचं म्हणणं मान्य करीत म्हणाली. ''ॲंगसशी लग्न केल्यानंतर पंधराएक दिवसांसाठी आम्ही स्कॉटलंडहून इथं आलो होतो. त्यानंतर मात्र दर एक वर्षाआड नाताळसाठी फक्त एकदोन दिवसच येत होतो. माझ्या नवऱ्याचा मृत्यू होईपर्यंत आम्ही तिथेच होतो आणि नंतरच मी 'सरे'ला राहायला आले.'' सुपरिन्टेडेन्टनी मान हलवून कळल्याचं दर्शवित तिला बोलताना थांबवलं नाही. ''मी सरेला आल्यानंतरच अशा काही अफवा माझ्याही कानावर आल्या होत्या. नोकरांचे पगार देता यावेत म्हणून माझ्या दुकानातील काही फर्निचर थेट 'वेण्टवर्थ इस्टेट' मधून आलं आहे अशीही चर्चा मी तिथं ऐकली होती.''

''त्यात काही तथ्य होतं का?'' स्टिफननी विचारलं.

''अजिबात नाही.'' ॲराबेला तात्काळ उत्तरली. ''ॲंगसच्या मृत्यूनंतर मी पर्थशायरचा फार्म विकला होता. त्यामुळे वेण्टवर्थलाच परत येऊन इथं दुकान उघडून माझी हौस मी भागवू शकत होते, पण तसं मी केलं नाही. त्यानंतर काही वेळा पपांच्या आर्थिक परिस्थितीबद्दल मी व्हिक्टोरियाला विचारत होते, पण प्रत्येकवेळी 'कसलाच प्रश्न नाही, सर्व सुरळीत आहे.' असंच तिचं उत्तर होतं. कदाचित पपा कधी चुकणार नाहीत असं तिला वाटत असावं. तिचं पपांवर खूप प्रेम होतं हेही त्याचं कारण असू शकतं.''

''बरं मग तिचा खून करण्याचं काय कारण असावं याची काही कल्पना?'' स्टिफननी विचारलं. पण त्या प्रश्नाचं उत्तर न देताच ॲराबेला उठली आणि तिच्या बहिणीच्या लिहिण्याच्या टेबलावर सापडलेलं, रक्ताचे डाग पडलेलं 'ते' पत्र घेऊन आली आणि ते तिनं त्यांना दिलं.

सुप. स्टिफननी ते अर्धवट पत्र वाचलं. तिला प्रश्न विचारण्यापूर्वी पुन्हा एकदा वाचलं आणि मग विचारलं, 'तोडगा सापडला आहे' असं तिनं म्हटलं आहे. तिला काय म्हणायचं असावं याची काही कल्पना?''

“नाही.” ॲराबेलानं मान्य केलं, “पण अर्नोल्ड सिम्पसनशी बोलल्यानंतर मी कदाचित काही सांगू शकेन अशी शक्यता आहे.”

“पण त्यामुळे मला फारशी काही मदत होईल असं मला वाटत नाही,” स्टिफन म्हणाले. ॲराबेलाने त्यांच्या या टिप्पणीची नोंद घेतली पण ती काहीच बोलली नाही. आपण पोलीस ऑफिसरपेक्षा श्रेष्ठ आहोत अशी काही वकिलांची समजूत असते. अशा वकिलांबद्दल सुप. स्टिफनना अविश्वास होता ही गोष्ट स्वाभाविकच म्हणायला हवी होती.

चीफ सुपरिन्टेडन्ट स्टिफन उठले आणि ॲराबेलाच्या जवळ जाऊन बसले.त्यांनी तिचा हात हातात घेतला आणि थोपटला. नंतर म्हणाले, “गरज लागेल तेव्हा मला बोलवा.” असा दिलासा देऊन ते उठले आणि जाता जाता थांबून म्हणाले, “ॲराबेला, तुमच्या बहिणीचा खून कोणी केला हे आपल्याला शोधून काढायचं असेल तर प्रत्येक गोष्ट मला समजणं आवश्यक आहे हे लक्षात ठेवा.” आपली पी कॅप चढवून ते बाहेर पडले. ॲराबेला मूकपणे पाहात तिथेच उभी राहिली.

◆◆◆

“हॅऽऽ!” ॲना फुत्कारली. गेल्या काही आठवड्यांप्रमाणे आजही काळेकुरळे केस असलेल्या ‘त्या’ धावपटूने तिला मागे टाकलं होतं. त्याने मागे वळूनही पाहिलं नव्हतं. अर्थात अस्सल धावपटू तसं करत नसतातच. त्याला गाठण्याचा प्रयत्न करण्यात अर्थ नव्हता. ‘शंभर यार्डातच आपले पाय भरून येतील.’ त्या अनोळखी गूढ माणसाचा चेहरा तिनं एकदाच बाजूने पाहिला होता. तो वेगाने पुढे गेला होता पण पाचूगत हिरवा रंग असलेला त्याचा टीशर्ट तिच्या लक्षात राहिला होता. ॲनाने त्याचा विचार डोक्यातून काढून टाकला आणि पुन्हा एकदा फेन्स्टनच्या भेटीकडे लक्ष केन्द्रित केल.

ॲनाने आपल्या अहवालाची प्रत चेअरमन फेन्स्टनकडे आधीच पाठवली होती. बँकेनं ‘ते’ सेल्फ पोर्ट्रेट लवकरात लवकर विकावं अशी शिफारस त्यात केली होती. व्हॅन्‌गॉगचं वेड असलेला टोकियोतला एक कलासंग्राहाक तिला माहीत होता आणि ते चित्र विकत घेण्याची त्याची क्षमताही होती. ‘त्या’ चित्राबद्दल तो विशेष हळवा होता आणि त्याचं कारण ॲनाला माहीत होतं. त्याच गोष्टीचा उपयोग ती योग्य किंमत मिळण्यासाठी करणार होती. व्हॅन्‌गॉगला जपानी कलेचं कौतुक होतं. त्या सेल्फ पोर्ट्रेटमध्ये पार्श्वभूमीतल्या भिंतीवर त्यानं ‘निसर्गाच्या पार्श्वभूमीवर गैशा’ हे चित्र रेखाटलं होतं. त्यामुळे ताकाशी नाकामुरा हे चित्र ताब्यात घेतल्याशिवाय राहणार नाहीत हे तिला माहीत होतं.

नाकामुरा हे जपानमधल्या एका मोठ्या स्टील कंपनीचे चेअरमन होते. पुढे त्यांना चित्रसंग्रह करण्याचा नाद लागला. त्यांनी उभारलेल्या फाउंडेशनचा हा चित्रसंग्रह एक भाग असावा आणि ते फाउंडेशन पुढे राष्ट्रार्पण करावं अशी त्यांची तीव्र मनीषा होती.

गूढ वागण्याचा जपानी वारसा असलेले नाकामुरा आपला चित्रसंग्रह त्याच गूढपणे जपत होते. ॲनानं त्यांची निवड करताना ही खास बाब लक्षात घेतली होती. त्यामुळे व्हिक्टोरिया वेण्टवर्थची अब्रू झाकली जाणार होती. जपानी नाकामुरांनी हे नक्कीच समजून घेतलं असतं. 'देगा'चं 'डान्सिंग क्लास वुईथ मॅडम मिनेट' हे चित्र एका खाजगी कलासंग्राहकाला खाजगीरीत्या विकायचं होतं. अशा चित्रविक्रीसाठी प्रसिद्ध असलेल्या संस्थांजवळ वर्तमानपत्रांचे वार्ताहर टपून बसलेले असतात. त्यांना कळल्याशिवाय चित्रविक्री करणं अशक्य होई म्हणून मोठमोठ्या अशा संस्थांनी, विशेषत: लिलाव करणाऱ्या संस्थांनी, गुप्त रीतीने विक्री करण्याची तरतूद केली होती आणि अशाच गुप्त विक्रीतून 'देगा'चं ते चित्र ॲनानं नाकामुरांना मिळवून दिलं होतं. त्यामुळे तिला नाकामुरा चांगले कळले होते. डच मास्टर व्हॅन्‌गॉगचं 'ते' चित्र खरेदी करण्याची अशी दुर्मिळ संधी नाकामुरांना मिळण्याची शक्यता अन्यथा नव्हतीच. त्यामुळे त्यासाठी ते साठ दशलक्ष, किंवा कदाचित सत्तर दशलक्ष डॉलर्सदेखील देतील असा ॲनाला विश्वास वाटत होता. त्यामुळे फेन्स्टननं ॲनाची शिफारस स्वीकारली असती – आणि त्यानं ती का म्हणून नाकारावी?– तर सर्वांचंच समाधान होऊ शकलं असतं.

टॅव्हर्न ऑन द ग्रीन ओलांडताच ॲनानं घड्याळ पाहिलं. बारा मिनिटांच्या आत आर्टिसन गेट पर्यंत पोहोचण्यासाठी तिला आपला वेग वाढवावा लागेल असं तिच्या लक्षात आलं. वेग वाढवताना पुन्हा एकदा तिच्या मनात व्हिक्टोरियासंबंधी विचार आले. तसं पाहिलं तर तिचा व्हिक्टोरियाशी काय संबंध होता? तिनं अशी काळजी करण्याचं काय कारण होतं? पण व्हिक्टोरियासारख्या भाबड्या स्त्रीला मदतीची फार गरज आहे असं म्हणून तिनं स्वत:च्याच मनाची समजूत घातली आणि आर्टिसन गेट आलं. तिनं स्टॉप वॉचचं बटण दाबलं. १२ मिनिटं ४ सेकंद. 'हॅऽऽ! एवढं जोरात धावूनही ४ सेकंद जास्तच!' जॉगिंग करतच ॲना आपल्या घराकडे निघाली. पाचूच्या रंगासारखा हिरवा टी शर्ट घातलेला 'तो' तिच्याकडे लक्ष ठेवून धावत होता हे तिच्या ध्यानातही आलं नाही.

❖

- ६ -

जॅक डिलेनीला, ॲना पेट्रेस्कू गुन्हेगार प्रवृत्तीची आहे याची अजूनही खात्री वाटत नव्हती. थॉर्नटन हाऊस या आपल्या घराकडे गर्दीतून मार्ग काढत दूर नाहीशी होत जाणाऱ्या ॲनाला एफ.बी.आय. एजंट जॅक निरखून पाहत होता. ती दिसेनाशी होताच मेंढ्यांसाठी असलेल्या राखीव कुरणातून तलावाच्या दिशेनं जात त्यानं पुन्हा जॉगिंग सुरू केलं. गेले सहा आठवडे तो तिच्या मागावर होता. तिचा बॉस फेन्स्टन नि:संशय गुन्हेगार होता हे ब्युरोकडे आलेल्या माहितीवरून स्पष्ट होत होतं. त्यासाठी ॲनाची चौकशी करण्याचीही गरज नव्हती. फेन्स्टनविरुद्ध सिद्ध होणाऱ्या पुराव्यांची गरज होती...

सुमारे एक वर्षापूर्वी जॅकचा वरिष्ठ अधिकारी रिचर्ड डब्ल्यू. मॅसी याने त्याला बोलावून घेतलं होतं आणि त्याच्या हाताखाली आठ एजंटांचं पथक देऊन त्याच्यावर एक कामगिरी सोपवली होती. तीन निरनिराळ्या देशांत तीन भीषण हत्या झाल्या होत्या आणि त्यात एक समान सूत्र होतं. त्या तीनही हत्या अशांच्याच झाल्या होत्या की ज्यांनी फेन्स्टन फायनान्सकडून कर्ज घेतलं होतं आणि ते थकलेलं असतानाच त्यांच्या हत्या झाल्या होत्या. त्या पूर्वनियोजित होत्या आणि धंदेवाईक मारेकऱ्यांतर्फे केलेल्या होत्या या निष्कर्षाप्रत जॅक त्वरित पोहोचला होता कारण हत्यांची पद्धतही सारखीच होती.

शेक्सपिअर गार्डनमधून जात पुढे वळत पूर्व दिशेला असलेल्या आपल्या अपार्टमेंटकडे जाण्यासाठी जॅक जॉगिंग करत होता तसे त्याच्या मनातले विचारही त्याच गतीनं जॉग करत होते. फेन्स्टन फायनान्समध्ये नवीन भरती झालेल्यांची नोंद घेत त्यानं फाईल नुकतीच पूर्ण केली होती, पण ॲना प्रामाणिक आणि निष्पाप आहे की गुन्हेगारांची साथीदार, याबद्दल त्याचा निर्णय अजून होत नव्हता. ती साथीदार असेल तर तिनं आपखुशीनं ही भूमिका स्वीकारली असेल का, याबद्दलही तो साशंक होता.

ॲनाच्या भूतकाळाचा शोध घेताना तिचे काका जॉर्ज पेट्रेस्कू १९७२ मध्ये रोमेनिया

सोडून 'डॅनव्हिल' या इलिनॉईस राज्यातल्या छोट्या शहरात स्थायिक झाले हे त्याला कळलं. 'सिऊसेस्कू' याने स्वत:ला रोमेनियाचा अध्यक्ष म्हणून घोषित केलं तेव्हा जॉर्जने त्याच्या भावाला अमेरिकेत येण्याचं सूचित केलं होतं. सिऊसेस्कूनं जेव्हा रोमेनियाला समाजवादी राष्ट्र म्हणून घोषित करत आपल्या बायकोलाच– एलीनाला उपराष्ट्राध्यक्ष केल्याची घोषणा केली त्यावेळीसुद्धा जॉर्जनं पुन्हा एकदा आपल्या भावाला मुलीसह – ॲनासह – येण्याचं आमंत्रण दिलं होतं. त्यावेळी स्वदेश सोडायला ॲनाचे आईवडील तयार नसले तरी त्यांनी ॲनाला पाठविण्याचं मान्य केलं. त्याप्रमाणे १९८७ मध्ये ॲना १७ वर्षांची झाल्यानंतर त्यांनी तिला छुप्या मार्गानं बुखारेस्टमधून बाहेर काढलं आणि अमेरिकेला पाठवलं. सिऊसेस्कूची हकालपट्टी झाली की तिला रोमेनियात परत येता येईल असं तिला सांगण्यात आलं होतं. काही काळ ॲनानं वाट पाहिली पण ती रोमेनियाला परतूच शकली नाही. आपल्या आईवडिलांनी अमेरिकेत यावं असं ती पत्रातून नियमितपणे लिहीत असे, पण तिला त्यांचा प्रतिसाद मिळाला नाही. दोन वर्षांनंतर हुकूमशहा सिउसेस्कूची हकालपट्टी करण्याच्या प्रयत्नात सरहद्द प्रदेशातल्या एका चकमकीत तिचे वडील मारले गेले हे तिला कळलं. तिच्या आईने तरीही स्वदेश सोडून अमेरिकेला येण्यास नकार दिला. 'तुझ्या वडिलांच्या थडग्याची देखभाल कोण करील?' हे नवीन निमित्त आता तिला सापडलं होतं.

हायस्कूलच्या मासिकातून ॲनानं लिहिलेल्या एका लेखावरून एवढ्याच माहितीचा शोध जॅकच्या एका सहकाऱ्यानं घेतला होता. निळ्या डोळ्यांच्या आणि लांब केसांचा शेपटा घालणाऱ्या नाजूक ॲनाबद्दल तिच्या एका मैत्रिणीनं लिहिलं होतं की ती बुखारेस्ट नावाच्या कुठल्याशा शहरातून आली होती, तेव्हा तिला इंग्रजीमधली सकाळची प्रार्थनाही नीट म्हणता येत नव्हती इतकं तिचं इंग्रजी कच्चं होतं, पण दुसऱ्या वर्षाच्या अखेरीस ती मासिकाचं संपादनही करायला लागली होती. त्यातूनच पुढे जॅकला तिच्याविषयी पुष्कळशी माहिती मिळाली.

शाळेत असतानाच ॲनाला मॅसॅच्युसेट्समधल्या विल्यम्स युनिव्हर्सिटीची 'कलाइतिहासा'साठी शिष्यवृत्ती मिळाली होती. आंतरविद्यापीठीय स्पर्धांमधील एक मैलाची दौड चार मिनिटं अठ्ठेचाळीस सेकंदांत पार करून तिनं 'कॉर्नेल'चा पराभव केल्याचं वृत्तही तिथल्या स्थानिक वर्तमानपत्रातून झळकलं होतं. पेनसिल्व्हानिया युनिव्हर्सिटीतली तिची प्रगती नजरेखलून घालताना त्याच युनिव्हर्सिटीत तिनं पीएच.डी. पदवीसाठी आपली नोंदणी केली असल्याचं जॅकला आठवलं होतं. 'फॉव्ह चळवळ' हा तिचा विषय होता. त्याबद्दल समजून घ्यायला जॅकला वेब्स्टर डिक्शनरीचा आधार घ्यावा लागला होता. मातिस (Matisee), डेरेन (Derain), फ्लॅमिंक (Vlaminck) अशा काही चित्रकारांचा तो समूह होता. 'दृक्प्रत्ययवादा'च्या (इम्प्रेशनिझमच्या) प्रभावातून मुक्त होऊन तेजस्वी आणि अंगावर येणाऱ्या रंगांचा वापर करण्याकडे त्यांची वाटचाल

होती. तरुण पिकासो स्पेन सोडून दुसऱ्या कलागटांशी हातमिळवणी करायला पॅरिसला आला तेव्हा त्यांच्या चित्रांनी पॅरिसवासियांना कसा धक्का दिला आणि पॅरिस मॅचनं त्यांचं, 'टिकण्याइतकं महत्त्व नसलेली चित्रं... पुन्हा शहाणपणा नक्कीच परतेल', असं म्हणून आपल्या वाचकांना दिलासा देणारं त्याचं वर्णन कसं केलं हेही जॅकला कळलं. विय्यार्ऱ्हे (Vuilard), ल्यूस इत्यादी ज्या चित्रकारांची नावंही त्यानं कधी ऐकली नव्हती त्यांच्याबद्दलही त्याला वाचायला आवडलं असतं... पण ते ड्यूटीवर नसताना करण्याचं काम होतं. फेन्स्टनला अटक करण्यासाठी पुरावा म्हणून त्याचा काही उपयोग नक्कीच होऊ शकणार नव्हता...

'पेन' नंतर डॉ. पेट्रेस्कूनं 'सद्बीज'ला शिकाऊ पदवीधर म्हणून नोकरी धरली होती. इथे जॅकला मिळालेली माहिती थेडी फुटकळ स्वरूपाची होती. कारण त्याला, त्याच्या साहाय्यकांनी तिच्या जुन्या मोजक्याच मित्रांना भेटून ती मिळवायला हवी होती. तिच्या विलक्षण स्मरणशक्तीबद्दल आणि तिनं मिळविलेल्या दुर्लभ शिष्यवृत्तीबद्दल मात्र त्याला सहजच माहिती मिळाली होती, कारण सर्वांमध्येच ती प्रिय होती. हमालापासून ते अध्यक्षांपर्यंत सर्वांचंच तिच्याबद्दल चांगलं मत होतं. त्यामुळे कोणत्या 'तणावपूर्ण परिस्थिती'मुळे तिला राजीनामा द्यावा लागला याबद्दल कुणीही माहिती दिली नाही आणि पर्यायानं चर्चाही टाळली. एक गोष्ट मात्र नक्की होती– 'सद्बीज'च्या सद्य व्यवस्थापनाला तिची पुनर्नेमणूक करण्यात स्वारस्य नव्हतं. 'सद्बीज' मधून बाहेर पडण्यासारखी परिस्थिती निर्माण झाली आणि तिला बाहेर पडावं लागलं हे जरी खरं असलं तरी फेन्स्टन फायनान्समध्ये तिनं नोकरी पत्करावी ही बाब जॅकला खटकत होती. चेअरमन फेन्स्टनची सेक्रेटरी फॉर्स्टर ही ॲनाची मैत्रीण आहे हे त्याला तपासात कळलं; पण त्याव्यतिरिक्त आणखी काही कारण आहे का, याची चौकशी बँकेतील इतरांकडे करण्याचा धोका तो पत्करू शकत नव्हता.

अल्पावधीतच ॲनानं फेन्स्टन फायनान्ससाठी जोमानं काम करण्यास सुरुवात केली. ज्यांनी बँकेकडून नुकतंच मोठं कर्ज घेतलं आहे आणि ज्यांच्याकडे खूप मोठा चित्रसंग्रह आहे अशा बँकेच्या सर्व नवीन ग्राहकांना ती भेटली. त्यांच्यापैकी निदान एकाची तरी लवकरच फेन्स्टनच्या मागील तीन कर्जदारांप्रमाणे अवस्था होणार अशी भीती जॅकला वाटत होती.

८६ व्या रस्त्यावरून धावताना, किमान तीन प्रश्नांची तरी उत्तरं मिळायला हवीत असा विचार जॅकच्या मनात आला. एक– बँकेतली नोकरी पत्करण्यापूर्वी फेन्स्टन किती काळ डॉ. पेट्रेस्कूला ओळखत होता? दोन– तो किंवा त्यांचे उभयतांचे कुटुंबीय रोमेनियात असताना एकमेकांशी परिचित होते का? आणि तीन– डॉ. पेट्रेस्कूची भाडोत्री मारेकरी म्हणून नेमणूक झाली होती का?

◆◆◆

ब्रेकफास्ट बिलावर सही करून फेन्स्टन उठला आणि लिपमनची कॉफी संपण्याची वाट न पाहताच रेस्टॉरंटबाहेर पडला. तो लिफ्टमध्ये शिरला पण ८३व्या मजल्याचं बटण लिपमननं येऊन दाबेपर्यंत तसाच थांबला. गडद निळा सूट आणि प्लेन सिल्क टाय असलेल्या, नुकताच ब्रेकफास्ट संपवून लिफ्टमध्ये शिरलेल्या जपानी माणसांचा एक गटदेखील त्यांच्याबरोबर होता. लिफ्टमध्ये असताना व्यवसायाच्या कोणत्याही गोष्टीवर फेन्स्टन बोलत नसे. त्याचे काही प्रतिस्पर्धी वरच्या आणि खालच्या मजल्यांवर होते हे त्याचं कारण होतं.

८३ व्या मजल्यावर लिफ्ट थांबताक्षणीच तो बाहेर पडला. त्याच्या पाठोपाठ बाहेर पडलेला लिपमन मात्र 'बॉस'च्या ऑफिसकडे न वळता सरळ डॉ. पेट्रेस्कूच्या ऑफिसकडे निघाला. दरवाजा न ठोठावताच त्यानं दार उघडलं. समोर ॲनाची साहाय्यक रिबेका तिच्या अध्यक्षांबरोबर होणाऱ्या मीटिंगसाठी लागणाऱ्या फाईल्स टेबलावर नीट लावून ठेवताना दिसली. लिपमननं तिच्याकडे रोखून पाहिलं आणि जवळजवळ ओरडूनच अशा काही सूचना तिला दिल्या की त्यावर उलट प्रश्न विचारण्याची तिला हिंमतच झाली नाही. टेबलावर ठेवलेल्या फाईल्स लावण्याचं काम तसंच अर्धवट सोडून रिबेका ताबडतोब मोठा कार्डबोर्ड बॉक्स आणायला गेली.

लिपमन कॉरिडॉरमधून परतून 'अध्यक्षां'च्या ऑफिसमध्ये शिरला आणि डॉ. पेट्रेस्कूला दूर करण्याबाबत कशातऱ्हेनं बोलावं यावर त्यांची चर्चा सुरू झाली. या तऱ्हेची कारवाई त्यांनी यापूर्वी तीनदा केली होती, पण यावेळेस हे सोपं जाणार नाही असा इशारा लिपमननं दिला.

''तुला काय म्हणायचं आहे?'' फेन्स्टननं पृच्छा केली.

''वाद घातल्याशिवाय सहजासहजी ती राजीनामा देईल असं मला वाटत नाही,'' लिपमन म्हणाला. ''पण लगेच तिला दुसरी कुठली नोकरी मिळणं कठीणच नाही का?''

''नक्कीच कठीण आहे. विशेषत: मी त्यात लक्ष घातलं तर...'' हात चोळत फेन्स्टन म्हणाला.

''पण अशा परिस्थितीत अध्यक्ष महाराज, मला असं वाटतं की...''

तेवढ्यात दार ठोठावलं गेलं आणि त्यांचं संभाषण अर्धवटच राहिलं. ''माफ करा अध्यक्ष महाराज, पण बाहेर फेडएक्स कुरियर सेवेचा माणूस आपल्यासाठी एक पार्सल घेऊन आलाय आणि त्यावर आपल्याशिवाय कुणाची सही चालणार नाही असं म्हणतोय.'' दारात उभं राहूनच बॅरी स्टेडमननं, बँकेच्या मुख्य सुरक्षा व्यवस्थापकानं सांगितलं.

फेन्स्टननं कुरियर सेवेच्या माणसाला आत पाठवण्यास सांगितलं. तो आत आल्यावर त्याला हव्या त्या ठिकाणी सही करून देऊन फेन्स्टननं पार्सल ताब्यात घेतलं. लिपमननं भुवया वर उंचावून पाहिलं पण कुरियरचा मनुष्य जाईपर्यंत कोणी काहीच बोललं नाही.

"मला जे वाटतंय तेच त्यात असावं काय?" लिपमननं विचारलं.

"आता कळेलच ते." फेन्स्टन शांतपणे म्हणाला. त्यानं पार्सल फोडलं आणि आतला ऐवज टेबलावर ओतला.

— ते दोघेही लेडी व्हिक्टोरिया वेण्टवर्थच्या कापलेल्या डाव्या कानाकडे पाहात राहिले.

"क्रान्त्झला उरलेले पाच लाख डॉलर्स लगेच द्यायला हवेत," शांततेचा भंग करत समाधानाने फेन्स्टन म्हणाला आणि लिपमननं मान डोलावली. "आणि तिनं आपल्याला बोनसही पाठवला आहे." कानातील मौल्यवान हिऱ्यांच्या कर्णभूषणाला स्पर्श करत फेन्स्टन म्हणाला. त्याचे डोळे चकाकत होते...

◆ ◆ ◆

ॲनाने आपली सूटकेस भरली तेव्हा सात नुकतेच वाजून गेले होते. तिनं सूटकेस हॉलमध्ये आणून ठेवली. कामावरून परतताच ती उचलून सरळ विमानतळाकडे जायचं असा तिचा विचार होता. तिची फ्लाईट संध्याकाळी ५.४०ला सुटणार होती आणि लंडनच्या हिथ्रो विमानतळावर दुसऱ्या दिवशी उजाडत पोहोचणार होती. तिनं ती फ्लाईट निवडण्याचं कारण होतं. त्यामुळे झोपही झाली असती आणि वेण्टवर्थला पोहोचून लेडी व्हिक्टोरियाबरोबर भोजन घेण्यापूर्वी तिला तयारी करायला वेळ मिळणार होता. व्हिक्टोरियाने आपला अहवाल वाचला असेल आणि आपले सर्व प्रश्न सोडवण्यासाठी व्हॅन्गॉगचे चित्र खाजगीरीत्या विकण्याचा आपला सोपा उपाय तिला पसंत असेल अशी आशा ॲनाला वाटत होती.

आणि त्या सकाळी बरोबर ७ वाजून २० मिनिटांनी ॲनानं आपलं अपार्टमेंट दुसऱ्यांदा सोडलं. तिनं टॅक्सी बोलावली... खरं तर ते परवडणारं नव्हतं, पण अध्यक्षांना भेटताना व्यवस्थित रूपात भेटणं आवश्यक होतं... आणि टॅक्सीत बसल्यानंतर थोड्याच वेळात तिनं पर्समधला छोटा आरसा काढून आपला जामानिमा ठीकठाक आहे याची शहानिशा करून घेतली. तिनं नुकताच खरेदी केलेला 'आनंदजॉन' सूट आणि पांढरा सिल्क ब्लाऊज या पोशाखात, लोक तिच्याकडे माना वेळावून पाहणार होते याची तिला खात्री वाटली होती. मात्र त्यावर अजिबात आवाज न करणारे, रबरी तळव्याचे काळे बूट तिनं घातलेले पाहून ते बुचकळ्यात पडण्याचीही शक्यता होती.

टॅक्सीनं एफ.डी.आर. ड्राईव्हवर उजवं वळण घेतलं तसं ॲनाने आपला सेलफोन बाहेर काढला. त्यावर तीन मेसेजेस होते, पण त्यांना उत्तरं अध्यक्षांच्या मीटिंगनंतरच द्यायची असं तिनं ठरवलं. एक तिच्या सेक्रेटरीचा– रिबेकाचा होता आणि तिला तातडीनं बोलायचं होतं म्हणून तिनं उलट कॉल करायला सांगितलं होतं. खरं म्हणजे ती आश्चर्याचीच गोष्ट होती. आणखी पंधरा मिनिटांत तर त्या एकमेकांना भेटणारच होत्या. दुसरा तिची फ्लाईट कन्फर्म झाल्याचा होता आणि तिसऱ्यात बोनहॅमच्या नवीन अध्यक्षांचं–

रॉबर्ट ब्रुक्सचं भोजनाचं निमंत्रण होतं.

बरोबर वीस मिनिटांनंतर तिची टॅक्सी 'नॉर्थ टॉवर'च्या प्रवेशद्वाराशी थांबली. ड्रायव्हरला पैसे देऊन जवळजवळ उडी मारतच ती टॅक्सीतून उतरली आणि प्रवेशद्वाराकडे जाण्यासाठी बँक ऑफ टर्न्सटाईल्सच्या मार्गिकेतून जाणाऱ्या माणसांच्या लोंढ्यात सामील झाली. वेगवान लिफ्टची निवड करून ती त्यात शिरली आणि एक मिनिटातच अधिकारी कक्षाच्या हिरव्या कार्पेटवर तिनं पाऊल टाकलं. इमारतीचा प्रत्येक मजला एक एकराचा आहे आणि त्या बिल्डिंगमध्ये पन्नास हजारांवर माणसं काम करतात अशी माहिती तिच्या कानावर लिफ्टमध्येच पडली होती. पन्नास हजार माणसं... म्हणजे इलिनॉईसमधल्या 'डॅनव्हिले' च्या लोकसंख्येच्या दुप्पट... बापरे!

ॲना सरळ आपल्या ऑफिसकडे गेली. रिबेका सामोरी न आल्याचं पाहून तिला आश्चर्य वाटलं. अध्यक्षांबरोबर आठ वाजता ठरलेली मीटिंग किती महत्त्वाची आहे हे माहीत असताना वास्तविक तिनं ॲनाची वाट पाहत समोरच असायला हवं होतं. टेबलावर ठेवलेल्या संबंधित फाईल्सकडे तिचं लक्ष गेल्यानंतर मात्र तिला हायसं वाटलं होतं. त्या नीट लावल्या आहेत की नाहीत हे तिनं पुन्हा एकदा तपासलं. काही वरती-खाली करून ओळीनं लावून घेतल्या आणि मग घड्याळाकडे नजर टाकली. मीटिंगला अजून काही मिनिटं अवकाश होता. तिनं वेण्टवर्थ इस्टेटची फाईल काढली आणि आपला अहवाल पुन्हा एकदा वाचायला सुरुवात केली. 'वेण्टवर्थ इस्टेटचं मूल्यमापन करताना काही विभाग करावे लागतील. माझ्या खात्याचा संबंध फक्त...'

◆◆◆

टिना फॉर्स्टर सात वाजले तरी अजून उठली नव्हती. तिची डेन्टिस्टशी अपॉईंटमेंट साडेआठ वाजताची होती आणि फेन्स्टननं तिला त्या दिवशी उशिरा येण्याची परवानगी दिली होती. त्याचा अर्थ असा होता की एकतर त्याला बाहेरगावची अपॉईंटमेन्ट असावी किंवा त्याला कोणाला तरी काढून टाकायचं होतं. हा नेहमीचा संकेत होता. कोणाला तरी काढल्यानंतर त्याच्याबद्दल सहानुभूती व्यक्त करण्यासाठी टिना तिथे नसणं हे त्याच्या दृष्टीने बरंच होतं. तसं असेल तर काढल्या जाणाऱ्यांमध्ये लिपमन नक्कीच नव्हता, कारण त्याच्याशिवाय फेन्स्टनचंच अडलं असतं. बॅरी स्टेडमनला काढणं टिनाला आवडलं असतं... नव्हे तसं स्वप्नच पाहत होती म्हणा ना... कारण अध्यक्षांची येता-जाता स्तुती करण्याची एकही संधी तो सोडत नव्हता. पण तोही नसेल. मग कोण?

टबबाथ घेताना टिना मस्त डुंबत होती. असं डुंबणं फक्त वीकएन्डलाच वाट्याला यायचं. फेन्स्टनकडील तिच्या नोकरीला एक वर्ष होऊन गेलं होतं. तिच्या हकालपट्टीची वेळ कधी येणार? तिच्या मनात असाही विचार येऊन गेला. तिला फेन्स्टनची चीड यायची आणि तो त्याच लायकीचा होता हे जरी खरं असलं तरी आपल्यावाचून त्याचं अडेल अशी तरतूद तिनं करून ठेवली होती. तिला इतक्यात ती नोकरी जायला नको

होती. तीसुद्धा स्वत:हून राजीनामा द्यायचा विचार करणार नव्हती, जोपर्यंत...

बेडरूममधल्या फोनची रिंग वाजल्याचा आवाज तिनं ऐकला पण उठून घेणं शक्यच नव्हतं. फेन्स्टनचाच फोन असणार. 'अमकी फाईल कुठे आहे. तमकी फाईल कुठे आहे, अमक्यातमक्याचा फोन नंबर कुठे मिळेल,' असं काहीतरी असणार. अगदी डायरीसुद्धा, 'तुमच्या टेबलावर– अमक्या तमक्या फाईलखाली किंवा डाव्या ड्रॉवरमध्ये' असं त्याचं उत्तरही खरं म्हणजे त्याला ठाऊक आहे. असो. तेव्हा आपली हकालपट्टी आत्ता तरी नक्कीच नाही. मग कुणाची? ॲनाची तर नाही? क्षणभर मनात विचार आला पण लगेच तिनं तो बाजूला सारला. आत्ता आठ वाजता तर ती अध्यक्षांची भेट घेणार आहे आणि अजूनही आपल्या अहवालातले बारकावे ती पाहत असेल. पंचविसाव्या की सव्विसाव्या वेळा कुणास ठाऊक!

स्नान उरकून, अंग टॉवेलनं गुंडाळून टिना स्वत:शीच हसली. वेस्टकोस्टहून इकडे आल्यावर तिला खऱ्या अर्थानं मैत्रीण लाभली होती ती म्हणजे ॲना. तिच्या हकालपट्टीची शक्यता नक्कीच नाही. विचार करता करताच ती पॅसेजमधून बेडरूममध्ये शिरली. तिच्या छोट्याशा अपार्टमेन्टमध्ये जेव्हा केव्हा एखादा पाहुणा रात्रीचा थांबत असे तेव्हा त्याला एकतर तिच्या सोफ्यावर झोपावं लागे किंवा तिच्यासोबत तिच्या बेडवर. आणि या गोष्टीला पर्यायही नव्हता. कारण तिच्या अपार्टमेन्टला एकच बेडरूम होती. टिनाला ती पुरेशी होती. तिला आलेल्या फेन्स्टनबद्दलच्या अनुभवानंतर ती कोणावरही विश्वास ठेवायला तयार नव्हती. आपल्या रहस्यात ॲनाला सामील करून घ्यावं असं तिला अलीकडेच वाटू लागलं होतं, पण तो धोका पत्करण्याची तिची तयारी नव्हती.

तिनं पडदे उघडले. मोकळं स्वच्छ आकाश पाहून सप्टेंबर महिना असूनही तिनं उन्हाळ्यात वापरण्याचा पोशाख चढवला. त्यामुळे डेन्टिस्टच्या मशीनकडे पाहूनही तिला ताणरहित वाटलं असतं. ती तयार झाली. एकदा आरशात पाहून सर्व ठीकठाक आहे याची खात्री तिनं करून घेतली आणि मग कॉफी बनवण्यासाठी किचनमध्ये शिरली. तिला आज काहीही खायचं नव्हतं. डेन्टिस्टच्या त्या निर्दय साहाय्यकाने तिला टोस्ट खायचीही मनाई केली होती. कॉफी पिता पिता सकाळच्या बातम्यांसाठी तिनं टेलिव्हिजन सुरू केला. बातम्यात विशेष असं काही नव्हतं. 'पश्चिम किनाऱ्यावर आत्मघाती हल्ला, या बातमी पाठोपाठ तीनशे वीस पौंडाच्या लठ्ठ बाईतर्फे मॅकडोनल्डनं आपलं कामजीवन कसं उद्ध्वस्त केलं याबद्दलचा दावा.' पाहत असलेला 'गुड मॉर्निंग अमेरिका' हा बातम्यांचा कार्यक्रम बंद करणार तोच '४९ च्या सैनिकांवरील आधारित' कार्यक्रमाची पाटी झळकली.

टिना एकदम भावुक झाली. तिला आपल्या वडिलांची तीव्र आठवण आली...

❖

-७-

त्या सकाळी, २६, फेडरल प्लाझा या ऑफिसमध्ये जॅक डिलेनी सातनंतर थोड्याच वेळात पोहोचला. त्याच्या टेबलावरचा फाईल्सचा ढीग पाहून त्याला निराश वाटू लागलं. त्या सर्व फाईल्स ब्रायस फेन्स्टनसंबंधी तपासाच्या होत्या. एक वर्ष होऊन गेलं होतं पण अजूनही फेन्स्टनला अटक करण्यासाठी न्यायाधीशाने वॉरन्ट काढण्याइतपत पुरावा तो आपल्या बॉसपुढे ठेवू शकला नव्हता.

फेन्स्टनची वैयक्तिक माहिती असलेली फाईल त्यानं उघडली. आपण आपला वेळ फुकट घालवतो आहे असं त्याला वाटलं. पण कुणी सांगावं, त्यात चुकून काही धागा मिळणारच नाही असं म्हणता येत नव्हतं. अशी एखादी चूक, असा एखादा धागा, जो मार्सिली, लॉज एंजल्स आणि रिओ-डी-जानिरो येथे झालेल्या खुनांशी फेन्स्टनचा संबंध असल्याचा संदर्भ देऊ शकेल.

१९८४ मध्ये बत्तीस वर्षांचा निकु मुन्टिनू बुखारेस्टमधल्या अमेरिकन दूतावासात आला होता. वॉशिंग्टनमध्ये काम करणाऱ्या दोन हेरांची आपण माहिती देऊ शकतो असा त्याचा दावा होता. ही माहिती अमेरिकन पासपोर्टच्या बदल्यात देण्याची त्याची अट होती. दर आठवड्याला सिद्ध होऊ न शकणारे असे डझनभर तरी दावे अमेरिकन दूतावासाकडे करण्यात येत होते, पण मुन्टिनूचा दावा खरा ठरला होता. एक महिन्याच्या अवधीतच अमेरिकन प्रशासनात शिरलेल्या दोन अधिकाऱ्यांची मॉस्कोला हकालपट्टी करण्यात आली होती आणि मुन्टिनूला अमेरिकन पासपोर्ट मिळाला होता.

निकु मुन्टिनू १७ फेब्रुवारी १९८५ ला न्यूयॉर्कमध्ये उतरला. मुन्टिनूच्या अमेरिकेतील पहिल्या वर्षाच्या मुक्कामात विशेष काही घडल्याचं जॅकला आढळून आलं नव्हतं. नंतर मात्र त्याच्या हालचाली वाढलेल्या दिसल्या आणि एकाएकी मॅनहॅटनमधली एक छोटी आजारी बँक – फेन्स्टन फायनान्स – ताब्यात घेण्याइतपत पैसा घेऊन तो

उगवला. त्यानंतर त्याने स्वत:चे नाव बदलून ब्रायस फेन्स्टन असे धारण केले. अर्थात असे करणे हा काही गुन्हा नव्हता. त्याच्या पाठीशी कोण होतं ते कधीच कळू शकलं नाही. पुढल्या काही वर्षांतच पूर्व युरोपातल्या नोंदणी नसलेल्या कंपन्यांकडून ठेवी गोळा करण्यास बँकेनं सुरुवात केली हे विशेष. १९८९ मध्ये बुखारेस्टमधील बंडामुळे तेथील हुकूमशहा सिऊसेस्कू आणि त्याची बायको एलीना परागंदा झाले पण पुन्हा त्यांना पकडण्यात येऊन फासावर लटकविण्यात आलं आणि त्याच वर्षी बँकेत येणाऱ्या पैशाचा ओघ अचानक वाढला.

जॅकने खिडकीतून खाली पसरलेल्या मॅनहॅटनकडे नजर टाकली आणि त्याला एफ.बी.आय.चं ब्रीदवाक्य आठवलं, 'योगायोगांवर विश्वास ठेवू नका; पण त्यांना धुडकावूनही लावू नका.'

सिऊसेस्कूच्या मृत्यूनंतर दोनेक वर्षं फेन्स्टन बँक यथातथाच चालली होती. त्यात बदल झाला, फेस्टन आणि लिपमन यांची गाठभेट झाल्यानंतर. कार्ल लिपमन एक हुषार वकील होता. अफरातफरीच्या आरोपावरून त्याला तुरुंगाची हवा खावी लागली होती, त्यामुळे अर्थातच त्याची सनद रद्द झाली होती. तो तुरुंगातून सुटला आणि फेन्स्टनची आणि त्याची भेट झाली. फेन्स्टननं त्याला फेन्स्टन फायनान्समध्ये नोकरी देऊ केली. त्यानं ती स्वीकारल्यानंतर अल्पावधीतच बँकेची आर्थिक परिस्थिती सुधारण्यास सुरुवात झाली होती.

टेबलावर विखुरलेल्या ब्रायस फेन्स्टनच्या फोटोंकडे जॅक पाहत होता. न्यूयॉर्कच्या एका फॅशनेबल मॉडेलच्या हातात हात घेतलेली त्याची छबी वर्तमानपत्रांच्या गॉसिप कॉलम्समधून नेहमीच झळकत असे. 'एक हुषार बँकर', 'अग्रेसर पुरवठादार' आणि 'दानशूर' अशा विशेषणांनी गौरवताना वर्तमानपत्रं न चुकता त्याच्या उत्कृष्ट चित्रसंग्रहाचा आवर्जून उल्लेख करीत असत. जॅकने ते फोटो बाजूला सारले. फेन्स्टन कर्णभूषणं घालत होता, यापेक्षाही तो चमनगोट्यानं सगळीकडे वावरत होता ही गोष्ट कोड्यात टाकणारी होती. डोक्यावर असलेले सगळे केस अमेरिकेला येताक्षणीच त्याने काढून टाकले होते ते का? कुणापासून तो स्वत:ला लपवू इच्छित होता? जॅक त्या उत्तरापासून अजून दूरच होता.

त्यानं मुन्टिनू ऊर्फ फेन्स्टनच्या वैयक्तिक माहितीची फाईल बंद केली आणि पिअरे डी रोशेल या त्याच्या पहिल्या बळीवर लक्ष केन्द्रित केलं. रोशेलला 'वायनरी'मधील सहभागासाठी सत्तर दशलक्ष फ्रँक्सची गरज होती. बाटल्या भरून दारू जुनी करणे– वाईन उद्योगातला हा एकमेव अनुभव त्याच्या पाठीशी होता आणि त्या बळावर 'वाईन उद्योगा'त गुंतवणूक करण्याचं धाडस तो कसं करत होता देव जाणे! त्यात गुंतवणूक करण्याबाबत केलेला कर्जाचा अर्ज कोणीही वरवर पाहिला असता तरी त्यातल्या अनेक त्रुटी – विशेषत: बँकेच्या नियमांच्या संदर्भात – सहज दिसल्या असत्या. कारण 'उत्तम

स्थिती' हे बँकेचं ब्रीदवाक्य असणारी अट तो पूर्ण करू शकत नव्हता. त्याला नुकताच 'डोरडोन'चा वाडा वारसाहक्काने मिळाला होता आणि त्यातल्या प्रत्येक भिंतीवर 'इम्प्रेशनिस्ट' चित्रकारांची चित्रं लावलेली होती. त्यात 'देगा' (Degas)चं एक, 'पिसारो'ची (Pissarro) दोन आणि 'मोने'चं (Monet) 'अर्जेन्ट्यूल' (Argenteuil) ही चित्रं होती. या गोष्टीनेच फेन्स्टनचं लक्ष वेधलं गेलं आणि त्यानं त्याचा कर्जाचा प्रस्ताव स्वीकारला.

'वायनरी'तून पुरेसं उत्पन्न मिळण्यात चार वर्षंही निष्फळ ठरली आणि दरम्यान वाड्याला अवकळा आली. जिथे चित्रं लागली होती तिथे फक्त त्यांच्या खुणा शिल्लक राहिल्या होत्या. फेन्स्टननं आपल्या खाजगी संग्रहासाठी जेव्हा शेवटचं चित्र न्यूयॉर्कला नेलं तेव्हा पिअरेचं कर्ज व्याजासहित दुप्पट झालं होतं. अखेरीस वाडा विक्रीस निघाला. पिअरेनं मार्सिलीमध्ये एक छोटा फ्लॅट घेतला. त्यानंतर रोज रात्री बेहोष होईपर्यंत दारू पिणं हा त्याचा एकमेव 'वाईन उद्योग' राहिला. फेन्स्टन फायनान्सने ताब्यात घेतलेली देगा, पिसारो आणि मोने यांची फक्त चार चित्रं विकली तरी पिअरे आपलं संपूर्ण कर्ज व्याजासहित देऊ शकेल, एवढंच नाही तर वाडा आणि उरलेल्या चित्रसंग्रहावर आपला दावा सांगू शकेल, असं एकदा तो शुद्धीवर असताना, नुकत्याच वकील झालेल्या एका हुषार तरुणीनं त्याला सांगितलं होतं, हे फेन्स्टनला कळलं. त्याच्या दीर्घकालीन योजनेला ही सूचना मानवणारी नव्हती...

आणि आठवड्यानंतर प्यायलेल्या पिअरे डी. रोशेलचा देह मार्सिलीच्या एका गल्लीत गळा कापलेल्या अवस्थेत सापडला होता.

चार वर्षांनंतर, 'नॉन रिझोलू – शोध लागू शकला नाही' असा शिक्का मारून मार्सिली पोलिसांनी फाईल बंद केली होती.

फेन्स्टन फायनान्सनं ताब्यात घेतलेल्या मालमत्तेचा निकाल लागला तेव्हा बँकेचं चक्रवाढ व्याज, बँकेचं सेवाशुल्क, वकिलांची फी इत्यादींच्या बदल्यात देगा, मोने आणि पिसारोची दोन अशी चार चित्रं वगळता बँकेनं वाड्यासहित उर्वरित सर्व चित्रं विकली. पिअरेच्या धाकट्या भावाला – सायमन डी. रोशेलला – वारसाहक्काने पिअरेचा मार्सिलीमधला फ्लॅट तेवढा मिळाला.

जॅक टेबलावरून उठला. बसून बसून हातपाय आखडले होते. लांब हात करून आळोखेपिळोखे देत त्यानं मोठ्यानं जांभई दिली अन् मग तो ख्रिस अ‍ॅडम्स ज्युनियरच्या केसचा विचार करू लागला. ती केस त्याला जवळजवळ पाठ होती.

ख्रिस अ‍ॅडम्स सिनियर, लॉस एंजल्सच्या मेलरोज अ‍ॅव्हेन्यूवर एक फाईन आर्ट गॅलरी अतिशय यशस्वीरीत्या चालवत होता. 'अमेरिकन स्कूल' म्हणून ओळखल्या जाणाऱ्या कलाकृतींचं हॉलिवूडमधील 'ताऱ्यांना' फार आकर्षण होतं. ख्रिस त्या प्रांतात निष्णात होता. त्याचा कार अपघातात अचानक मृत्यू झाल्यामुळे गॅलरीची मालकी ख्रिस अ‍ॅडम्स ज्युनियरकडे आली. गॅलरीत मार्क रोथको, जॅक्सन पोलॉक, रोशेनबर्ग

आणि ॲण्डी वारहोलची ॲक्रिलिकमधील काही चित्रं – त्यात 'ब्लॅक मेरिलिन'चा समावेश होता – असा चित्रसंग्रह होता.

तुझं उत्पन्न दुप्पट करायचं असेल तर डॉटकॉम क्रांतीमध्ये पैसा गुंतवणं हाच नामी उपाय आहे असा सल्ला त्याला त्याच्या शाळेतल्या एका जुन्या मित्रानं दिला. ख्रिस ज्युनि.ने आपल्याकडे फक्त गॅलरी आहे, चित्रं आहेत आणि वडिलांची एक जुनी क्रीडानौका आहे, पण रोख पैसा नाही हे स्पष्ट केलं. शिवाय त्या नौकेतसुद्धा बहिणीची अर्धी मालकी आहे हेही स्वच्छ सांगितलं. त्यावेळी फेन्स्टन फायनान्सने शिरकाव केला आणि आपल्या नेहमीच्या अटींवर त्याला बारा दशलक्ष डॉलर्सचं कर्ज दिलं.

– आणि एखाद्या क्रांतीमध्ये अनेक आंदोलनकर्ते जसे सहज बळी जातात तशीच ख्रिसची गत झाली...

आपल्या ग्राहकाचं कर्ज वाढू देण्यासाठी, त्याला त्रास न देणं हे फेन्स्टन फायनान्सचं सूत्र होतं. दरम्यान वारहोलच्या 'रेड मेरिलिन'ला चार दशलक्ष डॉलर्सची किंमत मिळाली हे 'लॉस एंजल्स टाइम्स'मधून ख्रिसला कळलं होतं. त्यानं लगेच लॉस एंजल्सच्या 'ख्रिस्टीज्' शी संपर्क साधला होता. तीन महिन्यांनंतर 'ख्रिस्टीज्'च्या नवीन लिलावाचा कॅटलॉग घेऊन कार्ल लिपमन फेन्स्टनकडे घाईगर्दीने आला. लिलावात विक्रीस येणाऱ्या लॉटवर त्याने खुणा केल्या होत्या. कॅटलॉग पाहिल्यानंतर लगेच फेन्स्टनने एक फोन करून रोमला त्वरित जाणाऱ्या फ्लाईटचं बुकिंग केलं.

– तीन दिवसांनंतर ख्रिस ज्युनि.चा देह गळा कापलेल्या अवस्थेत एका 'बारच्या' मुतारीत सापडला.

फेन्स्टन त्यावेळी इटालीत होता हे सिद्ध करणारी हॉटेलची बिलं, विमानाची तिकिटं आणि त्यानं तेथील दुकानात क्रेडिट कार्डावर केलेली खरेदी या सर्वांची प्रत जॅकला मिळाली होती.

ख्रिस ज्युनि.च्या मृत्युमूळे त्यानं लिलावासाठी दिलेली सर्व चित्रं 'ख्रिस्टीज्' च्या लिलावातून मागे घेण्यात आली होती. अठरा महिन्यांच्या अविरत तपासानंतर काहीही मागमूस न लागल्याने किंवा कोणताही सिद्ध होण्यासारखा पुरावा न मिळाल्याने त्या प्रकरणाची फाईल अखेर पोलिसांच्या इमारतीतील तळघरात असलेल्या दफ्तरी जमा झाली होती.

कर्जफेडीनंतर ख्रिस ज्युनि.च्या बहिणीच्या वाट्याला तिच्या वडिलांची जुनी क्रीडानौका तेवढी आली होती.

जॅकने ख्रिस ज्युनि.ची फाईल बाजूला ठेवली आणि मारिया वास्कोन्सेलोसची फाईल उघडली. मारिया ब्राझीलची होती. ती विधवा होती. वडिलोपार्जित घर आणि त्यापुढील प्रशस्त उद्यानात असलेली शिल्पं वारसाहक्काने तिच्या मालकीची झाली

होती. पण ती शिल्पं म्हणजे केवळ उद्यानशोभेची नव्हती. हेन्री मूर, जिओकोमेत्ती (Giocometti), रेमिंग्टन, बोटेरो आणि काल्डर अशा सुप्रसिद्ध शिल्पकारांनी घडविलेल्या शिल्पांचा तो नजराणा तिच्या नवऱ्याने – सेफिओरा वास्कोन्सेलोसने – तिला मृत्युपत्राद्वारे बहाल केला होता. दुर्दैवाने ती पुढे एका भाडोत्री नर्तकाच्या प्रेमात पडली. त्याने तिला सल्ला दिला की...

तेवढ्यात जॅकच्या टेबलावरच्या फोनची रिंग वाजली. त्याने फोन उचलला. "दोन क्रमांकाच्या लाईनवर आपल्या लंडन दूतावासातून फोन आहे." त्याच्या सेक्रेटरीनं सांगितलं. "धन्यवाद सॅली." तो म्हणाला. त्याच्याबरोबरच एफ.बी.आय.मध्ये दाखल झालेल्या क्रासान्तीचाच फोन असणार याची त्याला खात्री होती.

"काय टॉम, कसा आहेस?" त्याच्या हॅलोचा आवाज ऐकण्यापूर्वीच जॅकनं विचारलं.

"मजेत आहे. अजून तरी सकाळी धावायला जातोच, तुझ्याइतका तंदुरुस्त नसलो तरी." टॉमनं उत्तर दिलं.

"आणि माझा पुतण्या?"

"तो क्रिकेट खेळायला शिकतोय."

"अरे व्वा! छान. बरं, 'आपल्या हरामखोरां'बद्दल काही चांगली बातमी?"

"अंहं! म्हणून तर फोन करतोय. तुला आणखी एक फाईल उघडावी लागणार." शरीरातून थंड शिरशिरी गेल्याची जाणीव जॅकला झाली.

"या वेळेस कोणाबद्दल?"

"एका बाईबद्दल– 'लेडी व्हिक्टोरिया वेण्टवर्थ.' "

"मृत्यू कसा झाला?"

"अगदी तस्साच – जसा पूर्वीच्या तीन बळींचा झाला – गळा कापून. स्वयंपाकघरातल्या सुरीचा उपयोग केला असावा असं दिसतंय."

"फेन्स्टनचा संबंध असावा असं तुला का वाटतं?"

"तिचं बँकेचं तीस दशलक्ष डॉलर्सचं देणं थकलं होतं."

"आणि यावेळी तो कशाच्या मागे आहे?"

"बहुधा व्हॅन्‌गॉगचं सेल्फ पोर्ट्रेट."

"किंमत?"

"अंदाजे साठ दशलक्ष, कदाचित सत्तर दशलक्ष डॉलर्ससुद्धा."

जॅक काही काळ थांबला आणि म्हणाला, "मी पुढच्याच विमानानं लगेच लंडनला येतोय."

❖

-८-

बरोबर ७ वाजून ५६ मिनिटांनी ॲनानं वेण्टवर्थ फाईल बंद केली. वाकून तिने टेबलाचा खालचा खण उघडला. आपले आवाज न करणारे बूट काढून त्यात ठेवले आणि त्याऐवजी खणातले उंच टाचांचे बूट चढविले. खुर्चीतून उठून तिनं आरशात पाहिलं. तिच्या प्रतिमेत केसाचाही फरक पडला नव्हता.

आपल्या ऑफिसमधून बाहेर पडून, कॉरिडॉरमधून, कोपऱ्यावरच्या अध्यक्षांच्या प्रशस्त खोलीकडे ती निघाली. वाटेत दोन तीन कर्मचाऱ्यांनी 'गुड मॉर्निंग' म्हणत अभिवादन केलं. हसून तिनेही त्यांना प्रतिसाद दिला. अध्यक्षांच्या ऑफिसजवळ ती पोहोचली आणि बंद दार हलकेच ठोठावलं. तिला माहीत होतं की फेन्स्टन आधीच आपल्या खुर्चीवर बसलेला असेल. ती एक मिनिट जरी उशिरा पोहोचली असती तरी त्याने घड्याळाकडे रोखून पाहिलं असतं आणि उशीर झाल्याची जाणीव तिला करून दिली असती. ॲना आत शिरण्यासाठी 'बॉस'च्या 'येस'ची वाट पाहत होती. तेवढ्यात दार उघडलं गेलं याचं तिला आश्चर्य वाटलं. कार्ल लिपमन दरवाजा उघडून समोरच उभा होता. फेन्स्टन आपल्या खुर्चीत बसला होता. दोघांच्याही अंगावर सारख्याच रंगाचे सूट होते तरी फेन्स्टनच्या अंगावरचा खूप महागाचा होता हे स्पष्ट दिसत होतं.

"गुड मॉर्निंग कार्ल," तिनं उत्साहानं अभिवादन केलं पण तिला प्रतिसाद मिळाला नाही. कार्ल वळून अध्यक्षांच्या उजवीकडे पण किंचित मागे असलेल्या खुर्चीकडे गेला आणि त्यावर बसला. खुर्च्यांच्या स्थितीवरून वरिष्ठ कोण आहे हे सहज समजून येत होतं. कार्ल लिपमन, पोपच्या उपस्थितीत कार्डिनलने बसावे, तसा बसला होता. ॲनाने अध्यक्षांनाही उत्साहानं 'गुड मॉर्निंग' म्हणून अभिवादन केलं पण त्यांनीही काही प्रतिसाद दिला नाही आणि तिला खुर्चीवर बसण्याची खूण केली. प्रतिसादाची त्यांच्याकडून अपेक्षा करायची नसते हे ॲनाला एव्हाना माहीत झालं होतं, कारण हे नेहमीचंच होतं.

अध्यक्षांच्या टेबलामगील 'अर्जेन्ट्यूल' या चित्राकडे पाहत ॲना खुर्चीवर बसली. नदीकिनारीचं शांत वातावरण असलेली आणखी काही चित्रं जरी 'मोने'नं काढली असली तरी त्यातलं हे चित्र सर्वोत्कृष्ट होतं यात शंका नव्हती. जेव्हा जेव्हा ती अध्यक्षांच्या ऑफिसमध्ये यायची तेव्हा तिची पहिली नजर त्या चित्रावरतीच पडायची. अखेरीस एक दिवशी धाडस करून तिनं फेन्स्टनला विचारलं होतं, "कुठून मिळवलंत हे? फारच सुंदर आहे." त्यावर त्यानं उडवाउडवीचं असं काही उत्तर दिलं, की ज्यामुळे तिचं मुळीच समाधान झालं नाही. मग केवळ आपल्या संदर्भासाठी म्हणून तिनं मागील काही काळात झालेल्या उत्कृष्ट चित्रविक्रीची माहिती शोधून काढली होती पण त्यात 'ते' चित्र असल्याचं तिला आढळलं नव्हतं.

तिनं समोर बसलेल्या कार्ल लिपमनकडे पाहिलं. त्याची नजर तिला एखाद्या भुकेल्या श्वापदाप्रमाणे वाटली. दिवसाची कोणतीही वेळ असो, त्यानं दाढी करण्याची आवश्यकता आहे असं वाटावं, अशी त्याची चर्या होती. तिनं फेन्स्टनकडे नजर टाकली. तो 'ब्रुटस'सारखा नक्कीच दिसत नव्हता. आपल्या मनात हा विचार कसा आला हे तिलाही कळलं नाही. एक मिनिट उलटून गेलं तरी कुणीच बोललं नाही. तिथं संपूर्ण शांतता पसरली. ॲना अस्वस्थ झाली. पण तसं न दर्शविता ती खुर्चीतच चुळबुळली. तेवढ्यात फेन्स्टननं कार्लच्या दिशेनं बघून मान डोलावली आणि अचानक शांततेचा भंग झाला.

"डॉ. पेट्रेस्कू, काही अशी माहिती अध्यक्षांना मिळाली आहे की ज्यामुळे त्यांना अतिशय वाईट वाटतंय." लिपमनचे शब्द तिच्या कानावर आदळले.

"असं आढळलंय की बँकेचे काही गोपनीय दस्तावेज तुम्ही ग्राहकाला पाठविलेत आणि तेही अध्यक्षांनी पाहून त्याचे काय परिणाम होतील याचा निर्णय घेण्यापूर्वीच. यावर तुम्हाला काय म्हणायचंय?" लिपमन पुढे म्हणाला.

ॲनाला क्षणभर आश्चर्य वाटलं; पण लगेच ती भानावर आली. शांतपणे उत्तर देणं आवश्यक होतं.

"मि. लिपमन, वेण्टवर्थ इस्टेटच्या कर्जाबद्दलच्या अहवालाबाबत जर तुमचं हे म्हणणं असेल तर ते मला मान्य आहे, पण पूर्णतः नाही. लेडी व्हिक्टोरियांना मी अहवालाची प्रत पाठवली हे खरं आहे पण त्यापूर्वी मी अध्यक्षांना अहवाल पाठवला होता." ॲना म्हणाली. पण तिचं बोलणं पूर्ण होत नाही तोच लिपमन म्हणाला, "पण तुम्ही पाठवण्यापूर्वी तो वाचून त्यावर निर्णयाप्रत येण्याइतका पुरेसा वेळ तुम्ही अध्यक्षांना दिला नाही."

"तसं झालेलं नाही मि. लिपमन." ॲना पटकन म्हणाली. तिने फेन्स्टनकडे नजर टाकली. जे चाललं होतं त्याबद्दल आपण जणू त्या गावचेच नाही असा आविर्भाव त्याच्या चेहऱ्यावर होता.

"पुढचा तिमाही हप्ता देय झाल्यानंतर कर्जाबाबत काय स्थिती आहे हे लेडी

व्हिक्टोरियांना कळवावं या शिफारशीसह मी तो अहवाल तुम्हाला आणि अध्यक्षांनाही पाठवला होता.'' ॲना म्हणाली.

''मला तो कधी मिळालाच नाही.'' फेन्स्टन गुरगुरला.

''हे खरंय?'' लिपमनकडे पाहातच ॲनानं विचारलं. ''पण मग त्या अहवालासोबत जोडलेली पोचपावती मला अध्यक्षांच्या कार्यालयातून मिळाली ती कशी?''

''मी अहवाल कधी पाहिलेलाही नाही.'' फेन्स्टन तिच्याकडे नजर रोखून म्हणाला.

''त्यावर आपली आद्याक्षराची सही आहे.'' असं म्हणत ॲनानं आपली फाईल काढली आणि त्यातला एक कागद काढून फेन्स्टनपुढे ठेवला. त्याने त्याकडे पाहिलेही नाही आणि कठोर आवाजात म्हणाला, ''डॉ. पेट्रेस्कू, अशा नाजूक विषयासंबंधीचा अहवाल ग्राहकाला पाठवण्यापूर्वी, तुम्ही माझं मत मी देईपर्यंत थांबायला हवं होतं– नाही का?''

अशाप्रकारे वादविवाद करून त्यांना काय मिळवायचं होतं? ॲनाच्या काही लक्षात येत नव्हतं. तिला तिची काही चूक वाटत नव्हती.

''अध्यक्ष महाशय, मी एक आठवडा वाट पाहिली.'' तिने उत्तर दिलं. ''माझी उद्या लेडी व्हिक्टोरियांशी भेट ठरलेली आहे आणि मी त्यासाठी लंडनला जाणार आहे हे माहीत असूनही आपल्याकडून त्याबाबत मला का कळविण्यात आलं नाही? तरीसुद्धा आठवडा पूर्ण होण्याअगोदर दोन दिवस आधी मी आपल्यासाठी एक स्मरणपत्रही दिलं होतं.'' असं म्हणत तिनं पुन्हा एकदा फाईल उघडली आणि त्यातला आणखी एक कागद काढून अध्यक्षांच्या टेबलावर ठेवला. फेन्स्टननं त्याकडेही दुर्लक्ष केलं आणि तशाच करड्या आवाजात म्हणाला, ''पण तुमचा अहवाल मी वाचलाच नव्हता. डॉ. पेट्रेस्कू.'' असं बोलायचं फेन्स्टननं जणू आधीच ठरवलं होतं.

ॲना विलक्षण अस्वस्थ झाली. 'शांत राहा, शांत राहा.' वडिलांचे हळुवार आवाजातले शब्द कानावर पडत आहेत असा भास तिला झाला. पुन्हा बोलण्यापूर्वी तिनं दीर्घ श्वास घेतला. आता स्पष्ट बोलण्याची वेळ आली आहे असं तिला वाटलं.

''बँकेच्या सल्लागार समितीचं जे काम असतं तेच मी केलंय अध्यक्ष महाराज! समितीची मीही एक सदस्या आहे आणि माझी नैतिक जबाबदारी आहे.'' ॲना स्पष्टपणे म्हणाली. ''व्हॅन्गॉगचं 'ते' चित्र जरी विकलं – मान्यताप्राप्त लिलाव संस्थेमार्फत म्हणा किंवा खाजगीरीत्या – तरी बँकेच्या मूळ कर्जाची व्याजासहित भरपाई होऊ शकेल यापलीकडे माझ्या अहवालात अधिक-उणं काहीही नाही.''

''पण तसं करण्याचा माझा विचार नसला तर?'' फेन्स्टनचा स्वर आता खुनशी झाला होता. त्यानं धारण केलेला मुखवटा गळून पडण्याची ती सुरुवात होती. त्यानं लिहिलेल्या पटकथेबाहेर तो चालला होता.

''पण आपल्या ग्राहकाच्या इच्छेविरुद्ध काहीही करण्याचा पर्याय आपल्याला उपलब्ध

नाही, अध्यक्ष महाराज.'' ॲनानं विरोध दर्शवित म्हटलं.

''वेण्टवर्थ समस्येबाबत व्यवहार करताना यापेक्षा अधिक चांगला पर्याय मी शोधला असता डॉ. पेट्रेस्कू.'' फेन्स्टन तिच्याकडे राखून पाहत म्हणाला.

''पण तसंच जर होतं तर तुम्ही संबंधित विभागप्रमुखाशी सल्लामसलत कशी केली नाही याचं मला आश्चर्य वाटतं अध्यक्ष महाराज,'' ॲना शांतपणे म्हणाली. आपल्याबरोबर त्यानं कोणतीही चर्चा केली नव्हती हे तिनं दर्शविलं आणि पुढे स्पष्टपणे म्हणाली, ''म्हणजे आज मी इंग्लंडला जाण्यापूर्वी आपली चर्चा होऊन मतभेदाचा प्रश्नच राहिला नसता.''

''डॉ. पेट्रेस्कू, तुमची ही सूचना उद्धटपणाची आहे असं नाही तुम्हाला वाटत?'' फेन्स्टन आवाज चढवून बोलला. ''मी कोणालाही उत्तरदायी नाही.''

''कायद्याचं पालन करावं ही माझी सूचना उद्धटपणाची नाही असं मला वाटतं, अध्यक्ष महाराज.'' ॲना तितक्याच शांतपणे म्हणाली, ''आपल्या ग्राहकाला, बँकेच्या कायदेशीर तरतुदी व्यतिरिक्त, पर्यायी शिफारस करण्याचा अधिकार कोणालाही नाही हे मी आपल्या नजरेस आणू इच्छिते. आय.आर.एस.ने प्रस्तावित केलेल्या या प्रस्तावाला कॉंग्रेसने नुकतीच मान्यता दिली आहे याची तुम्हाला पूर्ण कल्पना असावी असं मला वाटतं.''

''आणि तुम्ही सर्वप्रथम मला उत्तर द्यायचं आहे. तुम्ही मला उत्तरदायी आहात याची तुम्हालाही कल्पना आहे असं मला वाटतं, डॉ. पेट्रेस्कू.'' फेन्स्टन धारदार आवाजात म्हणाला.

''एखादा बँकप्रमुख कायदा मोडत असेल तर त्याचं उत्तर 'नाही' असं आहे.'' ॲना अजूनही स्वत:ला शांत ठेवून होती, ''कारण कायदा मोडणाऱ्यांची साथ द्यायची माझी तयारी नाही.''

''डॉ. पेट्रेस्कू, मी तुम्हाला काढून टाकावं म्हणून तुम्ही मला प्रवृत्त करीत आहात.'' फेन्स्टन रागाने ओरडून म्हणाला. त्याच्या नजरेत विखार होता.

''नाही, उलट मी राजीनामा द्यावा म्हणून तुम्ही मला प्रवृत्त करत आहात असं मला वाटतं.''

''कसंही म्हणा,'' फिरत्या खुर्चीवर झुलत खिडकीकडे पाहत फेन्स्टन म्हणाला. ''यापुढे या बँकेत तुम्हाला स्थान नाही. कारण सहकार्य करण्याची तुमची तयारी नाही. 'सद्‌बीज'मधून तुमची हकालपट्टी केली होती तेव्हाच तुमच्या असहकार्याबद्दल माझ्या कानावर आलं होतं...''

आता मात्र ॲनाचा शांतपणा सुटत चालला होता. 'थांब, उठू नकोस,' तिनं स्वत:ला बजावलं. आपले ओठ तिनं घट्ट आवळून धरले. तिनं फेन्स्टनकडे पाहिलं. फेन्स्टन खिडकीकडे पाहत असल्याने तिला त्याचा चेहरा बाजूने दिसला. ती काही उत्तर देणार तेव्हाच तिला फेन्स्टनमध्ये काही वेगळेपणा जाणवला... 'त्याच्या कानातलं

नवीन कर्णभूषण!' फेन्स्टननं खुर्ची वळवून तिच्याकडे रागानं पाहिलं त्यावेळी ती मनात म्हणत होती, 'गर्विष्ठ माणसाचा अध:पात होतोच'. त्याच्या 'तशा' पाहण्यावर तिनं कोणतीही प्रतिक्रिया दर्शवली नाही आणि मग शांतपणेच पुढे म्हणाली, "अध्यक्ष महाराज, मला वाटतं आपलं हे संभाषण रेकॉर्ड होतंय. म्हणूनच मला हे स्पष्ट करायचंय," ती थोडं थांबली. फेन्स्टन चकित मुद्रेनं तिच्याकडे पाहत होता.

"महोदय, तुम्हाला बँकेच्या नियमांची फारशी कल्पना दिसत नाही आणि कर्मचारीभरती नियमांचीही; अशी माझी पक्की खात्री आहे." फेन्स्टनचा चेहरा लाल होत असलेला तिनं पाहिलं, "कारण एखाद्या भाबड्या स्त्रीला तिच्या वारसाहक्काने मिळालेल्या मिळकतीपासून वंचित करण्यासाठी फसवणूक करणं आणि त्यासाठी आपल्या सहकाऱ्यावर दबाव टाकणं हा कायद्यानं गुन्हा आहे हे तुमच्या लक्षात आलेलं दिसत नाही." फेन्स्टन रागाने लालेलाल झाला. ती पुढं म्हणाली, "मला वाटतं कायद्याच्या या दोन्ही बाजूंची पूर्ण कल्पना लिपमन यांना आहे. तुम्हाला समजावून सांगण्यात त्यांना नक्कीच आनंद वाटेल..."

"गेट आऊट!" फेन्स्टनच्या रागाचा कडेलोट होऊन तो मोठ्याने किंचाळलाच. खुर्चीवरून थरथरत उठत, टेबलावर दोन्ही हात ठेवून बसलेल्या ॲनावर झुकून आपल्या विखारी आवाजात तो एकेरीवर येऊन म्हणाला, "लगेच चालती हो इथून. नाहीतर धक्के मारून घालवीन. दहा मिनिटांच्या आत आपलं टेबल मोकळं कर आणि चालू लाग. अकराव्या मिनिटाला तू कक्षातसुद्धा दिसता कामा नये. नाही तर सुरक्षा व्यवस्थापकाबरोबरच तुला बाहेर घालवावं लागेल. मला पुन्हा तुझं तोंडही पाहायचं नाही..." ॲनाने त्याचे अखेरचे शब्दही ऐकले नाहीत. त्या अगोदरच ती बाहेर पडली होती.

कॉरिडॉरमध्ये बाहेर पडल्याबरोबर तिला सर्वप्रथम बॅरी दिसला. त्याला घडणाऱ्या गोष्टीबद्दल नक्कीच कल्पना दिली असणार. ती बिल्डिंगमध्ये शिरण्याअगोदरच या प्रकरणाची जणू तालीम झाली असावी असं तिला वाटत होतं. तिच्या पावलांबरोबर पावलं टाकताना मधूनच बॅरीचा तिच्या हाताच्या कोपराला स्पर्श होत होता; पण त्याकडे दुर्लक्ष करून ती शक्य तेवढा आब राखून चालत होती. लिफ्टसमोरून जात असताना तिला लिफ्टचं दार कुणासाठी तरी उघडलेलं दिसलं होतं. कोणासाठी? तिच्यासाठी नक्कीच नसावं. आपल्या ऑफिसमधून निघाल्यापासून केवळ पंधरा मिनिटांतच ती परतली होती. या खेपेला मात्र रिबेका तिची वाट पाहत असलेली दिसली. तिच्या हातात एक मोठा खाकी रंगाचा कार्डबोर्ड बॉक्स तिनं घट्ट धरून ठेवला होता. ॲना आपल्या टेबलाकडे जाऊन कॉम्प्युटर सुरू करणार तोच मागून आवाज आला, "कशालाही हात लावू नका. तुमचं सर्व सामान आधीच पॅक केलेलं आहे. ते घ्या अन् चला." ॲनानं मागे वळून दारात उभ्या असलेल्या बॅरीकडे पाहिलं.

"मला वाईट वाटतं," रिबेका बोलली. "मी आधीच फोन करून इशारा देण्याचा

प्रयत्न केला होता पण...''

''तिच्याशी बोलण्याची गरज नाही, फक्त बॉक्स तेवढा तिला दे. तिची इथून हकालपट्टी झाली आहे.'' बॅरी त्याच्याजवळच्या दंडुक्यावर आपला हात ठेवून म्हणाला. त्या अविर्भावात तो किती बावळटासारखा दिसतो हे त्याला तरी कळतं की नाही, याचा विचार आपल्या मनात अशावेळीसुद्धा यावा, याची ॲनाला गंमत वाटली. ती रिबेकाकडे पाहून हसली आणि म्हणाली, ''त्यात तुझा काही दोष नाही बरं!'' रिबेकानं दिलेला बॉक्स तिनं टेबलावर ठेवला आणि खुर्चीवर बसून ती टेबलाचा खालचा ड्रॉवर ओढण्यासाठी वाकली.

''कंपनीची कोणतीही वस्तू नेता येणार नाही.'' बॅरी पटकन म्हणाला.

''माझे नरम बूट मि. फेन्स्टनना नक्कीच नको असतील असं मला वाटतं.'' असं म्हणून तिने आपले उंच टाचेचे बूट काढून बॉक्समध्ये टाकले आणि ड्रॉवरमधले आपले आवाज न करणारे नरम बूट काढून ते चढवले. ड्रॉवर बंद केला आणि बॉक्स उचलून घेऊन ती कॉरिडॉरकडे निघाली. आत्मसन्मानाचा कुठलाही प्रयत्न व्यर्थ होता. अध्यक्षांच्या ऑफिसमध्ये चढलेले आवाज, बॅरीनं तिच्याबरोबरीनं चालणं याचा अर्थ तिची शेवटचा पगार घेऊन जाण्याची वेळ आली हे सर्वांनाच कळत होतं. या खेपेला कॉरिडॉरमधून चालताना तिला पाहून कोणी बोलण्याचा प्रयत्न केला नव्हता. दुरून पाहताच जो तो आपापल्या केबिनमध्ये पटकन शिरत होता.

कॉरिडॉरच्या अगदी शेवटी सुरक्षा व्यवस्थापकाची खोली होती. ॲना तिथं कधीच गेली नव्हती. ती आत शिरली तसा बॅरी दारातच उभा राहिला. तिथल्या कर्मचाऱ्यांनाही पूर्वसूचना देऊन ठेवलेली असावी, कारण ज्याला ती भेटली त्यानं साधं 'गुड मॉर्निंग' म्हणण्याचंही सौजन्य दाखवलं नव्हतं. न जाणो अध्यक्षांच्या कानावर हे गेलं तर, ही भीतीच त्यामागे असावी. त्यानं तिला एक कागद दिला. त्यावर ९११६ डॉलर्स ही ठळकपणे लिहिलेली अक्षरं तिला सहज दिसली. तिचा महिन्याचा पगार!

काहीही न बोलता ॲनानं आवश्यक त्या ठिकाणी सही केली. ''तुमच्या खात्यावर उद्या पैसे जमा होतील.'' मान वर न करताच तो म्हणाला. ॲना वळली. तिच्यावर नजर ठेवणारा बॅरी दाराबाहेर होताच. अकाउंट ऑफिसमधून ती बाहेर पडली आणि लांबलचक कॉरिडॉरमधून चालू लागली तसा बॅरीपण तिच्याबरोबर चालू लागला.

ते लिफ्टजवळ पोहोचले. बॅरीनं खाली जाण्यासाठी लिफ्टचं बटण दाबलं. ॲनानं हातातला बॉक्स घट्ट धरून ठेवला होता. ते दोघेही लिफ्टचं दार कधी उघडतं याची वाट पाहत होते आणि त्याचवेळी बोस्टनहून सुटलेलं अमेरिकन एअरलाईन्सचं फ्लाईट नं. ११ हे विमान नॉर्थ टॉवरच्या ९४ व्या मजल्यावर कोसळलं...

❖

- ९ -

रूथ पॅरिशनं तिच्या डेस्कच्या वर भिंतीवर असलेल्या 'डिपार्चर मॉनिटर' कडे पाहिलं. युनायटेड फ्लाईट क्र. १०७ नं पावणेदोन तास उशिरा का होईना अखेरीस एकदाचं जे.एफ.के. विमानतळाकडे जाण्यासाठी उड्डाण केलं होतं, हे पाहून तिनं सुटकेचा नि:श्वास सोडला.

रूथ आणि तिचा पार्टनर सॅम या दोघांनी 'आर्ट लोकेशन्स'ची सुरुवात सुमारे दहा वर्षांपूर्वी केली होती. एका तरुणीसाठी तो रूथला सोडून गेला आणि कंपनीचा कब्जा तिच्याकडे आला ही इष्टापत्तीच होती. त्यानंतर रूथचं जणू कामाशीच लग्न लागल्यासारखं झालं. तासन्तास असलेलं भरपूर काम, विविध मागण्या करणारे ग्राहक, विमानसेवा, गाड्या आणि मालवाहतुकीचे कधीही वेळेवर न येणारे कंटेनर्स अशा सगळ्या अडचणी असूनसुद्धा ती कामात रमत होती. उत्कृष्ट आणि बऱ्या म्हणाव्यात अशा कलाकृती, जगाच्या एका कोपऱ्यातून दुसऱ्या कोपऱ्यापर्यंत पोहोचविताना तिला काही कलाकृती पाहायला मिळत असत. सौंदर्यपूर्ण कलाकृती आणि वस्तू पाहून पाहून तिच्या सौंदर्यदृष्टीत भर पडली होती आणि त्या गोष्टीचा तिच्या कंपनीला सहजगत्या फायदा मिळत होता.

विविध देशांच्या सरकारांतर्फे भरविल्या जाणाऱ्या राष्ट्रीय प्रदर्शनांसाठी कलाकृती पाठवणे-आणणे ही कामं स्वीकारताना तिला जगभर प्रवास करावा लागला होता. अशा या शासकीय कामांबरोबरच, गॅलरींचे मालक, कलाकृती विक्रेते, काही खाजगी कलासंग्राहक, अशा ज्यांना एखादी कलाकृती इकडून तिकडे पाठवण्याची गरज भासत असे, त्यांचे कामही ती स्वीकारीत असे. अनेक वर्षं या व्यवसायात असल्यामुळे काही ग्राहक तिचे वैयक्तिक मित्रही बनले होते, पण त्यात ब्रायस फेन्स्टनचा समावेश नव्हता.

'प्लीज' आणि 'थँक्यू' हे दोन शब्द ब्रायस फेन्स्टनच्या शब्दकोशात नसावेत या

निर्णयाप्रत ती बऱ्याच पूर्वी पोहोचली होती. त्याच्या 'ख्रिसमस कार्ड' पाठवण्याच्या यादीत आपला समावेश नाही याची खात्री तिला पटली होती. 'व्हॅन्गॉग'चं चित्र वेण्टवर्थ हॉलवरून ताब्यात घेऊन ते त्याच्या न्यूयॉर्क ऑफिसला सुरक्षितपणे पोहोचवण्याची नवीन कामगिरी फेन्स्टननं नुकतीच तिच्यावर सोपवली होती.

देशाबाहेर असा मोलाचा ठेवा जाऊ नये, म्हणून तो थांबविण्यासाठी साठ दशलक्ष (मिलियन) डॉलर्स उभ्या करू शकणाऱ्या संस्था किंवा संग्रहालयं अभावानंच होती. त्यामुळे व्हॅन्गॉगच्या अप्रतिम चित्रासाठी 'एक्स्पोर्ट लायसन्स' मिळवणं फारसं अवघड गेलं नव्हतं. मायकेल अँन्जेलोच्या 'स्टडी ऑफ मोर्निंग वुमन' या चित्राने देशाचा किनारा सोडू नये म्हणून साडेसात दशलक्ष पौंड उभे करण्यात नुकतंच स्कॉटलंडच्या नॅशनल गॅलऱ्यांना अपयश आलं होतं, या पार्श्वभूमीने ती गोष्ट सिद्धच केली होती.

वेण्टवर्थचा बटलर अँण्ड्रयूजनं तिला फोन करून सांगितलं होतं की नेण्यासाठी पेन्टिंग सकाळीच तयार असेल, तेव्हाच तिनं ते आणण्यासाठी एका सुरक्षित वाहनाची सोय केली होती. सकाळी आठ वाजताच ते तिथं पोहोचेल अशी खात्री तिनं करून घेतली होती. दहा वाजण्याच्या आधीच, त्या ट्रकची वाट पाहत ती ऑफिसमध्ये बसली होती. बरोबर दहाच्या सुमारास पेन्टिंग घेऊन येणारा ट्रक पोहोचला.

पेन्टिंग उतरवून घेऊन ते व्यवस्थितपणे पॅक करून सुरक्षितपणे न्यूयॉर्कला पाठवण्यासाठी ती आज जातीनं हजर होती. एरवी हे काम तिनं तिच्या व्यवस्थापकाला सांगितलं असतं. पॅकिंगचं काम करणाऱ्या तिच्या अनुभवी पॅकरकडून तिनं आदल्या रात्रीच पेन्टिंगपेक्षा थोड्या मोठ्या आकाराची स्पंज लावलेली एक खास पेटी तयार करून घेतली होती. आणलेलं चित्र अॅसिडप्रुफ 'ग्लासिन' पेपरमध्ये गुंडाळून ते पेटीत ठेवताना तिचं पॅकरवर पूर्ण लक्ष होतं. पेटीला अशा तऱ्हेचे बोल्ट लावले होते की खास सामग्रीशिवाय ते सहजासहजी काढणं शक्य होणार नाही. पेटीवर एक विशिष्ट धोकासूचक यंत्रणा बसविण्यात आली होती. प्रवासात ती पेटी कोणी उघडण्याचा प्रयत्न केला असता तर लगेच ते कळू शकलं असतं. पेटीच्या दोन्ही बाजूला 'फ्रॅजाईल' (अत्यंत नाजूक) अशी अक्षरं आणि पेटीच्या सर्व कोपऱ्यांवर 'क्र. ४७' असा आकडा स्टेन्सिल पद्धतीनं कोरण्यात आला होता. तयार झालेलं पॅकेट व कागदपत्रं पाहताना कस्टम ऑफिसरच्या भुवया उंचावल्या होत्या पण एक्स्पोर्ट लायसन्स पाहताच त्या पुन्हा जागेवर आल्या होत्या.

बोईंग ७४७ च्या सामान ठेवण्याच्या प्रचंड मोठ्या जागेत पेन्टिंगची लाल पेटी चढवलेली रूथनं स्वत: पाहिली, होल्डचं दार पूर्णपणे बंद होईपर्यंत ती थांबली अन् नंतरच ऑफिसमध्ये परतली. तोपर्यंत दीड वाजला होता. अखेर विमानानं १ वाजून ४० मिनिटांनी उड्डाण केल्याचं मॉनिटरवरून कळताच तिनं सुटकेचा सुस्कारा सोडला होता. आता ती खुषीत होती. समाधानानं ती स्वत:शीच हसली.

त्यानंतर तिच्या मनात ॲम्स्टरडॅमच्या 'रिज्क्स' म्युझियममधून संध्याकाळी येणाऱ्या दुसऱ्या चित्राबद्दल विचार आले. 'रेम्ब्रॉ'च्या 'स्त्रिया' या रॉयल ॲकॅडमीमध्ये होणाऱ्या प्रदर्शनासाठी ते चित्र यायचं होतं... पण त्याचा विचार नंतर. आधी फेन्स्टन फायनान्सला फोन असा विचार करून 'व्हॅन्‌गॉग' तुमच्याकडे रवाना झाला आहे असं ॲनाला कळवण्यासाठी तिनं फेन्स्टन फायनान्सचा नंबर फिरवला आणि पलीकडून फोन उचलला जाण्याची प्रतीक्षा ती करू लागली...

❖

-१०-

प्रचंड मोठा स्फोट झाला आणि इमारतीला हादरे बसून ती डोलल्यासारखी झाली. एखाद्या कसलेल्या मुष्टीयोद्ध्यानं जोरात ठोसा मारला तर सामान्य माणूस जसा दूर फेकला जाईल, तशी ॲना कॉरिडॉरच्या कोपऱ्यात फेकली गेली. तेवढ्यात लिफ्टची दारं उघडली गेली. एखाद्या भट्टीचं दार अचानक समोर उघडावं तसं. त्यासरशी आगीचा लोळ तिच्याकडे झेपावला. ॲनानं चेहरा झाकून घेतला. ती बधीर झाली आणि जमिनीवर निश्चेष्ट पडली.

सुरुवातीला इमारतीवर वीज पडली असावी असा विचार तिच्या मनात आला पण तिनं तो लगेच झुगारला, कारण आकाश निरभ्र होतं हे तिनं ऑफिसला येतानाच पाहिलं होतं. क्षणकाल एक भयाण शांतता तिला जाणवली. आपण बहिरे झालो की काय अशी शंका तिला आली. पण तेवढ्यात खिडक्यांमधून ऑफिसचं फर्निचर फेकलं जाऊन काचांचे तुकडे झाल्याचा, वस्तूंच्या आदळआपटीचा आणि 'ओह्, माय गॉड!' अशा उद्गारांबरोबरच अनेक किंकाळ्यांचे आवाज तिच्या कानी पडून तिची ती शंका फिटली.

बहुधा बॉम्ब पडला असावा असा दुसरा विचार तिच्या मनात आला. फेब्रुवारी १९९३ च्या दुपारी झालेल्या कडवट आठवणी अजूनही तो स्फोट अनुभवलेल्यांकडून सांगितल्या जात होत्या, सत्य किंवा फुगवून सांगितलेल्या. पण वस्तुस्थिती अगदी साधी होती. इमारतीच्या तळघरात असलेल्या गॅरेजमध्ये स्फोटकांनी भरलेला एक ट्रक घुसला आणि त्याचा स्फोट झाला होता. त्यात सहा मृत्युमुखी पडले होते पण जखमींची संख्या मात्र खूप – जवळजवळ हजाराइतकी होती. जमिनीखाली असलेल्या पाच मजल्यांची बरीच पडझड झाली होती आणि सुरक्षा यंत्रणेला इमारत रिकामी करण्यासाठी कित्येक तास लागले होते. तेव्हापासून वर्ल्ड ट्रेड सेंटरच्या इमारतीतील

ऑफिसांमधून काम करणाऱ्या सर्वांना संकटकालीन परिस्थितीत काय करायचं याचं जुजबी शिक्षण घेणं अनिवार्य झालं होतं. ॲना आता त्याच सूचना आठवण्याचा प्रयत्न करीत होती आणि तिला प्रत्येक मजल्याच्या बाहेर पडण्याच्या जिन्याच्या दारावरच्या सूचना आठवल्या. 'संकटकालीन परिस्थितीत आपल्या कामाच्या टेबलाजवळ जाण्याचा प्रयत्न करू नका – अगदी नजीकच्या जिन्यातून बाहेर पडा.' त्यासाठी तिला आधी उठून उभं राहायला हवं होतं. समोरच्या छताचा काही भाग कोसळताना तिला दिसत होता. बिल्डिंग अजूनही थरथरत होती. ॲना कशीबशी उठली. काही ठिकाणी मार लागलेला असला तरी तिची हाडं मोडलेली नव्हती हे नक्की. तिनं आपल्या शरीराला थोडावेळ ताण दिला. (लांबवर पळायचं असे तेव्हा नेहमीच ती तसं करीत असे.)

हातातातून पडलेल्या बॉक्सचा विचार न करता ती धडपडत 'सी' जिन्याकडे निघाली. अपघातातून सावरलेले तिचे काही सहकारी तिला आपल्या टेबलाकडे, बहुधा आपल्या वस्तू गोळा करण्यासाठी धावत असल्याचे दिसले. "काय झालं?" असा प्रश्न सर्वच विचारत होते आणि त्याचं उत्तर कोणाकडेच नव्हतं.

"बापरे! काय करायचं आता?" एका सेक्रेटरीनं विचारलं.

"आपण वर जायचं की खाली?" दुसऱ्यानं विचारलं.

"आपली सुटका होईपर्यंत आपण इथंच थांबायचं का?" तिसरा.

अर्थात हे सर्व प्रश्न सुरक्षा अधिकाऱ्याला विचारायला हवे होते. पण त्याचा – बॅरीचा पत्ता नव्हता. तो आजूबाजूला कुठे दिसत नव्हता.

ॲना जेमतेम जिन्याजवळ पोहोचली आणि तिच्याप्रमाणेच घाबरलेल्या, सुन्न झालेल्या लोकांमध्ये सामील झाली. बहुतेकांचे चेहरे भीतीमुळे पांढरेफटक पडले होते. काही रडतही होते. जे थोडे शांत वाटत होते, त्यांनाही काय करावं हे काही कळत नव्हतं. ते संभ्रमावस्थेत होते. बिल्डिंग थरथरण्याइतका स्फोट कसला झाला असावा याची कोणालाच कल्पना नव्हती. जिन्यातले काही दिवे गेले होते, तर काही मेणबत्तीप्रमाणे लुकलुकत होते. पायऱ्यांच्या कडांना असलेले पथदर्शक दिवे मात्र सुरू होते, त्यामुळे पायऱ्या नीट दिसत होत्या.

तिच्या आजूबाजूचे काही जण सेलफोनवरून बाहेरच्या जगाशी संपर्क साधण्याचा प्रयत्न करीत होते. काहींना यश मिळालं होतं पण बहुतांशी अपयशी ठरले होते. एका तरुणीचा तिच्या मित्राशी संपर्क झालेला दिसला. बॉसने तिला घरी जायला परवानगी दिल्याचं ती सांगत होती. तेवढ्यात एकानं आपल्या बायकोशी संपर्क साधला. ती काहीतरी सांगत असतानाच त्याच्या तोंडून 'माय गॉड' असा उद्गार बाहेर पडला. त्यानं बोलणं थांबवलं आणि मोठ्यानं ओरडून जाहीर केलं, "नॉर्थ टॉवरवर विमान आदळलं आहे." त्याबरोबर "कुठे? कुठे?" असा एकच गलका झाला.

"आपल्या बिल्डिंगच्या नव्वदाव्या मजल्याच्या आसपास..."

“बापरे! आपण काय करायचं आता?” वरच्या पायरीवरच्या एका अकाउंटंटनं विचारलं. संपर्क साधलेल्या त्याने आपल्या बायकोला तोच प्रश्न विचारला आणि अर्ध्या मिनिटात पुन्हा जाहीर केलं, “बिल्डिंगमधून लवकरात लवकर बाहेर पडावं अशी सूचना महापौरांनी दिली आहे म्हणे....”

हे ऐकताच लगेच सर्वांनी खालच्या ब्याऐंशीव्या मजल्यावर उतरण्यास सुरुवात केली. सर्व धास्तावलेले होते. ॲनानं काचेतून दिसणाऱ्या ऑफिसकडे पाहिलं. नाटक संपल्यानंतर गर्दी ओसरल्यावर बाहेर पडणाऱ्या मंडळींप्रमाणे अजूनही काहीजण टेबलांजवळ थांबलेले होते. ॲनानं महापौरांची सूचना ऐकायचं ठरवून जिने उतरायला सुरुवात केली कारण दुसरा काही पर्याय नव्हता. सर्व लिफ्ट बंद पडल्या होत्या. ‘प्रत्येक मजल्याच्या अठरा म्हणजे तळमजल्याच्या लॉबीत पोहोचण्यासाठी अजून पंधराशे पायऱ्या उतराव्या लागतील,’ ॲनाने आपल्या स्वभावाप्रमाणे तेवढ्यात हिशोब केला. मजल्यागणिक जिन्यातली गर्दी वाढत होती, पण उतरणाऱ्यांनी अजूनतरी शिस्त पाळली होती.

जिन्यात आता उतरणाऱ्यांच्या दोन रांगा झाल्या. हळूहळू उतरणारे कडेला तर थोडे जलद उतरणारे त्यांच्या बाजूने. पण प्रत्येकजण नियम पाळतोच असं नाही. हायवेवर ओव्हरटेक करण्यामुळे जसा ‘जाम’ होतो तसा जिना जाम होण्याची चिन्हं दिसू लागली. चढणाऱ्यांची आणि उतरणाऱ्यांची धक्काबुक्की होऊ लागली. विशेषत: प्रत्येक जिन्याच्या सुरुवातीला.

बाजूने जिना उतरणाऱ्या एका वृद्धाकडे तिची नजर गेली. तो नेहमी काळी फेल्ट हॅट घालत असे आणि गेले वर्षभर तिची आणि त्याची अनेकवेळा नजरानजर होत असे. जिना उतरण्याच्या गडबडीतही ती तशी झाली अन् तिनं ओळखीचं स्मित केलं. त्यानेही हॅट उंचावून तिला प्रतिसाद दिला.

जसजसे जिने कमी होत गेले तसतसे उतरणाऱ्यांची शक्तीही कमी होत गेली. तशी गर्दी वाढत चालली. जलद उतरणाऱ्यांच्या वेगावर मर्यादा आली. अडुसष्टाव्या मजल्यावर पोहोचल्यानंतर तिने स्पष्ट सूचना ऐकली, “आपल्या उजव्या बाजूने उतरा आणि उतरत राहा, थांबू नका.” जिन्यागणिक आवाज अधिकाधिक मोठा होत गेला. काही मजले उतरल्यानंतर ॲनाला जिने चढत येणारा अग्निशामक दलाचा पहिला मनुष्य दिसला. फायर सूट, डोक्यावर हेल्मेट, खांद्यावर दोराची गुंडाळी आणि पाठीवर दोन ऑक्सिजन सिलिंडर घेतलेल्या आणि एव्हरेस्ट जिंकायला निघालेल्या गिर्यारोहकासारख्या दिसणाऱ्या त्याची आणखी तीस मजले चढल्यानंतर काय अवस्था होईल याचा विचारच ॲना करू शकत नव्हती. त्याच्या पाठोपाठ एक मोठा होज पाईप, सहा पोल आर्म्स आणि पाण्याची मोठी बाटली घेऊन चढणारा दुसरा फायरमन तिनं पाहिला. तो एवढा घामाघूम झाला होता की मध्येच हेल्मेट काढून त्याला डोक्यावर

पाण्याचा शिडकावा करावा लागत होता.

बिल्डिंग सोडणारे बहुतांश आता मूकपणे जिने उतरत होते. तेवढ्यात एक वृद्ध अडखळला आणि समोरच्या बाईवर आदळला. ती पडली. जिन्याच्या पायरीच्या धारेनं तिच्या पायाला थोडी जखम झाली आणि ती किंचाळू लागली. "एवढं ओरडायची गरज नाही. किरकोळ जखम आहे. उठा, ९३ च्या बॉम्बस्फोटात याहून वाईट परिस्थिती मी पाहिली आहे." एकाने अधिकारदर्शक आवाजात बजावले तशी ती गप्प झाली. ॲनाने तिच्यावर कोसळलेल्या वृद्धाला आधार दिला. इतरांना पुढे जाऊ दिलं.

प्रत्येक जिन्यानंतर ॲना काचेतून दिसणाऱ्या ऑफिसकडे पाहत होती. अजूनही बरेच जण टेबलाजवळच होते. काही मजल्यांवरील ऑफिसच्या उघड्या दारातून संभाषणही ऐकू येत होते. बासष्टाव्या मजल्यावरचा एक ब्रोकर दुसऱ्या दिवशी शेअर बाजार उघडण्याअगोदरच एक व्यवहार पूर्ण करावा म्हणून बोलत होता. एका मजल्यावर जिन्यातून उतरणाऱ्या लोकांकडे पाहत एकजण टी.व्ही. वरील कॉमेन्ट्रीप्रमाणे कॉमेन्ट्री करत होता.

आता अधिकाधिक फायरमन वर चढत येत होते. त्याच बरोबर सतत "उजवी बाजू धरा, चालत राहा." अशा सूचनाही देत होते. आता इमारत थरथरत नव्हती पण सर्वांच्या ताणलेल्या चेहऱ्यावरची भीती आणि काळजीची भावना लोपलेली नव्हती. वरच्या मजल्यावर काय झालं आहे आणि खाली पोहोचल्यावर त्यांच्यासाठी काय वाढून ठेवलंय याची कसलीही कल्पना त्यांना नव्हती. धाप लागलेल्या आणि पाय सुजलेल्या एका वृद्धेला दोन तरुण चामडी खुर्चीवरून खाली नेत होते. त्यांच्या पुढे जाताना ॲनाला शरमल्याची भावना जाणवली... पण पुढे जायलाच हवं होतं.

पुढे... पुढे... आणखी पुढे. ॲना एकेक मजला उतरत होती आणि हळूहळू तिलाही थकवा जाणवायला लागला. रिबेका आणि टिना यांचा विचार तिच्या मनात आला. 'देवा! त्या सुरक्षित असू देत.' तिनं मनोमन प्रार्थना केली. तिच्या मनात फेन्स्टनचा आणि लिपमनचाही विचार आला. 'कुठल्याही परिस्थितीत आपलं काहीही वाकडं होऊ शकत नाही,' असं अजूनही त्यांना वाटत असेल का? की ते त्या पलीकडे गेले असतील?

'आपण सुरक्षित आहोत आणि हे दु:स्वप्नं लवकरच संपेल.' या भावनेनं ॲना आता आत्मविश्वासानं पायऱ्या उतरू लागली. न्यूयॉर्कबद्दल आजूबाजूला चाललेले विनोद ऐकून तिला हसूही फुटलं होतं. त्याच मन:स्थितीत असताना अचानक कोणीतरी किंचाळून सांगितलं, "दुसऱ्या एका विमानानं साऊथ टॉवरलाही धडक मारली आहे..."

❖

-११-

जॅकने प्रचंड आवाज ऐकला. रस्त्यापलीकडे जवळच बॉम्बस्फोट झाला असावा या कल्पनेनं तो क्षणभर गांगरून गेला. वर्ल्ड ट्रेड सेंटरच्या नॉर्थ टॉवरला विमानाने धडक दिली हे सांगण्यासाठी सॅली धावली तेव्हा मात्र "फेन्स्टनच्या ऑफिसला धडक दिली असेल अशी आशा करू या." असं पटकन त्याच्या तोंडातून बाहेर पडलं. ही त्याची पहिली प्रतिक्रिया होती.

त्यानंतर लगेच इतर एजंट्स समवेत तो डिक मॅसी या आपल्या वरिष्ठाकडे गेला. त्याची दुसरी प्रतिक्रिया मात्र पूर्ण व्यावसायिक होती. कसं झालं हे जाणून घेण्यासाठी इतर एजंट्स फोनाफोनी करत होते तेव्हा "पूर्वनियोजित दहशतवादाचं हे कृत्य आहे." असं ठामपणे तो डिक मॅसीला सांगत होता. ९.३० वाजता दुसऱ्या विमानानं जेव्हा साऊथ टॉवरला धडक दिली तेव्हा त्याच्याशी सहमत होत मॅसी म्हणाला, "निश्चित. पण कोणती दहशतवादी संघटना?"

जॅकची तिसरी प्रतिक्रिया थोड्या उशिराने आली. 'डॉ. ॲना पेट्रेस्कू यातून वाचली असेल का?' हे मनात कसं आलं याचं त्यालाच आश्चर्य वाटलं. छप्पन्न मिनिटांनंतर साऊथ टॉवर कोसळत असल्याची बातमी आली तेव्हा नॉर्थ टॉवरचीही काही वेगळी अवस्था नसेल असं त्याला वाटून गेलं.

आपल्या टेबलाजवळ येऊन त्याने कॉम्प्युटर सुरू केला. त्यांच्या 'मॅसॅच्युसेट्स' फिल्ड ऑफिसमधून माहितीचा पूर येत होता. दोन विमानं बोस्टनहून निघाली होती. तिथूनच निघालेली आणखी दोन विमानं हवेत होती आणि त्यांच्यामधील प्रवाशांकडून मिळणाऱ्या संदेशांवरून तीसुद्धा दहशतवाद्यांच्या कब्जात होती. त्यातलं एक वॉशिंग्टनकडे जात आहे अशी माहिती मिळत होती.

पहिल्या विमानानं जेव्हा नॉर्थ टॉवरला धडक दिली होती तेव्हा प्रेसिडेंट जॉर्ज

बुश फ्लोरिडामध्ये एका शाळेला भेट देत होते. बातमी कळताच त्वरेने ते लुईसियानाच्या बार्क्सडेल एअरबेसकडे निघाले होते. व्हाईस प्रेसिडेंट डिक चेनी तेव्हा वॉशिंग्टनमध्ये होते. त्यांनी हवेत असलेल्या दोन विमानांना पाडण्याच्या स्पष्ट सूचना दिल्या होत्या पण त्याची अंमलबजावणी झाली नव्हती. हे कृत्य कोणत्या दहशतवादी संघटनेचं आहे याची माहिती त्वरित मिळवण्याचा चेनींचा प्रयत्न चालू होता. प्रेसिडेंट बुशना ती लागणार होती. ते संध्याकाळी टेलिव्हिजनवरून राष्ट्राला संबोधित करणार होते.

जॅक आपल्या टेबलाजवळ बसून होता. सतत येणारे फोन घेत होता. मॅसीला रिपोर्ट देत होता. पहिल्या विमानानं नॉर्थ टॉवरला धडक मारण्याच्या काही मिनिटं अगोदरच फेन्स्टन आणि लिपमन हे दोघं वॉल स्ट्रीटच्या एका ऑफिसमध्ये बसले होते अशी बातमी ज्यो कोरिगन या त्याच्या एजंटानं त्याला दिली, तशी त्याच्या मनातली इच्छा विरली. समोर पडलेल्या 'फेन्स्टन फाईल्स' च्या ढिगाऱ्याकडे तो पाहातच राहिला.

"आणि पेट्रेस्कूबद्दल काय?" त्यानं ज्योला विचारलं.

"काही कल्पना नाही, ती ७.४० ला इमारतीत शिरताना दिसली होती. त्यानंतरचं काही माहीत नाही. एवढंच मी सांगू शकतो," ज्योनं उत्तर दिलं.

"हंऽऽ" जॅकनं सुस्कारा सोडला आणि टी.व्ही.च्या पडद्यावर नजर टाकली. तिसरं विमान 'पॅन्टॅगॉन'वर कोसळलं होतं. 'आता व्हाईट हाऊसची पाळी,' जॅकच्या मनात विचार आला...

◆ ◆ ◆

"दुसऱ्या विमानानं साऊथ टॉवरला धडक दिली आहे," वरच्या पायरीवरील एका स्त्रीनं पुनरुच्चार केला. एकाच दिवशी अशा प्रकारचे दोन 'अपघात' होऊ शकतात यावर ॲनाचा विश्वास बसला नाही. "हे नक्कीच अपघात नाहीत." तिच्या मनातला विचारच मागच्या माणसाने बोलून दाखवला, "न्यूयॉर्कच्या एम्पायर स्टेट बिल्डिंगच्या एकोणऐंशिव्या मजल्याला विमानानं धडक देण्याचा प्रसंग यापूर्वी फक्त एकदाच – १९४५ मध्ये घडला होता. पण त्या दिवशी प्रचंड धुकं होतं आणि आजच्या सारखी साधनसामग्रीही नव्हती. आपल्या शहरावरच्या अवकाशात उड्डाणबंदी आहे हे लक्षात घ्या. मित्रांनो, मी खात्रीने सांगतो की हा घातपात आहे. केवळ आपणच संकटात नाही आहोत. तेव्हा इतरांचाही विचार करा," त्या माणसाच्या विधानानंतर थोडी चलबिचल झाली.

मिनिटांच्या अवधीतच कटकारस्थान, दहशतवादी हल्ले, विलक्षण अपघात अशा प्रकारच्या गोष्टींची चर्चा सुरू झाली. आपण कोणत्यावेळी काय बोलतो आहोत याचंही भान कुणाला नव्हतं. आपल्या मनातली भीती घालवण्यासाठी लोक मोठ्याने बोलताहेत असं ॲनाला जाणवलं. गडबड, गोंधळ वाढत चालला होता. पायऱ्या भराभर उतरण्याचा लोकांचा प्रयत्न होता. त्यामुळ चेंगराचेंगरी होण्याचा संभव होता.

"उजवी बाजू धरा, पुढे चालत राहा." बचाव कार्यात सहभागी असलेली

गणवेशातली माणसं सतत सांगत होती. खाली उतरणाऱ्यांना आता थकवा जाणवत होता.त्यांची चाल मंदावली होती. त्यामुळे ॲनाला त्वरेने पुढे सरकता येत होतं. रोजच्या धावण्याच्या सरावाचा तिला फायदा होत होता.

चाळिसाव्या मजल्यानंतर तिला धुराचा वास आला. तिच्यापुढे असणाऱ्या लोकांच्या खोकण्याचे आवाज यायला लागले. उत्तरोत्तर धूर गडद होऊ लागला. आता ॲनाच्या नाकातोंडात धूर जाऊन तिला खोकला यायला लागला. धुरामुळे श्वासोच्छ्वासाला त्रास होऊ लागला. आगीतल्या ९० टक्के लोकांचा मृत्यू धुरामुळे होतो असं कुठंतरी वाचल्याचं तिला आठवलं. तिच्या पुढे असणाऱ्यांची गती कमी होत होत अखेर थांबली. तिची भीती वाढली. खोकल्याची साथ असल्यागत सर्वच खोकू लागले. खाली उतरता येत नाही आणि वरही चढता येत नाही अशा सापळ्यात ते अडकले होते.

"उतरणं चालू ठेवा," त्यांच्याकडे येणारा फायरमन म्हणाला, "पुढचे एक दोन मजले आणखी त्रास होईल, पण त्यानंतर वातावरण स्वच्छ आहे." त्याच्या बोलण्यामुळे घाबरलेले आश्वासित झाले. अधिकारवाणीनं सांगणाऱ्या त्या फायरमनच्या चेहऱ्याकडे ॲनानं पाहिलं आणि पुढे उतरायला सुरुवात केली. 'धोका वरच्या मजल्यांनाच असणार' तिच्या मनात आलं. अर्धवट डोळे मिटून खोकत खोकत ती मजले उतरत गेली आणि खरोखरच धूर विरळ होत गेला. म्हणून 'नेहमी अधिकारी व्यक्तीचं ऐकावं – ऐऱ्या गैऱ्यांचं नाही' हे तिला पटलं.

धुरातून मुक्त झालेले झपाट्यानं उतरण्याचा प्रयत्न करत होते. ॲना आता शांतपणे उतरत होती. तिच्यापुढील एक अंध व्यक्ती आपल्या कुत्रीला घेऊन जिना उतरत होती. "धुराला घाबरू नको रोझी," तो म्हणत होता आणि ती शेपूट हलवित होती.

"चला, चला... खाली... खाली..." प्रत्येक पुढच्या माणसाला गती बजावत होती. ॲना कॅफेटेरिया असलेल्या मजल्यावर पोहोचली तेव्हा ओझं घेऊन चढणाऱ्या अग्निशामक दलाच्या माणसांच्या मदतीला आता पोर्ट ॲथॉरिटीचं आणि न्यूयॉर्कच्या आपत्कालीन सेवादलाचं लोकप्रिय पथक आलं होतं. या पथकाकडे फक्त सुरक्षा आणि बचाव ही दोनच कामं होती. पार्किंग तिकीट, गुन्ह्यांसाठी अटक इत्यादी कटकटी नव्हत्या. 'ही सर्व माणसं संकटाकडे चालली होती आणि आपण संकटापासून दूर' या विचारानं ॲनाला अपराधी असल्याचं वाटलं होतं.

ॲना चोविसाव्या मजल्यावर पोहोचली तेव्हा काहींनी विश्रांती घेतल्याचं तिला दिसलं. चौऱ्याण्णवव्या मजल्यावर घडलेल्या घटनेचा आपल्यावर काही परिणाम होणार नाही या विश्वासानं अजूनही काहींनी ऑफिस सोडलं नव्हतं. आपल्या ओळखीचं कुणी दिसतंय का, हे ॲना पाहत होती. टिना, रिबेकाच नाही तर अगदी बॅरीसुद्धा. अनोळखी प्रदेशात असल्यासारखं तिला वाटलं...

"वरच्या तीन-चार मजल्यांवर अजून बरीच माणसं अडकून पडली असावीत."

एक तुकडीप्रमुख रेडिओवरून सांगत होता. "आम्ही सर्व मजले रिकामे करणार आहोत."

– आणि प्रत्येक मजला तो शिस्तीत कसा रिकामा करतोय हे ॲनानं प्रत्यक्ष पाहिलं. प्रत्येक मजला फुटबॉलच्या मैदानाएवढा मोठा होता. त्यावर अनेक ऑफिसेस होती. एकविसाव्या मजल्यावर एका ब्रोकरनं नुकताच एक अब्ज डॉलर्सचा व्यवहार उरकला होता आणि त्याच्या पूर्ततेची तो वाट पाहत होता. "बाहेर चला," तुकडीप्रमुखानं बजावलं तरी चिवटपणे तो कॉम्प्युटरच्या कीबोर्डवरचा आपला हात काढत नव्हता. "बाहेरऽऽ" पुन्हा तुकडीप्रमुखानं बजावलं तरी तो थांबत नाही हे पाहून त्याचे दोन साहाय्यक पुढे झाले. त्यांनी त्याला सरळ उचललं आणि जिन्यावर नेऊन उभं केलं. बिचारा ब्रोकर अनिच्छेनंच उतरणाऱ्या गर्दीत सामील झाला.

विसाव्या मजल्यावर ॲना पोहोचली आणि आणखीन एक नवीन प्रश्न उपस्थित झाला. अनेक ठिकाणी फुटलेल्या पाईपमधून पाणी उसळत होतं. पाण्याचा मारा, खिडक्यांच्या फुटलेल्या काचा, पडलेल्या माती दगडांचे ढिगारे यांना चुकवत चुकवत कशीबशी हालचाल करावी लागत होती. भरलेल्या फुटबॉल मैदानाच्या एकावेळी एकच मनुष्य बाहेर जाईल अशा प्रवेशद्वारी जशी स्थिती होते तसा प्रकार झाला होता. अखेरीस ती अठरा की सतराव्या मजल्यावर पोहोचली तसा मार्ग सुकर झाला. त्यानंतरचे सर्व मजले जवळजवळ रिकामे करण्यात आले होते, त्यामुळे ऑफिसात उरलेल्या फारच थोड्या लोकांची उतरणाऱ्यांमध्ये भर पडत होती.

ती दहाव्या मजल्यावर पोहोचली. रिकाम्या ऑफिसांच्या उघड्या दारांमधून कॉम्प्युटरच्या पडद्यावरची उघडझाप दिसत होती. खुर्च्या बाजूला ओढलेल्या होत्या. कॉफीचे प्लास्टिक कप आणि अर्धवट प्यायलेल्या कोकचे डबे बऱ्याच ठिकाणी पडलेले दिसत होते. सर्वत्र कागद-फायली वगैरे इतस्तत: पसरलेल्या होत्या.

मागून अंगावर कोसळणाऱ्या कुणाला तरी चुकवून ती पुढे निघाली. जेमतेम सातव्या मजल्यावर पोहोचेपर्यंत तिला ऑफिसमध्ये काम करणाऱ्यांची साथ होती. त्यानंतर फक्त पाणी आणि त्यावर तरंगणाऱ्या वस्तूंचीच तिला सोबत मिळाली. सर्व प्रकारच्या कचऱ्यातून, ढिगाऱ्यातून कशीबशी वाट काढत ती पुढे जात असताना तिनं मेगाफोनमधून येणारा आवाज ऐकला– "पुढे चालत राहा. मागे पाहू नका. आपले सेलफोन वापरू नका. तुमच्या मागून येणारे लोक त्यामुळे अडकतील."

आता आणखी तीन मजल्यांचा सामना करायचा होता. त्यानंतरच ती लॉबीत पोहोचली असती. पाण्यातून वाट काढत, दोन तासांपूर्वी ज्या लिफ्टने ती ऑफिसात गेली होती, ती पार करत ती पुढे निघाली. सिलिंगमधून पाणी आणखीन जोरात गळताना दिसत होते. त्याची काळजी करण्याची गरज नव्हती, कारण ॲना जवळपास संपूर्ण भिजलीच होती.

मेगाफोनमधून मिळणाऱ्या सूचनांचा आवाज वाढला होता. त्या आता कर्कश

वाटत होत्या. ''पुढे चालत राहा. बिल्डिंगच्या बाहेर पडा, बिल्डिंगपासून जास्तीत जास्त दूर जा...'' 'इतकं सोपं नाही ते' ॲनाला सांगावंसं वाटलं. एकच मनुष्य बाहेर जाऊ शकेल अशा चक्राकार प्रवेशद्वारावर ती पोहोचली. तिथूनच तिनं सकाळी ऑफिसमध्ये प्रवेश केला होता. चक्राकार मार्गाची चाकंही वेडीवाकडी झाली होती. जड सामान घेऊन येणाऱ्या फायरमन्सच्या वाहतुकीचा तो परिणाम असावा.

आपल्या आजूबाजूच्या परिस्थितीचा अंदाज तिला घेता येईना किंवा पुढे काय करावं हेही सुचेना. सहकाऱ्यांसाठी थांबावं का? ती किंचित काळ विचार करत थांबली तशी सरळ तिलाच उद्देशून सूचना आली, ''बाई, पुढे चला. थांबू नका. मागे पाहू नका. आपला सेलफोन वापरू नका.'' तिला दिलेल्या सूचनेवर दुसऱ्याच कुणीतरी ओरडून विचारलं, ''पण जायचं कुठे?''

''सरकत्या जिन्याकडे– मॉलमधून. आणि त्यानंतर बिल्डिंगपासून जास्तीत जास्त दूर...''

थकलेला बेशिस्त जमाव धडपडत सरकत्या जिन्याकडे निघाला. ॲना त्यात सामील झाली. दुसऱ्या सरकत्या जिन्यासमोर असलेल्या मोकळ्या जागेत टिना आणि रिबेकाला घेऊन जेवणाच्या सुटीत ती नेहमीच येत असे. तिथे चाललेल्या मुक्त संगीत मैफिलीचा आनंद त्यांनी नेहमीच घेतला होता. 'आता कसली मुक्त संगीत मैफल?' तिच्या मनात विचार आला. 'मागे पाहू नका–' ही आज्ञा ॲनानं नकळत धुडकावली तशी ती गुडघ्यांवर पडली...

आणि त्याचवेळेस तिनं एका पाठोपाठ एक अशा दोन जणांना नव्वदाव्या मजल्याच्या खिडकीतून उड्या मारताना पाहिलं. ॲनाचे डोळे विस्फारले. ती अविश्वासानं पाहतच राहिली. जळण्याच्या वेदनांपेक्षा असं निश्चित मरण पत्करणं त्या बिचाऱ्या अडकलेल्यांना जास्त सोपं वाटत असावं. ॲना शहारली.

कसंबसं धैर्य दाखवून ती उठली आणि पुढे निघाली. अचानक तिच्या लक्षात आलं, बिल्डिंग रिकामी करणारे अधिकारी, बाहेर पडलेल्या कोणाकडे नीट लक्ष देत नव्हते किंवा त्यांच्या प्रश्नांना उत्तरही देत नव्हते. तसं करण्यात वेळ जाणार होता आणि बिल्डिंगमधून अजूनही बाहेर पडणाऱ्यांसाठी त्यामुळे अडथळा निर्माण झाला असता हे त्याचं कारण असावं.

'बॉर्डर्स बुक शॉप' वरून जाताना तिथं मांडलेल्या 'वल्हाल्ला रायझिंग' या बेस्ट सेलर पुस्तकाकडे तिची नजर गेली. ती किंचित थबकली तशी पुन्हा मोठ्या आवाजत सूचना आली– ''पुढे चला, मॅडम.''

''पण कुठे?'' ती हताश होऊन म्हणाली.

''कुठेही... फक्त चालत राहा, बस्स!''

''पण कोणत्या दिशेने?''

''ते मला माहीत नाही... त्याची मला फिकीर नाही. टॉवरपासून दूर – जास्तीत जास्त.''

ॲना थकली होती. तिला मळमळायला लागलं होतं. तरी ती पुढे चालत राहिली. प्लाझाच्या प्रवेशद्वारापाशी ती पोहोचली. तिथं अग्निशामक दलाच्या गाड्या आणि रुग्णवाहिका उभ्या होत्या. त्यांच्याकडून जखमींची दखल घेतली जात होती. ॲना न थांबता पुढे निघाली आणि रस्त्यावर पोहोचली. तिनं वर पाहिलं. धुळीनं माखलेला बाण तिला दिसला, पण 'सिटी हॉल' ही अक्षरं ती जेमतेम ओळखू शकली. ॲनानं जॉगिंग करता करता धावायलाच सुरुवात केली आणि तिच्याबरोबर सुटका झालेल्या सर्वांनाच तिनं मागे टाकलं...

– आणि त्यानंतर तिनं सर्वस्वी अपरिचित असा आवाज ऐकला. उत्तरोत्तर वाढत चाललेला. 'हा कसला आवाज आहे?' म्हणून मागे वळून पाहण्याची इच्छा नसतानाही तिनं मान वळवली अन् ती जागच्या जागीच खिळली. वर्ल्ड ट्रेड सेंटरचा साऊथ टॉवर एखाद्या पत्त्याच्या बंगल्याप्रमाणे कोसळत होता... काही मिनिटांतच ती प्रचंड बिल्डिंग भुईसपाट होताना दिसली. दगड, विटा, सिमेंटचे तुकडे, मोडक्या खिडक्या, काचांचे तुकडे... सर्वांचा खच पडायला लागला. आगीचे अन् धुळीचे लोळ सभोवती अन् आकाशाकडे झेपावताना तिला दिसले. धुळीच्या काळ्या लोटांनी त्याच्या मार्गात येणाऱ्या आजूबाजूच्या सर्व इमारतींना, वस्तूंना, माणसांना गिळून टाकलं.

ॲनाने आपल्या आयुष्यात कधी नव्हे इतक्या जोरानं धावण्यास सुरुवात केली पण आपली धाव व्यर्थ आहे याची जाणीव तिला झाली. काही कळण्याच्या आतच धुळीच्या प्रचंड काळ्या सर्पाने तिला पूर्णपणे वेढून टाकलं. नाकातोंडातून शिरणाऱ्या धुळीमुळे श्वास अडकायला लागला. जीव कासावीस झाला. 'आपण मरणार हे आता निश्चित आहे,' तिला कळलं, पण ते मरण लवकर यावं याची तिला आशा होती.

◆◆◆

'वॉल स्ट्रीट' वर असलेल्या एका सुरक्षित ऑफिसमधून थोड्याशा अंतरावर असणाऱ्या वर्ल्ड ट्रेड सेंटरकडे फेन्स्टन रोखून पाहत होता. दुसऱ्या विमानानं साऊथ टॉवरला धडक दिल्याचं ते अविश्वसनीय दृश्य त्यानं पाहिलं.

त्यानंतर माजलेल्या प्रचंड हलकल्लोळानंतर अवघ्या न्यूयॉर्कवर दु:खाची काळी छाया पसरली. सर्वांना 'आपलं कुणी त्यात सापडलं असेल का? त्यात सापडलेल्या आपल्या नातेवाइकांना, मित्रांना, सहकाऱ्यांना– कुणालाही कशी मदत करता येईल?' याची चिंता लागली. फेन्स्टनला मात्र दुसरीच चिंता होती.

नॉर्थ टॉवरवर पहिल्या विमानानं धडक मारण्याच्या अगोदर फक्त काही मिनिटं तो आणि लिपमन वॉल स्ट्रीटवर असलेल्या एका संभाव्य ग्राहकाला भेटण्यासाठी पोहोचले होते. दणका ऐकताक्षणीच फेन्स्टननं आपली भेट ताबडतोब रद्द केली. आपल्या

ऑफिसमध्ये कोणाशी तरी संपर्क साधता यावा म्हणून जवळजवळ अर्धा तास तो प्रयत्न करत राहिला पण कुणाशीही त्याचा संपर्क होऊ शकला नाही.

जेव्हा त्यांनी दुसरा दणका ऐकला आणि ज्वाळांनी साऊथ टॉवरला वेढलेलं पाहिलं त्या क्षणी त्यानं तो प्रयत्न सोडून दिला. टॉवर कोसळताना त्यांनी पाहिला आणि क्षणकाल ते स्तब्धच झाले.

''मला वाटतं, नॉर्थ टॉवर कोसळायलाही आता वेळ लागणार नाही,'' तो पुटपुटला.

''म्हणजे डॉ. पेट्रेस्कू वाचण्याची शक्यता नाही हे आपण गृहीत धरायला हरकत नाही,'' वस्तुस्थितीची जाणीव देत लिपमन म्हणाला.

''खड्ड्यात गेली ती पेट्रेस्कू. मला तिची चिंता नाही. नॉर्थ टॉवर कोसळला तर ऑफिसातल्या माझ्या 'मोने'ला (मोनेच्या चित्राला) मी मुकेन... आणि त्याचा विमाही मी काढलेला नाही हे सगळ्यांत मोठं दुर्दैव!''

❖

-१२-

ॲना जोरजोरात धापा टाकत धावत होती. आजूबाजूला आता भीषण शांतता पसरत चालली होती. एकेक करत किंकाळ्या विरत होत्या. आपलीही तीच गत होणार आहे की काय, अशी शंका तिच्या मनात येत होती. तिच्यामागे कोणीही दिसत नव्हतं. आपल्याला मागे टाकून कुणीतरी पुढे जावं असं तिला आयुष्यात पहिल्यांदा वाटलं होतं. आपण एकटेच जगात उरलो आहोत ही भावना तरी त्यामुळे गेली असती. डोंगरउतारावरून वेगात कोसळणाऱ्या बर्फाच्या कड्यामुळे खाली असलेल्या माणसाची जशी अवस्था होईल तशी तिची झाली होती. इथं हे कोसळणारे कडे पांढरे नव्हते... काळे होते- धुळीचे, मातीचे. त्या धुळीनं, मातीनं तिचं नाक, कान, तोंड, चेहरा, केस सर्व सर्व काळं झालं होतं. डोळ्यांत शिरलेल्या कचऱ्यामुळे पुढचं पाहाणं कठीण झालं होतं. डोक्यापासून ते पायांच्या नखांपर्यंत ती धुळीनं माखून गेली होती.

आपला वेग वाढवण्यासाठी तिनं जोरात दम घेतला. त्यामुळे वाढलेल्या वेगाचा अनुभव तिनं यापूर्वी कधीच घेतला नव्हता. तिनं आपला चुरगळलेला पांढरा ब्लाऊज... आता काळा... जेमतेम नाकापर्यंत ओढून घेतला आणि धुळीचा मोठा ढग तिच्यावर चालून आला. जोरात आलेल्या वाऱ्यामुळे तोल जाऊन ती खाली पडली. कशीबशी उठून ती पुढे जाण्याचा प्रयत्न करू लागली. काही पावलं तिनं पुढे टाकली पण आपली घुसमट होते आहे हे तिला कळलं. त्यावर तिला नियंत्रण ठेवता येत नव्हतं. तशीच नेटानं ती एक यार्ड, दोन यार्ड, असं करत करत पुढे जात राहिली आणि एका भिंतीवर आदळली. तिला ती भिंत दिसलीच नव्हती. आता त्या भिंतीचा आधार घेऊन ती पुढे चालत राहिली. आपण धुळीच्या काळ्या ढगातून बाहेर चाललो आहोत की पुन्हा ढगात शिरतो आहोत? तिला काही कळत नव्हतं.

तिच्या शरीराची आग आग व्हायला लागली होती. उत्तरोत्तर ती असह्य व्हायला लागली. नव्वदच्या वर असलेल्या मजल्यांवरून उड्या मारून जीव देणारे तिला आठवले. मरणाचा तो फारच सोपा मार्ग होता; पण तोही तिला उपलब्ध नव्हता. शरीराची जळजळ होऊन, घुसमटून मरायला अजून किती वेळ लागेल हे ती ठरवू शकत नव्हती. मोठ्या कष्टानं तिनं तीन-चार पावलं टाकली आणि ती कोसळली.

'परमेश्वरा...' तिनं डोळे मिटले. तिला आता शांत वाटायला लागलं होतं. 'ही कायमची झोप किती चांगली' असं तिला वाटत होतं अन् तेवढ्यात अचानक कुठूनतरी पोलिसांचे फ्लॅश लाईट्स तिच्या डोळ्यांसमोर चमकायला लागले. तिनं त्या प्रकाशाकडे सरकण्याचा प्रयत्न केला पण ती गाडी निघून गेली. ॲना पुन्हा कोसळली. तिचं ढोपर फुटलं. फुटपाथची कड धरून ती तशीच पडून राहिली. केव्हा श्वास बंद पडणार याची वाट पाहत... त्यावेळी तिला जाणवलं. तिच्या हाताला कसला तरी उष्ण स्पर्श झाला होता. जिवंत गोष्टीचा.

"हेल्प हेल्प," ती क्षीण आवाजात पुकारत होती; पण तिच्या आवाजात आशा दिसत नव्हती. पूर्ण निराशेनं भरलेला आवाज होता तो.

"तुझा हात माझ्या हातात दे आणि उठून उभं राहण्याचा प्रयत्न कर." कुणीतरी तिला म्हणालं. त्याची पकड घट्ट होती. त्याच्या आधारानं ती कशीबशी उभी राहिली.

"तो समोर प्रकाशाचा त्रिकोण दिसतोय नं," तो बोट दाखवत म्हणाला, "तिकडे माझ्या बरोबर चालण्याचा प्रयत्न कर."

ॲनाला तो कुणीकडे बोट दाखवतो आहे हेही कळलं नव्हतं. ती पूर्णपणे ३६० अंशात वळली. तिला सगळीकडे काळं काळंच दिसत होतं. रात्र होती का? आणि अचानक तिला त्या काळ्या ढगातून बारीक सूर्यकिरण चमकताना दिसला. त्या अपरिचिताचा आधार तिनं घेतला अन् हळूहळू ते प्रकाशाकडे निघाले. पावलानिशी प्रकाश वाढत चालला होता... आणि अखेर ती काळ्या ढगातून बाहेर पडली. न्यूयॉर्कमध्ये पोहोचली.

ॲनानं धुळीनं माखलेल्या आपल्या साहाय्यकर्त्याकडे पाहिलं. त्याची परिचित पिक्ड् कॅप आणि बिल्ला तिनं पाहिला नसता तर तो पोलीस आहे हे तिला कळलंही नसतं. तो मातीचा पुतळा हसला अन् त्याला जणू भेग पडली. "त्या प्रकाशाकडे हळूहळू जा." तो म्हणाला आणि तिनं आभार मानण्यापूर्वीच तो पुन्हा काळ्या ढगात शिरला...

◆ ◆ ◆

आपल्या डोळ्यांसमोर नॉर्थ टॉवर कोसळताना फेन्स्टननं पाहिला तसा आपल्या ऑफिसला फोन करण्याचा प्रयत्न त्यानं पूर्णपणे सोडून दिला. त्या बिल्डिंगच्या अपरिचित कॉरिडॉरमध्ये शिरला. 'भाड्याने देणे आहे' ही पाटी काढून टाकून त्या

जागी 'सोल्ड' अशी पाटी तिथल्या रिकाम्या ऑफिसवर लावताना त्यानं लिपमनला पाहिलं.

"उद्या दहा हजार माणसं ही जागा घ्यायला धावतील म्हणून मी आताच व्यवहार पूर्ण केला. म्हणजे आता एक प्रश्न सुटला." लिपमन म्हणाला.

"तू माझं ऑफिस दिलं... 'मोने' देऊ शकशील का?" खेदानं मान हलवित फेन्स्टन म्हणाला. थोडं थांबून मुठी आवळत तो पुढे म्हणाला, "जर का मला व्हॅन्‌गॉग (व्हॅन्‌गॉगचं चित्र) मिळाला नाही तर....."

घड्याळाकडे पाहून त्याला मध्येच थांबवत लिपमन म्हणाला, "चिंता करू नका. एव्हाना त्यानं अर्धा अॅटलांटिक ओलांडला असेल."

"तशी आशा करू या," फेन्स्टन नॉर्थ टॉवरच्या दिशेनं पाहत म्हणाला. "पेन्टिंगवर आपला अधिकार आहे हे सिद्ध करणारी कागदपत्रंही आता आपल्याकडे नाहीत."

ट्विन टॉवर्स असलेल्या जागी त्याला आता धुळीचे ढग दिसत होते.

◆◆◆

कृष्णछायेतून कसेबसे बाहेर पडलेल्यांच्या गटामध्ये अॅना सामील झाली. त्यांच्याकडे पाहिल्यानंतर त्यांनी मॅरॅथॉन रेस जवळजवळ पूर्ण केली आहे; पण पूर्ण होण्याच्या रेषेपर्यंत (फिनिश लाईनपर्यंत) ते अद्याप पोहोचलेले नाहीत असं वाटत होतं. काळोखातून बाहेर पडल्यानंतर सूर्यप्रकाशाकडे पाहणं अॅनाला शक्य होत नव्हतं. धुळीनं माखलेल्या पापण्या प्रयत्न करूनही पूर्णपणे उघडण्याच्या स्थितीत नाहीत याची जाणीव तिला होत होती.

पुढे... पुढे... आणखी पुढे. एकेक इंच... एकेक पाऊल. प्रत्येक पावलानिशी धूळ आणि घाण कफावाटे-खोकल्यावाटे बाहेर पडत होती. अजून किती काळं द्रव्य शरीरात शिल्लक आहे कोण जाणे! आणखी काही पावलं चालल्यावर ती पुन्हा एकदा गुडघ्यावर पडली. पण आता काळे ढग तिच्यावर मात करू शकणार नव्हते हे नक्की. पुन्हा वर उठण्यासाठी तिनं नजर किंचित वर केली तर तिच्याकडे आश्चर्यानं पाहणारे लोक तिला दिसले.... त्यांच्या नजरेत ती परग्रहावरून आलेली आहे की काय असे भाव होते.

"ट्विन टॉवरपैकी एकात तुम्ही होतात का?" एकानं प्रश्न विचारला. तिच्यात उत्तर देण्याइतकी शक्ती नव्हती. रोखून पाहणाऱ्या त्या नजरांपासून तिला जास्तीत जास्त दूर जायचं होतं. थोडं अंतर कापल्यावर अचानक एका जपानी पर्यटकाला ती धडकली आणि पडली. त्यानं लगेच कॅमेरा काढून तिचा फोटो काढण्याचा प्रयत्न केला. तिनं रागानं प्रतिकार करताच दोन-तीनदा वाकून त्यानं तिची माफी मागितली.

अॅना पुढच्या चौकापर्यंत जेमतेम पोहोचली आणि फुटपाथवर कोसळली.

तिथेच रस्त्याच्या नावाची पाटी होती. फ्रँकलिन आणि चर्च या कोपऱ्यावर ती होती हे तिला कळलं. अरेऽऽ, टिनाचं अपार्टमेंट तर इथून फार जवळ आहे. पहिला विचार तिच्या मनात आला. 'टिना आपल्यानंतर निघाली असणार, मग ती वाचली असेल का?'

कोणतीही सूचना न देताच एक बस त्या बोर्डाजवळ थांबली. धडपडत तिनं बस पकडली. गर्दीच्या वेळात सॅनफ्रान्सिस्कोची ट्राम जशी भरली असते तशी बस भरली होती. तिचा विलक्षण अवतार पाहून लोक आधी बाजूला सरकले होते. मग एकानं तिला जागा रिकामी करून बसायला दिलं होतं. दोन स्टॉपवर बस थांबली. प्रवासी उतरले, चढले पण कोणी तिकिट घेताना दिसत नव्हतं. न्यूयॉर्क मध्ये घडलेल्या नाटकात भाग घ्यायला जणूं सर्व न्यूयॉर्कवासी एकत्र आले होते.

"ओह् गॉड!" तिनं एक दीर्घ सुस्कारा टाकला. तिला टिना-रिबेकाची आठवण आली. त्यांना मृत्यूनं गाठलं असेल का? मृत्यूच तुमच्या जवळच्यांची आठवण प्रखरपणे करून देतो.

पुढच्या वॉशिंग्टन स्क्वेअर पार्क स्टॉपला बस थांबली आणि तिथं उतरताना ॲना जवळ जवळ कोसळलीच. तिच्या तोंडात धुळीची घाण भरली होती. बसमध्ये थुंकणं शक्य नसल्यानं तिनं तोंड घट्ट आवळून धरलं होतं. उतरता क्षणीच खोकल्याच्या उबळीसरशी ती उसळून बाहेर आली. स्टॉपवर बसलेल्या बाईनं तिला पाण्याची बाटली दिली. चार-पाच खळखळून चुळा भरून तिनं तोंड स्वच्छ केलं. त्या बाईनं तिला कोपऱ्यावरच्या हॉटेलात नेलं. सुटका झालेले अनेकजण तिथं होते. ॲनाचा हात धरून त्या बाईनं तिला स्त्रियांच्या स्वच्छतागृहाकडे नेलं. ॲनानं आरशात पाहिलं. आणि लोक आपल्याकडे आश्चर्याने का पाहत होते ते तिला कळलं.

कुणीतरी तिच्या सर्वांगावर राख ओतावी असा तिचा अवतार होता. तिनं तिचे हात स्वच्छ धुतले तरी नखातली घाण पूर्ण गेली नाही. नंतर तिनं चेहऱ्यावरची धुळीची पुटं काढण्याचा निष्फळ प्रयत्न केला. अगदी संपूर्ण नाही तरी थोडा का होईना चेहरा ठीकठाक झाला. कपडे झटकून त्या बाईचे आभार मानण्यासाठी ती वळली तर वाचविणाऱ्या त्या पोलिसाप्रमाणे तीही झटकन नाहीशी झाली होती. कदाचित दुसऱ्या कोणाच्या तरी मदतीसाठी.

ॲना पुन्हा रस्त्याकडे आली. घशाला कोरड पडली होती, गुडघ्याला मार लागला होता, फोडांनी भरलेले पाय प्रचंड दुखत होते. वेवर्ली प्लेसपर्यंत अखेर ती पोहोचली. टिनाचा अपार्टमेंट नंबर आठवण्याचा ती प्रयत्न करत होती. क्रमांक २७३ समोर ती आली आणि तिला ॲनाच्या अपार्टमेंटकडे जाणारा ओळखीचा तो लोखंडी जिना दिसला... जणू वळत जाणारी जीवनरेखा! ती नावाच्या बोर्डाकडे

धावली. अमॅटो, क्रॅव्हिट्स,गॅलबिनो, ओ. रुर्क, फॉर्स्टर... फॉर्स्टर.... असं पुटपुटतच तिनं आनंदानं बेल दाबली. पण टिना उत्तर कसं देणार? ती वाचली असली तरच ना? ॲनाच्या मनात पुन्हा तोच वाईट विचार आला. तिनं बेलवरचं बोट काढलं, जणू टिना त्यामुळे परत येणार होती. काहीही उत्तर आलं नाही असं पाहून ती निराश झाली. अश्रूंनी तिचे डोळे भरून आले. अजूनही धूळ असलेल्या चेहऱ्यावर त्यांच्या ओघळलेल्या रेषा दिसायला लागल्या. अचानक कुठूनतरी क्रुद्ध आवाज आला, ''कोण आहे?''

ॲना तिच्या दाराशीच कोसळली. ''ओह् थँक गॉड!'' ती आनंदातिशयानं ओरडली, ''तू... तू जिवंत आहेस... तू जिवंत आहेस टिना!''

''ॲना? शक्यच नाही. ॲना असणं कसं शक्य आहे?'' अविश्वासानं पुरेपूर भरलेला टिनाचा आवाज आला.

''दार उघड टिना! आणि स्वत:च्या डोळ्यांनी पाहा.'' ॲना म्हणाली. प्रवेश बटणाचा क्लिक् असा आवाज आला. ॲनानं ऐकलेल्या आवाजांत त्या दिवसाचा तो सर्वांत सुखदायक आवाज होता.

❖

-१३-

"तू? तू जिवंत आहेस ॲना? थँक गॉड." दार उघडून तिला पाहून टिना म्हणाली अन् तिनं आपल्या मैत्रिणीला मिठीत वेढून घेतलं. व्हिक्टोरियन धुराड्यावर चढून नुकत्याच खाली उतरलेल्या खोडकर पोरासारखा ॲनाचा अवतार असला तरी टिनाला तिला बिलगायला काही वाटलं नाही.

"मी तुझाच विचार करत होते ॲना," टिना म्हणाली. तिच्या डोळ्यांत अश्रू तरळल्याचं ॲनानं पाहिलं. "तू मला नेहमीच हसवलंस ॲना, तुझ्याशिवाय आयुष्यात मी परत हसेन असं मला वाटत नव्हतं! तू कशीबशी बिल्डिंगमधून बाहेर पडली असलीस, तरी टॉवर कोसळल्यानंतर वाचण्याची शक्यताच मला वाटत नव्हती."

"मला पण तसंच वाटत होतं." ॲना म्हणाली पण टिनाचं लक्ष नव्हतं.

"माझ्याकडे आत्ता शॅम्पेन असती तर आपण सेलिब्रेट केलं असतं." टिना म्हणाली. "ठीक आहे, पण ते नंतर. आता आपण कॉफीवर समझोता करू या. त्यानंतर दुसरी कॉफी आणि मग अंघोळ... ओ के?" ॲना म्हणाली.

"नशीब माझ्याकडे कॉफी आहे ते," टिना खट्याळपणे म्हणाली आणि ॲनाचा हात धरून कॉरिडॉच्या शेवटी असलेल्या किचनमध्ये तिला घेऊन गेली. ॲनाच्या पावलांचे धुळीचे ठसे टिनाच्या कार्पेटवर उमटले.

किचनमधल्या गोलाकार लाकडी टेबलाशी ॲना आपले हात मांडीवर घेऊन बसली. समोरच्या टेलिव्हिजनवर घटनेची दृश्यं दिसत होती पण आवाज नव्हता. टीव्ही म्युटवर ठेवलेला होता हे स्पष्ट होतं. ॲना शक्यतोवर स्तब्ध बसली होती. इकडे तिकडे हात लावायचं टाळत होती. धूळ आणि घाणीचे डाग सर्वत्र पडतील याची तिला भीती वाटत होती. पण ते टिनाच्या लक्षातही आलं नव्हतं.

"टिना तुला आश्चर्य वाटेल, पण नेमकं काय घडलं याची खरंच मला

कल्पना नाही.'' टिनानं टीव्हीला आवाज दिला. ''फक्त पंधरा मिनिटं ऐक, तुला सर्व कळेल,'' कॉफी पॉट भरता भरता टिना म्हणाली.

विमानानं साऊथ टॉवरला धडक देताच झालेली पडझड, साऊथ टॉवरचं कोसळणं, त्या पाठोपाठ नॉर्थ टॉवरचं कोसळणं आणि लोकांनी खिडक्यांतून उड्या मारून केलेला आत्मघात या सर्व घटनांचे न संपणारे रिप्लेज ॲनाने पाहिले. एक विमान पेन्टॅगॉनवर कोसळण्याचंही तिनं ऐकलं.

''अशी किती विमानं होती?'' तिनं विचारलं.

''ते चौथं.'' कॉफीचा मग खाली ठेवता ठेवता टिना उत्तरली, ''पण ते कुठं जात होतं हे कोणाला कळल्याचं दिसत नाही.''

''बहुधा व्हाईट हाऊस.'' ॲनानं सूचित केलं अन् तेवढ्यात टीव्ही स्क्रीनवर बार्क्सडेल एअरफोर्स बेसवरून बुश बोलताना दिसले, ''आणि लक्षात ठेवा, असं भयानक कृत्य करणाऱ्या डरपोकांना शोधून काढून जबरदस्त शिक्षा केल्याशिवाय युनायटेड स्टेट्स स्वस्थ बसणार नाही.'' पुन्हा विमान साऊथ टॉवरला धडक देतानाच्या घटनेचा रिप्ले सुरू झाला.

''ओह् माय गॉड! त्या विमानांमध्ये बसलेल्या प्रवाशांचं काय झालं असेल?''

''छेऽऽ कल्पनाच करवत नाही. कोण जबाबदार आहे याला?'' ॲना म्हणाली.

टिनानं कॉफीचा दुसरा मग भरला, ''या बाबतीत सरकार सावधपणे विधानं करीत आहे.'' उत्तर देताना ती म्हणाली, ''नेहमीचेच संशयित– रशिया, उत्तर कोरिया, इराण आणि इराक. पण आपला काही संबंध नाही असं शपथेवर सांगून त्यांनी लगेच आरडाओरड सुरू केली आणि नेहमीप्रमाणे गुन्हेगारांना शोधून काढण्याचा वायदाही केला.''

''सरकार खरं सांगण्यात सावधगिरी बाळगत असेल, पण मिडियाचं काय? टीव्हीच्या प्रतिनिधींना तसं करण्याचं काहीच कारण नाही.'' ॲना म्हणाली.

''सीएनएननं अफगाणिस्तानकडे बोट दाखवलं आहे. दहशतवाद्यांच्या 'अल् कायदा' या गटाकडे. मी संघटनेचा उच्चार बहुधा बरोबर केला आहे, पण हे नाव मी यापूर्वी कधी ऐकल्याचं मला आठवत नाही.''

''सौदी अरेबियावर ताबा मिळवून तेल क्षेत्रात जगावर वर्चस्व मिळविण्याची इच्छा असलेले काही धार्मिक गट आहेत अशी माझी कल्पना आहे.'' ॲना म्हणाली आणि तिनं टीव्हीकडे पाहिलं. पहिलं विमान नॉर्थ टॉवरवर धडकताच काय घडलं असावं याबद्दलची आपली कल्पना समीक्षक सांगत होता. 'तुला कल्पना असणं कसं शक्य आहे,' असं त्याला विचारावसं ॲनाला वाटलं. शंभर मिनिटांचं चित्रीकरण पाच-सात सेकंदांत परत परत दाखविण्यात येत होतं – एखाद्या लोकप्रिय जाहिराती-सारखं. जेव्हा साऊथ टॉवरवर विमान कोसळून ज्वाळा, धूर आकाशाकडे झेपावल्याचं

दृश्य आलं तेव्हा ॲनाला नकळत खोकल्याची उबळ आली आणि चारही बाजूला धुळीचे कण फेकले गेले.

"अरे बापरे! तू ठीक आहेस नं ॲना?" झटकन उठून तिच्याजवळ जात टिनानं विचारलं.

"मी ठीक आहे...अंऽऽ होईन." सावरून कॉफीचा घोट घेत ॲना म्हणाली, "मी टीव्ही बंद केला तर तुला चालेल नं? त्या घटनेची परत परत आठवण यावी असं मला वाटत नाही."

"अर्थात! स्वाभाविक आहे ते." असं म्हणून टिनाने टीव्ही बंद केला. डोळ्यांसमोरची भुतासारखी नाचणारी ती चित्रं नाहीशी झाली.

"बिल्डिंगमधल्या आपल्या सर्व मित्रांच्या सुरक्षिततेचा विचार माझ्या मनात सारखा येतो," ॲना म्हणाली. तिच्या मगमधे कॉफी ओतून टिनाने तो तिच्यासमोर ठेवला तेव्हा ती म्हणाली. "रिबेकाचं काय? तुला काही कळलं?"

"तिच्याबद्दल काही कळलं नाही," टिना उत्तरली, "पण बॅरी जिवंत असल्याचं मला कळलं आहे."

"साहाजिक आहे, इतरांची पर्वा न करता सर्वांत पुढे पळणारा तोच असेल याची मला खात्री आहे. पण जिवंत असल्याचं बॅरीनं कोणाला कळवलं?"

"फेन्स्टनला... त्याच्या मोबाइलवर."

"फेन्स्टनला? पण तो कसा वाचला? पहिल्या विमानानं धडक देण्याच्या काही मिनिटं अगोदरच मी ऑफिस सोडलं होतं".

"तोपर्यंत तो वॉल स्ट्रीटला पोहोचलाही असेल. एका ग्राहकाला भेटण्याची त्याची वेळ ठरली होती. प्रश्न 'गोगँ'चा (Gaugin) (गोगँच्या चित्राचा) होता. चित्र स्वस्तात मिळत असेल तर तो वेळ कशी चुकवेल बरं!"

"आणि लिपमन?" कॉफीचा घोट घेत ॲनानं विचारलं.

"तो नेहमीप्रमाणे त्याच्या एक पाऊल मागे." टिना म्हणाली.

"अच्छा! म्हणूनच लिफ्टचं दार उघडून ठेवलेलं होतं तर." ॲना म्हणाली.

"लिफ्टचं दार? कोणत्या?" टिनानं विचारलं.

"जाऊ दे. ते महत्त्वाचं नाही. पण तू ऑफिसमध्ये कशी दिसली नाहीस?"

"माझी डेन्टिस्टशी अपॉईन्टमेंट ठरली होती." टिना उत्तरली, "विसरायला नको म्हणून मी डायरीत नोंद करून ठेवलं होतं." टिना थोडं थांबून पुढे म्हणाली, "ज्या क्षणी मी बातमी ऐकली तेव्हापासून मी सारखी तुला सेलफोनवर गाठण्याचा प्रयत्न करत होते पण संपर्कच होत नव्हता. होतीस कुठे तू?"

"बिल्डिंगमधून मला बाहेर नेलं जात होतं." ॲनानं सांगितलं.

"फायरमन कडून?" टिनानं विचारलं

''अंऽऽहं! ते माकड... बॅरी!'' ॲनानं तोंड वाकडं करत उत्तर दिलं.

''बॅरी तुला बाहेर नेत होता? ते का म्हणून?'' टिनानं पृच्छा केली.

''कारण फेन्स्टननं मला नुकतंच नोकरीवरून काढलं होतं म्हणून.'' ॲना थंडपणे म्हणाली.

''काय सांगतेस काय?'' अविश्वासानं टिना उदगारली, ''पण तुला काढण्याचं कारणच काय?''

''व्हिक्टोरिया वेण्टवर्थनं फक्त व्हॅन्गॉग विकलं तर बँकेनं दिलेलं सर्व कर्ज फिटू शकेल आणि बाकीची इस्टेट ती ठेवू शकेल असं बोर्डाला दिलेल्या रिपोर्टमध्ये मी म्हटलं होतं म्हणून.'' ॲनानं सांगितलं.

''कमाल आहे बाई तुझी! या व्यवहारात कर्जमंजुरीचं एकमेव कारण व्हॅन्गॉग होतं हे तुला माहीत होतं नं?'' टिना म्हणाली, ''आणि व्हॅन्गॉगमागे फेन्स्टन गेली कित्येक वर्षं होता हेही तुला माहीत होतं. तरी तू तसा रिपोर्ट दिलास? व्हिक्टोरियानं व्हॅन्गॉग विकावं अशी इच्छा असणारा जगातला सर्वांत शेवटचा मनुष्य फेन्स्टन असेल. अर्थात हे माझं मत आहे. तरीही तू केवळ असा रिपोर्ट दिलास म्हणून काढून टाकावं हे पटत नाही.''

''अशा वेळेस बँकेनं ग्राहकाला कळवणं ही बँकेची नैतिक जबाबदारी असते. त्याप्रमाणे मी त्या रिपोर्टची कॉपी ग्राहकाला, म्हणजे व्हिक्टोरियाला पाठवली होती.''

''अच्छा! असं आहे तर! नैतिक जबाबदारीनं बँकिंग करायचं म्हणलं तर फेन्स्टनला रात्रंदिवस झोप येणार नाही. असो. तरीही इतक्या त्वरेने तुला डच्चू द्यायचं कारण नाही.''

''आहे... मी आजच लंडनला जाऊन व्हिक्टेरियाला भेटणार होते. तिच्या व्हॅन्गॉगसाठी मी एक ग्राहकही शोधला आहे हे तिला सांगायला. ताकाशी नाकामुरा हे नाव ऐकलं आहेस? जगातला एक प्रसिद्ध कलासंग्राहक आहे तो. तारतम्यानं किंमत सांगितली तर झटकन सौदा होऊ शकतो हे मला व्हिक्टोरियाला सांगायचं होतं.'' ॲना म्हणाली.

''ओह्! तू चुकीचा ग्राहक निवडलास. त्यानं कितीही किंमत देऊ केली तरी त्याच्याशी व्यवहार करणारा शेवटचा मनुष्य फेन्स्टनच असेल. फेन्स्टनचं त्याच्याशी हाडवैर आहे. ते दोघंही व्हॅन्गॉगच्या मागे कित्येक वर्षं आहेत. इम्प्रेशनिस्ट चित्रकारांची चित्रं लिलावात मिळवताना त्यांच्यातच चुरस चालते हे तुला माहीत आहे नं?'' टिना म्हणाली.

''हो, पण व्हॅन्गॉग मध्ये फेन्स्टनला इंटरेस्ट आहे हे मला त्यानं सांगितलं नाही.''

''ॲना हे बघ, आपला स्पष्ट उद्देश काय, हे तुला नेहमीच समजणं योग्य नाही अशी फेन्स्टनची धारणा आहे... कारण प्रत्येकवेळी त्याला ते सोयीचं नसतं.''

''पण आम्ही एकाच समितीवर काम करतो नं...''

''किती भोळी आहेस ॲना तू! फेन्स्टनची समिती फेन्स्टन या एकाच माणसाची असते हे तुला अजून कळलं नाही?'' टिना म्हणाली.

''पण व्हिक्टोरियानं व्हॅन्‌गॉग त्यालाच द्यावं अशी बळजबरी तो तिच्यावर करू शकत नाही.'' ॲना थोड्या त्वेषानेच म्हणाली.

''मला त्याची खात्री वाटत नाही.'' टिनाने आपली शंका व्यक्त केली.

''का?'' ॲनानं विचारलं.

''कालच रूथ पॅरिशला फेन्स्टननं फोन केला होता.'' टिना म्हणाली, ''आणि तिला पेन्टिंग ताब्यात घेऊन ताबडतोब पाठवायला सांगितलं होतं. 'ताबडतोब' हे शब्द त्यानं पुन्हा पुन्हा तीन-चार वेळातरी उच्चारलेले मी स्वत: ऐकले.''

''माझ्या शिफारशीवर व्हिक्टोरियाने आपला निर्णय मला कळवल्याशिवाय?'' ॲनानं आश्चर्य व्यक्त करत विचारलं.

''तुझी हकालपट्टी ताबडतोब का केली याचं उत्तर आता मिळतंय. तिथे जाऊन तू त्याचा डाव उधळून लावला असतास.'' टिना म्हणाली, ''एक लक्षात ठेव, फेन्स्टनचा चांगला रुळलेला मार्ग तुडवण्याची हिम्मत दाखवणारी तू पहिलीच नाहीयेस.''

''तुला काय म्हणायचंय?'' भुवया उंचावून ॲनानं विचारलं.

''फेन्स्टननं एकदा ठरवलेलं कोणी बिघडवण्याचा प्रयत्न केला तर त्याला ताबडतोब डच्चू दिला जातो. बाहेरचा रस्ता दाखविला जातो.'' टिना म्हणाली.

''असं! मग तुला त्यानं अजून डच्चू का दिला नाही?'' ॲनानं पृच्छा केली.

''कारण, त्याला अमान्य असतील अशा शिफारशी मी करतच नाही. त्यामुळे त्याच्या मार्गात माझा अडथळा येण्याचा प्रश्नच उद्भवत नाही.'' टिना उत्तर देऊन थोडं थांबली अन् पुढे पुटपुटल्यागत म्हणाली, ''अजून तरी नाही.''

''काय मूर्ख आहे मी! मला हे समजायला हवं होतं. पण आता काय उपयोग? आता मला काही करता येण्यासारखं नाही.'' ॲनाच्या स्वरात निराशा होती.

''पण मला वाटत नाही.'' दिलासा देणाऱ्या स्वरात टिना म्हणाली, ''वेण्टवर्थ हॉलमधून रूथ पॅरिशनं पेन्टिंग ताब्यात घेतलं की नाही हे आपल्याला नक्की माहीत नाही. नसेल तर व्हिक्टोरियाला फोन करून अजूनही चित्र आपल्याच ताब्यात ठेवा असा सल्ला तू देऊ शकतेस. त्यानं चित्र घ्यायचं ठरवलं तर तिला बँकेचं सर्व कर्ज व्याजासहित चुकवता येईल हे तू तिला सांगू शकतेस आणि तसं झालं तर फेन्स्टनला काहीही करता येणार नाही हे तिला पटवून देऊ शकतेस. तेव्हा

आता...'' तेवढ्यात सेलफोन वाजला. त्यावर 'बॉस' अशी अक्षरं झळकताच तिनं ''फेन्स्टनचा आहे. तू माझ्याशी संपर्क साधला आहेस का हे बहुतेक त्याला विचारायचं असेल.'' असं बोलून तोंडावर बोट ठेवून खुणेनंच ॲनाला गप्प राहण्याची सूचना दिली आणि मोबाइल उघडला.

''पडझडीतून कोण वाचलं हे तुला कळलं?'' टिना काही बोलण्याच्या आतच फेन्स्टननं विचारलं.

''ॲना?'' टिनानं मुद्दाम विचारलं

''नाही, पेट्रेस्कू मेली.''

''काय? ॲना मेली?'' समोर बसलेल्या आपल्या मैत्रिणीकडे पाहत टिना म्हणाली.

''बहुधा. ती जमिनीवर फेकली गेल्याचं बॅरीनं पाहिलं. त्यानंतर प्रचंड पडझड झाली. ती वाचण्याची शक्यताच नाही....'' फेन्स्टन म्हणाला.

''पण मला वाटतं की तुम्ही खात्री करून घ्यावी की....''

''तू तिची काळजी करू नकोस. तिची जागा कोणी घ्यायची हे मी ठरवलं आहे... पण माझ्या 'मोने'ची जागा कोणी घेऊ शकेल का? ते शक्य आहे का?''

ते ऐकून टिनाला क्षणकाल धक्काच बसला. मोनेच्या चित्रापुढे ॲनाच्या जीवाची काही किंमत नव्हती. ॲना मेल्याची त्याची अटकळ कशी चुकीची आहे हे त्याला सांगावं असाही मोह तिला क्षणभर झाला पण ती गप्प राहिली. फेन्स्टनच्या या अज्ञानाचा ॲनाला फायदा मिळू शकेल असा विचार क्षणार्धात तिच्या डोक्यात चमकला. ती लगेच बोलली नाही. नंतर म्हणाली, ''म्हणजे तिच्या सोबत आपण व्हॅन्‌गॉगला ही मुकलो.''

''नाही, ते पेन्टिंग लंडनहून निघालं आहे असं रूथ पॅरिशनं कळवलं आहे,'' फेन्स्टनच्या स्वरात गर्व होता ''आणि आज संध्याकाळी ते जे.एफ.के. विमानतळावर पोहोचेल. लिपमन ते ताब्यात घेईल....'' शरीरातलं त्राण निघून गेल्याप्रमाणे टिना खुर्चीत रुतली.

''उद्या सकाळी सहा वाजता ऑफिसात पोहोचशील याची दक्षता घे.'' फेन्स्टननं आज्ञा केली.

''सकाळी सहा वाजता? इतक्या लवकर?''

''हो, आणि तक्रार करू नकोस. तुला आज पूर्ण सुटी मिळाली आहे.'' फेन्स्टन म्हणाला.

''पण मी यायचं कुठे? ऑफिस तर....''

''वॉल स्ट्रीटच्या ट्रम्प बिल्डिंग मध्ये. बत्तीसाव्या मजल्यावरची काही ऑफिसेस मी ताबडतोब घेतली आहेत. पत्ता लक्षात ठेव–४०, वॉल स्ट्रीट. नेहमीप्रमाणेच

कामकाज होईल....'' फोन कट करण्यात आला.

"त्याला वाटतंय की तू मेलीस.'' आपला मोबाइल बंद करत टिना म्हणाली, "पण त्याला तुझ्याबद्दल काही वाटत नाही. त्यापेक्षा आपण आपल्या 'मोने'ला मुकलो याची हळहळ त्याला जास्त आहे.

"पण मी मेले नाही हे लवकरच त्याला कळेल.'' ॲना म्हणाली. टिना थोडा वेळ विचार करत राहिली. मग म्हणाली, "त्याला तू जिवंत असल्याचं कळावं असं तुला वाटतंय का?''

ॲनानं भुवया उंचावल्या. तिच्या प्रश्नार्थक चेहऱ्याकडे पाहत टिनानं तिला विचारलं, "तू टॉवरबाहेर पडताना तुला कोणी पाहिलंय का?

"ते काही सांगता येत नाही. पण त्या गडबडीत तशी शक्यता कमी आहे आणि असली तरी या अशा अवतारात ओळखणं कठीण होतं.'' ॲनानं उत्तर दिलं.

मग त्याची समजूत तशीच राहू दे. निदान आपल्याला काय करता येणं शक्य आहे याचा प्रयत्न तरी करता येईल. फेन्स्टन म्हणतो की 'व्हॅन्गॉग' आधीच रवाना झालं आहे आणि न्यूयॉर्कच्या वाटेवर आहे. पोहोचता क्षणीच लिपमन ते ताब्यात घेणार आहे.'' टिनानं सांगितलं.

"मग आपण काय करू शकतो?'' ॲनानं शंका उपस्थित केली.

"लिपमनला उशीर होईल याची व्यवस्था मी करू शकेन. त्या दरम्यान तुला ते चित्र ताब्यात घेता येईल.'' टिनाने तिची कल्पना सांगितली.

"पण ते ताब्यात घेऊन मी काय करू? फेन्स्टन नक्कीच माझ्या मागावर येईल.''

"पहिलं विमान पकडून तू लंडनला जाऊ शकतेस आणि चित्र वेण्टवर्थ हॉलला व्हिक्टोरियाकडे परत देऊ शकतेस.'' टिना म्हणाली.

"पण व्हिक्टोरियाच्या परवानगीशिवाय मी तसं करू शकत नाही.'' ॲना म्हणाली.

"कमाल आहे ॲना तुझी! तू कधी मोठी होणार आहेस? हे बघ, एखाद्या शाळकरी मुलीसारखा विचार करणं सोडून दे आणि अशा परिस्थितीत फेन्स्टन कसा विचार करेल याची कल्पना कर.'' टिना अंमळ वैतागून म्हणाली.

"विमान कधी पोहोचतंय याची आधी चौकशी करू या.'' ॲना म्हणाली, "त्यानंतर मला पहिली ही गोष्ट करायला हवी की....''

"अंघोळ! तुला पहिले अंघोळ करायला हवी.'' तिचं बोलणं मध्येच तोडून टिना म्हणाली. "दरम्यान विमान कधी पोहोचतंय ही चौकशी मी करते. लिपमन काय करेल याचाही विचार करते. एक गोष्ट नक्की आहे, विमानतळावरून चित्राच्या पॅकेटसारखी काहीही वस्तू तिथून ताब्यात घेताना ते तुला अडथळा करतील.

समजलं?''

ॲनानं आपली कॉफी संपवली आणि ती उठली. टिनानं तिला कॉरिडॉरमधून बाथरूमकडे नेलं. दार उघडून तिला आत ढकललं आणि म्हणाली, ''तासाभरात तुझी अंघोळ आटपेल नं?''

ॲना त्या दिवसात पहिल्यांदाच मोठ्यानं हसली.

◆◆◆

ॲनाने सावकाश आपले कपडे काढले आणि जमिनीवर त्याचा ढिगारा टाकला. मग तिनं आरशात पाहिलं. तिथं ॲना नव्हती. ॲनासारखी दिसणारी कोणीतरी दुसरीच होती. मग तिनं सावकाश गळ्यातली घराची किल्ली असलेली चांदीची चेन काढली, हातातलं घड्याळ काढलं आणि त्या दोन्ही वस्तू बाजूला ठेवल्या. घड्याळ बंद पडलेलं होतं. आठ वाजून सेहेचाळिसाव्या मिनिटावर. आणखी एक-दोन मिनिटं गेली असती तर ती लिफ्टमध्ये असती....

शॉवरखाली बसताना ती टिनाने धीटपणे ठरवलेल्या प्लॅनचा विचार करत होती. तिनं थंड पाणी आणि गरम पाणी दोन्ही नळ एकदम सुरू केले.अंगावर खाली पडणारं काळं पाणी हळूहळू राखाडी, मातकट अन मग मळकट रंगाचं दिसू लागलं. नंतर शरीर कितीही घासलं तरी त्याचा मळकटपणा जाईना. अखेर तिचं अंग दुखरं आणि लाल लाल झालं... त्यानंतर तिचं लक्ष शाम्पूच्या बाटलीकडे गेलं. तिनं आपले केस दोन-तीनदा धुतले तरी आपल्या मूळच्या फिक्या तपकिरी रंगासारखे ते पूर्ववत व्हायला बराच काळ लागेल असं तिला वाटलं.

ॲनानं लगेच अंग पुसलं नाही. टबमध्ये साबणमिश्रित पाणी साठवून त्यात डोळे मिटून ती पडून राहिली. सकाळपासून घडलेल्या सर्व घटनांचा पट तिच्या डोळ्यांसमोरून जात होता. आपले किती सहकारी आणि मित्र गमावले कुणास ठाऊक. आपण जिवंत राहिलो हे नशीब. मृत लोकांसाठी प्रार्थनेशिवाय काही करता येणार नाही; पण धीम्या गतीनं येणाऱ्या मृत्यूपासून निदान व्हिक्टोरियाला तरी वाचवता येईल. यासाठीच कदाचित परमेश्वरानं मला जिवंत ठेवलं असेल... टिनानं बाथरूमचं दार ठोठावलं तशी तिची विचारशृंखला भंगली. टिना सरळ बाथरूममध्ये शिरली आणि एका टोकाला उभी राहिली. ॲनाच्या घासून पुसून झालेल्या स्वच्छ शरीराकडे पाहत ती हसत म्हणाली, ''अभिनंदन! परिस्थितीत निश्चित सुधारणा आहे.''

''मी तुझ्याच कल्पनेचा विचार करत होते टिना. आपण जर ठरवलं तर....''

''तुझा प्लॅन बदल. आता काही वेगळंच ठरवावं लागेल कारण अमेरिकेशिवाय इतर सर्व देशांच्या फ्लाईट्सना परत जाण्याचे आदेश देण्यात आलेले आहेत आणि बाहेरून येणाऱ्या कोणत्याही विमानांना उतरू देण्यात येणार नाही अशी घोषणा

नुकतीच एफ.अे.अे. (फ्लाईंग ॲथारिटी ऑफ अमेरिका) तर्फे नुकतीच करण्यात आली आहे. याचा अर्थ असा की एव्हाना तुझा व्हॅन्‌गॉग हिथ्रो विमानतळाकडे परत जाण्यासाठी वळलाही असेल.''

''काय सांगतेस? मग तर मला लगेच व्हिक्टोरियाला फोन करायला हवा. रूथ पॅरिशकडून पेन्टिंग वेण्टवर्थ हॉलला परत मागवून घ्यायला तिला सांगायला हवं.'' उद्दीपित होऊन ॲना म्हणाली.

''एकदम मान्य.'' टिना म्हणाली, ''आणखी एक गोष्ट आहे. फेन्स्टननं 'मोने' पेक्षा महत्त्वाचं असं काही आणखी गमावलं आहे याची जाणीव मला झाली आहे.''

''मोनेपेक्षा महत्त्वाचं आणखी काय असणार?'' ॲना उदगारली

''त्याचा व्हिक्टोरियाशी झालेला करार आणि त्याचा व्हॅन्‌गॉगसह संपूर्ण वेण्टवर्थ इस्टेटीवर अधिकार असल्याचं सिद्ध करणारी सर्व कागदपत्रं. आता हे सगळं नामशेष झालं आहे त्यामुळे आता व्हिक्टोरिया कर्ज चुकवू शकली नाही, तरी तिनं कर्ज घेतलं होतं हेच सिद्ध करता येणार नाही.'' टिनानं सांगितलं.

''पण तुम्ही त्यांच्या प्रती ठेवत नाही का? कॉम्प्युटर बॅकअपमधे?'' ॲनानं विचारलं.

''अंऽऽ ठेवतो,'' टिना अडखळत म्हणाली, ''फेन्स्टनच्या ऑफिमधल्या तिजोरीत ती असतात.''

''आणि एक विसरू नकोस, व्हिक्टोरियाकडे सुद्धा त्याची प्रत असेलच.'' ॲना म्हणाली.

''नसेल... तिनं ती नष्ट केली तर....'' क्षणभर विचार करून टिना म्हणाली.

''व्हिक्टोरिया तसं कधीच करणार नाही.'' ॲनानं ठामपणे सांगितलं.

''तू तिला फोन करून विचारून तर बघ. ती तयार झाली तर व्हॅन्‌गॉग विकायला तुला पुरेसा अवधी मिळेल. फेन्स्टनने पुढची कार्यवाही करण्याआधीच ती त्याच्या कर्जातून मुक्त होईल.'' टिना म्हणाली.

''पण एक प्रश्न आहे.''

''तो काय आता?'' टिनानं विचारलं.

''माझ्याकडे तिचा फोन नंबर नाहीय. तिची फाईल तर ऑफिसात आहे. नव्हे होती. आता तिथं काय मिळणार? माझा सेलफोन, पर्स, डायरी सगळंच मी गमावलं आहे, पैशाचं पाकीटसुद्धा!'' ॲना हताश होऊन म्हणाली.

''मला वाटतं इंटरनॅशनल फोन डिरेक्टरीनं आपला फोनचा प्रश्न सुटेल. पण तू अशी ओलेतीच राहणार आहेस का? आधी अंग आणि केस कोरडे कर बघू पटकन. तुझ्यासाठी मी कपडे बघते ते चढव आणि मग बघू करायचं ते.'' टिना वळत म्हणाली.

"थँक्यू." ॲना म्हणाली.

"आता थँक्यू म्हणतेस पण जेवणाच्या वेळेस मला शिव्या घालशील. मी कुणा पाहुण्याची वाट पाहात नव्हते त्यामुळे काहीही बनवलेलं नाही. कालच्या उरलेल्या चायनीजवर दोघींनाही भागवावं लागेल. समजलं?" असं म्हणून ती झटकन बाहेर पडली.

"छान!" असं जाणाऱ्या टिनाला उद्देशून म्हणत ॲनापण टबमधून बाहेर पडली. तिनं टॉवेल गुंडाळला. टिना जे कपडे घेऊन आली ते तिनं चढवले. केस नीट विंचरले आणि ती बाथरूममधून बाहेर पडली. आता ती चांगलीच ताजीतवानी झाली होती.

टिना मायक्रोव्हेवमध्ये कालचं उरलेलं चायनीज ठेवत होती. तिच्याकडे पाहत ॲना म्हणाली, "टिना तुला एक प्रश्न विचारू?"

"विचार काय विचारायचं ते." मायक्रोव्हेवचं बटण दाबत ती म्हणाली.

"तू फेन्स्टनचा तेवढाच तिरस्कार करतेस जेवढा मी करते असं मला वाटतं, पण मग तू त्याची नोकरी का करतेस? सोडत का नाहीस?"

टिनानं लगेच उत्तर दिलं नाही. ती किंचित घुटमळली आणि मग म्हणाली, "ते सांगेन, पण आत्ता नाही, नंतर कधी तरी! आता आधी पोटोबा...."

❖

-१४-

रूथ पॅरिशनं बाहेरून येणारा फोन उचलला.

"हाय रूथ," युनायटेडच्या केन लेनचा आवाज होता तो. त्या परिचित आवाजाकडून तिला अनपेक्षित बातमी मिळणार होती हे त्यावेळी तिला कळलं नव्हतं.

"केन लेन बोलतोय. तुला हे सांगण्यासाठी फोन केला की आपल्या फ्लाईट क्र. १०७ ला न्यूयॉर्कला पोहोचण्याअगोदरच लंडनला परत जाण्याचा आदेश मिळाला आहे त्यामुळे ती परत येते आहे. दोनेक तासांत ती हिथ्रोवर उतरेल.

"अरेऽऽ पण का?" रूथनं विचारलं.

"आता सगळं सांगता येणार नाही." केन म्हणाला पण जे.एफ.के. विमानतळा-वरून जे संदेश येताहेत त्यावरून ट्विन टॉवर्सवर दहशतवाद्यांनी विमान हल्ला केल्याचं कळलं आहे. अमेरिकेच्या सर्व विमानतळावरची विमानं तळावरच ठेवण्याचं ठरवण्यात आलेलं आहे. सर्व आंतरराष्ट्रीय विमानांना अमेरिकेच्या कोणत्याही तळावर विमान उतरविण्यास मनाई करण्यात आली असून हवेत असलेली सर्व विमानं परत आपापल्या देशांकडे वळविण्याचे आदेश देण्यात आले आहेत. त्याप्रमाणे आम्ही परत फिरलो आहोत एवढंच मी सांगू शकतो."

"पण हे सर्व घडलं कधी?"

"आपल्या वेळेप्रमाणे दुपारी दीड वाजता. तू बहुधा लंचसाठी बाहेर गेली असशील. सर्व चॅनल्सवरून बातम्या देण्यात येत आहेत. टीव्ही लाव, म्हणजे तुला सर्व कळेल."

रूथनं आपल्या डेस्कमधून रिमोट काढला आणि टीव्हीच्या दिशेने वळवला.

"तू व्हॅन्गॉग स्टोअरेजमध्ये ठेवणार आहेस का? की ते आम्ही वेण्टवर्थ हॉलला परत करावं असं तुझं म्हणणं आहे?" केन लेननं विचारलं.

"ते वेण्टवर्थला नक्कीच पाठवायचं नाही." रूथनं पटकन निर्णय सांगितला. "मी ते एखाद्या कस्टम फ्री झोनमध्ये रात्रभर कुलूपबंद करून ठेवीन आणि जे. एफ.के.ला विमान उतरण्याची मनाई उठली की पहिल्या फ्लाईटनं पाठवीन." आणि मग थोडं थांबून म्हणाली, "विमान हिथ्रोवर उतरण्यापूर्वी अर्धा तास आधी तू मला कळवशील का? म्हणजे मी माझी सुरक्षा व्हॅन तयार ठेवीन."

"नक्की कळवतो." केननं आश्वासन दिलं. रूथनं फोनचा रिसिव्हर खाली ठेवला आणि टीव्हीकडे पाहिलं.रिमोटनं ५०१ क्रमांकाचं चॅनल लावलं आणि तिला पहिलं दृश्य दिसलं ते नॉर्थ टॉवरला विमानानं धडक देण्याचं.

ॲनानं आपल्या कॉलला उत्तर का दिलं नव्हतं याचं उत्तर तिला आता मिळालं होतं.

◆◆◆

आपले केस सुकवता सुकवता कोणत्या कारणास्तव टिना फेन्स्टनकडे नोकरी करते आहे याचा अंदाज ॲना बांधत होती. खरं तर दुसरी एखादी चांगली नोकरी मिळवण्याइतपत टिना स्मार्ट आणि हुषार नक्कीच होती.

ॲनानं घराची किल्ली असलेली तिची चेन गळ्यात घातली आणि ते बंद पडलेलं घड्याळ हाताला बांधलं. आरशात तिनं पाहिलं. इमारत आता बाहेरून तरी भग्न दिसत नव्हती. गेल्या काही तासांमध्ये ती ज्या दिव्यातून बाहेर पडली होती ते एक दु:स्वप्न होतं. त्यातून किती दिवस, महिने, वर्षं कोणास ठाऊक किती काळानंतर ती जागी होणार होती. तिनं मैत्रिणीच्याच सपाता चढवल्या आणि कॉरिडॉरमधून ती निघाली. कार्पेटवर पडलेले धुळीनं भरलेले तिच्या पावलांचे ठसे टाळून किचनमध्ये ती पोहोचताच टिनानं टेबल लावण्याचं काम थांबवून तिच्या हातात तिचा सेलफोन दिला.

"घे, व्हिक्टोरियाला फोन करून तू काय करणार आहेस हे सांगण्याची वेळ आलीय." ती म्हणाली.

"मी काय करणार आहे?" ॲना संभ्रमात होती.

"सुरुवात तर कर. पहिल्यांदा तिला व्हॅन्‌गॉग कुठे आहे ते विचार."

"हिथ्रो विमानतळावर कस्टम फ्री झोनमध्ये कुलूपबंद अवस्थेत ते असणार हे मी खात्रीने सांगते." ॲनानं आपला अंदाज सांगितला आणि ०० क्रमांक फिरवला.

"इंटरनॅशनल ऑपरेटर."

"मला इंग्लडमधला एक नंबर पाहिजे." ॲनानं सांगितलं.

"ऑफिसचा की घरचा?"

"घरचा."

"नाव?"

"व्हिक्टोरिया वेण्टवर्थ."

"पत्ता?"

"वेण्टवर्थ हॉल, वेण्टवर्थ, सरे."

त्यानंतर बराच काळ शांततेत गेला आणि मग ऑपरेटरचा आवाज आला.

"सॉरी मॅम, आपल्याला हवा असलेला नंबर डिरेक्टरीत नाही."

"याचा अर्थ काय?" ॲनानं विचारलं.

"मी आपल्याला हा नंबर देऊ शकत नाही."

"पण परिस्थिती आणीबाणीची आहे." ॲनानं जोर देऊन सांगितलं.

"असेल, तरीसुद्धा मी नंबर देऊ शकत नाही, सॉरी मॅम."

"मी त्यांची मैत्रीण आहे."

"तुम्ही इंग्लंडची राणी असलात तरी मला त्याची फिकीर नाही, मी नंबर देऊ शकत नाही. नाही म्हणजे नाही. ओके?" फोन बंद झाला. ॲनाच्या कपाळाला आठ्या पडल्या.

"हा प्लॅन तर फसला, आता काय?" टिनानं विचारलं.

"कसंही करून मी स्वत: इंग्लंडला जाणं आणि व्हिक्टोरियाला भेटण्याचा प्रयत्न करणं; याशिवाय पर्याय नाही. भेट झाली तरच फेन्स्टनच्या मनात काय आहे ते मला वैयक्तिकरीत्या स्पष्टपणे सांगता येईल." ॲना म्हणाली.

"छान, हाच बेत उत्तम आहे. तर आता ठरवायचं की कोणती बॉर्डर तू पार करणार?" टिना म्हणाली.

"कोणतीही बॉर्डर पार करण्याचा प्रश्नच येत नाही. मी जिवंत आहे हे जगाला समजल्याशिवाय कसं शक्य आहे ते? माझ्याकडे पैसे नाहीत, पासपोर्ट नाही, काहीही नाही आणि ते आणण्यासाठी मी माझ्या घरीही जाऊ शकत नाही, अशा परिस्थितीत..."

"एक मिनिट थांब. मला सांग तुला काय काय गोष्टी हव्यात? तू तुझ्या घरी जाऊ शकत नसलीस तरी मी जाऊ शकते नं? मी जाऊन बॅग भरून घेऊन येते." टिना म्हणाली.

"बॅग भरण्याची पण गरज नाही. लागणाऱ्या सर्व वस्तूंसह भरलेली बॅग मी हॉलमध्ये तयारच करून ठेवली आहे. मी आज लंडनला जाणार हे ठरलंच होतं ना."

"म्हणजे तुझ्या घराची किल्ली मिळाली की आपलं काम झालंच म्हणायचं."

ॲनाने गळ्यातील चेन बाहेर काढली. त्यातली किल्ली काढून टिनाला दिली आणि चेन परत गळ्यात घातली.

"रखवालदाराला टाळून तुझ्या घरात मला कसं शिरता येईल?" किल्ली हातात धरून टिनानं विचारलं. "कोणाला भेटायचं आहे हे तो मला विचारणारच!"

"ते फारस कठीण नाहीय. त्याचं नाव सॅम आहे. त्याला सांग की तुला डेव्हिड सुलिवनला भेटायचं आहे. हे ऐकून तो हसून लिफ्ट खाली बोलवेल हे नक्की."

ॲनानं सांगितलं.

"डेव्हिड सुलिवन कोण आहे?" टिनानं विचारलं.

"त्याचं अपार्टमेंट चौथ्या मजल्यावर आहे. त्याच्या 'करमणुकीसाठी' मुली येत असतात. तो क्वचितच एखाद्या मुलीला पुन्हा बोलावतो. सॅमला दर आठवड्याला तो काही डॉलर्स देतो. त्यामुळे सॅमचं तोंड बदं राहतं आणि प्रत्येक मुलीला असं वाटतं की डेव्हिडच्या आयुष्यात फक्त तीच आहे."

"ठीक आहे म्हणजे बॅग आणणं जमेल, पण पैशाचा प्रश्न कसा सोडवणार? या पडझडीत तू तुझं पैशाचं पाकीट, क्रेडिट कार्ड वगैरे सर्वच गमावलं आहेस आणि माझ्या खात्यावर तर फक्त सत्तर डॉलर्स शिल्लक आहेत."

"त्याची काळजी नको. कालच मी बँकेतून तीन हजार डॉलर्स काढले आहेत." ॲना आश्वासक स्वरात म्हणाली. "जेव्हा तुम्ही एखादं पेन्टिंग इकडून तिकडे हलवण्याची जबाबदारी घेता तेव्हा सगळी तयारी ठेवावी लागते. वाटेत कुठेही दगाफटका होण्याची शक्यता असते. माझी ही सवयच आहे. माझ्या पलंगाजवळच्या ड्रॉवरमध्ये तुला आणखी पाचशे डॉलर्स ठेवलेले सापडतील, तेही घेऊन ये."

"आणि तुला घड्याळ लागेल. तू माझं घेऊन जा." टिनानं सांगितलं. ॲनानं आपलं बंद पडलेलं घड्याळ मनगटावरून काढलं आणि टिनाला दिलं आणि तिचं घड्याळ बांधलं. टिनानं ॲनाचं घड्याळ अगदी निवांतपणे न्याहाळलं.

"टॉवरला विमानानं धडक दिली ती वेळ तू कधी जन्मात विसरणार नाहीस." ती म्हणाली. तेवढ्यात मायक्रोव्हेवची शिटी झाली. टिनानं प्लेट्स काढल्या, "कालचं चिकन चाऊमेन आणि एग्ज फ्राईड चिकन. हे खाण्यासारखं नसणार... पण खायचं!"

खाता खाता दोघींनी देशाबाहेर पडण्यासाठी कोणती सीमा सुरक्षित असेल याची चर्चा केली. खाणं संपवून त्यांनी पुन्हा एकदा कॉफी घ्यायचं ठरवलं. देशाबाहेर पडण्याच्या वेगवेगळ्या मार्गांबद्दल होणाऱ्या चर्चेतून अजून निर्णय होत नव्हता. उत्तरेकडची सीमा की दक्षिणेकडची?

"असं का करत नाहीस? लवकर पोहोचण्याचा तुला सोयिस्कर मार्ग तूच शोधून काढ. दरम्यान सॅमला संशय येऊ न देता तुझ्या अपार्टमेंट मधून सामान आणण्याचं काम मी करते. ठीक आहे?" टिनानं सूचित केलं.

"ओके डियर, मात्र सांभाळून जा, बाहेर हाहाकार माजलेला आहे." आपल्या मैत्रिणीला ॲनानं प्रेमानं आलिंगन दिलं.

◆◆◆

खाली उतरण्यासाठी टिनानं पहिल्याच पायरीवर पाऊल टाकलं आणि ती मिनिटभर थांबली. कुठेतरी काहीतरी चुकत होतं! काय बरं? आणि मग एकदम तिला जाणीव झाली... न्यूयॉर्क काही तासांतच बदललं होतं. रस्ते सुनसान वाटत

होते. नेहमीची ऊर्जा दिसत नव्हती. धावपळ, लगबग, रस्त्यावर गप्पागोष्टी करणारे... एकदम सगळंच कसं संथ झालं होतं. रविवारसारखं का? नाही, तसं पण नाही. वातावरणात भीतीचा संचार असल्यासारखा वाटत होता. सर्वांच्या माना आणि नजरा एकाच दिशेकडे वळत होत्या. वर्ल्ड ट्रेड सेंटर – जे आता दिसत नव्हतं. मदतकार्य करणाऱ्या गाड्यांच्या सायरन्सच्या आवाजाच्या पार्श्वभूमीवर घडलेल्या नाट्याचं विस्मरण होणं अशक्यच होतं. टी.व्ही.वर सातत्यानं दाखवत असलेल्या दृश्याचं स्थळ इथून केवळ काही स्टॉप दूर होतं.

टिना टॅक्सी शोधत होती, पण पिवळ्या टॅक्सीची जागा आता लाल, पांढरा आणि निळा रंग असलेल्या अग्निशामक दलाच्या गाड्यांनी, ॲम्ब्युलन्सनी आणि पोलीस गाड्यांनी घेतली होती. सर्वांची धाव एकाच दिशेकडे होती. नागरिकांचे काही थवे या तिन्ही सेवांना मदत करत होते.

टिना अखेर चालतच निघाली. एका विभागानंतर दुसरा, मग तिसरा. पुढे... पुढे... वीकएन्डला सर्व लोक हिल स्टेशनला पळतात, पण काही स्थानिकांना मात्र पेट्रोल पंप सांभाळण्यासाठी राहवं लागतं. तसं दृश्य बहुतेक सर्व विभागांत दिसत होतं.

गेल्या शतकभरात न्यूयॉर्कनं जगातल्या सर्व देशांतल्या नागरिकांना थारा दिला होता. आणि आता त्यात नवीन नवीन गटांची भर पडत होती. न्यूयॉर्कमध्ये नुकत्याच आलेल्या गटामधील लोक जणू पृथ्वीच्या अंतर्भागातून आलेले असावेत तसे दिसत होते. त्यांचा वर्ण राखाडी काळा होता. न्यूयॉर्कच्या मॅनॅहटन विभागातून ते सर्रास दिसत होते. अगदी कोणत्याही वेळी.

कोणालाही जाणवेल असा बदल शहरात झाला होता. न्यूयॉर्कची क्षितिज रेषा छेदणाऱ्या ट्विन टॉवर्सचं दर्शन त्या संध्याकाळी होणार नव्हतं. राखेच्या प्रचंड ढिगाऱ्यात शहर झाकोळलं गेलं होतं. धातूंच्या तुटलेल्या, वाकलेल्या सळ्यांचा जमिनीवर असलेला अर्धवट सांगाडा केविलवाणा दिसत होता. विषण्ण करणारं दृश्य होतं ते!

"देवा रे!" टिनाने त्या डेन्टिस्टचे आभार मानले. त्याच्यामुळे तिचे प्राण वाचले होते. कधीही बंद न होणाऱ्या रिकाम्या रेस्टॉरंटवरून, दुकानांपुढून चालताना टिनाच्या मनात विचार आला. न्यूयॉर्क या धक्क्यातून बाहेर येईल हे नक्की, पण ते पहिलं न्यूयॉर्क असेल का? दहशतवादी दूर राहत होते. मध्यपूर्व पॅलेस्टाईन, इस्त्रायल, जर्मनी, उत्तर आयर्लंड अगदी स्पेनसुद्धा. त्यांनी मॅनहॅटन मध्ये घर केलं होतं, मॅन- हॅटनला मात्र घरघर लागली होती....

आशा नसतानाही तिनं आज क्वचित दिसणाऱ्या टॅक्सीपैकी एकीला सहज हात दाखवला. आश्चर्य म्हणजे ती चक्क तिच्याजवळ थांबली.....

❖

-१५-

अॅना धीम्या पावलांनी किचनमध्ये परतली आणि बशा धुऊन साफ करण्याच्या कामाला लागली. घाबरलेले चेहरे, पायऱ्या चढणारे फायरमेन, उड्या मारून जीव देणारी माणसं, दगड-मातीचे ठिकठिकाणचे ढिगारे, पडझड, धुरांचे काळे ढग ह्या सर्व गोष्टी तिच्या मनावर कायमच्या कोरल्या गेल्या होत्या. तिच्या विलक्षण स्मरणशक्तीची ती काळी बाजू होती. त्याची आठवण होऊ नये म्हणून कामात गुंतवून घेणं चांगलं.

या अनुभवाचा विचार करण्यापेक्षा व्हिक्टोरिया वेण्टवर्थवर लक्ष केंद्रित करण्याचा प्रयत्न ती करू लागली. कुणाचं आयुष्य उद्ध्वस्त करण्यापासून ती फेन्स्टनला थांबवू शकेल? व्हॅन्गॉगचं पेन्टिंग बळकावून तिला निष्कांचन करण्याचा फेन्स्टनचा पहिल्यापासून बेत होता, पण त्यात आपला हात नव्हता यावर ती विश्वास ठेवेल? कसा ठेवेल बरं? ॲना सल्लागार समितीची सदस्या होती. तिला इतक्या सहजतेने बनवता येऊ शकतं?

बशा स्वच्छ करण्याचं काम संपवून ती हॉलमध्ये आली. टिनाच्या डेस्कच्या वर असलेल्या बुकशेल्फकडे ती आली. तिला नकाशा शोधायचा होता. तिला वरच दोन नकाशे मिळाले. 'स्ट्रीटवाईज मॅनहॅटन', 'द कोलंबिया गॅझेटियर ऑफ नॉर्थ अमेरिका' हे नकाशे तिला जॉन ॲडम्सवर लिहिलेल्या पुस्तकाजवळ मिळाले. अमेरिकेचे दुसरे प्रेसिडेंट असलेल्या जॉन ॲडम्सवरचं नुकतंच प्रकाशित झालेलं हे पुस्तक फार गाजलं होतं. बेस्टसेलर ठरलं होतं.

बुश शेल्फसमोरच्या भिंतीवर 'रोथको'च्या पेन्टिंगचं मोठं पोस्टर होतं. तिला ते खूप चांगलं नाही, पण बरं वाटलं. तिच्या आवडीमध्ये मार्क रोथको बसण्यासारखा नव्हता. पण टिनाचा तो प्रिय चित्रकार असावा, कारण ऑफिसमध्येही तिच्या

डेस्कजवळ रोथको होता. भूतकाळातून ती परत वर्तमानकाळात आली. नकाशे घेऊन ती किचनमध्ये आली आणि टेबलावर तिनं ते पसरले.

मॅनहॅटनमधून बाहेर पडण्याचा मार्ग ठरविल्यानंतर ती दुसऱ्या मोठ्या नकाशाकडे वळली. मेक्सिको आणि कॅनडा. त्यानंतर तिनं काही टिपणं काढायला सुरुवात केली. अहवाल तयार करताना ती नेहमी दोन पर्याय सुचवायची, पण शेवटी त्यातला कुठला पर्याय चांगला आहे हे ठामपणे सांगायची. आताही तिनं तसंच केलं. शेवटी नकाशाचं ते प्रचंड पुस्तक मिटलं तेव्हा कोणत्या मार्गानं गेलं म्हणजे इंग्लडला लवकर पोहोचता येईल याबद्दल तिचा निर्णय पक्का झाला होता.

◆◆◆

रखवालदाराला संशय येऊ न देता ॲनाच्या अपार्टमेंट मधून तिची बॅग आणि सामान कसं आणायचं याचा विचार करेपर्यंत थॉर्नटन हाऊसजवळ टॅक्सी थांबली. सवयीप्रमाणे जॅकेटच्या खिशातून पैसे काढण्यासाठी म्हणून तिनं हात वर केला आणि ''अरेच्या,'' ...तिनं जॅकेट घातलंच नव्हतं. तिच्या चेहऱ्यावरचा रंग उडाला. ती घरातून पैशांशिवायच निघाली होती. खिडकीतून तिनं ड्रायव्हरची ओळख पटविणाऱ्या बॅजकडे पाहिलं. अब्दुल आफ्रिदी. रिअर व्ह्यू आरशात ड्रायव्हरला तिचा चिंताग्रस्त चेहरा दिसला. त्यानं आजूबाजूला पाहिलं; पण तो हसला नाही. तसं आज कुणीच हसत नव्हतं म्हणा.

''मी पैसे विसरून आले आहे.'' ती बेधडकपणे म्हणाली आणि शिव्यांची कशी बरसात होते याची वाट पाहू लागली.

''नो प्रॉब्लेम.'' ड्रायव्हर पुटपुटला आणि टॅक्सीचं दार उघडण्यासाठी बाहेर पडला. न्यूयॉर्कमध्ये सगळंच बदललं होतं. तिने त्याचे आभार मानले आणि थोड्या नर्व्हसपणे प्रवेशद्वाराकडे चालण्यास सुरुवात केली. सुरुवातीला काय बोलायचं याची मनातल्या मनात ती तालीम करत होती. पण काउंटरमागे डोक्याला हात लावून हुंदके देणाऱ्या सॅमकडे पाहाताच तिची पटकथा बदलली.

''काय झालं?'' टिनानं विचारलं, ''वर्ल्डसेंटरमध्ये कोणी तुझ्या ओळखीचं होतं का?''

सॅमनं मान उचलून वर पाहिलं. त्याच्या समोरच्या डेस्कवर ॲनाचा मॅरेथॉनमध्ये धावत असल्याचा फोटो होता. ''ती अजून पोहोचलेली नाही. तिथं काम करणारे बाकी सर्वजण यापूर्वीच पोहोचले आहेत.'' तो म्हणाला.

टिनानं वयस्कर सॅमचा खांदा थोपटून त्याला दिलासा दिला. तिला क्षणभर वाटलं की ती जिवंत आहे असं त्याला सांगावं. पण नाही... आत्ता नाही.

◆◆◆

ॲनानं काही काळ विश्रांती घेतली. टी.व्ही. लावला. दोन-तीन चॅनल्स बदलले... सर्वत्र ती एकच कहाणी होती. वाईट अनुभवातून गेलेल्या त्याच त्या नाट्याबद्दल पुन्हा पुन्हा पाहणं तिला असह्य झालं. ती टी.व्ही. बंद करणार तोच घोषणा झाली, प्रेसिडेन्ट बुश आता राष्ट्राला संबोधित करतील...

"गुड इव्हिनिंग, आज आपल्या नागरिकांना मला सांगायचं आहे..." ॲना लक्षपूर्वक ऐकू लागली. प्रेसिडेन्ट बोलत होते. "बळी पडलेले ऑफिसमधले असोत, विमानानं प्रवास करणारे असोत किंवा दुकानदार असोत. स्त्रिया, पुरुष, मुलं..." ॲनाला पुन्हा एकदा रिबेकाची आठवण झाली. "कुणीही असोत, आजचा दिवस कुणीही विसरणार नाही..." ॲना प्रेसिडेन्टशी सहमत होती. "लवकरात लवकर अपराध्यांना शोधून काढून शासन केलं जाईल याची मी ग्वाही देतो." प्रेसिडेंट बुश यांनी आपलं भाषण संपवलं. पुन्हा एकदा टी.व्ही.वर दे मार चित्रपटाच्या शेवटी दिसणाऱ्या दृश्याप्रमाणे साऊथ टॉवर कोसळताना दिसला. ॲनानं टी.व्ही. बंद केला.

ॲना सावरून बसली. किचनच्या टेबलावर पसरलेला नकाशा पुन्हा एकदा पाहून तिनं न्यूयॉर्कमधून बाहेर पडण्याचा ठरवलेला मार्ग पुन्हा पुन्हा तपासला. सकाळी निघण्यापूर्वी काय काय अन् कसं कसं करायला हवं, याची विस्तृत टिप्पणी तिनं तयार केली होती, त्याच्यावर पुन्हा एकदा नजर टाकावी असं तिच्या मनात असतानाच बाहेरचं दार धाडकन उघडून टिना आत शिरली. तिच्या खांद्याला लॅपटॉप होता, तो एका हातानं सावरत आणि दुसऱ्या हातानं सूटकेस ओढत ती आत आली. ते घेण्यासाठी ॲना पुढे धावली. टिना थकलेली दिसत होती.

"मला फार उशीर झाला नं?" दमलेल्या आवाजात तिनं विचारलं तेव्हाच तिची नजर किचनकडे गेली. ॲनानं साफसफाई केली आहे हे तिच्या लक्षात आलं. "तुझ्या घराकडे फार थोड्या बसेस जात होत्या." ती म्हणाली, "आणि पैसे विसरून तुम्ही घराबाहेर पडलात तर काय परिस्थिती येते याचा अनुभव आज मी घेतला आहे."

टिना खुर्चीत जवळ जवळ कोसळलीच. "तुझ्या पाचशे डॉलर्सपैकी मला काही खर्च करावे लागले याबद्दल सॉरी हं, पण मला सुदैवानं टॅक्सी मिळाली हे बरं झालं. नाहीतर मध्यरात्रीपर्यंतही मी पोहोचू शकले नसते." तिनं खुलासा केला.

ॲनाला हसू फुटलं. "चल, आता कॉफी करण्याची पाळी माझी."

"मध्ये मला फक्त एकदाच थांबवण्यात आलं," टिनानं पुढे सांगायला सुरुवात केली, "आपल्या एका मित्राकडून... म्हणजे पोलीस गं. त्यानं बॅग तपासली. फ्लाईट्स बंद असल्यामुळे मी एअरपोर्टवरून परतले हे त्याला पटलं."

"अपार्टमेन्टमध्ये शिरताना काही त्रास झाला?" ॲनानं कॉफी भरता भरता विचारलं.

"फक्त सॅमची समजूत काढताना. त्याचं तुझ्यावर प्रेम आहे असं दिसलं. तुझ्या

फोटोकडे पाहूत तो रडत होता. बिचारा! मला डेव्हिड सुलिवनचं नावही सांगावं लागलं नाही. सॅम तुझ्याबद्दल खूप भरभरून बोलत होता आणि मी ते शांतपणे ऐकत होते. त्यामुळे लिफ्टमध्ये चढताना कोणाकडे जायचं आहे, हेही त्यानं विचारलं नाही.'' टिनानं बोलता बोलता पुन्हा एकदा किचनकडे नजर टाकली. एवढी स्वच्छता ती पण कधी करत नव्हती. किचन-टेबलवरच्या नकाशाकडे पाहून ती म्हणाली, ''कसं बाहेर पडायचं हे तू ठरवलेलं दिसतंय.''

''हो,'' ॲना म्हणाली, ''ताज्या बातमीप्रमाणे सर्व बोगद्यांमधली आणि पुलांवरची वाहतूक थांबवण्यात आली आहे. त्यामुळे फेरीबोटनं न्यूजर्सी आणि नंतर भाड्याच्या गाडीनं कॅनेडियन बॉर्डर याशिवाय उत्तम मार्ग नाही. कारनं कॅनेडियन बॉर्डरचं अंतर चारशे मैल आहे. तरी पण मी उद्या सकाळी निघाले तर मला टोरॅन्टोहून रात्रीचं विमान पकडता येईल आणि परवा सकाळी मी लंडनला पोहोचू शकेन.'' एका दमात ॲनानं आपला प्लॅन सांगितला.

''सकाळची पहिली फेरीबोट कधी आहे हे तू पाह्यलंस?'' टिनानं विचारलं.

''टाईमटेबल प्रमाणे तर अविरत– नॉन स्टॉप सेवा आहे. म्हणजे दर पंधरा मिनिटांनी. पहाटे पाचपासून. उद्या ती बंद नसो म्हणजे मिळवली. नाहीतर दुसरा प्लॅन....''

''काहीही असो..... उद्या सकाळी लवकर निघायचं हे नक्की नं?'' टिनानं विचारलं. ॲनानं मान डोलावली. ''मग आता लगेच झोपणं इष्ट. मी साडेचारचा अलार्म लावते.''

''अंऽऽहं, चारचा लाव,'' ॲना म्हणाली. ''पहिली फेरीबोट पाचला जाणार असली तर त्यासाठी रांगेत माझा पहिला नंबर लागला पाहिजे. न्यूयॉर्कमधून बाहेर पडणं हेच सगळ्यांत अडचणीचं ठरेल अशी मला शंका आहे!''

''ठीक आहे. तुझी झोप नीट झाली पाहिजे तेव्हा तू माझ्या पलंगावर झोप. मी कोचावर झोपेन.'' तिच्या अपार्टमेन्टला एकच बेडरूम होती. त्यामुळे तिनं तसं सुचवलं.

''अंऽऽहं, तुझ्या बेडरूममध्ये तूच झोप. तू आधीच माझ्यासाठी खूप काही केलंयस.'' मग्जमध्ये कॉफी ओतत ॲना म्हणाली.

''एवढं काही केले नाही बरं!'' तिच्याशी टिनानं असहमती दर्शवली.

''तू काय केलं आहेस हे फेन्स्टनला जर कधी कळलं तर त्याच क्षणी तो तुला नोकरीवरून काढून टाकेल, समजलं?'' ॲनानं आपल मत दिलं.

''माझ्या दृष्टीने तो काही महत्त्वाचा प्रॉब्लेम नाही.'' असं म्हणून टिना थांबली. तिनं अधिक खुलासा करायचं टाळलं.

◆ ◆ ◆

जॅकने अनिच्छेनेच जांभई दिली. आजचा दिवस कंटाळवाणा होता आणि रात्रही कंटाळवाणीच जाईल अशी त्याची अटकळ होती.

त्याच्या टीमपैकी कोणालाही घरी जावंसं वाटलं नव्हतं. त्यांची नजर प्रत्येक गोष्ट टिपत होती. कान प्रत्येक आवाजाचा कानोसा घेत होते. ते सर्व जागरूक होते हे खरं, पण थकले होते हेही तितकंच खरं होतं. जॅकच्या टेबलावरच्या फोनची रिंग वाजली.

''तुम्हाला सांगावसं वाटलं बॉस, म्हणून फोन केला.'' ज्यो म्हणाला. ''फेन्स्टनची सेक्रेटरी टिना फॉर्स्टर दोनेक तासांपूर्वी थॉर्नटन हाऊसला गेली होती. निघताना तिच्या हातात एक सूटकेस आणि खांद्याला लॅपटॉप होता. हे घेऊन ती सरळ तिच्या अपार्टमेन्टकडे गेली.''

जॅक सावरून ताठ बसला. ''म्हणजे पेट्रेस्कू बहुधा जिवंत असावी.''

''आणि कुणाला हे कळू नये, त्यात आम्हीसुध्दा आलो, याची ती काळजी घेत असावी.'' ज्यो म्हणाला.

''पण का?'' जॅकनं विचारलं.

''आपण नाहीसे झालोत, म्हणजे मृत समजून घोषणा झाल्यास तसंच सर्वांना वाटावं, अशी तिची इच्छा असेल.'' ज्योनं सूचित केलं.

''सर्वांना नाही... आपल्याला तर नक्कीच नाही,'' जॅक म्हणाला

''मग कुणाला?'' ज्योनं विचारलं

''फेन्स्टनला. माझी तशी खात्री आहे.'' जॅक म्हणाला

''का?''

''मला कल्पना नाही, पण मी ते शोधून काढीन हे नक्की.'' जॅक म्हणाला.

''पण बॉस, तुम्ही ते शोधणार कसं?'' ज्योनं विचारलं.

''डॉ. पेट्रेस्कू टिना फोर्स्टरच्या अपार्टमेन्टमध्ये लपलेली असली तर ती बाहेर पडेपर्यंत तिच्यावर नजर ठेवण्याची व्यवस्था करून.'' जॅकनं उत्तर दिलं.

''पण ती तिथं आहे हे आपल्याला नक्की माहीत नाही.'' ज्योनं शंका प्रदर्शित केली.

''ती तिथंच आहे मी सांगतो.'' जॅक म्हणाला आणि त्यानं फोन खाली ठेवला.

❖

९/१२

-१६-

आपल्या भवितव्याचा विचार मनात असल्याने त्या रात्री ॲनाला चांगली अशी झोप लागली नाही. डॅनव्हिलेला परत जाऊन तिथल्या स्थानिक चित्रकारांसाठी गॅलरी उघडावी असा विचार तिच्या मनात आला, पण दरम्यान त्यातल्या कोणाचा फेन्स्टनशी संबंध आला तर तो तिची वाईट बाजूच सांगणार होता याबद्दल तिला शंका नव्हती. विचारांच्या अखेर ती या निर्णयाप्रत आली की फेन्स्टनचा डाव उघडकीस आणण्याखेरीज तिला गत्यंतर नव्हतं. त्याशिवाय तिला भवितव्य नाही. पण तसं करायचं तर तिला व्हिक्टोरियाचं पूर्ण सहकार्य लाभलं पाहिजे. संबंधित सर्व कागदपत्रं नष्ट करणं – त्यात तिच्या अहवालाची प्रतही आली – हा त्या सहकार्यात सर्वांत महत्त्वाचा भाग होता.

पहाटे जेव्हा टिनानं दारावर खट्‌खट् केलं तेव्हा झोप न होताही आपल्याला ताजतवानं कसं वाटतंय याचं तिलाच आश्चर्य वाटलं. त्यानंतर आणखी एक स्नान, पुन्हा शांपू, पुन्हा डोक्यावरून पाणी. हे सर्व पार पडल्यानंतरच आता आपण माणसात आलो अशी तिची खात्री झाली.

ब्लॅक कॉफीसोबत नाश्ता करताना ॲनानं टिनाजवळ आपल्या प्लॅनची परत एकदा उजळणी केली. ती तिच्या मार्गावर असताना त्यांनी काही नियम काटेकोरपणे पाळण्याचं ठरवलं. ॲनाकडे क्रेडिट कार्ड नव्हतं किंवा सेलफोनही नव्हता त्यामुळे तिनं टिनाच्या घरच्या नंबरवर फोन करायचा असं ठरलं. तिनं सार्वजनिक फोनवरून फोन करताना सुद्धा सतत बूथ बदलायचे, एकाच बूथचा वापर करायचा नाही हेही ठरलं. ॲना कॉल करताच सुरुवातीला 'व्हिन्सेंट' असा शब्द उच्चारेल आणि कोणताही कॉल एका मिनिटापेक्षा जास्त अवधीचा असणार नाही हेही पक्कं करण्यात आलं.

जीन, वर निळा टी शर्ट, लिनन जॅकेट आणि डोक्यावर बेसबॉल कॅप अशा पोशाखात ॲनानं बरोबर चार वाजून बेचाळीस मिनिटांनी घर सोडलं.

अजूनही पुरेसा उजेड नसलेल्या त्या सकाळी बाहेर पडताना तिला किंचित थंडी जाणवली होती. आता यापुढे काय होईल याची कल्पनाच ती करू शकत नव्हती. रस्त्यावर अगदी तुरळक वाहतूक होती. फारच थोडे लोक बाहेर पडलेले दिसत होते. आणि जे बाहेर पडलेले होते, त्यांच्या खाली झुकलेल्या मानांवरून शोकग्रस्त शहराची जाणीव होत होती. तिनं सर्वत्र नजर फिरवली, धुरांचे घनदाट ढग आता दिसत नव्हते हे खरं; पण एका राखाडी आवरणानं शहराच्या सर्व दिशा वेढल्या आहेत असं वाटत होतं. कशामुळे कुणास ठाऊक पण सकाळी उठल्यावर असे ढग दिसणार नाहीत असं तिला वाटलं होतंच. अनाहूत पाहुण्याप्रमाणे ते आलेत अन् गेलेत सुद्धा.

एवढ्या सकाळीही रक्तदात्यांची एक रांग लागलेली तिला दिसली. दुर्घटनेतून वाचलेल्या माणसांची संख्या वाढली, तरी रक्त कमी पडायला नको अशी भावना त्यामागे असावी.

ॲना पण वाचलेलीच होती, पण तिला अस्तित्वात यायचं नव्हतं...

◆ ◆ ◆

वॉल स्ट्रीटवरच्या आपल्या नव्या ऑफिसमध्ये फेन्स्टन आपल्या टेबलाजवळ त्या सकाळी सहा वाजताच बसला होता. लंडनला त्यावेळेस अकरा वाजले असणार असा अंदाज करून त्यानं पहिला कॉल रूथ पॅरिशला लावला.

"माझं व्हॅन्‌गॉग कुठे आहे?" आपण कोण बोलतो आहोत हे न सांगताच फेन्स्टनं तिला प्रश्न विचारला.

"गुड मॉर्निंग मि. फेन्स्टन," रूथनं फोनवरून अभिवादन केलं पण तिला प्रतिसाद मिळाला नाही. "कालच्या दुर्घटनेमुळे तुमचं पेन्टिंग असलेलं विमान हिथ्रोला परत पाठवण्यात आलं हे तुम्हाला कळलंच असेल."

"हो. पण ते आहे कुठे?" फेन्स्टननं जोरात विचारलं.

"प्रवेशबंदी असलेल्या कस्टमच्या भागात एका सुरक्षित तिजोरीत कुलूपबंद आहे ते. परत पाठवताना आता पुन्हा कस्टमची परवानगी, एक्सपोर्ट लायसन्सचं नूतनीकरण या सर्व गोष्टींची पूर्तता करावी लागणार आणि ते करण्यासाठी..."

"मग आजच त्या सर्व गोष्टी पूर्ण करा." तिला मध्येच तोडून फेन्स्टन म्हणाला.

"पण आज सकाळी मी 'व्हरमिर'ची चार चित्रं एका ग्राहकाकडून..."

"खड्ड्यात गेला व्हरमिर. माझं चित्र ताबडतोब ताब्यात घेता येईल अशा रीतीने नीट पॅक करणं हे तुमचं पहिलं काम समजा." फेन्स्टननं उद्धट स्वरात सांगितलं.

"पण कागदपत्रं तयार व्हायला वेळ लागेल," रूथ म्हणाली, "आणि माझ्या किती ऑर्डर्स मागे राहिल्या आहेत याची तुम्हाला कल्पना नसेल, कारण..."

"तुमच्या मागे राहिलेल्या ऑडर्सपण खड्ड्यात जाऊ दे. रूथ पॅरिश, एक लक्षात ठेवा. सर्वांत आधी माझं काम झालं पाहिजे. तुम्ही लावाल तेवढं बिल मी देणार आहे. ज्या क्षणी एफ.ए.ए.ची मनाई उठेल त्याक्षणी मी लिपमनला चित्र ताब्यात घेण्यासाठी तिथं पाठवतो आहे... कळलं?" अधिकारदर्शक स्वरात फेन्स्टननं तिला बजावलं.

"पण या गोंधळामुळे राहिलेलं काम पूर्ण करण्याकरितां माझे कर्मचारी अहोरात्र काम करीत आहेत त्यामुळे..."

"मी फक्त एकदाच सांगेन," फेन्स्टन तिचं बोलणं तोडत मध्येच म्हणाला. "माझं विमान हिथ्रोला उतरण्यापूर्वी पेन्टिंगचं पॅकेट विमानात चढविण्यासाठी तयार असेल तर तुमची फी मी तिप्पट देईन. पुन्हा एकदा सांगतो, तिप्पट फी देईन." फेन्स्टननं एवढं बोलून फोन खाली ठेवला होता. त्याला आत्मविश्वास होता की रूथ फक्त 'तिप्पट फी' एवढेच शब्द लक्षात ठेवेल, पण ती त्याची चूक होती.

रूथ बुचकळ्यात पडली होती. फेन्स्टननं ना व्टिन टॉवर्सच्या हल्ल्याचा उल्लेख केला होता, ना ॲनासंबंधी. ती जर त्या दुर्घटनेतून वाचली असेल तर मग ती का येत नाहीये चित्र ताब्यात घ्यायला?

चेअरमन फेन्स्टनचा रूथशी झालेल्या संभाषणाला शब्दन् शब्द ऑफिसमधल्या एक्टेन्शन लाईनवर टिनानं ऐकला होता याची त्याला कल्पना नव्हती. ॲनानं लवकर संपर्क साधला तर बरं होईल. तिला ही माहिती मिळेल, अशी शक्यता या दोघांनाही वाटत नसणार. आज संध्याकाळी तिचा फोन यायला पाहिजे.

फोनचा स्विच टिनानं त्वरित बंद केला होता; पण कोपऱ्यातल्या तिच्या डेस्कवरच्या पडद्याचा स्विच मात्र चालू ठेवला होता. त्यामुळे ऑफिसमध्ये काय घडतं आहे, हे सर्व तिला दिसत असे. महत्त्वाचं म्हणजे फेन्स्टनला भेटणाऱ्या सर्वांना तिला पाहता येत असे. फेन्स्टनला याची कल्पना नव्हती आणि त्यानं तिला कधी विचारलंही नव्हतं. फेन्स्टनला तिच्या ऑफिसमध्ये येण्याचं कारणच नव्हतं, कारण एका विशिष्ट बेलच्या आवाजानंतर तिनंच त्वरेनं त्याच्या ऑफिसमध्ये जाणं अपेक्षित होतं. लिपमननं जर तिच्या ऑफिसमध्ये दार वाजविल्याशिवाय प्रवेश केला – बहुधा तो तसंच करत असे, कारण ती त्याची सवय होती – तर तो पुढे व्हायच्या आत टिना पडद्याचा स्विच ताबडतोब बंद करीत असे.

बत्तिसाव्या मजल्यावरचं नवीन ऑफिस भाड्याने घेताना लिपमननं सेक्रेटरीच्या ऑफिसचा विचार करण्याचं काहीच कारण नव्हतं. चेअरमन फेन्स्टनचं ऑफिस कसं प्रशस्त आणि सुखसोयींनी युक्त असेल याकडे त्याचं लक्ष अधिक होतं. कॉरिडॉरच्या

शेवटच्या टोकाला त्यानं त्याचं ऑफिस थाटलं होतं. त्याच्या दृष्टीने तेही महत्त्वाचं होतं. टिनानं आय.टी.चा उपयोग करून घेऊन स्वखर्चाने काही सोयी आपल्या ऑफिसमध्ये करून घेतल्या होत्या. हे बिंग कधी ना कधी फुटणार होतं याची तिला कल्पना होती. पण तोपर्यंत तिनं फेन्स्टन बद्दल सर्व माहिती गोळा केलेली असणार होती. त्यानं आपल्याला जे भोगायला लावलं, त्याहून अधिक त्याला भोगावं लागेल याची खात्री तिला करून घ्यायची होती.

रूथ पॅरिशशी बोलणं संपताच फेन्स्टननं त्याच्या टेबलाच्या बाजूचं बटण दाबलं. बेल ऐकताच टिना नोटपॅड आणि पेन्सिल घेऊन त्याच्या ऑफिसमध्ये शिरली.

"लगेच पहिली गोष्ट तू ही करायची की..." तिनं दार बंद करण्याच्या आतच फेन्स्टननं सांगायला सुरवात केली. "आपल्याकडे किती कर्मचारी कामाला आहेत, हे शोधून काढायचं. जे हजर नसतील त्या सर्वांना अजून नव्या ऑफिसचा पत्ता कळला नसेल, तर तो कळवायचा आणि त्यांना ताबडतोब कामावर हजर राहायला सांगायचं."

"सुरक्षाप्रमुखांना मी आज सर्वप्रथम येताना पाहिलं होतं." टिनानं सांगितलं.

"पहिल्या विमानानं धडक मारल्यानंतर काही अवधीतच त्यानं सर्व कर्मचाऱ्यांना ताबडतोब बिल्डिंग रिकामी करायला सांगितलं होतं. त्यानं नुकताच मला रिपोर्ट दिला आहे."

"ते स्वत:ही लगेच बिल्डिंगबाहेर पडले." झोंबणाऱ्या शब्दात टिना म्हणाली.

"हे तुला कोणी सांगितलं?" मान वर करून फेन्स्टननं ओरडून विचारलं. टिनाला बोलल्याचा पश्चात्ताप झाला.

"कुणीतरी असं बोलल्याचं मी ऐकलं." सारवासारव करीत ती म्हणाली. "दुपारपर्यंत मी आपल्या टेबलावर सर्व नावांची यादी ठेवते." ती त्वरेनं ऑफिसबाहेर पडली. नॉर्थटॉवरमध्ये काम करणाऱ्या त्रेचाळीस लोकांशी संपर्क साधण्यात तिची संपूर्ण सकाळ गेली. बारा वाजेपर्यंत चौतीस जणांचा हिशोब लागला. नऊ जणांचा पत्ता लागलेला नव्हता. ते ढिगाऱ्याखाली सापडले असतील, जखमी झाल्यामुळे एखाद्या हॉस्पिटलमध्ये ते स्वत:हून दाखल झाले असतील, किंवा त्यांना मदतकार्य करणाऱ्यांनी दाखल केलं असेल, नाहीतर त्यांचा मृत्यू झाला असेल.

अशा नऊ जणांची यादी टिनानं फेन्स्टनच्या टेबलावर तो लंचला जाण्यापूर्वीच ठेवली. त्या यादीत डॉ.ॲना पेट्रेस्कूचं नाव सहावं होतं.

◆◆◆

टिनानं फेन्स्टनच्या टेबलावर यादी ठेवण्याच्या किती तरी आधी ॲना टॅक्सी, पायी चालत आणि पुन्हा टॅक्सी, अशा तऱ्हेने वाटचाल करून फेरीबोटीच्या अकरा क्रमांकाच्या धक्क्यावर पोहोचली होती. न्यू जर्सीला जाण्याच्या फेरीबोटीसाठी लांबच लांब रांग लागलेली होती. रांगेत उभी असतानाच तिनं सनग्लासेस डोळ्यांवर

चढवले. बेसबॉल कॅप डोक्यावर चढवून थोडी खाली ओढली त्यामुळे तिचे डोळे त्वरित झाकले गेले. जॅकेटची कॉलर वर चढवली. हाताची घट्ट घडी घालून, मान खाली करून ती उभी होती. त्यामुळे तिच्याशी संभाषण करून ओळख करून घेण्याच्या भानगडीत कोणी पडलं नाही.

पोलीस मॅनहॅटन सोडणाऱ्या प्रत्येकाचं ओळखपत्र पाहत होते. एका काळे केस असणाऱ्या कृष्णवर्णीय तरुणाला पोलिसांनी घेरलं तेव्हा तिनं मान वर करून पाहिलं. तीन पोलिसांनी त्याला घेरलं होतं. एकानं त्याची तपासणी करायला सुरवात केली तर दुसऱ्यानं त्याला प्रश्न विचारण्यास. तो बिचारा गांगरून गेला. जवळ जवळ तासाभराने ॲना रांगेच्या अग्रस्थानी पोहोचली.

तिनं आपली बेसबॉल कॅप काढली. त्यामुळे तिचे लांब, सरळ केस दिसू लागले.

"तुम्ही न्यू जर्सीला का जात आहात?" तिचं ओळखपत्रं पाहत त्यानं प्रश्न केला.

"माझी एक मैत्रीण नॉर्थ टॉवरमध्ये काम करत होती आणि ती अजूनही बेपत्ता आहे," ॲना थोडं थांबून पुढे म्हणाली. "अशा परिस्थितीत तिच्या आईवडिलांना भेटणं आवश्यक आहे असं मला वाटलं म्हणून..."

"सॉरी मॅडम," पोलीस म्हणाला. "त्यांना ती लवकर भेटेल अशी आशा करतो." ॲनाने त्याचे आभार मानले आणि सामानासहित ती फेरीबोटीवर पोहोचली. खोटं बोलल्याबद्दल तिला इतकं अपराधी वाटत होतं, की ती त्या पोलिसाकडे पुन्हा पाहू शकली नाही. बोटीच्या कठड्याला टेकून ती वर्ल्ड ट्रेड सेंटरच्या जागेवर अजूनही दिसणाऱ्या राखाडी ढगांकडे पाहत होती. सेंटरच्या आजूबाजूला असणाऱ्या भागात पण किंचित विरळ झालेलं राखाडी वातावरण होतं. किती दिवस, आठवडे किंवा महिने हे वातावरण असंच राहणार आहे? त्या उद्ध्वस्त जागेचं ते काय करणार आहेत? आणि मृतांचा सन्मान ते करणार आहेत का... आणि कसा? विचार करता करता तिनं वर असलेल्या निरभ्र आकाशाकडे पाहिलं. काहीतरी चुकत होतं... काय बरं? जे.एफ.के. आणि ला गार्दिया विमानतळ थोड्याच अंतरावर असूनही विमानांचा आवाज येत नव्हता. आकाशात एकही विमान दिसत नव्हतं. कुठलीही सूचना न देता ती जणू जगाच्या दुसऱ्या भागात गेली होती.

जुन्या इंजिनाचा आवाज झाला आणि फेरीबोटीनं धक्का सोडला. हडसन नदी ओलांडून न्यू जर्सीला जाण्याचा प्रवास तसा छोटासाच होता. धक्क्यावरच्या टॉवरने एक वाजल्याचा टोला दिला. म्हणजे अर्धा दिवस गेलाच म्हणायचा.

◆◆◆

"जे.एफ.के. विमानतळावरून पहिलं विमान अजून दोन दिवस तरी सुटू शकणार नाही." टिनानं फेन्स्टनला माहिती दिली.

"खाजगी विमानसुद्धा?" फेन्स्टननं विचारलं.

“त्यात कुठलाही अपवाद करण्यात येणार नाही.” टिनानं खात्रीपूर्वक सांगितलं.

“सौदी अरेबियाच्या शाही कुटुंबाला उद्या उड्डाण करण्याची परवानगी देण्यात आलेली आहे.” चेअरमनच्या बाजूलाच उभा असलेला लिपमन मध्येच म्हणाला. “पण हा एकमेव अपवाद आहे.”

“दरम्यान प्रसिद्धी माध्यमाच्या मते अग्रक्रम कोणते आहेत याची यादी मी आपल्याला देण्याचा प्रयत्न करते, चेअरमन.” टिना म्हणाली. पोर्ट ॲथॉरिटीने हिथ्रो विमानतळावरून व्हॅन्‌गॉगचं चित्र आणण्याची फेन्स्टनची विनंती मान्य केली नाही हे फेन्स्टनला सांगायचं तिनं टाळलं. ते चित्र आणीबाणीच्या कक्षेत निश्चितच बसू शकणार होतं.

“जे.एफ.के. वर आपले कोणी मित्र आहेत का?” फेन्स्टननं लिपमनला विचारलं.

“काही आहेत,” लिपमन उत्तरला. “पण त्या सर्वांना अचानक उच्च प्रतीचा जनसंपर्क लाभला आहे.”

“आणखी काही कल्पना?” दोघांकडे पाहून फेन्स्टननं प्रश्न विचारला.

“कारनं प्रवास करून सीमारेषा पार करून मेक्सिकोत किंवा कॅनडात उतरणं आणि मग तिथून व्यावसायिक विमानानं जाणं याचा विचार करता येईल का?” टिनानं सुचवलं.तिची खात्री होती, की फेन्स्टन त्या सूचनेचा विचार करणार नाही. फेन्स्टननं मान हलवली आणि लिपमनकडे वळून तो म्हणाला, “प्रयत्न कर, आपल्या एखाद्या मित्राशी संबंध जोड. कोणाला काही ना काही हवं असतंच ना?”

❖

-१७-

“**म**ला भाड्यानं गाडी हवी आहे, कोणतीही चालेल.” ॲना हॅपी हायर कंपनीच्या डेस्कजवळ बसलेल्या तरुणाला म्हणाली. त्याच्या छातीवरच्या बॅजवरून त्याचं नाव हँक असल्याचं स्पष्ट होत होतं.

“सध्यातरी माझ्याकडे कोणतीही कार नाही.” तो कंटाळलेल्या स्वरात म्हणाला “आणि उद्या सकाळपर्यंत कोणतीही परत येण्याची शक्यता नाहीय.” त्यानं भर घातली. कंपनीचं बोधवाक्य रिसेप्शनच्या वर लिहिलेलं होतं. ‘चेहऱ्यावर हास्य नसलेला कोणीही आमच्याकडून बाहेर पडत नाही.’ त्याला तो तरुण जागत नव्हता. ॲना आपली निराशा लपवू शकली नाही.

“तुम्हाला व्हॅन चालेल असं मला वाटत नाही,” हँक थोडं चाचरत पण धाडस करून बोलला. “आणि तीही एकदम नवीन नाहीय, पण तुमची अगदी निकडच असेल तर......”

“मला चालेल.” ॲनानं पटकन मान्य केलं. तिच्यामागे ग्राहकांची रांग लागली होती. त्यातले काही टपूनच बसले होते. ती नाही म्हणेल अशीच त्यांची अपेक्षा होती. हँक फॉर्मच्या तीन प्रतींत आवश्यक ती माहिती भरू लागला. ॲनानं पासपोर्ट समवेत असलेलं आपलं ड्रायव्हिंग लायसन्स काढलं आणि त्याच्यापुढे धरलं त्यामुळे फॉर्म भरण्याचं काम जलद व्हायला लागलं.

“तुम्हाला किती काळासाठी वाहन लागेल?” त्यानं विचारलं.

“एक, कदाचित दोन दिवसांसाठी. मी ते टोरँटो विमानतळावर सोडेन.” हँकने संपूर्ण फॉर्म पूर्ण केला आणि तिच्या सहीसाठी वळला.

“साठ डॉलर्स आणि दोनशे डॉलर्स डिपॉझिट.”

ॲनानं नाराजी दर्शवली आणि दोनशे साठ डॉलर्स काढून दिले. पैसे घेताना हँक

म्हणाला, ''तुमचं क्रेडिट कार्ड पण मला लागेल.'' ॲनानं न बोलता आणखी शंभर डॉलरची नोट काढून त्याच्यासमोर धरली. आयुष्यात पहिल्यांदाच ती कोणाला तरी लाच देण्याचा प्रयत्न करत होती.

हँकने पैसे खिशात सारले. ''पार्किंग क्र. ३८ वरची पांढरी व्हॅन.'' असं म्हणून त्यानं व्हॅनची किल्ली तिच्या स्वाधीन केली.

दोन माणसं बसण्याची व्यवस्था असणाऱ्या व्हॅनकडे ॲना पोहचली आणि ती पाहताच हँकनं चाचपडत पण धाडस करून व्हॅन चालेल का, असं का विचारलं ते तिच्या लक्षात आलं. व्हॅनची स्थिती फारशी चांगली नव्हती हे स्पष्ट दिसत होतं. तिनं मागील दार उघडून व्हॅनमध्ये आपली बॅग आणि लॅपटॉप ठेवला. दार बंद करून नंतर ती ड्रायव्हरच्या सीटकडे वळली. पुढचं दार उघडून तिनं ड्रायव्हरच्या सीटचा ताबा घेतला आणि डॅशबोर्डची तपासणी केली. मॉनिटरवरून गाडी ९८६१७ किलोमीटर चालली होती. जास्तीत जास्त ९० किलोमीटर एवढ्या वेगानं ती चालवणं शक्य होतं असं स्पीडोमीटर दर्शवत होता पण त्याबद्दलही तिला शंकाच वाटली. गाडी आणखी चारशे मैल चालल्यावर भाड्याने देण्यात आलेल्या त्या गाडीचं आयुष्य नक्कीच संपणार होतं. त्यावेळी भाड्याची मोजलेली तीनशेसाठ डॉलर्स किंमत तरी गाडीला मिळेल की नाही, याची शंकाच वाटली तिला.

ॲनानं इंजिन सुरू केलं आणि गाडी पार्किंग लॉटमधून काढली. आरशात एक मनुष्य गाडीच्या मार्गातून झटकन बाजूला झालेला तिनं पाहिला. जेमतेम दोन किलोमीटर चालवल्यावर गाडी आवश्यक तो वेग आणि आराम देऊ शकत नव्हती हे स्पष्ट झालं. ड्रायव्हरच्या बाजूच्या सीटवर ठेवलेल्या नकाशात तिनं पाहिलं अन् 'जर्सी टर्नपाईक' आणि 'डेलवॉटर गॅप'साठी रस्त्यावरच्या मार्गदर्शक खुणा दिसताहेत का, हे पाहत ती गाडी चालवू लागली. जेवणाखाणाचा विचार काही मैल अंतर कापल्यानंतरच करायचा असं तिनं ठरवलं होतं.

◆◆◆

''तुमचं म्हणणं बरोबर आहे बॉस,'' ज्यो जॅकला रिपोर्ट देत होता, ''ती डॅनव्हिलेकडे जात नाहीय.''

''अच्छा, मग कोणत्या दिशेनं ती निघाली आहे?''

''टोरँटो एअरपोर्ट.''

''कार की रेल्वे?''

''व्हॅन.''

प्रवासाला किती वेळ लागेल याचा विचार केल्यानंतर ती उद्या दुपारपर्यंत टोरँटोला पोहोचेल असा हिशोब जॅकने केला.

''तिच्या गाडीच्या मागच्या बंपरवर मी जी.पी.एस. (मार्गदर्शक यंत्र) बसवलं

आहे.'' ज्योनं सांगितलं, ''त्यामुळे दिवसरात्र आपण तिचा माग घेऊ शकू.''

''एअरपोर्टवर आपल्या एका एजंटला तयार ठेव.'' जॅकनं सूचना दिली.

''त्याची व्यवस्था मी आताच केली आहे,'' ज्यो म्हणाला, ''आणि कोणत्या देशात जायचा तिचा विचार आहे हे शोधून मला कळवायच्या सूचनाही मी त्याला दिल्या आहेत.''

''त्याची काळजी करू नको... ती लंडनलाच जाणार हे मी सांगतो.'' जॅक म्हणाला आणि त्यानं रिसिव्हर खाली ठेवला.

◆◆◆

त्या दिवशी दुपारी तीन वाजेपर्यंत फेन्स्टनला दिलेल्या यादीतून चार नावं टिनानं कमी केली. महापौर निवडणुकीत मतदान करण्यासाठी तीन माणसं गैरहजर होती तर गाडी चुकल्यामुळे चौथी येऊच शकली नव्हती.

फेन्स्टननं यादी पाहिली. त्याला हव्या असलेल्या नावावर लिपमननं बोट ठेवलं. फेन्स्टननं स्मित केलं.

''काही करण्याचे आपले श्रम वाचले.'' लिपमनने उद्‌गार काढले.

''जे.एफ.के. कडून ताजी बातमी काय आहे?'' फेन्स्टननं विचारलं.

''उद्या काही उड्डाणांना ते परवानगी देणार आहेत. राजकीय दूत, वैद्यकीय आणीबाणी असलेले आणि सरकारमधल्या काही राजकीय व्यक्ती,'' लिपमन थोडा थांबला अन् पुढे म्हणाला, ''पण आपल्याला जाण्यासाठी मी शुक्रवारी सकाळची वेळ मिळवली आहे. कुणाला तरी नवी गाडी पाहिजे होती त्या बदल्यात....''

''कोणतं मॉडेल?'' फेन्स्टननं विचारलं

''फोर्ड मस्टँग.'' लिपमननं उत्तर दिलं.

''मी कॅडिलॅक सुद्धा दिली असती.''

◆◆◆

दुपारी साडेतीनच्या सुमारास ॲना स्कॅन्टनच्या सीमेवर पोहोचली होती; पण आणखी दोन तास जोर लावावा असं ठरवून गाडी चालवत राहिली. हवा स्वच्छ आणि कोरडी होती. तीन रस्ते असलेल्या हायवेवर उत्तरेकडे जाणाऱ्या गाड्यांची गर्दी होती. त्यातल्या बहुतांश ॲनाला मागे टाकून पुढे पळत होत्या. रस्त्याच्या दोन्हीकडच्या उंच बिल्डिंग मागे पडून त्यांची जागा उंच वृक्षांनी घेतली, तशी ॲना शिथिल झाली. तिला उत्साह वाटायला लागला. हायवेवर पन्नास-पंचावन्न मैल वेगाची मर्यादा होती. ती चालवत असलेल्या गाडीच्या दृष्टीने ती इष्ट होती. तिनं डॅशबोर्डवरच्या घड्याळाकडे नजर टाकली. बफोलोला सात वाजेपर्यंत पोहोचायला हरकत नव्हती. तसं करावं आणि मगच थोडी विश्रांती घ्यावी असं तिनं ठरवलं.

सहज तिनं गाडीच्या रिअर व्ह्यू दाखवणाऱ्या आरशात पाहिलं आणि तिला वाटलं, पळून जाणाऱ्या गुन्हेगाराप्रमाणे आपण वागतो आहोत. तुम्ही क्रेडिट कार्ड वापरू शकत नाही, सेलफोन वापरू शकत नाही आणि जरा कुठे पोलीस सायरनचा आवाज कोणत्याही कारणानं कानी पडला तर तुमच्या हृदयाचे ठोके वाढतात, याचा दुसरा अर्थ काय? दर काही मिनिटांनी आपल्या खांद्यापलीकडच्या एखाद्या अनोळखी व्यक्तीला पाहून दचकायचं, हे काय आयुष्य झालं? आपल्या मित्रांसमवेत पुन्हा काम करण्यासाठी न्यूयॉर्कमध्ये जावं असं तिला फार तीव्रतेनं वाटलं. तिचे वडील तिला म्हणाले होते... ओह् गॉड, ती तर घरच्यांना विसरूनच गेली होती. तिचा मृत्यू झाला असं आईलाही वाटत असेल का? जॉर्ज अंकलनी, तिच्या डॅनव्हिलेतल्या सर्व कुटुंबीयांनी काय कल्पना केली असेल?

त्यांना फोन करण्याची जोखीम घ्यावी का? हॅऽऽ एखाद्या अपराध्यागत विचार करण्याची तिची क्षमता नव्हती हेच खरं.

◆ ◆ ◆

दरवाजावर टक्टक् न करता नेहमी प्रमाणे लिपमननं टिनाच्या ऑफिसमध्ये प्रवेश केला. कानोसा लागताच तिनं पटकन जवळचं बटण ऑफ केलं आणि पडद्यावरचं चित्र नाहीसं झालं.

''डॉ. पेट्रेस्कू तुझी मैत्रीण होती नं?'' त्यानं सहज स्वरात विचारलं.

''आहेच मुळी.'' टिना पटकन उत्तरली.

''आहे?'' लिपमननं नजर रोखून प्रश्न केला

''आहे... म्हणजे होती असं म्हणायला हवं होतं, पण ती मेली आहे असं स्वीकारण्याची माझी तयारी नाही. नक्की समजलं नसल्यामुळे अजूनही...''

''म्हणजे तुला तिच्याविषयी काही कळलं नाही? तिनं तुला कळवलं नाही?''

''तिनं मला कळवलं असतं तर बेपत्ता यादीत मी तिचं नाव घातलं असतं का?''

''नक्की नं?'' त्यानं संशयी स्वरात विचारलं.

''अर्थात!'' त्याच्याकडे सरळ रोखून पाहत तिनं उत्तर दिलं आणि पुढे म्हणाली, ''तुम्हाला काही कळलंय आहे का तिच्याबद्दल?'' त्यानं काही उत्तर दिलं नाही पण त्याच्या कपाळावरच्या आठ्या तिनं पाहिल्या. तो जाण्यासाठी वळणार तोच तिनं त्याला म्हटलं, ''मि. लिपमन, तुम्हाला तिच्याबद्दल काही कळलं तर मला लगेच कळवाल का? प्लीज....''

काहीही उत्तर न देता लिपमन तिच्या ऑफिसबाहेर पडला.

◆ ◆ ◆

ॲनानं गाडी रस्त्याच्या कडेला घेतली आणि एका रेस्टॉरंटच्या आवारात उभी

केली. त्याचं आवार प्रशस्त होतं पण रेस्टॉरंट मात्र अनाकर्षक होतं. आवारात फक्त दोन गाड्या उभ्या होत्या आणि रेस्टॉरंटमध्ये फक्त तीन माणसं बसली होती हे पाहून तिला बरं वाटलं होतं. ॲना हॉटेलच्या काउंटरला पाठ करून एका टेबलाजवळ बसली. तिनं आपली बेसबॉल कॅप ओढून घेतली आणि तेलकट मेनूकार्ड हातात घेतलं. टोमॅटो सूप आधी आणि त्यानंतर भाजलेलं चिकन अशी ऑर्डर तिनं दिली.

अर्धा तास आणि दहा डॉलर्स खर्ची पडल्यानंतर ती पुन्हा रस्त्याला लागली. तिनं कुठल्याही प्रकारचं मद्य घेतलं नव्हतं. जेवणानंतर फक्त कॉफी घेतली होती, तरीसुद्धा अल्पावधीतच तिच्या डोळ्यांवर झापड यायला लागली. जेवण घेण्यापूर्वी आठ तासांत तिनं तीनशे मैलांचा प्रवास केला होता, त्यामुळे थकवा आला होता आणि झोप आवरत नव्हती.

'थकला आहात? तर मग आमच्याकडे विश्रांती घ्या....ताजेतवाने व्हा.' तिच्यासमोरच्या जवळ येत चाललेला बोर्ड तिला सांगत होता. त्याचवेळेस तिला मोठी जांभई आली. बोर्डाजवळच बाजूला एका बारा चाकांच्या वाहनाचं रूपांतर विश्रातिगृहात करण्यात आलेलं तिला दिसलं. तिनं डॅशबोर्डच्या घड्याळाकडे नजर टाकली. नुकतेच अकरा वाजले होते. जवळ जवळ एकूण नऊ तास ती सतत प्रवासात होती. पुढचा प्रवास करण्यापूर्वी तिथेच दोनेक तास विश्रांती घेण्याचा निर्णय तिनं घेतला. तसंही विमानप्रवासात झोप काढता येईलच म्हणा.

तिनं आपली व्हॅन पार्किंग लॉटमध्ये एका मोठ्या स्टेशनरी वॅगनमागे उभी केली. उतरून ती व्हॅनच्या मागल्या भागात गेली. गाडीची दारं नीट बंद झाली आहेत याची तिनं खात्री करून घेतली. आसपास कोणतंही वाहन दिसत नव्हतं. अधिकाअधिक आराम मिळेल अशा प्रकारे झोप कशी घ्यायची, याचा विचार करण्याइतपतही फुरसत तिला नव्हती. उशीऐवजी डोक्याशी लॅपटॉप घेऊन ती मिनिटातच गाढ झोपी गेली.

◆ ◆ ◆

"मला चिंता वाटते आहे," लिपमन म्हणाला, "पेट्रेस्कूचा विचार माझ्या मनातून अजूनही गेलेला नाही."

"त्या मेलेल्या बाईची भीती बाळगण्याचं काय कारण?" फेन्स्टन म्हणाला.

"ती मेली यावर माझा विश्वास बसत नाही म्हणून."

"ती वाचणं कसं शक्य आहे?" खिडकीतून वर्ल्ड ट्रेड सेंटरच्या जागेवरचं आपलं अस्तित्व अजूनही पूर्णपणे न गमावलेला धुराचा ढग पाहून त्यानं प्रश्न केला."

"आपण नाही वाचलो?"

"पण आपण बिल्डिंग आधीच सोडली होती."

"कदाचित तिनंही ती अशीच सोडली असेल. तुम्ही तिला दहा मिनिटांच्या आतच बिल्डिंग सोडण्याचा आदेश दिला होता," लिपमननं आपलं म्हणणं मांडलं.

"पण बॅरीचं मत वेगळं आहे." फेन्स्टन म्हणाला.

"हो, पण बॅरीही जिवंत राह्यला हे लक्षात घ्या." लिपमननं उदाहरण दिलं.

"ठीक आहे. घटकाभर पेट्रेस्कू जिवंत आहे आणि ती निसटली आहे असं गृहीत धरलं तरी ती आपलं काही वाकडं करू शकत नाही." फेन्स्टननं आपलं मत दिलं.

"मी लंडनला जाण्यापूर्वी ती तिथं जाऊ शकते."

"पण पेन्टिंग हिथ्रो विमानतळावर कडीकुलपात सुरक्षित आहे हे विसरू नकोस!"

"आणि चित्रावर तुमचा मालकी हक्क आहे हे सिद्ध करणारी सर्व कागदपत्रं नॉर्थ टॉवरच्या ऑफिसमध्ये होती आणि ती आता भस्मसात झाली आहेत, हे तुम्हीही विसरू नका. जर का हे पटवण्यात ती यशस्वी झाली..." लिपमननं आपलं बोलणं अर्धवट सोडलं. कारण मध्येच त्याला थांबवून फेन्स्टननं प्रश्न केला, "कोणाला पटवण्यात ती यशस्वी होणार? व्हिक्टोरिया वेण्टवर्थला? ती तर आता मेली आहे. हो नं? आणि डॉ. पेट्रेस्कूही जिवंत आहे असं आपण का गृहीत धरावं?"

"बरोबर आहे. पण ती जिवंत असेल तर तिच्या मृत्यूची बातमी जशी आपल्याला सोयीस्कर ठरते आहे तशी तिलाही सोयीस्कर ठरू शकते." लिपमन म्हणाला.

"मग ती तशी ठरू नये हे आपल्याला पाहावं लागेल. नाही का?"

९/१३

-१८-

जोरजोरात होणाऱ्या आदळआपटीच्या आवाजानं ॲना गाढ झोपेतून दचकून जागी झाली. तिनं उठून काचेतून पाहिलं. जीन चढवलेला एक ढेरपोट्या माणूस तिच्या गाडीच्या बॉनेटवर हाताची मूठ जोराजोरात आपटत होता, त्याचा आवाज होता तो. त्याच्या दुसऱ्या हातात बिअरचा कॅन होता. तोंडातून बिअरचा फेस ओघळत होता. त्याला ओरडून 'अरे काय करतोस?' म्हणून विचारावं असं तिला वाटलं, तेवढ्यात दुसरा एक जण गाडीचं मागचं दार जोरजोरात हिसके देऊन उघडण्याचा प्रयत्न करताना तिला दिसला. ती ताडकन उठली. थंड पाण्याच्या शॉवरनेही तिला इतक्या लवकर जाग आली नसती.

ॲना धडपडत ड्रायव्हरच्या सीटवर बसली आणि तिनं इग्निशन की फिरवली, पण इंजिन सुरू झालं नाही. कडेच्या आरशातून गाडीच्या मागे असलेला चाळीस टनांचा अवाढव्य ट्रक पाहताच तिचं अवसान गळालं, कारण गाडी मागे घ्यायला पुरेशी जागाच दिसत नव्हती. तिनं हॉर्न वाजवला, तसं बॉनेटवर मुठी आवळून धडका मारणाऱ्याचं अवसान वाढलं. तोंडातून बिअरचा फेस गळत असलेला तो पुढे झाला तेव्हा त्याचा चेहरा ॲनाला पहिल्यांदाच स्पष्ट दिसला. दात पडलेल्या त्या माणसानं पुढे धडक मारली आणि आता खिडकीच्या काचेवर तो जोरजोरात 'टक्‌टक्' करू लागला. गाडीच्या मागे असलेल्या त्याच्या मित्राचा, मागचं दार उघडण्याचा प्रयत्न चालूच होता. ॲना गर्भगळीत झाली. इंजिन सुरू करण्याचा तिचा प्रयत्न अजून सफल होत नव्हता. अखेर एकदाची गाडी थरथरली....

स्टिअरिंग जोरात पूर्णपणे वळवून ॲनानं गाडी काढण्याचा प्रयत्न केला, पण दोन ट्रकमधली जागा पुरेशी नव्हती. गाडी थोडी पुढे घेऊन तिला परत मागे घ्यावी लागली. व्हॅनला पॉवर स्टिअरिंग अर्थातच नव्हतं. तिनं जेव्हा गाडी जोरात मागं

घेतली तेव्हा मागचा माणूस ओरडून बाजूला झाला. ॲनानं गाडी पहिल्या गिअरमध्ये टाकली आणि ॲक्सिलेटर दाबला. गाडी झटकन पुढे झाली. बॉनेटच्या धक्क्यानं तोंडाचं बोळकं असलेला बिअरवाला धडपडून बाजूला झाला. ॲनानं पुन्हा गाडी रिव्हर्स घेतली आणि प्रार्थना केली, 'देवा रे, आता तरी पळायला पुरेशी जागा मिळू दे!' तिनं स्टिअरिंग जोरात वळवलं आणि त्याचवेळेस तिला बाजूच्या काचेतून दिसलं की दुसरा माणूस तिच्या गाडीच्या अगदी बाजूला उभा राहून तिच्याकडे रोखून पाहतोय. त्यानं आपले दोन्ही मजबूत हात गाडीच्या टपाला लावले आणि व्हॅन धक्क्यानं डोलवायला सुरुवात केली. तिनं पुन्हा ॲक्सिलेटर दाबला तसा तो व्हॅनबरोबर थोडा पुढे खेचला गेला. त्यानं व्हॅन सोडली, पण तरीही तिला ती पुढे काढता आली नाही. अगदी काही इंचांनीच तिचा तो प्रयत्न फसला. आता तिसऱ्यांदा तिनं परत गाडी रिव्हर्सला टाकली आणि बोळकं असलेल्या पहिल्या माणसाचा हात तिला बॉनेटवर आलेला दिसला. लटपटत्या पायांनी तो तिच्या गाडीच्या जवळ आला आणि काचेवर आपलं नाक दाबून त्यानं हाताचा अंगठा खालच्या दिशेनं दाखवत थम्स डाऊन ची खूण केली. तो शरण आल्याची खूण करून त्यानं आपल्या मागच्या सहकाऱ्याला ओरडून सांगितलं, ''या आठवड्याला मी पहिले जाणार.'' त्याच्या मित्रानं तिच्या गाडीवरचे हात काढून गाडी हलवणं सोडलं आणि तो मोठ्यानं हसला.

बिअरवाला ढेरपोट्या लटपटत लटपटत त्याच्या ट्रककडे निघाला, त्याचवेळेस त्याचा मित्र त्याच्या ट्रककडे वळून ड्रायव्हरच्या सीटवर चढताना ॲनाला रिअर व्ह्यू आरशात दिसला. तिला दरदरून घाम फुटला.

त्या दोघांच्या मनात काय आहे, हे समजायला ॲनाला एक क्षणही लागला नाही. त्या दोघांमध्ये तिची गत सँडविचमधल्या मांसाच्या तुकड्यासारखी होणार होती. ॲनानं जोरात ॲक्सिलेटर दाबून गाडी इतकी मागे घेतली की मागच्या ट्रकला ती थोडी धडकलीच. त्याचवेळेस त्या ट्रकचे दिवे लागले. ॲनानं झटकन गाडी पहिल्या गिअरमध्ये टाकली आणि जोरात ॲक्सिलेटर दाबला. त्याचवेळेस तिच्या गाडीच्या काचेवर भरपूर धूर सोडत समोरच्या ट्रकचं इंजिन सुरू झालं. ॲनाची गाडी पुढे सरकली. जोरात स्टिअरिंग वळवून मार्ग काढण्याचा प्रयत्न तिनं केला तसा पुढचा ट्रक मागे आला. ट्रकच्या मजबूत मडगार्डनं आधी तिच्या गाडीचा पुढचा आणि नंतर बाजूचाही बंपर उडवला. मागच्या ट्रकवाल्यानंही ट्रक सुरू केला होता. तो पुढे काढण्याच्या प्रयत्नात तिच्या गाडीचा मागचाही बंपर उडाला. त्या धक्क्यानं तिला थोडी जागा मिळाली आणि तिची गाडी काही इंचांनीच पुढे झाली आणि थांबली. तिनं मागे वळून पाहण्याच्या अगोदरच त्या दोन ट्रकच्या धडकेचा आवाज आला. ॲनाची गाडी मोकळी झाली होती. तिनं काहीही विचार न करता ती

झटक्यात सुरू केली आणि मागे वळूनही न पाहता पार्किंग लॉटमधून बाहेर काढली.

काही स्टेशनरी वॅगन्सना मागे टाकून ती हायवेवर आली. त्या दोन ट्रक्सनी आपल्याला मोकळं करून घेतल्याचं ॲनानं आरशात पाहिलं होतं. कर्कश ब्रेक लावण्याच्या आणि हॉर्न्सच्या आवाजानं ती भानावर आली. रांगेनं येणाऱ्या वाहनांशी टक्कर होता होता ती वाचली होती. त्यासाठी त्यांना दोन मार्गिका सोडून बाजूला व्हावं लागलं होतं. पहिल्या ड्रायव्हरनं अजून हॉर्नवर हात दाबून ठेवला होता, त्यावरूनच त्याची प्रतिक्रिया सहज कळत होती.

तिला पार करून पुढे जाणाऱ्या वाहनांना जागा करून देऊन तिनं हाताच्या इशाऱ्यानंच दिलगिरी व्यक्त केली. रिअर व्ह्यू आरशात बघून ते दोन ट्रक पाठोपाठ येताहेत का, याची ती अधूनमधून चाचपणी करत होती. वेगाने जाणाच्या निश्चयाने तिनं ॲक्सिलेटर शेवटपर्यंत दाबला. जास्तीत जास्त किती वेगाने गाडी जाऊ शकते हे तिला पाहायचं होतं. तिला उत्तर मिळालं – तासात ६८ कि.मी. फक्त.

ॲनानं पुन्हा एकदा आरशात पाहिलं. एक अठरा चाकी ट्रक आतल्या बाजूच्या मार्गिकेतून पुढे येण्याचा प्रयत्न करत होता. तिनं स्टिअरिंग घट्ट धरलं आणि ॲक्सिलेटरवरचा पाय दाबून धरला पण व्हॅन तिच्या ताकदीपेक्षा अधिक देऊ शकत नाही हे स्पष्ट झालं. ट्रक आता अधिकाअधिक जवळ येऊ लागला होता. आणखी थोड्या वेळात त्याचं रूपांतर बुलडोझरमध्ये होईल याची तिला खात्री पटली. ॲनानं डाव्या हाताचा पंजा हॉर्नवर दाबून ठेवला पण त्याचा आवाज इतका क्षीण होता की तो ऐकून पक्ष्यांचा थवापण दचकला नसता. रस्त्याच्या कडेला एक मोठी हिरव्या रंगातील खूण दर्शवत होती – १/९० साठी वळा, १मैल.

ॲनानं गाडी मधल्या मार्गिकेमध्ये घेतली. तरी तो ट्रक तिच्या मागे लोहचुंबकासारखा चिकटला होता. आता तो इतक्या जवळ आला होता की रिअरव्ह्यू मधून ड्रायव्हरचा चेहरा स्पष्ट दिसत होता. त्यानं दंतविहीन हास्य केलं आणि आपल्या ट्रकचा हॉर्न एवढ्या जोरात वाजवला की आजूबाजूची वाहनंही थरथरल्यागत झाली.

बाहेर पडण्याच्या अर्धा मैल आधी आणखी एक खूण दिसली. ॲना अचानक जलद मार्गिकेत शिरली. त्यामुळे वेगाने येणाऱ्या बऱ्याच वाहनांना ब्रेक्स लावावे लागले आणि आपला वेग कमी करावा लागला. काही गाड्यांचे हॉर्न वाजले. ॲनाने त्याकडे दुर्लक्ष केलं आणि आपल्या गाडीचा वेग आणखी कमी करत पन्नासवर आणला. त्यामुळे त्यानंतर वेगवेगळ्या प्रकारच्या हॉर्न्सचा तिथं एक कर्कश वाद्यवृंदच तयार झाला.

अठरा चाकी ट्रक आता तिच्या बरोबरीला आला. तिनं वेग कमी केला तसा त्यानंही कमी केला. 'वळण आणखी पाव मैलावर' पुढच्या खुणेनं दर्शवलं होतं. बाहेर पडण्याचा मार्ग आता तिला दिसत होता. आपल्याला फक्त एक संधी आहे,

त्यामुळे वेळ बरोबर साधली पाहिजे. त्याचं पक्कं गणित तिच्या डोक्यात बसलं होतं. हातांनी स्टिअरिंग व्हील घट्टपणे पकडून १/९०चं वळण दिसताच तिनं जोरात ॲक्सिलेटर दाबला. व्हॅन उसळी मारून ट्रकच्या पुढे झाली, त्यासरशी ॲनानं स्टिअरिंग वळवून झटकन गाडी १/९०च्या वळणावर घातली आणि मध्य व आतल्या मार्गिकांना पार करून थेट गवताच्या हिरव्या त्रिकोणाकडे गेली. आतल्या मार्गिकेतून त्याचवेळेस प्रवास करणाऱ्या गाडीनं आटोकाट प्रयत्न करून अपघात कसाबसा टाळला.

दंतविहीन ट्रकवाल्याला ती अशी अचानक वळेल याची कल्पनाही नव्हती. त्यामुळे त्याला ट्रक वळवायला संधीच मिळाली नाही. त्याला हायवेनंच पुढे जावं लागलं. आपली गाडी संथ गतीत ठेवून ॲनानं वळून पाहिलं. तो अठरा चाकी ट्रक दिसेनासा झाला होता. तिनं सुटकेचा नि:श्वास सोडला.

तिच्या गाडीचा वेग पन्नास असला तरी हृदयाचे ठोके मात्र त्याच्या तिपटीने वाढले होते. ताण कमी करण्यासाठी तिनं शरीर सैल सोडलं– खेळाडूप्रमाणे. पूर्वपदावर क्षमता यायला किती वेळ लागतो, ती वेळ त्यांच्याबाबतीत महत्त्वाची असते. इथं तो प्रश्न नव्हता. १/९०ला वळल्यानंतर ती आता निर्धास्त झाली होती. पण तिचा आनंद क्षणभंगुर ठरला. रिअर व्ह्यू आरशात सहज पाहिल्यानंतर ते तिला कळलं होतं. तिच्या हृदयाचे ठोके, पुन्हा १५० पर्यंत वाढले. अठराचाकी दुसरा ट्रक तिच्या मागेच होता. दंतविहीन ढेरपोट्याच्या मित्राने चूक केली नव्हती...

❖

-१९-

त्या अपरिचितानं लॉबीत प्रवेश केल्याबरोबर टेबलाशी बसलेल्या सॅमनं मान वर करून पाहिलं. रखवालदाराचं काम करणाऱ्याला एखाद्या व्यक्तीला पाहिल्याबरोबर त्याचा नेमका अंदाज घेऊन निर्णय घ्यावा लागतो. 'गुडमॉर्निंग सर', 'मी आपल्याला काय मदत करू शकतो', की नुसतंच 'हाय!' स्वागत करण्याच्या या तीनपैकी कोणत्या प्रकारात ती व्यक्ती बसते? सॅमनं त्या उंच मध्यमवयीन माणसाचं निरीक्षण केलं. त्यानं उत्तम पण अनेकवेळा वापरलेलाच सूट घातला होता, हाताच्या कोपऱ्यावर शर्टची लकाकी गेलेली होती आणि शर्टचे कफ थोडे फाटलेलेही होते. त्यानं जो टाय बांधला होता तो हजार वेळा तरी वापरलेला असावा.

सॅमनं अखेर निर्णय घेतला अन् म्हणाला, "गुडमॉर्निंग!"

"गुड मॉर्निंग." त्यानं प्रतिसाद दिला. मी इमिग्रेशन विभागातून आलो आहे. त्यानं सांगितलं.

ते ऐकून सॅम बराच बेचैन झाला. त्याचा जन्म 'हार्लेम' मध्ये झाला असला तरी चुकीनं मायदेशी परत पाठवण्याच्या अनेक कहाण्या त्यानं ऐकल्या होत्या.

"मी आपल्याला कशा प्रकारे मदत करू शकतो?" सॅमनं विचारलं.

"मंगळवारी झालेल्या दहशतवादी हल्ल्यानंतर अनेकजण अजूनही बेपत्ता आहेत. कदाचित त्यातले काही मृत्यूही पावले असतील. अशा लोकांची माहिती मी गोळा करतो आहे." त्यानं सांगितलं.

"एखादी कोणी विशेष व्यक्ती?" सावधगिरीनं सॅमनं विचारलं.

"हो," असं म्हणून त्यानं आपली ब्रीफकेस काउंटरवर ठेवली. ती उघडून त्यातून एक यादी बाहेर काढली. नावांवरून बोट फिरवत फिरवत तो 'पी' अक्षरापर्यंत पोहोचला आणि थांबला. "डॉ. पेट्रेस्कू ॲना." त्यानं सांगितलं. "त्यांचा

शेवटचा पत्ता इथलाच आहे.''

''मंगळवारी सकाळी कामाला गेल्यापासून मी ॲनाला पाहिलेलं नाहीय.'' सॅमनं सांगितलं, ''काही लोकांनी तिची चौकशी केली होती. तिची एक मैत्रीण त्या दिवशी रात्री आली होती आणि ॲनाच्या काही वैयक्तिक वस्तू ती घेऊन गेली.''

''काय घेऊन गेली ती?''

''मला कल्पना नाही. मी फक्त सूटकेस ओळखली.''

''त्या मुलीचं नाव सांगू शकाल?''

''तुम्हाला त्याची काय आवश्यकता आहे?''

''ॲनाशी संपर्क साधायला कदाचित तिची मदत होऊ शकेल. ॲनाच्या आईला तिची फार काळजी वाटते आहे.''

''नाही. मला काही कल्पना नाही.'' सॅमनं मान्य केलं.

''तिचा फोटो दाखवला तर तुम्ही ओळखू शकाल?''

''कदाचित.''

पुन्हा एकदा त्या माणसानं ब्रीफकेस उघडली. यावेळेस त्यानं एक फोटो काढला. आणि सॅमपुढे धरला. सॅमनं काही क्षण नीट निरखून पाहिला अन् मग म्हणाला, ''होय, ही आहे ती आकर्षक मुलगी.'' मग काही काळ थांबून तो पुढे म्हणाला, ''पण ॲनाएवढी सुंदर नाही. ॲना खूप सुंदर आहे, की होती म्हणू?''

◆ ◆ ◆

ॲनानं गाडी १/९० ला झटकन वळवल्यानंतर वेगमर्यादेचा बोर्ड पाहिला– ७० मैल. तिला ही मर्यादा ओलांडायला आवडलं असतं; पण तिची गाडी कितीही ॲक्सिलेटर दाबला तरी जास्तीत जास्त अडुसष्टच्या वेगानं धावू शकत होती.

अजून दुसरा ट्रक थोडा मागे होता पण वेगाने जवळ येत होता. यावेळेस रस्त्याला एखादा दुभाजक वळणमार्गही नव्हता. त्यामुळे मागची युक्ती पुन्हा वापरणं शक्य नव्हतं. अशी काहीतरी एखादी खूण दिसावी म्हणून ती प्रार्थना करत होती. ट्रक तिच्यामागे जवळ आला आणि त्याचवेळेस तिनं पोलीसगाडीचा सायरन ऐकला.

गाडी थांबविण्यात आनंद झाला. हायवेतून बाहेर पडताना तिन दोन मार्गिकांचा भंग करून उशिरा वळण का घेतलं, तिच्या गाडीला दोन्ही बंपर्स आणि मडगार्ड का नाही? तिच्या गाडीचे लाईट लवकर का घालवण्यात आले या सर्व गोष्टींबद्दल तिनं काहीही सांगितलं तरी पोलीस त्यावर विश्वास ठेवणार नव्हते हे नक्की. अर्थात तिला त्याची काळजीही वाटत नव्हती. तिनं गाडीचा वेग आनंदानं कमी केला आणि टेहेळणी करणाऱ्या पोलीसगाडीला मार्ग मोकळा करून दिला. पोलीस अधिकाऱ्यानं मागून येणाऱ्या ट्रकलाही थांबण्याचा इशारा केला. पोलिसांची गाडी आणि ट्रक दोन्ही खांद्याला खांदा लावून थांबल्या. ॲनानं सुटकेचा नि:श्वास सोडला. ॲनानं

नाही तर त्या ट्रकवाल्यानं वेगमर्यादा ओलांडली होती.

त्यांनतर जवळ जवळ एक तास ती सारखी बाजूच्या आरशातून मागे पाहत होती. आणखी एक तास गेला. आता ती नुसतीच शांत झाली नाही तर भुकेचीही जाणीव तिला झाली. रस्त्यालगत असलेल्या एका छोट्या कॅफेच्या पार्किंगमध्ये तिनं गाडी घातली. काउंटरपासून दूर असलेलं टेबल तिनं निवडलं. मेनूकार्ड नीट वाचलं. तिला नेहमी आवडणारं असं काहीच त्यात नव्हतं. विचारच करायचा झाला तर गेल्या अठ्ठेचाळीस तासांतही नेहमी घडणारं असं काहीच नव्हतं. आहे ते भरपेट खाण्याचं ठरवून तिनं अंडी, बेकन, सॉसेज, पॅनकेक अशी मोठी ऑर्डर दिली.

खाता-खाताच ॲनानं मार्गाचा नकाशा तपासला. त्या दोन दारूड्यांमुळे तिचा प्रवास वेगाने झाला होता. तिनं हिशोब केला. तीनशेऐंशी मैलांचा प्रवास तिनं पूर्ण केला होता. कॅनडाची बॉर्डर गाठण्यासाठी अजून पन्नासएक मैलतरी शिल्लक होते. पुढचा टप्पा नायगारा फॉल्स– म्हणजे अजून एक तास.

काउंटरमागच्या टी.व्ही. वर सकाळच्या बातम्या सुरू होत्या. बचावलेल्यांचा शोध अजून जारी होता. पण तसे फारच थोडे बेपत्ता शिल्लक राहिले होते. न्यूयॉर्कनं मृतांबद्दल शोक व्यक्त केला होता. विस्थापितांसाठी मदतकार्य सुरू होतं. पडझडीची साफसफाई करण्याचं काम फार कष्टदायक होतं. वॉशिंग्टनमध्ये समारंभपूर्वक राष्ट्रीय स्मरणदिन पाळण्यात येणार होता आणि त्यासाठी प्रेसिडेंट बुश स्वत: हजर राहणार होते. त्यानंतर न्यूयॉर्क आणि ग्राउंड झीरोला (ज्या ठिकाणी ट्विन टॉवर्स होते ती जागा) ते भेट देणार होते. त्यानंतर महापौर गिऊलियानी टी.व्ही.वर प्रकटले. त्यांनी एन. वाय.पी.डी. अशी अक्षरं असलेला टी शर्ट आणि कॅप मोठ्या अभिमानाने घातलेली दिसत होती. न्यूयॉर्कवासियांच्या धैर्याला आणि सहनशीलतेला दाद देऊन अल्पावधीतच शहर पूर्वपदावर येईल अशी कार्यवाही करण्याचा निर्धार व्यक्त केला.

त्यानंतर टी.व्ही. कॅमेरा जे.एफ.के. विमानतळावरून फिरत प्रवक्त्यापर्यंत पोहोचला. उद्यापासून नियमित विमानसेवा सुरू होईल अशी घोषणा त्यानं केली. त्याच्या त्या वाक्याने ॲनानं वेळापत्रक निश्चित केलं. व्हिक्टोरियाला समजावून सांगायचं तर लिपमन न्यूयॉर्कहून निघण्याअगोदरच तिला लंडनला पोहोचणं जरुरीचं होतं. ॲनानं खिडकीबाहेर पाहिलं आणि ती हादरली. तेच दोन ड्रायव्हर तिला त्यांच्या ट्रकमधून उतरताना दिसले होते. त्यांनी कॅफेत प्रवेश केला तेव्हा ॲना बाहेर पडण्याचा संकटकालीन मार्ग शोधत होती. काउंटरजवळच्या खुर्च्या त्यांनी बळकावल्या. ॲनाकडे त्याचं लक्षही गेलं नाही, कारण तिची जागा सेविकेने घेतली होती. आपला

सारखा छळ होतो आहे या कल्पनेनंच वेड लागतं यावर ॲनानं कधी विश्वास ठेवला नव्हता– पण असं शक्य आहे हे तिला आता पटलं होतं.

◆◆◆

"गुड मॉर्निंग सर, मी एजंट रॉबर्ट बोलतोय."

"मॉर्निंग, एजन्ट रॉबर्ट," जॅकनं प्रत्युत्तर दिलं आणि तो खुर्चीला रेलला, "तुला काही सांगायचं आहे?" त्यानं प्रश्न केला.

"विश्रांतीसाठी वाहनं थांबतात अशा एका ठिकाणी मी आहे. न्यूयॉर्क आणि कॅनडा बॉर्डरच्या दरम्यान."

"आणि तिथे तू काय करतोयस?"

"माझ्या हातात गाडीचा एक बंपर आहे."

"मला कळलं." जॅक म्हणाला, "आपल्या संशयिताच्या व्हॅनचा निखळलेला बंपर असणार तो."

"होय सर."

"बरं, मग व्हॅन कुठे आहे?" रागाचा स्वर जाणवू नये असा प्रयत्न करत जॅकनं प्रश्न केला.

"मला काही कल्पना नाही सर. संशयित विश्रांती घेण्यासाठी थांबली तेव्हा मीही तिथेच थांबलो होतो. मला गाढ झोप लागली.मी उठलो तेव्हा व्हॅन निघून गेली होती आणि मागे फक्त हा बंपर राहिला होता. माझी चूक मी मान्य करतो सर."

"याचा अर्थ एकतर ती फार हुषार आहे किंवा ती अपघातात सापडली असावी." जॅक विचार करत म्हणाला.

"मी तुमच्याशी सहमत आहे सर," एजंट रॉबर्ट म्हणाला आणि पुढे त्यानं विचारलं, "मग मी आता काय करावं सर?"

"सी.आय.ए. मध्ये नोकरी धरावी." जॅकने वैतागाने फोन खाली ठेवला.

◆◆◆

"हाय, मी व्हिन्सेन्ट. काही बातमी?"

"आहे, तू म्हटल्याप्रमाणे रूथ पॅरिशनं चित्र हिथ्रो कस्टमच्या सुरक्षाक्षेत्रात कडीकुलपात बंदिस्त करून ठेवलंय."

"म्हणजे मला ते उघडावं लागणार." ॲना चिंतीत सुरात म्हणाली.

"ते तेवढं सोपं काम नाहीये." टिना म्हणाली, "उद्या सकाळी लिपमन जे.एफ.के. विमानतळावरून निघतोय, पेन्टिंग घेण्यासाठी. म्हणजे तो पोहोचण्यापूर्वी तुझ्याकडे फक्त चोवीस तास आहेत," थोडं थांबून टिना पुढे अनिश्चित सुरात म्हणाली, "आणखी एक प्रश्न आहे."

"तो काय?"

"तू मेलीस असं लिपमनला पटलेलं दिसत नाहीय." टिनानं सांगितलं.

"का? त्याला असं का वाटतंय?"

"कोण जाणे.....पण तो तुझ्याबद्दल सारखा विचारत असतो. तेव्हा काळजी

घे. नॉर्थ टॉवर पडल्यानंतरची फेन्स्टनची प्रतिक्रिया विसरू नकोस. आपल्या ऑफिसचे पाच-सहा मृत्युमुखी पडले. त्यांची काळजी त्याला पडली नाही. त्याल दु:ख होतं ते 'मोने'चं चित्र गमावलं होतं त्याचं. 'व्हॅन्‌गॉग'चं चित्र त्याच्या हातून निसटलं तर तो काय करील हे देवच जाणे. जिवंत माणसांपेक्षा मृत चित्रकारांना त्याच्या लेखी जास्त महत्त्व आहे.''

ॲनानं काही न बोलता फोन खाली ठेवला. तिच्या कपाळावर घामाचे थेंब जमलेले होते. तिनं पुन्हा एकदा घड्याळाकडे पाहिलं.

◆◆◆

''आपल्याला उद्या सकाळी सात वीसला उड्डाण करण्याची परवानगी मिळाली आहे.'' लिपमननं फेन्स्टनला सांगितलं. ''मला आपल्या जे.एफ.के. वरच्या मित्राकडून आताच कळलं. टिनाला ही बातमी दिली नाही.''

''का दिली नाही?'' फेन्स्टननं विचारलं

''ॲनाच्या बिल्डिंगच्या रखवालदारानं टिनासारख्या दिसणाऱ्या एका मुलीला मंगळवारी संध्याकाळी पाहिल्याचं मला सांगितलं म्हणून.''

''मंगळवारी संध्याकाळी?'' फेन्स्टननं विचारलं, ''पण त्याचा अर्थ...''

''टिनाच्या हातात एक बॅग होती....''

फेन्स्टनच्या कपाळाला आठ्या पडल्या पण तो काही बोलला नाही.

''मी त्याबद्दल काही कारवाई करावी का?'' लिपमननं विचारलं

''काय करावं असं तुला वाटतं?'' फेन्स्टननं विचारलं.

''टिनाच्या घरचा फोन टॅप करावा असं मला वाटतं. त्यामुळे डॉ. पेट्रेस्कूनं तिच्याशी संपर्क साधला तर ती नेमकी कुठे आहे आणि तिचा काय इरादा आहे हे आपल्याला कळेल.'' लिपमन म्हणाला, ''तुम्हाला काय वाटतं?''

फेन्स्टनची मुद्रा विचारमग्न झाली होती. तो काहीच बोलला नाही. लिपमननं त्याच्या त्या मौनाचा अर्थ नेहमीप्रमाणे परवानगी आहे असाच घेतला.

◆◆◆

कॅनेडियन बॉर्डर–चार मैल असा बोर्ड रस्त्याच्या कडेला दिसताच ॲनाच्या चेहऱ्यावर हसू पसरलं. पण वळण घेतल्यावर समोर दिसणाऱ्या गाड्यांच्या लांबलचक रांगेकडे लक्ष जाताच, ते लगेच विरलं.

हातपाय मोकळे करावे म्हणून ती गाडीतून उतरली. शरीराला आळोखे पिळोखे देऊन थकलेल्या अवयवांना पुन्हा शक्ती मिळावी असा प्रयत्न तिनं केला.

तडाखे खाऊन, मोडतोड होऊन शिल्लक राहिलेल्या आपल्या गाडीकडे पाहून तिनं आपला चेहरा वेडावाकडा केला. हॅपी हायर कंपनीला ती काय सांगणार होती?

तिला आणखी पैसे खर्च करता येणार नव्हते. त्या व्हॅनला तशीही पाचशे डॉलर्स पेक्षा अधिक किंमत मिळण्याची शक्यताच नव्हती, नाही का?

आळोखेपिळोखे देऊन आपला कंटाळा घालवत असताना ती रस्त्याच्या पलीकडच्या बाजूकडे पाहत होती. तो रस्ता रिकामा पडला होता. अमेरिकेत शिरायला कोणी उत्सुक नव्हते. वीस मिनिटांत ती जेमतेम शंभर यार्ड पुढे सरकली, गॅस पेट्रोल पंपापर्यंत आणि अचानक तिच्या मनात कल्पना आली. तिनं व्हॅन वळवून गॅस स्टेशनच्या आवारात घुसवली. सुपीरिअर कार वॉश असा बोर्ड असलेल्या झाडाजवळ नेऊन ठेवली. आपलं सामान बाहेर काढलं आणि ते घेऊन ती सरळ कॅनेडियन बॉर्डर कडे चालत चालत निघाली.

❖

-२०-

"**म**ला फार वाईट वाटतं," अर्नॉल्ड सिम्पसन त्याच्या टेबलासमोर बसलेल्या ॲराबेला वेण्टवर्थकडे पाहत म्हणाला, "फारच भयानक परिस्थिती, नाही का?" चहाच्या कपात साखरेचा आणखी एक खडा टाकत त्यानं आपल्या शब्दातही भर टाकली. त्यानं आपले हात प्रार्थना करण्याच्या अविर्भावात आपल्या भागीदाराच्या टेबलावर ठेवले. ॲराबेलानं त्याच्या शब्दांवर काहीही प्रतिक्रिया व्यक्त केली नाही.

आपल्या पक्षकाराकडे पाहून तो सौम्यपणे हसला आणि तो पुढे काही बोलणार त्या आधीच ॲराबेलानं आपल्या मांडीवर ठेवलेली फाईल उचलली अन् म्हटलं, "मि. सिम्पसन, आमच्या कुटुंबीयांचे सॉलीसिटर या नात्यानं, माझ्या वडिलांनी आणि बहिणीनं– व्हिक्टोरियानं आपलं भलं मोठं कर्ज अल्पावधीत कसं फेडलं, हे तुम्ही मला सांगू शकाल का?"

सिम्पसन खुर्चीवर रेलून बसला. अर्धवर्तुळाकार चंद्रासारख्या आपल्या चष्म्याच्या काचांमधून पाहत तो सांगू लागला, "तुमचे प्रिय पिताजी आणि माझी जवळ जवळ चाळीस वर्षांची मैत्री होती. ते आणि मी इटनला एकत्रच शिकत होतो, हे कदाचित तुम्हालाही माहीत असेल." बोलता बोलता मध्येच सिम्पसन थांबला आणि आपला निळ्या रंगाचे पट्टे असलेला गर्द निळा टाय त्यानं कुरवाळला. बहुधा त्याची ती सवय असावी. शाळा सोडल्यापासून तो हाच टाय वापरत असावा इतका जुनाट दिसत होता तो.

"माझे पपा, आम्ही एकाचवेळी शाळेत होतो असं म्हणायचे, एकत्रच शिकत होतो असं म्हणत नसत." ॲराबेलानं सणसणीत टोला हाणीत म्हटलं, "असो, ते जाऊ द्या. तो इतिहास सोडा आणि आता माझ्या प्रश्नाचं स्वच्छ उत्तर द्या."

"मी त्याकडेच वळत होतो," तो म्हणाला. अचानक शब्द विसरल्यासारखं

झालं त्याला. टेबलावरच्या दोन चार फाईल्स पाहिल्यासारखं करून त्या त्यानं उगाच इकडे तिकडे केल्या. मग त्यातली एक उचलून घेतली. त्यावर 'लॉयड्स ऑफ लंडन' असं लिहिलेलं होतं. त्यानं आपला चष्मा व्यवस्थित करून ती फाईल उघडली. ''जेव्हा तुमच्या वडिलांचं १९७१ मध्ये लॉयड्समध्ये नाव गाजायला लागलं तेव्हा त्यांनी इस्टेटीचा तारण म्हणून वापर करून व्यापारी मंडळीच्या काही संघांशी करार केलेत. पुढे अनेक वर्षं औद्योगिक इन्शुरन्स कंपन्यांकडून त्यांना त्याबद्दल पुष्कळ उत्पन्नही मिळालं.'' फाइलीतल्या काही आकड्यांवरून बोट फिरवत ते म्हणाले.

''त्यावेळेस तुम्ही त्यांना अमर्यादित जबाबदारीचा स्पष्ट अर्थ काय ते सांगितलं होतं का?'' ॲराबेलानं विचारलं.

''इतरांप्रमाणे मी सुद्धा पुढली वर्षं इतकी वाईट जातील याची कल्पना केली नव्हती हे मी मान्य करतो,'' तिच्या प्रश्नाकडे दुर्लक्ष करून सिम्पसन म्हणाले.

''कमाल आहे! म्हणजे एखाद्या जुगाऱ्यानं रुलेटच्या चक्रावर पैसा मिळवण्याची आशा करावी असा प्रकार आहे हा!'' ॲराबेला त्वेषाने पुढे म्हणाली, ''त्याच वेळेस तुम्ही त्यांना तोट्याचा विचार न करता टेबल सोडण्यास का सांगितलं नाहीत?''

''तुमचे वडील हट्टी होते,'' सिम्पसन म्हणाला, ''आणि काही वर्षं वाईट गेली तरी चांगली वेळ येईलच अशी त्यांना खात्री होती.''

''पण तसं झालेलं दिसत नाही.'' असं सांगून ॲराबेलानं फाईलमधल्या आणखी एका कागदावर नजर टाकली.

''दुर्दैवानं तुमचं म्हणणं बरोबर आहे.'' असं म्हणून सिम्पसन खुर्चीला रेलला, इतका की त्याच्या भागीदाराच्या टेबलावर बसलेल्या ॲराबेलाला तो नीट दिसतही नव्हता.

''आमच्या कुटुंबीयांतर्फे अनेक ठेवींवर आणि शेअर्सवर बरीच गुंतवणूक करण्यात आली होती. त्याबद्दल काय?'' ॲराबेलानं विचारलं.

''आपल्या करंट अकाउंटमध्ये पुरेशी शिल्लक असावी म्हणून बहुतांश त्याचवेळी मोडल्या होत्या, तसेच शेअर्सही विकले होते.'' सॉलीसिटर सिम्पसननं खुलासा केला, ''खरं सांगायचं तर तुमच्या वडिलांच्या मृत्यूच्यावेळी माझ्या कल्पनेप्रमाणे त्यांनी दहा लाख पौंडांचा ओव्हरड्राफ्ट घेतला होता.''

''पण तो काउंट्स बँकेचा नव्हता,'' ॲराबेलानं सांगितलं, ''साधारपणे तीनेक वर्षांपूर्वी त्यांनी आपलं खातं न्यूयॉर्कच्या फेन्स्टन फायनान्स या एका छोट्याशा बँकेत बदलून घेतलं असं दिसतंय.''

''तुम्ही म्हणता ते बरोबर आहे,'' सिम्पसन म्हणाला, ''पण मला हे खरंच गूढ पडलंय की त्यांचा त्या छोट्या बँकेशी संबंध आलाच कसा?''

''मला त्या गोष्टीचं गूढ वाटत नाही,'' ॲराबेलानं त्याच्याकडे रोखून पाहत उत्तर दिलं. ''एक निश्चित मिळणारा बळीचा बकरा, जाणूनबुजून वेगळा काढण्यात आला.''

''पण तरीही मला हे समजत नाही की त्यांना कसं कळलं?''

''कोणत्याही विश्वसनीय वृत्तपत्राची आर्थिक घडामोडींविषयक पानं वाचली की बसऽ! लॉयड्सची बातमी रोजच असणार होती.'' थोडं थांबून तिरकस नरजेनं त्यांच्याकडे पाहत ती म्हणाली, ''आणि त्यांच्यासोबत असणाऱ्या काही दुर्दैवी (?) लबाड व्यापाऱ्यांची... सॉरी... म्हणजे व्यापारी मंडळांच्या संघांची बातमी देखील असणार होती.''

''हा तुमचा केवळ अंदाज आहे मॅडम.'' सिम्पसनचा स्वर अंमळ रागाचा होता.

''असं म्हणता येणार नाही मि. सिम्पसन,'' ॲराबेला दृढ स्वरात म्हणाली, ''तसं असतं तर तुम्ही त्याच वेळेस हस्तक्षेप केला नसता का? काउंट्स बँकेनं वेण्टवर्थ कुटुंबीयांना दोनशे वर्षं सेवा दिली होती, हे तुम्हाला माहीत होतं. असं असताना तिथलं खातं बंद करून लबाड लोकांच्या समूहाच्या बँकेत खातं उघडण्याची परवानगी तुम्ही आपल्या प्रिय मित्राला दिलीच कशी?''

सिम्पसनचा चेहरा रागानं लाल लाल झाला.

''एखाद्या राजकारण्यानं ऐकीव गोष्टीवर विश्वास ठेवावा तसं तुम्ही करताय असं मला वाटतं....'' रागावर ताबा ठेवण्याचा प्रयत्न करत तो म्हणाला.

''नाही, मि. सिम्पसन,'' ॲराबेलाच्या आवाजाला आता धार चढली होती. ''माझ्या नवऱ्याला, अँगसला पण लॉयड्समध्ये सामावून घेण्यासाठी प्रस्ताव घेऊन एक ब्रोकर आला होता. ठेव ठेवण्यासाठी एक एकराचा फार्म एवढं तारण पुरेसं होईल असा प्रस्ताव त्यानं दिला. अँगसनं त्याला दरवाजाची वाट दाखवली.'' सिम्पसनचं तोंड बंद झालं.

''व्हिक्टोरियाचं कर्ज दुप्पट कसं झालं?''

''त्याचा दोष मला द्यायचं कारण नाही,'' फट्कन त्यांचं उत्तर आलं. पुढे तो म्हणाला, ''तुमच्या रागाचा रोख तुम्ही टॅक्सचा हिशोब करणाऱ्यांकडे वळवा मॅडम. त्यांना नेहमीच त्यांचा हिस्सा हवा असतो.'' असं म्हणून त्यानं डेथ ड्यूटीज असं लिहिलेली एक फाईल काढली. त्यानं त्यातले कागद चाळायला सुरुवात केली.

''हंऽऽ, इथं आहे ते! मृत्यूनंतर जोडीदाराला स्थावर जंगम मिळावी असं स्पष्ट लिहून ठेवलेलं नसेल तर सरकारी खजिन्यात चाळीस टक्के भाग जमा होतो, हे मला वाटतं तुमच्या नवऱ्यानं तुम्हाला सांगितलंच असेल. तरी सुद्धा मी माझं कौशल्य वापरून हिशोब तपासणाऱ्या इन्स्पेक्टरशी फायदेशीर समझोता घडवून आणला आणि ती रक्कम अकरा दशलक्ष पौंडापर्यंत खाली आणली. लेडी व्हिक्टोरियानं

त्याबद्दल समाधानही व्यक्त केल होतं.''

''माझी बहीण एक भोळी विधवा होती मि. सिम्पसन. तिनं वडील बरोबर असल्याशिवाय कधीही घर सोडलं नाही, हे माहीत असूनही तुम्ही तिला फेन्स्टन फायनान्सबरोबर करार पुढे चालू ठेवण्याची परवानगी दिलीत कशी? त्यामुळे तिच्यावर कर्जाचा बोजा आणखीनच वाढणार होता.....''

''त्या गोष्टीला पर्याय नव्हता. नाहीतर संपूर्ण इस्टेट बाजारात विक्रीसाठी काढावी लागली असती.'' सिम्पसननं आपलं म्हणणं मांडलं.

''मुळीच नाही,'' ॲरबेला पटकन बोलली, ''वेण्टवर्थमधल्या व्हॅन्‌गॉगच्या चित्रावर लिलावात तीस दशलक्ष पौंडापेक्षा अधिक रक्कम मिळण्याची शक्यता आहे का, असं ख्रिस्टीज्‌चे चेअरमन लॉर्ड हिंडलीप यांना एक फोन करून विचारलं असतं तरी कळलं असतं....'' ॲराबेलाच्या शब्दात चीड होती.

''पण तुमचे पपा व्हॅन्‌गॉगचं ते चित्र विकायला कधीच तयार झाले नसते.''

''दुसऱ्या कर्जाला तुम्ही मंजुरी दिलीत तेव्हा माझ्या पपांचा मृत्यू झालेला होता मि. सिम्पसन,'' ॲराबेला धारदार स्वरात म्हणाली, ''व्हिक्टोरियाला तुम्ही योग्य सल्ला द्यायला हवा होतात.''

''मूळ करारातल्या अटीमुळे मला दुसरा कोणताही पर्याय नव्हता...''

''तुम्ही तो करार पाह्यला होता, पण वाचला नव्हतात.'' ॲराबेलानं स्पष्टपणे सांगितलं. ''माझ्या बहिणीनं कर्जावर सोळा टक्के चक्रवाढ व्याज देण्याचं मान्य केलं होतं, पण बँकेनं मागितलेलं व्हॅन्‌गॉगचं चित्रसुद्धा दुय्यम तारण म्हणून त्यांच्याकडे ठेवायला तुम्ही संमती दिलीत.''

''पण त्यांनी ते चित्र विकून आपलं कर्ज वसूल करावं असं अजूनही तुम्ही त्यांना सांगू शकता!''

''तुम्ही पुन्हा एकदा चूक करताहात मि. सिम्पसन,'' ॲराबेला म्हणाली, ''तुम्ही कराराचं पान नंबर दोन पाहिलं असतं तर काही वाद निर्माण झाला किंवा करार पाळला गेला नाही तर न्यूयॉर्क कोर्टाच्या अधिकारकक्षेत कोणताही निर्णय फिरवला जाईल, असे शब्द तुम्हाला आढळले असते आणि ब्रायस फेन्स्टनशी त्यांच्या कोर्टमध्ये भांडण्याइतके पैसेही माझ्याकडे नाहीयेत.''

''तुम्हाला तसा अधिकार पण नाहीय मॅडम,'' सट्‌कन सिम्पनचे शब्द आले, ''कारण तुम्ही......''

''मी तिच्या जवळच्या नात्याची आहे,'' ॲराबेला दृढपणे म्हणाली.

''पण आपण इस्टेट कोणाला ठेवणार आहोत हे सांगणारं मृत्युपत्र व्हिक्टोरियानं केलेलं नाहीय......'' सिम्पसन ओरडून म्हणाला.

''तुमची दूरदृष्टी आणि कौशल्य यांचा उपयोग करून तुम्ही पार पाडलेलं

आणखी एक कर्तव्य.....'' ॲराबेला तिरकसपणे म्हणाली.

"त्यावर तुमच्या बहिणीची आणि माझी चर्चा अधूनमधून होत होती; पण...''

"आता त्याला उशीर झाला आहे. मला सदसद्विवेकबुद्धी नसलेल्या अशा एका दुष्ट माणसाशी लढाई लढायची आहे की ज्याच्याकडे कायदा आहे असं त्याला वाटतं...... आणि त्याबद्दल तुम्हालाच धन्यवाद द्यावे लागतील.'' ॲराबेला कडवटपणे म्हणाली.

"पण मला पूर्ण विश्वास आहे,'' सिम्पसनने प्रार्थना करतो आहे अशा पद्धतीने पुन्हा टेबलावर हात ठेवले आणि तो म्हणाला, "मी हा प्रश्न निश्चित....''

"तुम्ही निश्चित काय करायचं ते मी सांगते,'' त्याला मध्येच थांबवत उठून उभे राहत ॲराबेला कडक शब्दांत म्हणाली, "वेण्टवर्थ इस्टेटच्या सर्व फायली तुम्ही एकत्र करायच्या आणि त्या वेण्टवर्थ इस्टेटला पाठवून द्यायच्या.'' असं म्हणून तिनं घड्याळाकडे पाहिलं अन् मग पुढे सिम्पसनकडे रोखून पाहत म्हणाली, "आताच्या एका तासाच्या सल्ल्याच्या बिलासह तुमचा हिशोब पूर्ण करायचा अन् मला बिल पाठवून द्यायचं. गुड बाय, मि. सिम्पसन.'' ॲराबेला ताडताड चालत निघाली.

❖

-२१-

लॅपटॉप खांद्याला लटकवून आपली सूटकेस ओढत ॲना रस्त्याच्या मधून चालत निघाली. प्रत्येक पावलागणिक आपापल्या गाडीत, स्टेशनरी कारमध्ये बसलेले तिच्याकडे कुतूहलाने पाहत होते.

पहिला मैल तिनं पंधरा मिनिटांत पार केलं. त्यानंतर तिला एक कुटुंब भेटलं. रस्त्याच्या कडेला असलेल्या हिरवळीवर त्यांची पिकनिक चालली होती. त्यांनी तिला वाईनचा ग्लास देऊ केला. तिनं तो स्वीकारून त्यांना धन्यवाद दिले आणि पुढे निघाली. दुसऱ्या मैलाला अठरा मिनिटं लागली. तिसरा मैल तिनं वीस मिनिटांत पार केला आणि तिला बॉर्डर एक मैल अशी पाटी दिसली. तिच्या अंगात थोडा उत्साह संचारला आणि वेगानं ती पुढे निघाली.

शेवटच्या मैलात तिला मोठी धाव घेतल्यानंतर कोणते स्नायू दुखतात हे आठवलं आणि अखेर तिला फिनिश लाईन दिसली. चैतन्यप्रवाहाचं इंजेक्शन घेतल्यागत तिनं पुढची पावलं भराभर टाकली. बॉर्डर पोस्टच्या कुंपणापासून ती शंभर यार्डांवर पोहोचली तेव्हा सर्व तिच्याकडे आश्चर्यानं पाहत होते. तिनं आपली नजर खाली केली अन् ती सावकाश चालू लागली. ज्या रेषेपर्यंत पोहोचल्यानंतर सर्वांना आपल्या गाडीचं इंजिन बंद करून थांबायला सांगण्यात येतं, त्या रेषेवर ती कडेला उभी राहिली.

तिथं फक्त दोन कस्टम अधिकारी होते आणि गुरुवारच्या त्या सकाळी अनपेक्षित असलेल्या मोठ्या रांगेतील सर्वांची तपासणी करायची होती. त्यांचं काम अगदी प्रामाणिकपणे आणि सावकाशीने चाललं होतं. त्या दोघांपैकी तरुण असलेला अधिकाऱ्याचं आपल्याकडे लक्ष जावं असा प्रयत्न करावा असंही तिच्या मनात आलं पण गेल्या चोवीस तासांत ती ज्या तऱ्हेने प्रवास करीत होती, त्याचा विचार करता,

आपला अवतार नॉर्थ टॉवर मधून बाहेर पडल्यानंतर जसा होता त्यापेक्षा फारसा बरा असणार नाही हे तिच्या लक्षात आलं. त्यामुळे तिनं प्रयत्नच केला नाही.

सरतेशेवटी त्याचं लक्ष तिच्याकडे गेलंच आणि तो तिच्याजवळ आला. त्यानं प्रवासाचे सर्व कागदपत्रं तपासले, पासपोर्ट पाहिला. सर्व व्यवस्थित होतं. तिच्याकडे रोखून पाहत त्यानं प्रश्न केला, ''कॅनडाला जायचं कारण काय?''

''मॅकमिल युनिव्हर्सिटीमध्ये होणाऱ्या एका कलाशिबिरासाठी मी चालले आहे. राफेलपूर्व चळवळीवर मी पीएच.डी. करते आहे. शिबिर त्याचाच एक भाग आहे.'' त्याच्याकडे सरळ पाहत तिनं सहज उत्तर दिलं.

''विशेषकरून कोणत्या चित्रकारांबद्दल?''

एक तर तो जादा स्मार्ट तरी असावा किंवा कलारसिक!

''रोझेटी, होल्मन हंट, मॉरीस आणि इतर काही.''

''आणि दुसऱ्या हंटबद्दल काय?''

''कोण? अल्फ्रेड? पण तो खऱ्या अर्थानं राफेलपूर्व काळातला नाही....''

''पण चांगला चित्रकार आहे!''

''हो, मी तुमच्याशी सहमत आहे,'' ॲना म्हणाली.

''शिबिरप्रमुख कोण आहे?''

''अंऽऽ, व्हर्न स्वानसन.'' ॲनानं ठोकून दिलं. प्रसिद्ध कलातज्ज्ञाचं नाव असलं तरी त्याला माहीत असण्याची शक्यता नसणार असं तिला वाटलं.

''छान! म्हणजे मलाही त्यांना भेटण्याची संधी मिळेल.''

''म्हणजे तुम्हाला काय म्हणायचं आहे?''

''ते अजूनही येल युनिव्हर्सिटीत कला इतिहासाचे प्राध्यापक असतील तर त्यांना न्यू हॅवनहून यायला लागेल नाही का? अमेरिकेहून जाणाऱ्या-येणाऱ्या कोणत्याही फ्लाईट्स नाहीत म्हणजे त्यांना याच मार्गानं बॉर्डर पार करावी लागेल ना?''

योग्य वाटेल असं उत्तर काही ॲनाला सुचलं नाही. ती गप्प राहिली. तिच्या मागच्या बाईनं तिची सुटका केली. आपण किती वेळ उभे आहोत याबद्दल ती मोठमोठ्यानं बोलू लागली होती.

''मी मॅकमिलला होतो,'' तिचा पासपोर्ट परत करत हसून तो तरुण अधिकारी तिला म्हणाला. ॲना ओशाळली पण ते त्याच्या लक्षात येऊ नये अशी तिची इच्छा होती. ''न्यूयॉर्क मध्ये जे घडलं त्याबद्दल आम्हा सर्वांनाच वाईट वाटतं.'' तो पुढं म्हणाला.

''थँक्यू.'' ॲना म्हणाली आणि तिनं बॉर्डर पार केली. 'वेलकम टू कॅनडा.'

◆◆◆

''कोण आहे?'' एक अपरिचित आवाज त्याच्या कानावर आला त्याची चाहूल

लागून आलेल्या प्रश्नाला त्यानं उत्तर दिलं. ''इलेक्ट्रिशियन.'' दाराबाहेर इलेक्ट्रिशियनच्या हिरव्या पोशाखात असलेल्या, डोक्यावर यांकी बेसबॉल कॅप घातलेल्या आणि खांद्यावर हत्यारांची पेटी असलेल्या त्यानं उत्तर दिलं. त्यानं आपले डोळे अर्धवट मिटले होते आणि तो हसत होता. सुरक्षा कॅमेऱ्यात त्याचीही प्रतिमा बंदिस्त झाली आणि गजर वाजला. त्यानं दार ढकललं व आत प्रवेश केला.

लिफ्टला टाळून तो जिन्यानंच वर जाऊ लागला. पहिल्या मजल्यावर राहणाऱ्या पैकीच क्वचित कोणी त्याला पाहण्याची आणि लक्षात ठेवण्याची शक्यता फार थोडी होती. तो दहाव्या मजल्यावर पोहोचला. कॉरिडॉरमध्ये आजूबाजूला कोणी नव्हतं. दुपारची साडेतीनची वेळ त्या दृष्टीनं बरोबरच होती, अनुभवानं त्याला ते माहीत झालं होतं. त्यानं दारावरची बेल वाजवली. कोणीच उत्तर दिलं नाही. त्याला ते अपेक्षितच होतं. कारण अजून किमान दोन तास तरी ती ऑफिस सोडणार नाही, हे त्याला सांगण्यात आलं होतं. त्यानं आपला टूलबॉक्स खाली ठेवला आणि दाराला लावलेल्या दोन कुलपांचं तो निरीक्षण करू लागला. ''हार्डली फोर्ट नॉक्स.....हूंऽऽ.''

सोपं काम होतं.त्यानं टूलबॉक्स मधून काही विशिष्ट हत्यारं काढली.एखाद्या कुशल सर्जनप्रमाणे त्याची बोटं काम करीत होती. दोन मिनिटं चाळीस सेकंदांनंतर तो आतही शिरला होता.

आत असलेल्या तिन्ही टेलिफोन्सची त्यानं पाहणी केली.पहिला हॉलमधल्या टेबलावर होता. त्याच्यावर अॅण्डी वॉरहॉलच्या मर्लिन मन्रोचा मोठा प्रिंट होता. दुसरा तिच्या बेडजवळ तिथल्या फोटोशेजारी. त्यानं फोटोकडे पाहिलं. तिच्याच सारख्या दिसणाऱ्या दोघांमध्ये ती उभी होती. त्या दोघांपैकी एक तरुण होता तर दुसरा वयस्कर. तिचा भाऊ आणि वडील असणार यात शंका नव्हती. तिसरा फोन किचन मध्ये होता.त्यानं फ्रिजच्या दाराकडे पाहिलं आणि त्याच्या चेहऱ्यावर हास्य पसरलं. तिच्या प्रमाणेच तोही '४९' चा चाहता होता.

सहा मिनिटं नऊ सेकंदानंतर त्यानं दार लावलं आणि कॉरिडॉरमध्ये प्रवेश केला. जिन्याच्या पायऱ्या उतरून बाहेर पडला.केवळ दहा मिनिटांचं काम, फी मात्र एक हजार पौंड. एखाद्या डॉक्टरलाही तेवढी फी मिळण्याची शक्यता नव्हती.

◆◆◆

नायगरा फॉल्ससाठी तीन वाजता सुटणाऱ्या ग्रेहाऊंड बसमध्ये पाऊल ठेवणारी अॅना शेवटची होती. ती चढली आणि बस सुरू झाली. बरोबर दोन तासांनंतर लेक ऑन टॅरिकोच्या पश्चिम घाटावर बस थांबली आणि अॅना सर्वांत पहिली उतरली. टोरँटोच्या स्काय लाईनला विशेष परिमाण देणाऱ्या 'माएस व्हॅन दर रोहे'च्या इमारतीची दखलही न घेता मिळालेली पहिली टॅक्सी तिनं धरली.

''एअरपोर्ट प्लीज आणि जितक्या लवकर पोहचता येईल तितक्या वेगानं.'' आत बसताच तिनं टॅक्सी ड्रायव्हरला सांगितलं.

''कोणत्या एअरपोर्ट टर्मिनसला?'' त्यानं विचारलं.

ॲना चाचरली अन् मग उत्तरली, ''युरोपसाठी.''

''म्हणजे टर्मिनल तीन.'' तो म्हणाला आणि त्यानं टॅक्सी सुरू केली. चालवता चालवता त्यानं विचारलं, ''आपण कुठून आलात?''

''बोस्टनहून.'' ॲनानं उत्तर दिलं. तिला न्यूयॉर्कबद्दल बोलायचं नव्हतं.

''न्यूयॉर्कमध्ये घडलं ते फार भयंकर होतं नं? कोणालाही ही बातमी जिथे कळली, तिथे असताना व्टिन टॉवर्स डोळ्यांसमोर उभी राहतात? मी त्यावेळी टॅक्सीतच होतो. आपण?''

''मी नॉर्थ टॉवरमध्ये होते.'' ॲना अनवधानाने बोलून गेली. चांगली चेष्टा करणारी तरुणी आपल्याला भेटली असं त्याला वाटलं.

त्यानंतरच्या बेस्ट्रीट ते 'लेस्टर बी. पिअर्सन इंटरनॅशनल एअरपोर्ट' पर्यंतच्या सव्वा तासाच्या प्रवासात त्यानं एकदाही तोंड उघडलं नाही. टर्मिनस तीन जवळ टॅक्सी थांबताच ॲनानं पैसे दिले आणि काहीही न बोलता आपलं सामान घेऊन ती भराभर पावलं टाकत एअरपोर्ट मध्ये शिरली. तिनं डिपार्चर दर्शविणारा बोर्ड पाहिला. त्यावरचं घड्याळ पाच वाजून अठ्ठावीस मिनिटांची वेळ दाखवत होतं.

हिथ्रोला जाणाऱ्या शेवटच्या फ्लाईटची दारं नुकतीच बंद झाली होती. ॲनानं आपल्या नशिबाला शिव्या घातल्या आणि त्यानंतर निघणाऱ्या फ्लाईट्सची यादी पाहायला सुरुवात केली. तेल अवीव, बँकॉक, हाँगकाँग, सिडने, ॲम्स्टरडॅम... ॲम्स्टरडॅम... वाऽऽ किती योग्य प्लाईट. क्र. एल ६९२, डिपार्चर संध्याकाळी सहा, गेट क्र. ३१– 'नाऊ बोर्डिंग' हे सर्व पाहताच ती ताबडतोब ए.एल.एम. च्या डेस्ककडे धावली. काउंटरवरच्या माणसाला मान वर करण्याची फुरसतही न देता तिनं विचारलं, ''मला तुमची ॲमस्टरडॅमची फ्लाईट गाठायची आहे, मिळेल नं?

''मिळेल, पण तुम्हाला घाई करावी लागेल.'' मान वर करून व आपलं काम थांबवून तो म्हणाला.

''मला खिडकी जवळची सीट मिळू शकेल?''

''खिडकी जवळची, मधली, बाजूची.....कोणतीही मागा.''

''का, असं का?''

''आज फ्लाईट रिकामी आहे आणि केवळ तेरा तारीख आहे, हेच एक कारण नाही......''

◆ ◆ ◆

''उद्याच्या आपल्या सात वीसच्या वेळेत काही बदल नाही हे जे.एफ.के.च्या

मित्रानं पुन्हा एकदा कळवून निश्चित केलं आहे.''

''छान! विमान निघताच मला फोन कर.'' फेन्स्टन म्हणाला. ''हिथ्रोला कधी, किती वाजता पोहोचणार?''

''सातच्या सुमारास.'' लिपमननं उत्तर दिलं, ''आर्ट लोकेशन विमानतळावर पेन्टिंगचं पॅकेट घेऊन तयारच असेल. नेहमीपेक्षा तिप्पट फीमुळे त्यांचं तिकडेच लक्ष लागलेलं असेल.''

''परत कधी पोहोचणार?''

''दुसऱ्या दिवशी सकाळी ब्रेकफास्टला.....अगदी वेळेवर.''

''डॉ.पेट्रेस्कूची काही बातमी?''

''नाही.'' लिपमन म्हणाला, ''टिनाला आतापर्यंत फक्त एक फोन आला होता, तोही पुरुषाचा.....'' तेवढ्यात दारावर टक्‌टक् झाली अन टिनानं ऑफिसात प्रवेश केला.

◆◆◆

''ती ॲम्स्टरॅडमकडे निघाली आहे.'' ज्योनं बातमी दिली.

''ॲम्स्टरडॅम?'' टेबलावर बोटांचा आवाज करत जॅकनं विचारलं. ''तिची लंडनची शेवटची फ्लाईट चुकली म्हणजे उद्या सकाळी पहिल्या फ्लाईटनं ती लंडनला जाईल. हिथ्रोला आपला एजंट आधीपासूनच आहे.'' ज्योनं सांगितलं आणि पुढे विचारलं, ''तुम्हाला आणखी कुठे एजंटना ठेवायचं आहे का?''

''होय. गॅटविक आणि स्टन्स्टेड इथं.'' जॅकनं उत्तर दिलं.

''तुमचं म्हणणं बरोबर असेल तर ती सकाळी लिपमनच्या थोडा वेळ आधी हिथ्रोला पोहोचेल.'' ज्यो म्हणाला.

''तुला काय म्हणायचं आहे?'' जॅकन विचारलं.

''फेन्स्टनच्या खाजगी जेटच्या उड्डाणासाठी जे.एफ.के.नं उद्या सकाळी सात वीसची वेळ दिलीय आणि त्यात कार्ल लिपमन हा एकमेव प्रवासी असणार आहे.''

''मग कदाचित त्यानं आणि ॲनानं तिथे भेटण्याचं ठरवलं असेल.'' जॅक म्हणाला, ''एक काम कर. लंडन दूतावासातल्या आपल्या एजंट क्रासांतीला फोन करून कळव आणि त्याला तिन्ही एअरपोर्टवर आपले जादा एजंट्स ठेवायला सांग.'' थोडं थांबून जॅकनं पुढे सांगितलं, ''त्या दोघांचा नेमका काय बेत आहे हे मला कळलंच पाहिजे.''

''पण आपण आपल्या कक्षेत असणार नाही.'' ज्योनं आठवण करून दिली, ''ब्रिटिशांनी शोधून काढलं तर सी.आय.ए.चं नाव....''

''तिन्ही एअरपोर्ट्स... कळलं?'' जॅकनं फोन खाली ठेवला.

◆◆◆

ॲनानं विमानात प्रवेश करताच तिच्या मागं विमानाचं दार बंद झालं. हवाईसुंदरीनं तिला तिची सीट दाखवली आणि सीटबेल्ट बांधायला सांगितला. फ्लाईट लगेच निघणार होती. ॲनाच्या बाजूच्या दोन्ही जागा मोकळ्या होत्या, हे पाहून ती खूष झाली. विमानानं उड्डाण करून सीटबेल्ट काढण्याच्या सूचना मिळताच ॲनानं आपल्या रांगेतल्या सीटमधले दांडे उचलले आणि ती सरळ आडवी झाली. खरीखुरी उशी आणि दोन ब्लँकेट्स. विमान विशिष्ट उंचीवर जाऊन स्थिर होण्याच्या आतच ॲनाला झोप लागली.

कोणी तरी हळुवारपणे खांद्याला हात लावून तिला उठवत होतं. समोरच्या एअरहोस्टेसला पाहून आपण जेवण नको हे सांगायला विसरलो, हे तिच्या लक्षात आलं. होस्टेसला खुणेनंच नको सांगत, विसरल्याबद्दल स्वत:ला शिव्या घालत ती पुन्हा झोपली... गाढ.

तिचा खांदा हळुवार हलवून तिला पुन्हा कोणीतरी उठवत होतं. ''उठवल्याबद्दल मला माफ करा मॅडम,'' ती हळूच बोलली ''पण तुम्हाला सीटबेल्ट बांधायला लागेल. आणखी वीस मिनिटांत विमान ॲम्स्टरडॅम तळावर उतरत आहे.'' ॲना सावरून बसली. ती सीट बेल्ट बांधत असतानाच घोषणा झाली. ''आपल्याला आपल्या घड्याळात वेळ बदलायची असेल तर ॲम्स्टरडॅमची स्थानिक वेळ सकाळचे सहा पंचावन अशी आहे, याची कृपया नोंद घ्यावी. धन्यवाद.''

❖

९/१४

-२२-

त्याला घेऊन जाण्यासाठी लिमोझीन येण्याअगोदर कितीतरी आधी लिपमन उठला होता. तो दिवस आरामात झोपण्याचा नव्हता.

तो उठून सरळ बाथरूममध्ये गेला. तोंड धुवून त्यानं दाढी केली. आपण कितीही घोटून दाढी केली, तरी झोपण्यापूर्वीच आपल्या दाढीचे खुंट दिसायला लागतील, हे त्याला माहीत होतं. जेव्हा मोठ वीकएन्ड येईल तेव्हा तो आपली दाढी वाढू देत असे.

त्यानं शॉवर घेतला आणि ताजातवाना होऊन तो बाथरूमबाहेर पडला. नेहमीप्रमाणे नाश्ता बनवायचं कारण नव्हतं. कारण बँकेच्या खाजगी जेट विमानात स्ट्यूअर्डेसच्या संगतीत त्याला तो मिळणार होता. आणखी दोन तासांत लिपमनला एकट्याला घेऊन लंडनला जाण्यासाठी एक जेट विमान हवेत असेल, यावर या भिकार शेजार असलेल्या जुनाट इमारतीतील, एकाचा तरी विश्वास बसेल का? त्याच्या मनात विचार आला आणि तो हसला.

अर्ध्या रिकाम्या असलेल्या कपड्यांच्या कपाटाकडे तो गेला. त्यानं नुकताच खरेदी केलेला भारी सूट आणि त्याचा आवडता शर्ट त्यानं काढला. कोट चढवण्यापूर्वी त्यानं एक उत्कृष्ट टाय निवडला. हा टाय तो पहिल्यांदाच वापरणार होता. विमानाचा पायलट त्याच्यापेक्षा आकर्षक दिसायला नको होता. त्यानं आरशात पाहिलं अन् तो खूष झाला.

खिडकीशी उभं राहून तो लिमोझीनची वाट पाहू लागला. त्यावेळेस त्याची नजर आपल्या फ्लॅटवरून फिरत होती. त्यानं चार वर्षं तुरुंगात काढली होती. तिथल्यापेक्षा आपला फ्लॅट बरा आहे, एवढंच म्हणता येईल असं त्याला जाणवून गेलं. त्यानं खाली पाहिलं. बेचाळिसाव्या रस्त्याच्या वळणावर लिमोझीन पोहोचली

असल्याचं त्याला दिसलं. त्यानं आपली छोटी सूटकेस उचलून घेतली. झटकन फ्लॅटचं दार बंद करून तो जिना उतरू लागला. त्याच्या बिल्डिंगसमोर लिमोझीन थांबली होती. रस्त्यावरून पाहणाऱ्याला ते दृश्य निश्चितच विसंगत वाटलं असतं.

त्याच्यासाठी ड्रायव्हरनं मागचं दार उघडलं. न बोलता तो त्वरेने आत शिरला. फेन्स्टनप्रमाणे हात ठेवण्याच्या जागेवरचं बटण त्यानं दाबलं. त्यासरशी ग्रे रंगाची काच वर चढली. त्याच्या व ड्रायव्हरच्या मध्ये पडदा पडला. आता पुढचे चोवीस तास तो एका वेगळ्याच जगात असणार होता. तो स्वत:शीच हसला.

पाऊण तासानंतर लिमोझीन व्हॅनविक एक्सप्रेस हायवेवरून जे.एफ.के. साठी बाहेर पडली. ड्रायव्हरनं गाडी झटकन वळवून अशा रस्त्यावर आणली की जो फारच थोड्यांना माहीत होता. समोर असलेल्या छोट्या टर्मिनलजवळ त्यानं गाडी थांबवली.

ज्यांची स्वत:ची विमानसेवा आहे, अशांसाठीच ते टर्मिनल होतं. लिपमन कारबाहेर पडला. तिथंच उभ्या असलेल्या सेवकानं त्याला लाउंजमध्ये (विश्रामगृहामध्ये) नेलं. कंपनीच्या गल्फ स्ट्रीम ५ जेटचा कॅप्टन त्याच्यासाठी तिथेच उभा होता.

''ठरल्या वेळेपेक्षा लवकर निघण्याची काही शक्यता आहे का?'' आरामदायी चामडी खुर्चीवर बसत लिपमननं कॅप्टनला विचारलं.

''नाही महाशय, आवश्यक तेवढीच विमानं उड्डाण करताहेत. आपल्याला सात वीसची दिलेली वेळ पक्की आहे.'' कॅप्टन म्हणाला.

''हॅऽऽ.'' असं रेकून लिपमन वृत्तपत्रांकडे वळला.

ओसामा बिन लादेनला पकडून देण्यासाठी पन्नास दशलक्ष डॉलर्सचं बक्षीस प्रेसिडेन्ट बुशनं जाहीर केलं होतं. 'द न्यूयॉर्क टाइम्स'नं त्याबद्दल भरभरून लिहिलं होतं. पण हा तर नेहमीचाच जुना कायदा आणि सुव्यवस्थेसाठी गेली पाचशे वर्षे वापरला जाणारा प्रचलित मार्ग... त्यात काय नवीन?' लिपमननं मनातल्या मनात म्हटलं. द वॉल स्ट्रीट जर्नलनं फेन्स्टनं फायनान्सचे शेअर्स बारा सेंटनं उतरल्याचं म्हटलं होतं.....पण त्यात काही विशेष नव्हतं. ज्यांची ऑफिसेस वर्ल्ड ट्रेड सेंटरमध्ये होती त्या सर्वच कंपन्यांच्या बाबतीत ही स्थिती होती. एकदा का व्हॅन्‌गॉग फेन्स्टनच्या ताब्यात आलं की कंपनी पुन्हा नक्कीच उसळी घेणार होती. लिपमन विचारात गढलेला असतानाच केबिन क्रू पैकी एकानं त्याचा भंग केला.

''आता आपण विमानात बसावं महाशय, पंधरा मिनिटांत विमान उड्डाण करेल.'' त्याला विमानापर्यंत नेण्यासाठी एक छोटी गाडी आली व विमानाच्या पायऱ्यांपर्यंत घेऊन गेली. आत शिरून तो आरामात बसला. दिलेला ऑरेंज ज्यूस संपण्या अगोदरच विमान उड्डाणासाठी सुरू झालं. विमान तीस हजार फूट उंचीवर गेल्यानंतर आणि सीटबेल्ट सोडण्याची मुभा मिळाल्यानंतर लिपमन खऱ्या अर्थानं रिलॅक्स झाला.

पुढे होऊन त्यानं फोन उचलला आणि फेन्स्टनचा खाजगी नंबर फिरवला. ''मी माझ्या मार्गावर आहे. सर्व काही ठीक आहे. उद्या सकाळपर्यंत इथे परत येण्यात मला तरी काही अडचण दिसत नाही. माझ्या बाजूच्या सीटवर त्यावेळेस डचमन (व्हॅन्‌गॉग) असेल याची मला खात्री आहे.''

''तू इथं पोहोचल्याबरोबर मला फोन कर.'' चेअरमननं फोन खाली ठेवला होता.

◆◆◆

टिनानं चेअरमनच्या फोनचं एक्स्टेन्शन झटकन बंद केलं. लिपमन हल्ली वारंवार तिच्या ऑफिसमध्ये येऊ लागला होता आणि तेही नेहमीप्रमाणे दारावर टक्‌टक् न करताच. ॲना जिवंत आहे आणि तिचा टिनाशी संपर्क आहे, हे आपल्याला कळल्याचं त्यानं उघड दर्शवलं होतं.

चेअरमनचं जेट जे.एफ.के वरून लंडनला रवाना झालेलं आहे हे तिला त्या संभाषणावरून कळलं. ॲना लंडनला पोहोचली असेल तर तिच्या हातात फक्त काही तासच होते. याची जाणीव टिनाला झाली.

लिपमन दुसऱ्या दिवशी न्यूयॉर्कला परत आला आहे आणि फेन्स्टनला व्हॅन्‌गॉग सुपूर्द करताना त्याच्या चेहऱ्यावर दुष्ट हास्य पसरलं आहे असं चित्र तिच्या डोळ्यांसमोर तरळलं. ती थोडी अस्वस्थ झाली. ई-मेलनं त्यांना आधी मिळालेल्या कंत्राटांची माहिती तिनं आपल्या पत्त्यावर डाऊन लोड करण्यास सुरुवात केली. लिपमन जेव्हा ऑफिसमध्ये नसे आणि फेन्स्टन पूर्ण कामात गढलेला असे, त्याचवेळी ती हा उद्योग करीत असे.

◆◆◆

लंडनला गॅटविक विमानतळावर जाणारी पहिली फ्लाइट शिकफोलहून सकाळी १० वाजता सुटणार होती. ॲनानं ब्रिटिश एअरवेजचं तिकिट घेतलं होतं. तिला फ्लाईट वीस मिनिटं उशिरा सुटेल असं सांगण्यात आलं, कारण येणारी फ्लाईट अद्याप आलेली नव्हती. त्या उशिराचा फायदा घेत तिनं स्नान उरकून घेतलं होतं आणि कपडेही बदलले होते. शिकफोल विमानतळावर उत्तम सोय होती. ती खूष झाली होती. व्हिक्टोरियाला भेटण्यासाठी ॲनानं तिच्याकडे असलेल्यापैकी सर्वांत साधा पारंपरिक पोशाख निवडला होता.

'कॅफे नीरो'त कॉफी घेता घेता ॲनानं हेरल्ड ट्रिब्यून चाळला. पन्नास दशलक्ष डॉलर्स ही दुसऱ्या पानावरची हेडलाईन तिनं पाहिली. एखाद्या लिलावात व्हॅन्‌गॉगच्या चित्राला मिळू शकणाऱ्या किमतीपेक्षा कमी. ह्याला औदार्य म्हणायचं का? तिनं वाचण्यात वेळ घालवला नाही. कारण व्हिक्टोरियाला समक्ष भेटल्यानंतर काय काय गोष्टी कशा कशा सांगायच्या ह्यावर विचार करणं त्यावेळी जास्त महत्त्वाचं होतं.

सर्वांत प्रथम पाहायचं होतं, व्हॅन्‌गॉग कुठे आहे ते. जर चित्र रूथच्या ताब्यात सुरक्षित असेल तर व्हिक्टोरियाला सांगावं लागेल की रूथला फोन करून ते तिच्याकडून ताबडतोब परत मागवून घे म्हणून. रूथला तसं सांगताना आपल्या इच्छेविरुद्ध फेन्स्टन फायनान्स ते चित्र ठेवू शकत नाही हे पटवावं लागेल. विशेषत: अस्तित्वात असलेला एकुलता एक करार नष्ट केल्यानंतर. व्हिक्टोरिया तसं करायला कबूल होणार नाही; पण तशी झाली, तर त्यानंतर ॲना मि. नाकामुरांशी टोकियोला संपर्क साधून... ''लंडन गॅटविकला जाणारी ब्रिटीश एअरवेज फ्लाईट क्र ८११२ गेट क्र. १४ वर बोर्डिंगसाठी तयार आहे.'' घोषणा झाली.

इंग्रजांच्या भूमीवर पाय ठेवताना ॲनानं आपलं घड्याळ तपासून वेळ बरोबर असल्याची खात्री करून घेतली. लिपमन हिथ्रो विमानतळावर पोहोचण्यापूर्वी आपल्याकडे फक्त नऊ तास आहेत याची तिला जाणीव होती. पासपोर्ट, कागदपत्रांची तपासणी, सामान ताब्यात घेणं हे सगळे सोपस्कार उरकून बाहेर पडताच तिनं भाड्यानं मिळणाऱ्या गाडीचा शोध सुरू केला. हॅपी हायर कंपनी टाळून ती ॲव्हिसच्या रांगेत उभी राहिली.

ड्यूटी फ्री शॉप मध्ये उभ्या असलेल्या आकर्षक पोशाख केलेल्या तरुणाला तिनं पाहिलं नाही. तिच्याकडे पाहत तो आपल्या सेलफोनवरून बोलत होता, ''ती इथं आली आहे. मी तिच्या मागावर आहे.''

◆◆◆

आपल्या ४३व्या रस्त्यावरील घरातल्या कोणत्याही आरामदायक वस्तूपेक्षा कितीतरी पटीने अधिक आराम मिळत असलेल्या रुंद चामडी सीटवर लिपमन अगदी आरामात विसावला होता. सेविकेनं त्याला चांदीच्या ट्रेमधून सोनेरी कडा असलेल्या चायनीज कपातून ब्लॅक कॉफी आणून दिली. ती पिऊन तो सीटवर मागे रेलला आणि आपल्या पुढील कामगिरीचा विचार करू लागला. त्याला माहीत होतं की आपण पेंढा भरलेल्या एका बॅगप्रमाणे आहोत; भले आज त्या बॅगेत जगातलं अतिशय मौल्यवान असं पेन्टिंग असलं तरी. आपलं योग्य मूल्यमापन करत नाही म्हणून मनोमन त्याला फेन्स्टनविषयी प्रचंड राग होता. फेन्स्टननं त्याला कधीही बरोबरीची वागणूक दिली नव्हती. आपण दिलेल्या योगदानामुळे कंपनीला मिळालेल्या यशाची पावती फेन्स्टननं एकदा तरी द्यायला हवी होती आणि नोकर म्हणून नव्हे तर एक सहकारी म्हणून त्याच्या कल्पनांचा स्वीकार करायला हवा होता, असं सारखं लिपमनच्या मनात यायचं. फेन्स्टननं कधी तरी का होईना 'थँक्यू' म्हणावं, तेवढंही पुरलं असतं; पण तेही त्याच्या नशिबात नव्हतं. त्याच्यापाठी लिपमनला सर्व लोक फेन्स्टनचा हुजऱ्या म्हणायचे हे त्याला माहीत होतं.

हुजऱ्या! फेन्स्टनचा हुजऱ्याच होता तो. फेन्स्टननं त्याला गटारातून वर

उचललं होतं हे लिपमननला मान्य होतं, पण दुसऱ्या गटारात टाकण्यासाठी, अशी त्याची भावना होती. तो विचारात गढला. त्यानं फेन्स्टनची दहा वर्षं सेवा केली होती. बुखारेस्टहून अमेरिकेत कायम निवासासाठी आलेला फेन्स्टन अगदी सुमार दर्जाचा संस्कारहीन मनुष्य होता. त्याच्याकडे फक्त पैसा कमविण्याची जिद्द होती; पण त्यासाठी लागणारी कल्पनाशक्ती नव्हती. लिपमनला त्यानं उचललं आणि त्याच्या साहाय्याने तो पाहता पाहता मोठा झाला होता. पैसा आणि सामाजिक स्थान, दोन्ही त्यानं मिळवलं होतं. सगळा इतिहास लिपमनच्या डोळ्यांसमोर आला. फेन्स्टन अशा उच्च स्थानावर पोहचला होता त्यावेळी त्याचं स्थान काय होतं तर फेन्स्टनचा हुजऱ्या, फक्त हुजऱ्या! लिपमनला आपलं ते नगण्य स्थान बोचत होतं. ज्या शिडीवरून फेन्स्टन वर चढला होता ती शिडी लिपमननं योग्य जागी धरली होती म्हणून ते शक्य झालं होतं. तरीही त्याची किंमत काय होती? तर हुजऱ्या!

ठीक आहे... एक दिवस हे बदलेल. मी बदलीन. फेन्स्टननं फक्त एखादी चूक करण्याचा अवकाश... बस्स! मग आमच्या भूमिका बदलतील. फेन्स्टन तुरुंगात जाईल आणि माझं भाग्य कसं उजळलं हे कोणाला कळणारही नाही. लिपमनचे डोळे त्या विचाराने चकाकले.

"आपल्याला आणखी थोडी कॉफी आणि खायला काही आणू का?" सेविका विचारत होती.

◆◆◆

वेण्टवर्थ हॉलला जाण्यासाठी ॲनाला नकाशा पाहण्याची गरज नव्हती. वाटेत लागणाऱ्या वाहतूक बेटांजवळ रस्ता चुकू नये याची फक्त तिला काळजी घ्यायची होती.

चाळीस मिनिटांनंतर वेण्टवर्थ इस्टेटीच्या प्रवेशद्वारातून ती आत शिरली. सतराव्या शतकाच्या अखेरीस आणि अठराव्या शतकाच्या सुरुवातीला इंग्लंडच्या उच्चकुलीन श्रीमंतांच्या घरांवर ज्या बरोक वास्तुकलेचा प्रभाव होता त्याबद्दल ॲनाला आधी काही खास माहिती नव्हती, ती वेण्टवर्थ हॉलवर राहायला येईपर्यंत तरी. 'प्रचंड इमारत' या दोन शब्दांत व्हिक्टोरिया आपल्या प्रासादाचं वर्णन करीत असे.

अशी ही प्रचंड इमारत म्हणजे भव्य प्रासाद १६९७ मध्ये सर जॉन व्हॅन्ब्रु या वास्तुकाराने बांधला होता. ते त्याला मिळालेलं पहिलं काम होतं. त्यानंतर त्यानं कॅसल हॉवर्डची निर्मिती केली, पुढे ब्लेनहीम पॅलेस. त्यानंतर तो युरोपमधला सर्वाधिक मागणी असलेला वास्तुकार बनला.

प्रासादापर्यंत वळसा घालून जात असलेल्या लांबलचक रस्त्याच्या दोन्ही बाजूला हॉलप्रमाणेच दर्जेदार असे ओकचे घनदाट वृक्ष होते. १९८७ मध्ये झालेल्या

प्रचंड वादळाला त्यातले काही वृक्ष बळी पडल्याने त्यांच्यामध्ये अधूनमधून काही विरळ जागा दिसत होत्या. मूळच्या जपानी असलेल्या मगोई कोई कार्प फुलांनी भरलेल्या तलावावरून तिची गाडी, दोन टेनिस कोर्ट, पाण्यानं फवारलेलं क्रोकेचं (गोल्फसारखा लाकडी चेंडूनं खेळायचा एक खेळ) हिरवंगार मैदान आणि चहुबाजूला फुटलेली शरद ऋतूतली पालवी पार करत, विशिष्ट वळणावर पोहोचली. तसा तिनं गाडीचा वेग कमी केला. हजार हिरव्या एकरांच्या पार्श्वभूमीवर उभा असलेला तो भव्य प्रासाद तिला दिसला. त्यामुळे क्षितीजरेषा उजळल्यासारखी दिसत होती.

'इमारतीत एकूण सदुसष्ट खोल्या आहेत आणि त्यांपैकी चौदा बेडरूम्स खास पाहुण्यांसाठी राखीव आहेत' असं व्हिक्टोरियानं तिला एकदा सांगितलं होतं. 'द व्हॅन्‌गॉग रूम' या पहिल्या मजल्यावरच्या ज्या खास बेडरूममध्ये ती राहिली होती, ती तिच्या न्यूयॉर्कच्या संपूर्ण अपार्टमेंटएवढ्या आकाराची होती.

ॲना जशी इमारतीजवळ पोहोचली तसा वेण्टवर्थ कुटुंबाचं बोधचिन्ह असलेला इस्ट टॉवरचा ध्वज तिला अर्ध्यावर फडकताना दिसला. व्हिक्टोरियाच्या कुटुंबीयांपैकी कोण वारलं असेल, असा विचार करतच तिनं गाडी थांबवली.

प्रासादाच्या वरच्या पायरीवर पोहोचण्याच्या अगोदरच ओक लाकडाचा भव्य दरवाजा उघडला गेला. 'व्हिक्टोरिया घरी असू दे आणि मी इंग्लंडला आहे हे फेन्स्टनला माहिती नसू दे' अशा दोन्ही प्रार्थना ती एकाच वेळी मनोमन करत होती.

"गुड मॉर्निंग मॅडम," असं अभिवादन करून बटलर पुढे शांत सुरात म्हणाला, "मी आपल्याला काय मदत करू शकतो?"

'ॲण्ड्र्यूज! अरे मी... मी आहे... ॲना... ओळखलं नाहीस मला?' असं ओरडून सांगावं असं तिला वाटलं पण त्याच्या औपचारिक स्वरानं तिचा उत्साहच ओसरला होता. तिला थोडं आश्चर्यही वाटलं होतं. ती इथं राहिली होती तेव्हा तिची अन् त्याची छान गट्टी जमली होती.

"मला लेडी व्हिक्टोरियांशी काही बोलायचं आहे, ताबडतोब." त्याच्या औपचारिक स्वागताला जणू तिचं औपचारिक उत्तर अशा स्वरात तिनं सांगितलं.

"ते शक्य होईल असं वाटत नाही हे मी सांगू शकतो," ॲण्ड्र्यूजनं उत्तर दिलं. "पण बाईसाहेबांना वेळ आहे का, हे मी विचारून सांगतो. तोपर्यंत आपण कृपया थांबावे...."

'ते शक्य होणार नाही, हे मी सांगू शकतो, पण बाईसाहेबांना वेळ आहे का' म्हणजे त्याला काय म्हणायचंय? ॲना चक्रावली होती.

ॲना हॉलमध्ये बसली तसं तिचं लक्ष गेन्सबरोच्या 'कॅथरिन– लेडी वेण्टवर्थ' या पोर्ट्रेटकडे गेलं. ॲनाला त्या ठिकाणचं प्रत्येक चित्र आठवायला लागलं. तिची नजर जिन्याच्या वरच्या पायरीजवळ भिंतीवर असलेल्या तिच्या आवडत्या चित्राकडे

गेली. रूमनीचं मिसेस सिड्डॉन्स ॲज पोर्शिया. 'मॉर्निंग रूम' या नावानं ओळखल्या जाणाऱ्या खोलीच्या प्रवेशाकडे ॲनानं आपली नजर वळवली. 'स्टब्ज ऑफ अक्टेऑन', 'विनर ऑफ डर्बी' सर हेन्री यांचा आवडता घोडा, अद्याप त्यांच्या मैदानात सुरक्षित होते. व्हिक्टोरियानं तिचा सल्ला ऐकला तर अजूनही ती तिचा उर्वरित कलासंग्रह वाचवू शकेल....

धीम्या गतीनं बटलरनं प्रवेश केला.

"बाईसाहेब आपल्याला भेटतील," तो म्हणाला. "आपण कृपया बैठकीच्या खोलीत चलावं." त्यानं किंचित वाकून तिला अभिवादन केलं आणि आपल्या पाठोपाठ यावं असं सुचवलं.

आपल्या सहा कलमी कार्यक्रमावर लक्ष केंद्रित करण्याचा ॲनाचा प्रयत्न होता; पण तिला ठरलेल्या वेळेपेक्षा उशीर का झाला याचा खुलासा आधी करावा लागणार होता. अर्थात व्हिक्टोरियाला मंगळवारच्या भयानक घटनेबद्दल सर्व कळलं असेलच म्हणा. त्यातून ती वाचली हे पाहून त्यांना आश्चर्य वाटेलच पण आनंदही होईल अशी तिला खात्री होती.

तिनं ड्रॉईंग रूममध्ये प्रवेश केला. सोफ्यावर बसलेल्या काळ्या पोशाखातील व्हिक्टोरियाकडे तिनं पाहिलं. तिचा चेहरा खाली झुकलेला होता. तिच्या पायाशी लॅब्रॅडॉर जातीची कुत्री झोपल्यागत पडली होती. व्हिक्टोरियाकडे कधी कुत्री पाहिल्याचं ॲनाला आठवत नव्हतं. व्हिक्टोरियानं लगबगीनं उठून नेहमीप्रमाणे तिचं स्वागत कसं केलं नाही, याचंही ॲनाला आश्चर्य वाटलं. व्हिक्टोरियानं मान वर उचलली. ॲराबेला वेण्टवर्थनं तिच्याकडे थंड नजरेनं रोखून पाहिलं आणि ॲनाचा श्वास घशातच अडकला. त्याक्षणी कुटुंबाचा ध्वज अर्ध्यावर का फडकत होता हे तिच्या लक्षात आलं. व्हिक्टोरिया आता जिवंत नाही त्यामुळे तिला पटवण्याचा आता प्रश्नच उरला नव्हता. आता तिच्या बहिणीला पटवून द्यावं लागेल आणि तिला तर तिचं नावही लक्षात नव्हतं... तेवढ्यात हे सर्व विचार तिच्या मनात आले.

व्हिक्टोरियाची प्रतिकृती जागेवरून हललीही नाही. त्यामुळे हस्तांदोलनाचा तिचा विचारही नसावा हे स्पष्ट होत होतं.

"आपल्यासाठी थोडा चहा बनवायला सांगू का?" असा प्रश्न ॲराबेलानं विचारला खरा पण तिच्या स्वरातून त्याचं उत्तर आपण नकारार्थी द्यावं अशी तिची इच्छा असल्याचं सूचित झालं होतं.

"नको, थँक्यू." ॲनानं लगेच म्हटलं.

"लेडी व्हिक्टोरियांचा मृत्यू कसा झाला हे मला सांगाल का?" ॲनानं शांतपणे विचारलं.

"माझी कल्पना होती की ही गोष्ट तुम्हाला एव्हाना कळली असेल," कोरड्या

सुरात ॲराबेलानं उत्तर दिलं.

"आपण काय म्हणताहात ते माझ्या लक्षात येत नाहीय." ॲना गोंधळून म्हणाली. ती अजून उभीच होती.

"आमच्या कुटुंबाचं उरलंसुरलं गिळंकृत करण्याचा तुमचा विचार नसेल तर मग तुम्ही इथं आलात कशाला?" ॲराबेलानं रागाने प्रश्न केला.

"व्हिक्टोरिया बाईसाहेबांनी व्हॅन्गॉग त्यांच्या ताब्यात जाऊ देऊ नये हे सांगण्यासाठी मी इथं आले आहे." ॲनानं शांतपणे उत्तर दिलं आणि ती पुढे म्हणाली, "बाईसाहेब, आपण वयाने आणि मानानेही माझ्याहून खूप मोठ्या आहात. आपण मला ॲना नावानंच संबोधणं योग्य होईल."

ॲराबेलानं तिच्या चर्येकडे पाहिलं अन् तिला बसण्याची खूण केली. ती पुढे म्हणाली, "त्यांनी मंगळवारीच ते चित्र नेलं, तिच्या अन्त्यसंस्काराच्या वेळेपर्यंत थांबण्याइतकाही सुसंस्कृतपणा त्यांनी दाखवला नाही." तिच्या स्वरात खेद होता.

"मी फोन करण्याच्या प्रयत्नात होते, पण लेडीसाहेबांचा नंबरच मला मिळू शकला नाही." ॲना म्हणाली अन् पुढे पुटपुटली, "आता काय उपयोग? आता फार उशीर झाला आहे." तिचे पुटपुटलेले शब्द ॲराबेलानं ऐकले.

"कशासाठी उशीर झाला आहे?" तिनं विचारलं

"मी व्हिक्टोरिया बाईसाहेबांना माझ्या अहवालाची एक प्रत पाठवली होती. त्यात मी शिफारस केली होती की....."

"मी तो अहवाल वाचला आहे," तिचं बोलणं मध्येच तोडून ॲराबेला म्हणाली, "पण तुझं म्हणणं बरोबर आहे... आता खूपच उशीर झाला आहे. माझ्या नवीन वकिलांनी मला इशारा दिला आहे. ते म्हणतात की इस्टेटीचा प्रश्न सुटायला कित्येक वर्षं लागतील आणि तोपर्यंत आम्ही कदाचित सर्व गमावलेलं असेल."

"अच्छा! असं आहे तर. तरीच मी इथं येऊन वैयक्तिकरीत्या व्हिटोरिया बाईसाहेबांना भेटू नये असा त्यांचा प्रयत्न होता असं दिसतंय." ॲनानं आपलं स्वगत, स्वगत राहू दिलं नाही.

ॲराबेलानं तिच्याकडे लक्षपूर्वक पाहिलं.

"तू काय म्हणते आहेस त्याचा अर्थ मला समजत नाही." ती गोंधळून म्हणाली.

"फेन्स्टननं मंगळवारी सकाळीच मला कामावरून काढून टाकलं," ॲना म्हणाली, "मी व्हिक्टोरिया बाईसाहेबांना अहवालाची प्रत पाठवली म्हणून."

"व्हिक्टोरियानं तुझं पत्र वाचलं होतं." ॲराबेला संथ स्वरात म्हणाली, "तिनं तुझं सल्ला ऐकायचं ठरवलं होतं, असं मला वाटतं. पण ते मला नंतर कळलं, तिच्या मृत्यूनंतर."

"त्यांना मृत्यू कसा आला?" ॲनानं हळुवारपणे विचारलं

"तिचा खून करण्यात आला. अतिशय निर्घृणपणे. अमानुष कृत्य." ॲराबेलाच्या चेहऱ्यावर विषण्णता पसरली होती. ॲनाकडे सरळ रोखून पाहत ती पुढे म्हणाली, "आणि न समजलेल्या इतर गोष्टी तुला मि. फेन्स्टन समजावून सांगू शकतील याची मला खात्री आहे."

ॲनानं मान खाली झुकवली. तिला काय बोलावं हे समजेनासं झालं होतं. तिच्या सहा कलमी कार्यक्रमाचा बोजवारा उडाला होता. फेन्स्टननं दोघींवरही मात केली होती.

"कुणावरही विश्वास ठेवण्याइतपत व्हिक्टोरिया भोळी होती." बोलताना ॲराबेलाचा स्वर बहिणीच्या आठवणीनं भरून आला होता. "माझ्या बहिणीसारख्या एकट्या, साध्या, सरळ असलेल्या कोणत्याही माणसाच्या वाट्याला असलं काही येऊ नये."

"मला फार वाईट वाटतं," ॲना म्हणाली, "मी खूप दिलगीर आहे. माझ्यावर विश्वास ठेवा, मला खरंच काही माहीत नव्हतं."

ॲराबेलानं खिडकीतून बाहेर पाहिलं. ती काही काळ स्तब्ध राहिली. काहीही बोलली नाही. नंतर ती ॲनाकडे वळली. तिचा चेहरा गंभीर होता.

"मी तुझ्यावर विश्वास ठेवते," अखेर ॲराबेला म्हणाली, "या दुष्ट खेळाला तू जबाबदार आहेस अशी माझी कल्पना झाली होती; पण ती माझी चूक होती असं मला आता वाटतंय. पण आता खूप उशीर झालाय. आपण काहीही करू शकत नाही."

"मला नाही वाटत तसं." ॲना दृढ स्वरात म्हणाली. ॲराबेलाच्या नजरेला नजर देत तिनं पुढे तिला विचारलं, "पुढे काही करण्यापूर्वी मला एक सांगा, की तुमच्या बहिणीनं ठेवला तेवढाच विश्वास तुम्ही माझ्यावर ठेवणार का?"

"तुझ्यावर मी विश्वास ठेवावा याचा अर्थ काय?" ॲराबेलानं विचारलं.

"मला एक संधी द्यावी," ॲना म्हणाली, "तुमच्या बहिणीच्या मृत्यूला मी जबाबदार नव्हते हे सिद्ध करण्यासाठी."

"पण तू अशी आशा कशी करू शकतेस?" ॲराबेलानं प्रश्न केला.

"तुमचं व्हॅन्गॉग तुम्हाला परत मिळवून देऊन."

"पण मी तुला सांगितलं आहे. ते चित्र आधीच नेलेलं आहे."

"मला ते माहीत आहे," ॲना म्हणाली, "पण ते अजूनही इंग्लडमध्येच आहे. फेन्स्टननं त्याच्या लिपमन नावाच्या माणसाला चित्र घेण्यासाठी पाठवलं आहे. तो अजून चार तासांनी हिथ्रो विमानतळावर उतरेल." ॲनानं घड्याळाकडे पाहत म्हटलं.

"समजा तुला ते चित्र मिळविण्यात यश मिळालं तरी त्यामुळे आमच्या

इस्टेटीचा प्रश्न कसा सुटणार?'' ॲराबेलानं शंका व्यक्त केली.

ॲनानं आपला प्लॅन ॲराबेलाला सांगण्यास सुरुवात केली. ॲराबेला मधून मधून मान डोलवून तिला प्रतिसाद देत होती हे पाहून तिचा उत्साह वाढत होता. अखेरीस ॲना म्हणाली, ''फक्त तुमचं सहकार्य पाहिजे बाईसाहेब, नाहीतर माझ्या मनात जे आहे ते प्रत्यक्षात आणताना मलाच तुरुंगाची हवा खावी लागेल.''

ॲराबेला सर्व ऐकून दिङ्‌मूढ झाली होती. काही काळानंतर ती ॲनाला म्हणाली, ''तू अतिशय धैर्यवान तरुणी आहेस आणि तू किती धैर्यवान आहेस याची तुलाही कल्पना नाही असं मला वाटतं. तू जर इतकी जोखीम घेऊ शकतेस तर मी का बरं घेऊ शकणार नाही?'' ॲराबेलाच्या चेहऱ्यावरचा निश्चय आता दिसू लागला होता. ''मी तुला शेवटपर्यंत साथ देईन हा माझा शब्द आहे.''

अशी विलक्षण इंग्रजी अभिव्यक्ती ॲनानं यापूर्वी कधी अनुभवली नव्हती. ती ऐकून ॲनाच्या चेहऱ्यावर हास्य पसरलं. तिनं विचारलं. ''आता व्हॅन्‌गॉग नक्की कोणाकडे आहे हे तुम्ही मला सांगू शकाल का?''

ॲराबेला सोफ्यावरून उठली. खोलीच्या कोपऱ्यात असलेल्या लिहिण्याच्या टेबलाजवळ गेली. तिच्या पायाशी अर्धवट झोपेत असलेली कुत्रीही उठली होती आणि त्यांनी मालकिणीला सोबत केली. टेबलावरचं कार्ड उचलून ॲराबेलानं मोठ्यानं नाव उच्चारलं, ''श्रीमती रूथ पॅरिश– आर्ट लोकेशन्स.''

''मला वाटलंच होतं,'' ॲना म्हणाली, ''तर मग मला आता त्वरित हालचाल करायला हवी. मि. लिपमन पोहोचण्यापूर्वी मला काहीच तास मिळणार आहेत.'' ॲना उठली आणि हस्तांदोलनासाठी म्हणून तिने ॲराबेलापुढे हात केला. पण ॲराबेलानं हस्तांदोलनासाठी केवळ आपला एक हात पुढे न करता, दोन्ही हातांनी ॲनाचे हात धरले आणि भावविवश होऊन म्हणाली, ''माझ्या बहिणीच्या, व्हिक्टोरियाच्या मृत्यूचा सूड घेण्यासाठी तुला मदत करताना काहीही करण्याची माझी तयारी आहे.''

''काहीही? नक्की काहीही कराल?'' ॲनानं विचारलं

''होय. काहीही.'' ॲराबेलानं पुनरुच्चार केला.

''बाईसाहेब, नॉर्थ टॉवर कोसळल्याबरोबरच व्हिक्टोरियांचे कर्जविषयक सर्व कागदपत्रही नष्ट झालेले आहेत...'' किंचित थांबून ती पुढं म्हणाली, ''मूळ करारसुद्धा. तेव्हा आता फक्त तुमच्या ताब्यातली एक प्रत शिल्लक आहे. ती जर...''

''हे तुला बोलण्याचीही आवश्यकता नाही, डियर.'' ॲराबेलाचा चेहरा उजळला होता आणि तिच्या डोळ्यांत चमक आली होती. ॲनानं तिच्या चेहऱ्याकडे पाहिलं.

ॲना पूर्ण समाधानानं हसली. यापुढे ती व्हिक्टोरियाशी व्यवहार करणार नव्हती तर...

ती जाण्यासाठी वळली. ड्रॉईंगरूमच्या टोकाशी असलेल्या दाराशी पोहोचण्याच्या

अगोदरच बटलरनं दार उघडलं होतं.

ड्रॉईंगरूमच्या खिडकीतून ॲनाची गाडी वळणावर दिसेनाशी होईपर्यंत ॲराबेला पाहत होती. तिची पुन्हा भेट होईल का? तिच्या मनात शंका होती.....

◆ ◆ ◆

''पेट्रेस्कू! तिनं आताच वेण्टवर्थ हॉल सोडला.'' फोन करून त्या आवाजानं सांगितलं, ''मध्य लंडनच्या दिशेनं ती चालली आहे असं दिसतंय. मी तिचा पाठलाग करतो आहे. मधून मधून कळवत राहीन.''

❖

-२३-

ॲनाची गाडी वेण्टवर्थ हॉल मधून बाहेर पडली. एम. २५ रस्त्यावर आल्यावर हिथ्रोच्या खुणेसाठी असलेला बोर्ड कुठे दिसतो आहे याकडे तिचं लक्ष होतं. तिनं मध्येच डॅशबोर्डवरच्या घड्याळाकडे पाहिलं. जवळ जवळ दोन वाजले होते, म्हणजे यावेळेस टिना वॉल स्ट्रीटच्या आपल्या ऑफिसमध्ये असणार. तिला फोन करण्याची संधी हुकली होती, पण जर संधी मिळाली तर आपला कट यशस्वी होतो आहे हे तिला कळवता येईल.

वेण्टवर्थ गावातून जाताना वाटेतल्या वेण्टवर्थ आर्म्सच्या बिल्डिंगवर तिला परिचित बोधचिन्ह असलेला ध्वज दिसला. तोही अर्ध्यावर उतरवलेला होता. तिने बिल्डिंगच्या आवारात गाडी थांबवली. ती स्वागतकक्ष ओलांडून पुढे बारकडे वळली. तिथल्या बाईला तिनं विचारलं, ‘‘मला पाच डॉलर्सच्या बदल्यात पौंड्स मिळू शकतील का?’’ तिनं पुढं सांगितलं, ‘‘मला फोन करायचाय.’’

‘‘जरूर मिळतील.’’ बारमेडनं– त्या बाईनं उत्तर दिलं आणि दोन पाउंडची नाणी काढून दिली. ‘ही तर दिवसाढवळ्या केलेली चोरी आहे’ असं तिला सांगावं असा ॲनाच्या मनात विचार आला, पण वाद घालण्याची वेळ नव्हती ती.

‘‘रेस्टॉरंटच्या पुढे उजवीकडे वळल्यावर फोन बूथ दिसेल.’’ बारमेडनं सांगितलं. ॲनानं नंबर फिरवला. तो ती कधीही विसरू शकत नव्हती. दोनदा रिंग वाजली आणि त्यानंतर आवाज आला, ‘‘गुड आफ्टरनून.’’

‘‘मार्क पॉल्टिमोर प्लीज,’’ ॲना बोलली.

‘‘एक सेकंद, मी त्यांना जोडून देते.’’ इंटरकॉमचा फोन उचलला गेला. ‘‘हॅलो मार्क, मी ॲना, ॲना पेट्रेस्कू बोलते आहे.’’

‘‘ॲना! ओहऽऽ, तुझा आवाज ऐकून आनंद वाटला.’’ मार्कच्या आवाजात

किंचित आश्चर्य होतं. ‘‘तुझ्याबद्दल आम्हाला काळजी वाटत होती. त्या मंगळवारी तू कुठं होतीस?’’

‘‘ॲम्स्टरडॅम.’’ तिनं उत्तर दिलं.

‘‘थँक गॉड!’’ मार्कनं उद्‌गार काढले, ‘‘अतिशय वाईट घटना. आणि फेन्स्टन?’’

‘‘त्यावेळी तेही बिल्डिंगमध्ये नव्हते.’’ ॲनानं सांगितलं, ‘‘आाणि म्हणूनच तुला फोन करते आहे. त्यांना व्हॅन्‌गॉगच्या चित्राबद्दल तुझं मत हवंय.’’ आपण सफाईदार खोटं बोलू शकतो हे कळून ॲनाला स्वत:लाच आश्चर्य वाटलं.

‘‘अस्सल असल्याबद्दल की किमतीबद्दल?’’ मार्कनं विचारलं, ‘‘अस्सल असण्याबद्दल सांगायचं असेल तर माझ्यापेक्षा तुझं म्हणणं मी मान्य करीन.’’

‘‘अस्सलतेबद्दल प्रश्नच नाही,’’ ॲना म्हणाली, ‘‘पण किमतीबद्दल तुझं मत विचारात घ्यावं असं मला वाटलं.’’

‘‘चित्र आपल्या माहितीतलं आहे का?’’ मार्कनं विचारलं.

‘‘सेल्फ पोर्ट्रेट वुईथ बॅण्डेज्ड इअर.’’

‘‘वेण्टवर्थचं सेल्फ पोर्ट्रेट?’’ मार्कनं पृच्छा केली. ‘‘लहानपणापासून ते कुटुंब माहीत आहे, पण ते व्हॅन्‌गॉग विकण्याचा विचार करतील अशी कल्पना कधीही माझ्या मनात आली नव्हती.’’

‘‘ते विकताहेत असं कुठे म्हटलं मी?’’ ॲना एवढंच बोलून थांबली. तिनं पुढे काहीच खुलासा केला नाही.

‘‘ठीक आहे. पण ते पेन्टिंग तपासण्यासाठी तू इथं आणू शकतेस का?’’ मार्कनं विचारलं.

‘‘मी आणलं असतं, पण माझ्याकडे पुरेशी सुरक्षा यंत्रणा नाही. तू मला मदत करशील अशी खात्री वाटते म्हणून फोन केला.’’

‘‘पण ते आता आहे कुठे?’’

‘‘हिथ्रो विमानतळावर गोदामात सुरक्षा लॉकरमध्ये.’’

‘‘तर मग सोपं आहे,’’ मार्क म्हणाला, ‘‘काही ना काही ताब्यात घेण्यासाठी आमची हिथ्रोला रोज एकतरी फेरी असतेच. उद्या आणलं तर चालेल नं?’’

त्या प्रश्नानं ॲनाचा धीर सुटला. संधी काय ती आजच आहे.

‘‘नाही, आजच आणि शक्य असल्यास लगेच. माझा बॉस कसा आहे हे तर तुला माहीतच आहे.’’ ॲनानं जोर देऊन स्पष्टपणे सांगितलं.

‘‘एक मिनिट होल्ड कर, मी पाहतो अजून ते जायचे आहेत का,’’ टेलिफोन लाईन काही वेळ निर्जीव झाली. तिची छाती धडधडत होती. मार्क पुन्हा लाईनवर आला. ‘‘तुझं नशीब चांगलं आहे. नेहमी जाणाऱ्यांपैकी आमचा एकजण काही राहिलेल्या वस्तू आणायला दुपारी जाणार आहे. तेव्हा दुपारी चार. चालेल?’’

“छान!” ॲनाच्या तोंडून शब्द बाहेर पडला. तिचा चेहरा उजळला होता. ती पुढे म्हणाली, “आणखी एक मेहेरबानी करशील? तुमची सुरक्षा व्हॅन तिथं पोहोचण्यापूर्वी आर्ट लोकेशन्सच्या रूथ पॅरिशला कळवावं लागेल. ते तिला सांगशील?”

“जरूर. बरं त्या चित्राचं मूल्य ठरवायला तू आम्हाला किती वेळ देतेयस?”

“अठ्ठेचाळीस तास.”

“आणि ते सेल्फ पोर्ट्रेट विकायचं ठरलं तर तू सद्‌बीजला सर्वप्रथम येशील, हो नं?”

“अर्थात.”

“लवकरात लवकर कसं होईल याची मी वाट पाहीन.” मार्क म्हणाला.

ॲनानं फोन खाली ठेवला. आपण सफाईनं खोटं बोलू शकतो याबद्दल आता तिच्या मनात शंका नव्हती. आपणसुद्धा जर असं सहज फसवू शकतो तर तिला फसवणं फेन्स्टनला अगदीच सोपं होतं.

वेण्टवर्थ आर्म्सच्या पार्किंग मधून तिनं आपली गाडी काढली. रूथ पॅरिश तिच्या ऑफिसमध्ये भेटण्यावर आता सर्व अवलंबून होतं. ती ऑरबिटल रस्त्याला लागली, तशी तिनं आपली गाडी स्लो ट्रॅकमध्ये घेतली. सर्व घटनांचा आढावा घेऊन पुढे काही चूक होणार नाही यासाठी शांतपणे विचार करण्याची आवश्यकता होती. आपल्याला कामावरून काढून टाकल्याचं रूथला कळलं असेल का? ती मेली आहे असं फेन्स्टननं कळवलं असेल का? व्हॅन्‌गॉगचं चित्र तपासण्यासाठी रूथची मान्यता मिळेल का? रूथला आधी फोन करून कळवणं हा एक मार्ग होता... पण तो तिनं तत्क्षणीच बाजूला सारला. कारण तशी पूर्वसूचना मिळाली असती तर खात्री करून घेण्यासाठी रूथला अवधी मिळाला असता. रूथला चकित करण्याची आवश्यकता होती, तरच तिला काही संधी मिळण्याची शक्यता होती. ॲना विचारात इतकी बुडाली होती की हिथ्रोकडे बाहेर पडणारा रस्ता अगदी चुकण्याच्या बेतात होता. सुदैवानं ऐनवेळी ती भानावर आली आणि वेळेत वळण घेऊ शकली. एम. २५ मधून एकदाची बाहेर पडल्यानंतर ती हिथ्रो टर्मिनल एक, दोन, तीन, चार पार करून सदर्न पेरीमीटर रोडजवळच्या कार्गो डेपोत पोहोचली.

ॲनानं आर्ट लोकेशन्स ऑफिससमोरच्या व्हिजिटर्स कारपार्कमध्ये गाडी लावली. विचारातून पूर्णपणे भानावर येण्यासाठी ती गाडीतच दोन-तीन मिनिटं बसून राहिली. व्हिक्टोरिया मेल्याचं कळल्यानंतर ती सरळ निघून का गेली नाही? एवढी जोखीम घेऊन स्वत:ला गुंतवून घ्यायची काय गरज होती? मग तिला भाबडी व्हिक्टोरिया आठवली. तिच्या अमानुषपणे झालेल्या खुनाला आपण अप्रत्यक्षपणे जबाबदार नव्हतो का? ‘काही घाबरू नको, हो पुढे’ तिच्या मनानं तिला सांगितलं. ‘मनात आहे

ते काम फार तर होणार नाही. यापेक्षा आणखी काय घडू शकतं? तेव्हा हो पुढे' तिनं स्वत:लाच बजावलं. काही होणारच नसलं तर सरळ उठायचं अन् गाडीत बसून चालू लागायचं, बास! तिच्या मनानं कौल दिला... तिनं आरशात पाहिलं. चेहऱ्यावर हताश झाल्याच्या काही खुणा दिसतायत का म्हणून.तिच्या प्रतिबिंबानं तिला आदेश दिला आणि मग ती गाडीतून खाली उतरली.

झुलत्या दारातून ती आत शिरली. समोर बसलेल्या रिसेप्शनिस्ट मुलीला तिनं यापूर्वी कधी पाहिलं नव्हतं....

'हॅऽऽसुरुवात काही बरी नाही ही.'

''रूथ आहे?'' ॲनानं हसून अशा थाटात विचारलं जणू ती रोजच ऑफिसमध्ये अशी उगवत होती.

''नाही.'' रिसेप्शनिस्टनं उत्तर दिलं. ॲनाचा चेहरा पडला.

''कुठे गेली? काही सांगता येईल?'' तिनं सावरून विचारलं.

''रेम्ब्रॉच्या आगामी प्रदर्शनासाठी चर्चा करण्यासाठी ती रॉयल ॲकेडमीत गेली आहे. त्यांना तिथे लंचलाच बोलावलं होतं.'' रिसेप्शनिस्टनं माहिती दिली. ''पण एव्हाना यायला हव्या होत्या.'' ती पुढे म्हणाली.

'थँक गॉड' ॲना मनातल्या मनात म्हणाली. तिला हायसं वाटलं. ''तोपर्यंत मी थांबते. चालेल नं?'' ॲना हसत म्हणाली.

''काही हरकत नाही.'' रिसेप्शनिस्टनं उत्तर दिलं आणि परत ती आपल्या कामात गढली.

स्वागतकक्षात ॲना बसली. टीपॉयवर असलेला कुठला तरी जुना न्यूजवीकचा अंक तिनं उचलला. कव्हरवर 'अल गोअर'चा फोटो होता. तो ती अंक उगाच चाळा म्हणून चाळू लागली. पण तिचं लक्ष होतं समोरच्या दाराकडे आणि घड्याळाकडे. ३.१०, ३.१५, ३.२० ....अखेर ३.२२ ला रूथ येताना तिला दिसली. रूथचं तिच्याकडे लक्ष नव्हतं. ती सरळ रिसेप्शनिस्टकडे गेली. ''काही फोन, निरोप वगैरे?'' तिनं तिला विचारलं.

''नाही,'' रिसेप्शनिस्ट म्हणाली, ''पण त्या बसलेल्या तुम्हाला भेटण्यासाठी थांबल्यात.'' ॲनाकडे बोट दाखवत तिनं सांगितलं. ॲनानं आपला श्वास रोखून धरला. रूथ वळली.

''ॲना?'' असं म्हणत ती तिच्याजवळ आली. तिला आश्चर्य वाटलं होतं हे उघड होतं. ''इथं कशी तू? पण तुला पाहून मला आनंद वाटला हं. कशी आहेस तू?'' ॲनाचा हात हातात घेत रूथ म्हणाली. चला, एक अडथळा पार पडला. ''मुख्य म्हणजे पेन्टिंग घ्यायला तुझ्या बॉसनं स्वत: मि. लिपमन येतील हे सांगितल्यानंतर मला थोडं आश्चर्य वाटलं होतं.'' तिसरा अडथळा दूर. ॲना बेपत्ता

आहे किंवा मृत असण्याची शक्यता आहे हे रूथला कोणी बोललं नव्हतं हे नक्की. थँक गॉड!

"पण तू जरा फिकुटलेली दिसतेस," रूथ पुढे म्हणाली, "तू ठीक आहेस नं?"

"मी ठीकच काय, अगदी उत्तम आहे." ॲना हसत म्हणाली.

"छान! मग काय कामगिरी?" रूथनं विचारलं. चौथा अडथळाही पार पडला होता. आता कितीही अडथळे आले तरी ते पार करण्याची ॲनाची तयारी होती.

"अकरा तारखेला ते घडलं तेव्हा तू कुठे होतीस?" रूथनं विचारलं, "आम्हाला वाईट बातमी मिळते की काय याची भीती होती. थँक गॉड, तुला पाहून बरं वाटलं."

"मी त्यावेळेस ॲम्स्टरडॅमला होते हे नशीब. एक व्यवहार पूर्ण करायचा होता. काल रात्री मि. लिपमननी फोन केला आणि इथं यायला सांगितलं. सर्व तपासून घेऊन खात्री करून घ्यायला सांगितलंय त्यांनी. म्हणजे ते आले की लगेच पेन्टिंग विमानात ठेवायचं की काम संपलं." ॲना आता बेमालूमपणे थापा मारत होती.

"त्याची काळजी नको. आम्ही सर्व तयार करून ठेवलंय." रूथ म्हणाली, "पण तुला खात्री करून घ्यायची असेल तर कस्टम गोदामाकडे जावं लागेल. जरा एक-दोन मिनिटं थांब प्लीज. मला काही कॉल्स आले का ते पहावं लागेल आणि सेक्रेटरीला मी कुठे जातेय ते सांगून येते." असं म्हणून रूथ आत गेली.

ॲना तिथं हळू हळू येरझारा घालू लागली. रूथचा तिच्यावर विश्वास बसला का? की तिची कहाणी तपासून घेण्यासाठी ती आत गेली आहे? पण ती कशाला अविश्वास दाखवेल? माझ्याशिवाय कुणाशीच तिचा पूर्वी संबंध आलेला नाहीय. आपण उगाच घाबरतो आहोत.

दोन मिनिटांतच रूथ बाहेर आली. "हे आताच मिळालं." असं म्हणून तिनं ई-मेलचा एक कागद ॲनापुढे केला. ॲनाचा श्वास क्षणभर कोंडला. "काही विशेष नाही. मि. लिपमन साडेसातच्या सुमारास इथं पोहोचतील. पेन्टिंग चढविण्यासाठी तयार ठेवा. ते लगेच तासाभरात परत निघतील एवढंच कळवलं आहे." ॲनानं वाचण्याअगोदरच तिनं सांगितलं. ॲनानं नि:श्वास सोडला. "हे अगदी लिपमनच्या स्वभावाला साजेसं आहे." ॲना सहज सुरात म्हणाली.

"चल तर मग आणि लगेच निघू या." असं म्हणून रूथनं दाराच्या दिशेनं चालायला सुरुवात केली. ॲना तिच्या पाठोपाठ निघाली. बिल्डिंगबाहेर उभ्या असलेल्या रूथच्या रेंज रोव्हरमध्ये त्या दोघी बसल्यानंतर रूथनं लगेच ती सुरू केली.

"तुला लेडी व्हिक्टोरियाबद्दल कळलंच असेल? फारच भयानक प्रकार!" गाडी वळवून दक्षिणेकडच्या कार्गो टर्मिनलकडे ती घेताना रूथ म्हणाली, "त्या

खुनाचं मोठंच खाद्यं मिळालं आहे प्रेसवाल्यांना. रहस्यमय खुनी, स्वयंपाक घरातल्या सुरीनं चिरलेला गळा आणि काय काय; पण पोलिसांनी अजून कुणालाही अटक केली नाहीय.''

अॅना काहीच बोलली नाही, 'रहस्यमय खुनी, सुरीनं चिरलेला गळा' हे शब्द तिच्या मनात रुतून बसले. म्हणून अॅराबेलानं तिला धैर्यवान म्हटलं होतं का?

रूथनं कोणतीही पाटी नसलेल्या एका काँक्रिट बिल्डिंगसमोर गाडी उभी केली. अॅना यापूर्वीही तिथं अनेक वेळा आली होती. तिनं घड्याळाकडे पाहिलं. दुपारचे ३.४०.रूथनं आपलं ओळखपत्र तिथल्या सुरक्षा पहारेकऱ्याला दाखवलं. तीन इंच जाडीच्या पोलादी दाराचं कुलूप उघडून त्यानं त्यांना आत घेतलं. तो त्यांच्याबरोबर त्या लांबलचक काँक्रिट कॉरिडॉरमधून चालू लागला. अॅनाला तो कॉरिडॉर नेहमी सैनिकांच्या सुरक्षेसाठी खणलेल्या खंदकाची आठवण करून देत असे. तो दुसऱ्या सुरक्षादाराजवळ थांबला. इथं डिजिटल कुलूप होतं. रूथ पहारेकऱ्याच्या पुढं झाली. तिनं सहा आकडी नंबर भरला आणि दरवाजा उघडला. एका मजबूत चौरस खोलीत त्यांनी प्रवेश केला. तिथल्या भिंतीवरचं घड्याळ २० सेंटिग्रेड तापमान दर्शवत होतं.

खोलीत रांगेनं असलेल्या शेल्फवर, जगाच्या वेगवेगळ्या भागांत पाठवण्यासाठी नीट पॅक केलेल्या चित्रांच्या पेट्या ठेवलेल्या होत्या. आर्ट लोकेशन्सच्या लाल रंगाच्या विशिष्ट पेट्या. रूथनं आपली यादी तपासली. नंतर वर ठेवलेल्या एका पेटीकडे बोट दाखवलं. त्या पेटीच्या चारही कोपऱ्यांवर क्र. ४७ लिहिलेला होता. तिनं ती पेटी काढायला पहारेकऱ्याला सांगितलं.

वेळ काढायचा म्हणून अॅना सावकाश तिच्या मागे गेली. तिनं यादी पाहिली. क्रमांक ४७, व्हिन्सेन्ट व्हॅन्‌गॉग, सेल्फ पोर्ट्रेट वुईथ बॅण्डेज्ड इअर, २४ × १८ पॅकेट नीट तपासलं. क्रमांक ४७ सर्व कोपऱ्यावर लिहिलेला आहे हे पाहिलं आणि मग मान डोलावून म्हणाली, "सर्व काही ओके दिसतंय. मला एक सांगायचं होतं...''

तेवढ्यात पहारेकरी दारात आला. "आपल्या कामात अडथळा आणल्याबद्दल माफ करा पॅरिश मॅडम, पण बाहेर सद्‌बीजचे दोन सुरक्षा अधिकारी आलेले आहेत. मूल्य ठरवण्यासाठी त्यांना व्हॅन्‌गॉग घेऊन जाण्याच्या सूचना देण्यात आल्या आहेत, असं ते म्हणताहेत.'' पहारेकऱ्यानं सांगितलं. रूथच्या कपाळाला आठ्या पडल्या.

"तुला याची काही कल्पना आहे?'' अॅनाकडे मान वळवून रूथनं विचारलं.

"हो. तेच मी सांगणार होते तेवढ्यात हा आला.'' हृदयाच्या ठोक्यात जराही बदल होणार नाही इतक्या सहजपणे अॅना म्हणाली, "न्यूयॉर्कला पाठवण्यापूर्वी शक्यतोवर व्हॅन्‌गॉगचं किमान मूल्य मी इन्शुरन्ससाठी नक्की करून घ्यावं असं

माझ्या बॉसचं म्हणणं होतं. तुमची परवानगी असेल तर लगेच काम होऊ शकतं. त्याला काही फार वेळ लागणार नाही. एक तास, फार तर दोन तास.''

''पण लिपमननं असं काहीच कसं सांगितलं नाही? त्याच्या ई-मेल मध्ये तर तसं काही नव्हतं.'' रूथ म्हणाली.

''खरं सांगायचं तर लिपमन एवढा गावंढळ आहे की व्हॅन्‌गॉग आणि व्हॅन मॉरिसन यांत काय फरक आहे हेही त्याला कळणार नाही.'' ॲना क्षणभर थांबली. तिनं यापूर्वी कधी घेतली नव्हती अशी जोखीम घ्यायचं ठरवलं, कारण रूथनं फेन्स्टनला फोन करून खात्री करून घेणं तिला परवडणार नव्हतं. ''तुम्हाला शंका वाटत असेल तर तुम्ही चेअरमनशी बोलून का घेत नाही? म्हणजे किंतू राहणार नाही.'' ती रूथला म्हणाली. तिच्या या सूचनेवर रूथ काय म्हणते ते कळेपर्यंत ॲना अस्वस्थ होती.

''फेन्स्टनला फोन करून काय माझं डोकं फोडून घेऊ?'' अखेर रूथचे शब्द आले तसा ॲनानं सुटकेचा नि:श्वास सोडला. तुझ्या सूचनेबद्दल आभार. पण तुझे बॉस कधीतरी धड बोलतात का? त्यापेक्षा तुझ्यावर मी विश्वास ठेवते. ते बरं, पण पेन्टिंग इथून पाठवण्याच्या रिलीज ऑर्डरवर सही करण्याची जबाबदारी तू घेशील हे गृहीत धरून. तू तशी सही करशील नं?''

''अर्थात!'' ॲना म्हणाली आणि पुढे तिनं त्यात भर घातली, ''बँकेची एक ऑफिसर म्हणून माझा विश्वस्त निधीशी संबंध आहे, त्यापेक्षा ही बाब काही जास्त जबाबदारीची नाही.'' आपलं उत्तर योग्य आणि वजनदार वाटेल अशी तिला आशा होती.

''आणि बदललेल्या प्लॅनबद्दल मि. लिपमनकडे तूच खुलासाही करशील.'' रूथ म्हणाली.

''त्याची काही जरुरीच पडणार नाही.'' ॲना म्हणाली, ''त्याचं विमान येण्यापूर्वीच पेन्टिंग इथं आलेलं असेल... आत्ता आहे त्याच स्थितीत.''

रूथला सुटका झाल्याची भावना झाली. पहारेकऱ्याकडे वळून ती म्हणाली, ''ती पेटी क्रमांक ४७ उचल.'' पहारेकऱ्यानं पेटी काढली आणि ती घेऊन दोघींच्या बरोबर तो सद्‌बीजच्या सुरक्षा व्हॅनकडे गेला. त्यानं ती त्यांच्याकडे सोपवली.

''इथं सही करा.'' ड्रायव्हरनं दाखवलं त्या ठिकाणी ॲनानं पुढे होऊन त्या चित्र रिलीज ऑर्डरवर सही केली. ''चित्र तू कधी परत आणणार आहेस?'' रूथनं ड्रायव्हरला विचारलं.

''मला त्याबद्दल काही....'' ड्रायव्हर सांगत होता.

''मी मार्क पॉल्टिमोरला दोन तासांच्या आत ते परत करायला सांगितलंय.'' मध्येच ॲना म्हणाली.

"मि. लिपमन इथे पोहोचण्यापूर्वी ते इथं आलं पाहिजे." रूथ करड्या सुरात म्हणाली. "त्या माणसाच्या विरोधात जाण्याची माझी तयारी नाही."

"मी पेन्टिंगबरोबर गेले तर तुला बरं वाटेल का?" अ‍ॅनानं निष्पापपणे विचारलं, "म्हणजे सर्वच काम मला माझ्यासमोर करून घेता येईल."

"तू असं करशील? तयारी आहे तुझी?" रूथनं विचारलं.

"अशा परिस्थितीत तेच शहाणपणाचं ठरेल. नाही का? मला तरी वाटतं." असं म्हणून रूथच्या परवानगीची वाट न पाहता अ‍ॅना व्हॅनमध्ये चढली. रूथनं हात हलवून तिला निरोप दिला आणि पेरीमीटर गेटमधून बाहेर पडून व्हॅन लंडनच्या ट्रॅफिकमध्ये सामील झाली.

❖

-२४-

ब्रायस फेन्स्टनचं गल्फस्ट्रीम ५ हिथ्रो विमानतळावर ७.२२ला उतरलं तेव्हा बँकेचा प्रतिनिधी असलेल्या मि. लिपमनचं स्वागत करण्यासाठी रूथ बाहेरच्या बाजूला जवळच उभी होती. तिनं कस्टमच्या अधिकाऱ्यांना आधीच सांगून ठेवलं होतं त्यामुळे कागदपत्रं तयार करायला वेळ लागणार नव्हता. फक्त ॲना यायचीच खोटी होती. ती अजून का आली नाही बरं?

गेल्या एक तासापासून रूथ मेनगेटकडे सारखी नजर टाकत होती. सुरक्षा व्हॅन कधी येतेय याची ती वाट पाहत होती. तिनं सद्‌बीजला फोन केला होता आणि त्यांच्या इम्प्रेशनिस्ट विभागातल्या मुलीनं पेन्टिंग पोहोचल्याचं सांगितलं होतं. पण ती गोष्ट दोन तासांपूर्वीची होती. वरच्या पातळीवरून पुन्हा एकदा खात्री करून घ्यावी असं तिला वाटलं. पण त्यामुळे अत्यंत विश्वासार्ह असलेल्या सद्‌बीजसारख्या ग्राहकाला असा प्रश्न करणं म्हणजे दुखावणं होतं. असं करण्याची रूथची इच्छा नव्हती. शेवटी तिनं तो विचार सोडून दिला आणि आपलं लक्ष जेटकडे केंद्रित केलं. ॲनाला पूर्ण कल्पना आहे. ती जबाबदार अधिकारीपण आहे. ती नक्कीच आणखी दहा-पंधरा मिनिटांत पोहोचेलच. तिला विश्वास होता.

विमानाचं दार उघडलं. स्ट्युअर्डेस बाजूला झाली आणि आपल्या एकुलत्या एक प्रवाशाला तिनं वाट करून दिली. कार्ल लिपमननं टरमॅकमध्ये पाऊल टाकलं आणि त्याच्या स्वागतासाठी उभ्या असलेल्या रूथशी हस्तांदोलन केलं. त्यानंतर ते दोघेही जवळच्याच खाजगी लाउंजमध्ये शिरले. आपली ओळख करून देण्याची लिपमनला गरज वाटली नव्हती आणि तो कोण आहे याची रूथलाही कल्पना होतीच.

"काही अडचण?" त्यानं विचारलं.

"नाही. अडचण आहे असं मला तरी वाटत नाही." रूथनं विश्वासानं सांगितलं.

लिमोझीन विश्रामगृहाजवळ थांबली. ते दोघं उतरले.

''आम्ही पत्राप्रमाणे तुमच्या सर्व सूचनांवर अंमलबजावणी केली, लेडी व्हिक्टोरियाचा दुर्दैवी मृत्यू झाला तरीही.'' रूथनं सांगितलं.

''हो, त्यांचा मृत्यू दुर्दैवी होता हे खरंच. कंपनीकडून त्यांच्या दफनविधीसाठी पुष्पचक्र पाठविण्यात येईल.'' न थांबता पुढे त्यानं विचारलं, ''लगेच परत जाण्याच्या दृष्टीनं सर्व तयार आहे नं?''

''हो,'' रूथ म्हणाली, ''इंधन भरून घेण्याचं कॅप्टनचं काम संपलं की आम्ही लगेच चित्राची पेटी आत ठेवू. मला नाही वाटत की एक तासापेक्षा जास्त वेळ लागेल म्हणून. त्यानंतर तुम्ही तुमच्या मार्गावर असाल.''

''हे ऐकून मला आनंद वाटला. आम्ही उड्डाणाची साडेआठची वेळ घेतली आहे आणि ती चुकवून चालणार नाही हे लक्षात घ्या.'' लिपमननं स्पष्ट सांगितलं.

''मग मला लगेच निघायला हवं.'' रूथ म्हणाली, ''पेन्टिंग सुरक्षितपणे चढविण्यासाठी मी पुढे होते आहे. परत येईन.''

लिपमननं मान डोलावून संमती दिली आणि तो आरामात चामडी सोफ्यावर विसावला. ''आपल्यासाठी काही ड्रिंक आणू सर?'' बारमननं त्याला विचारलं. 'स्कॉच ऑन द रॉक' असं सांगून छोट्याशा डिनरसाठी तो मेनूकार्ड पाहू लागला. रूथ निघालीच होती. दाराशी पोहोचली तशी वळून त्याला म्हणाली, ''ॲना परत आल्यावर मी कस्टमपाशी आहे हे तिला सांगाल का?''

''कोण? ॲना?'' ताडकन उठून लिपमन म्हणाला.

''होऽ आज दुपारपासूनच ती इथं होती.''

''कशाला? काय करत होती?'' रूथच्या जवळ जात ओरडून लिपमननं विचारलं.

''पत्रात लिहिल्याप्रमाणे सर्व काही बरोबर आहे की नाही हे तपासत होती.'' रूथनं अगदी सहज स्वरात सांगितलं, ''आणि मि. फेन्स्टननं दिलेल्या सूचना पाळल्या जातील यात जातीनं लक्ष घालत होती.''

''कसल्या सूचना?'' लिपमन भुंकला.

''इन्शुरन्स मूल्य निश्चित करण्यासाठी व्हॅन्‌गॉग सद्‌बीजला पाठविण्यासंबंधी.'' रूथनं सांगितलं.

''काय? चेअरमननी अशा काहीही सूचना दिलेल्या नाहीत.''

''पण सद्‌बीजनं त्यांची व्हॅन पाठविली होती आणि डॉ. पेट्रेस्कूनं सूचनांची खात्री केली होती...'' रूथला हा काय गोंधळ आहे ते कळेना.

''डॉ. पेट्रेस्कूला तीन दिवसांपूर्वी नोकरीतून काढून टाकलेलं आहे.'' लिपमन खवळून म्हणाला. रूथला प्रचंड धक्का बसला.

''मला सद्‌बीजला जोडून द्या.'' लिपमननं म्हटलं तसं रूथनं लगेच फोन फिरवायला सुरुवात केली. ती खूप अस्वस्थ झाली होती. ''सद्‌बीजला ती कोणाबरोबर व्यवहार करते?'' लिपमन आता सावरला होता.

''मार्क पॉल्टिमोर.'' असं म्हणून तिनं रिसिव्हर लिपमनकडे दिला.''

''पॉल्टिमोर?'' तो भुंकल्यागत म्हणाला. आणि ज्या क्षणी त्याला सद्‌बीज अशा शब्द ऐकू आला त्याचक्षणी त्याला आपण कोणा व्यक्तीशी नाही, तर आन्सरिंग मशीनशी बोलतो आहोत हे त्याला कळलं. त्यानं रागानं रिसिव्हर खाली आदळला. ''तुमच्याकडे त्याचा घरचा नंबर आहे का?'' त्यानं विचारलं.

''नाही, घरचा नाही, पण मोबाइल नंबर आहे.''

''लावा मग....'' रूथनं छोटीशी डायरी काढली आणि त्यात पाहून नंबर फिरवला.

''मार्क?'' तिनं विचारलं.

लिपमननं तिच्या हातातला फोन हिसकावून घेतला. ''पॉल्टिमोर?''

''बोलतोय.''

''माझं नाव लिपमन आहे आणि मी...''

''तुम्ही कोण आहात हे मला माहीत आहे मि. लिपमन.'' मार्क म्हणाला.

''गुड, मला आता असं समजलंय की आमचं व्हॅन्‌गॉग तुमच्या ताब्यात आहे. तेव्हा.....''

''आहे नाही, होतं असं म्हणणं जास्त बरोबर ठरेल मि. लिपमन.'' मार्कनं उत्तर दिलं.

पहिलं वाक्य ऐकताच लिपमनला घाम फुटला. मार्क पुढे बोलत होता. ''आणि ते उघडून पहाण्यापूर्वीच डॉ. पेट्रेस्कूना, तुमच्या आर्ट डायरेक्टरांनी कळविलं की तुम्ही विचार बदलला आहे आणि आता ते सरळ न्यूयॉर्कला पाठवायचं आहे. त्यामुळे ते तसंच हिथ्रोलाच परत न्यावं.''

''आणि तुम्ही तिच्या सांगण्याप्रमाणे केलं?'' प्रत्येक शब्दानिशी लिपमनचा आवाज वाढला होता.

''आम्हाला काही पर्याय नव्हता मि. लिपमन. आम्हाला मिळालेल्या कागदपत्रांवर तिचं नाव आणि सही होती.....''

❖

-२५-

"हाय! व्हिन्सेन्ट."

"हाय! मी आता ऐकलं ते खरं आहे का?"

"काय ऐकलंयस तू?"

"तू व्हॅन्‌गॉग चोरलं आहे आहेस म्हणे!"

"पोलिसांना कळविण्यात आलं आहे का?"

"नाही. तसा धोका तो पत्करू शकत नाही. निदान आता तरी नाही. आमचे शेअर्स खाली जात आहेत आणि चित्राचा विमाही काढलेला नाहीय."

"तुला शोधण्यासाठी तो कोणाला तरी लंडनला पाठवतोय; पण कोणाला, हे काही मला कळलेलं नाहीय."

"येऊ देत जे कोणी येणार आहेत ते. तोपर्यंत मी लंडनला असणारच नाही."

"मग कुठे असणार?"

"मी घरी जाते आहे."

"पेन्टिंग सुरक्षित आहे नं?"

"अगदी घरच्यासारखं सुरक्षित."

"गुड! तुला कळवण्यासारखी आणखी एक गोष्ट आहे. तुला ती कळायलाच हवी."

"काय ती?"

"फेन्स्टन आज दुपारी तुझ्या दफनविधीला हजर राहणार आहे." फोन बंद झाला. फक्त बावन्न सेकंद.

ॲनानं रिसिव्हर खाली ठेवला तेव्हा टिनाला आपण किती संकटात टाकतो आहोत या विचारानं घाम फुटला होता. आपण फेन्स्टनच्या एक पाऊल पुढे आहोत.

त्याचं कारण शोधून काढल्यावर फेन्स्टन काय करेल? टिनाचं काय होईल?

ती डिपार्चर डेस्कजवळ गेली.

''तुमच्याजवळ चेक इन करण्यासारखं काही सामान आहे का?'' काउंटरमागच्या बाईनं विचारलं. सामानाच्या ट्रॉलीतून एक लाल पेटी आणि सूटकेस काढून तिनं वजन काट्यावर ठेवली.

''तुमच्या सामानाचं वजन जास्त भरतंय मॅडम,'' ती बाई म्हणाली, ''तुम्हाला त्यासाठी बत्तीस पौंड भरावे लागतील.'' ॲनानं पर्समधून पैसे काढेपर्यंत तिनं तिच्या सूटकेस आणि लाल बॉक्सवर लेबलं चिकटवली होती. 'फ्रॅजाईल' (नाजूक) शब्द असलेलं एक मोठं स्टीकरही त्या लाल बॉक्सवर लावलं. पैसे घेऊन अतिरिक्त वजनाची पावती तिनं ॲनाला दिली आणि गेट नंबर बेचाळीस असं मोठ्यानं म्हणाली. आणखी तीस मिनिटांत बोर्डिंगला सुरुवात होईल असं सांगून तिनं प्रवास सुखकर होवो अशा शुभेच्छा दिल्या. ॲना डिपार्चर गेटकडे निघाली.

तिला शोधण्यासाठी ज्या कुणाला फेन्स्टन पाठविणार होता तो पोहोचण्याच्या कितीतरी आधीच ती लंडनहून उड्डाण करणार होती. त्यांनी तिचा अहवाल जर काळजीपूर्वक वाचला असेल तर अखेरीस चित्र कुठे जाणार आहे हे त्यांना कळेल. तिला फक्त त्यांच्याआधी तिथं पोहोचणं आवश्यक होतं. पण त्या अगोदर तिला एक फोन करायला हवा होता. त्या माणसाला, ज्याच्याशी ती गेली दहा वर्षं बोलली नव्हती. ॲना सरकत्या जिन्यावरून वर गेली आणि सिक्युरिटी चेकसाठी असलेल्या रांगेत उभी राहिली.

''ती त्रेचाळिसाव्या गेटकडे जाते आहे.'' फोनवर एका आवाजानं सांगितलं. ''बहुधा बुखारेस्टला जाणारी आठ चव्वेचाळीसची फ्लाईट ती पकडणार आहे असं दिसतं....''

◆◆◆

'ग्राउंड झीरो'वर श्रद्धांजली वाहण्यासाठी आलेले प्रेसिडेंट बुश आणि महापौर गुईलियानी आमंत्रित नागरिकांपैकी काहींशी हस्तांदोलन करत होते. रांगेत उभ्या असलेल्या त्या सन्माननीयांत फेन्स्टन अंग चोरून उभा होता.

प्रेसिडेन्ट बुश यांचं हेलिकॉप्टर उडेपर्यंत तो तिथं थांबला होता आणि नंतर इतर शोकाकुल नागरिकांत सामील झाला. तो सर्वांच्या मागेच थांबून ऐकत होता. नाव पुकारल्यानंतर एकदाच घंटानाद होत होता.

''ग्रेग ॲबॉट.'' फेन्स्टन जमलेल्या लोकांवर नजर टाकत होता.

''केली गॅलिक्सन.''आपल्या प्रिय व्यक्तीना श्रद्धांजली देण्यात आलेल्या नातेवाईक आणि मित्रांचे चेहरे फेन्स्टन न्याहाळत होता.

''ॲना पेट्रेस्कू.'' ॲनाची आई बुखारेस्टला राहत होत आणि ती केवळ या

श्रद्धांजलीसाठी इथं येण्याची शक्यता नव्हती, हे फेन्स्टनला माहीत होतं. जमलेल्या गर्दीत डॅनव्हिले इलिनॉइसचा तिचा काका कोण हे शोधून काढणं कठीण होतं.

"रिबेका रॅन्जर." फेन्स्टननं टिनाकडे पाहिलं. तिचे डोळे भरून आलेले त्याला दिसले. ते अश्रू पेट्रेस्कूसाठी नक्कीच नव्हते. त्याच्या मनात विचार आला.

"बुशलिओ रिअल पोलॅन्को." धर्मोपदेशकानं मान खाली केली अभिवादन करून त्यानं प्रार्थना म्हटली. बायबल बंद करून क्रुसाची खूण केली आणि घोषणा केली. "वडील, मुलगा आणि पवित्र आत्म्यास शांती मिळो."

"आमेन!" सर्व उपस्थितांनी एकाच सुरात म्हटलं.

◆ ◆ ◆

टिनानं थोड्या अंतरावर उभ्या असलेल्या फेन्स्टनकडे पाहिलं. त्याच्या डोळ्यांत टिपूसही नव्हतं आाणि सारखी या पायावरून त्या पायावर अशी हालचाल तो करत होता त्यावरून तो कंटाळला होता हे स्पष्ट होत होतं. त्यानंतर इतर सर्व, आपल्या प्रिय जनांबद्दल बोलण्यास, सहानुभूती व्यक्त करण्यास, आठवणी सांगण्यास छोट्या छोट्या गटांत एकत्र झाले.

फेन्स्टन मात्र कुठे कोणाशी काहीही न बोलता सरळ आपल्या गाडीकडे निघाला.

टिना अशाच एका शोकाकुल गटात उभी होती पण तिची नजर मात्र फेन्स्टनकडेच होती. त्याच्या ड्रायव्हरनं गाडीचा दरवाजा उघडून ठेवला होता आणि त्यातून आतल्या सीटवर एक बाई बसलेली दिसत होती. तिला टिनानं यापूर्वी कधीच पाहिलं नव्हतं. फेन्स्टन तिच्याशेजारी बसला. ड्रायव्हर दार बंद करून पुढे येईपर्यंत त्या दोघांत काही संभाषण झालेलं दिसत नव्हतं. ड्रायव्हरनं डॅश बोर्डवरचं बटण दाबून आपल्यामागे धुरकट काचेचा पडदा चढवला आणि गाडी सुरू केली. फेन्स्टन दृष्टिबाहेर जाईपर्यंत टिना त्याच्याकडे पाहत होती. 'ॲना पुन्हा लवकरच फोन करेल तर बरं. तिला खूप काही सांगायचंय. फेन्स्टनच्या गाडीतली बाई कोण ते शोधून काढलं पाहिजे. ॲनाचा तिच्याशी काही संबंध आहे का? आपण आपल्या मैत्रिणीला आणखी संकटात तर ढकलत नाही ना? आणि मुख्य म्हणजे व्हॅन्‌गॉगचं चित्र आहे कुठे?' टिनाच्या मनात अनेक प्रश्नांची गर्दी झाली होती.

◆ ◆ ◆

फेन्स्टनच्या बाजूला बसलेल्या स्त्रीनं राखाडी रंगाचा सूट परिधान केला होता. तिची कुणालाही माहिती नव्हती, हाच तिचा मोठा ठेवा होता. ते तिचं शस्त्र होतं. फेन्स्टनला जवळ जवळ वीस वर्षं ओळखत असूनही ती ना कधी त्याच्या ऑफिसमध्ये गेली होती, ना अपार्टमेंटमध्ये. निकू मुन्टिनूला ती पहिल्यांदा भेटली होती तेव्हा तो

प्रेसिडेंट निकोलस सिऊसेस्कूचा थैलीशहा होता.

हुकूमशहाची सपाटून स्तुती करणाऱ्या एकनिष्ठ अनुयायांची मालमत्ता तारण म्हणून ठेवून घेऊन, त्या बदल्यात जगभर पसरलेल्या त्यांच्या खात्यांत मोठमोठ्या रकमा जमा करणं, ही निकू मुन्टिनू ऊर्फ फेन्स्टनची प्राथमिक जबाबदारी होती. एकनिष्ठ फितूर झाले की फेन्स्टनच्या बाजूला बसलेली ती स्त्री त्यांना खतम करत असे. मग त्यांची गोठवलेली मालमत्ता ताब्यात घेऊन पैसे पुन्हा वितरीत केले जात असत. स्वित्झर्लंडपासून ते अगदी दूर असलेल्या कुक बेटापर्यंत देवाणघेवाण, हेराफेरी करणं ही फेन्स्टनची खासियत होती, तर सहकार्य न करणाऱ्यांना खतम करून त्यांची विल्हेवाट लावणं ही तिची. त्यासाठी तिनं निवडलेलं शस्त्र अगदी साधं होतं. स्वयंपाकघरातली सुरी. ती कुठेही मिळू शकत होती आणि त्यासाठी लायसन्सही घेण्याची गरज नव्हती.

१९८५ साली, आपल्या खाजगी बँकरला– फेन्स्टनला, न्यूयॉर्कमध्ये बँकेची एक आंतरराष्ट्रीय शाखा उघडण्यासाठी पाठवण्याचा निर्णय सिऊसेस्कूने घेतला. त्यानंतर, त्याच्या शेजारी बसलेल्या स्त्रीशी त्याचा चार वर्षं संपर्क तुटला. १९८९ साली सिऊसेस्कूला त्याच्याच देशवासियांकडून अटक झाली. त्याच्यावर खटला भरला गेला आणि अखेर ख्रिसमसच्या दिवशी फासावर चढवण्यात आलं. आपलाही असाच अंत होऊ नये म्हणून तो टाळण्यासाठी ज्यांनी पळ काढला, त्यांच्यात ती स्त्री – ओल्गा क्रान्त्झ – सामील झाली. लपत छपत सात देशांच्या सीमा पार करून ती स्त्री मेक्सिकोला पोहोचली आणि तिथून अमेरिकेत शिरली. बेकायदेशीररीत्या अमेरिकेत घुसलेल्या अशा अनेक परदेशी नागरिकांमधली ती एक झाली, की ज्यांना बेकार भत्ता मिळण्याची शक्यताच नव्हती आणि कसलीही चाड नसलेल्या मालकांकडे तसलीच नोकरी करावी लागत होती. ओल्गा क्रान्त्झ अशाच आपल्या मालकाशेजारी बसली होती.

क्रान्त्झची खरी ओळख ज्या थोड्यांना होती त्यात फेन्स्टन एक होता. त्यानं तिला टेलिव्हिजनवर पहिल्यांदा पाहिलं होतं तेव्हा ती चौदा वर्षांची होती आणि एका आंतरराष्ट्रीय क्रीडास्पर्धेत सोव्हिएट युनियन विरुद्ध असलेल्या रोमेनियाच्या चमूतली एक व्यायामपटू होती.

तिच्या टीमधली मारा मोल्दोविनूनं पहिला तर क्रान्त्झनं दुसरा क्रमांक पटकावला. पुढील ऑलिम्पिक स्पर्धेत त्या नक्कीच सुवर्ण व रौप्यपदक पटकावतील असा सर्व वृत्तपत्रांचा होरा होता. पण मॉस्कोपर्यंतचा प्रवास दोघींच्याही नशिबी नव्हता. इमारतीच्या बीमवरून कोलांटी उडी घेण्याच्या प्रयत्नात मोल्दोविनूची मान मोडली आणि ती मेली. अशा दुर्घटनेची कोणी कल्पनाही केली नव्हती. आता मदार क्रान्त्झवरच होती. तिनं सुवर्णपदक मिळवण्याची प्रतिज्ञा केली, पण ती फोल ठरली.

क्रान्त्झचं स्पर्धेबाहेर जाणं मोल्दोविनू सारखं नाट्यमय नव्हतं. ऑलिम्पिक स्पर्धेच्या काही दिवस आधी सराव करताना तिच्या पायाचा स्नायू ताणला जाऊन दुखावला आणि तिला कळलं की आता दुसरी संधी नाही. इतर अनफिट खेळाडूंप्रमाणे ती पण बाद झाली. आता ती आपल्याला कधीही दिसणार नाही असं फेन्स्टननं गृहीत धरलं असतानाच अचानक सिऊसेस्कूच्या ऑफिसमधून बाहेर पडताना त्याला ती दिसली होती.

बारीक चणीची, बुटकी, पण दणकट स्नायू असलेली क्रान्त्झ आता थोडी वयस्कर दिसत असली तरी तिच्या चपळ हालचालींमध्ये काहीही फरक पडलेला दिसत नव्हता. आणि तिचे ते विलक्षण थंड डोळे. ते विसरणं कुणालाच शक्य होणार नव्हतं.

त्या दोघांत दोनचार प्रश्नोत्तरं झाली आणि फेन्स्टनला कळलं की सिऊसेस्कूच्या वैयक्तिक संरक्षण दलाची ती प्रमुख होती आणि तिचं मुख्य काम होतं हुकूमशहा किंवा त्याची बायको यांच्या विरोधात जाणाऱ्यांची हाडं मोडणं.

सर्वच खेळाडूंना वाटतं तसं क्रान्त्झलाही वाटत होतं. आपल्या क्षेत्रात आपण नंबर वन असावं. हात मोडणं, पाय मोडणं, माना मोडणं या नेहमीच्या अनिवार्य विभागातून बाहेर पडल्यावर तिनं आपली खासियत म्हणून गळा कापणं या क्षेत्रात प्रावीण्य मिळवण्याचं ठरवलं. या विभागात सुवर्णपदकासाठी कोणी तिच्याशी स्पर्धा करणारं नव्हतं, हे नक्की होतं. तासन्तास एकाग्रतेने केलेल्या सरावामुळे ती त्यात निष्णात बनली. त्याची सुरुवात तिनं कोंबड्या कापण्यापासून केली. त्यानंतर कोवळं बकरं. रविवारी सकाळी इतर जेव्हा फुटबॉल मॅच अगर सिनेमा बघायला जायचे त्यावेळी बुखारेस्टच्या कत्तलखान्यावर क्रान्त्झ बकरे, मेंढ्या, वासरांना मारण्याचा सराव करायची. एका तासात बेचाळीस हा तिचा उच्चांक. हा ऑलिम्पिक रेकॉर्ड कोणताही खाटीक मोडू शकला नव्हता.

सिऊसेस्कूनं तिला चांगला पगार दिला होता, तर फेन्स्टननं भरपूर पगार दिला. क्रान्त्झसाठी नोकरीच्या अटी फार साध्या आणि सोप्या होत्या. ती चोवीस तास उपलब्ध असली पाहिजे आणि तिनं दुसऱ्या कुणाचंही काम करता कामा नये. बास. गेल्या बारा वर्षांच्या काळात तिची फी अडीच लाख डॉलर्सपासून एक मिलीयन म्हणजे दहा लाख डॉलर्सपर्यंत वाढली होती. बेकायदेशीररीत्या घुसलेल्या परदेशवासियांतील बहुतेकांची जिथं हातातोंडाची गाठ पडताना तारांबळ व्हायची, त्यामानानं क्रान्त्झ तर फारच प्रचंड कमावत होती.

फेन्स्टननं आपल्या ब्रीफकेसमधून एक फोल्डर काढलं आणि काही न बोलता क्रान्त्झच्या हातात ठेवलं. तिनं ते पूर्णपणे पाहिलं. त्यात ॲना पेट्रेस्कूचे अलीकडचे पाच फोटो होते.

"ती आता कुठे आहे?" आपली मध्य युरोपीय बोलण्याची शैली ती लपवू शकली नव्हती.

"लंडन." तो म्हणाला पण त्यापूर्वीच त्यानं दुसरीही एक फाईल तिला दिली.

पुन्हा एकदा तिनं फाईल उघडून पाहिलं. या खेपेस आत फक्त एकच रंगीत फोटो होता.

"हा कोण आहे?"

"हा त्या मुलीपेक्षाही महत्त्वाचा आहे." फेन्स्टननं उत्तर दिलं.

"पण ते कसं शक्य आहे? त्याचं इतकं महत्त्व का?" फोटो नीट पाहत तिनं विचारलं.

"कारण तो एकमेव आहे. त्याची जागा घेणारा दुसरा कोणी मिळणं शक्य नाही," फेन्स्टननं खुलासा केला, "पेट्रेस्कूचं तसं नाही. तू काहीही कर, पण पेन्टिंगचा पत्ता लागेपर्यंत तिचा गळा कापू नकोस."

"पण तिनं मला पेन्टिंगपर्यंत नेलं नाही तर...."

"तीच नेऊ शकते आणि नेईलही." फेन्स्टनही खात्रीपूर्वक म्हणाला.

"ज्याचा एक कान आधीच कापलेला आहे, त्याचं अपहरण करण्याच्या कामाचे मला किती पैसे मिळणार?" क्रान्त्झनं विचारलं.

"दहा. दहा लक्ष डॉलर्स! पाच लाख आधी, पाच लाख ज्या दिवशी तू मला इतर कोणत्याही जखमेविना त्याला माझ्या ताब्यात देशील त्या दिवशी."

"आणि मुलीबद्दल?"

"तोच दर! मात्र तिच्या दुसऱ्या, पण खऱ्या दफनविधीला मी हजर राहिल्यानंतर...."

फेन्स्टननं समोरच्या काचेच्या पडद्यावर टिचक्या मारल्या. तशी ड्रायव्हरनं लिमोझीन कडेला घेतली अन् हळूहळू करत थांबवली "एक सांगायचं राहिलं," फेन्स्टन म्हणाला, "ठरलेल्या ठिकाणी रोख रक्कम ठेवण्याच्या सूचना मी लिपमनला आधीच दिल्या आहेत."

क्रान्त्झनं मान डोलावली. गाडीचं दार उघडून झटकन बाहेर पडून ती गर्दीत मिसळली.

❖

९/१५

-२६-

सेलफोनवर डॅनी बॉयच्या काही ओळी ऐकताच जॅकनं सॅमला गुड बाय केलं. त्यानं थोडा वेळ रिंग वाजू दिली. नंतर सेलचं हिरवं बटण दाबलं.

"हं, बोल ज्यो, आता तुझी काय बातमी आहे ती."

"पेट्रेस्कू गॅटविक विमानातळावर उतरली. तिनं भाड्याने कार घेतली आणि ती सरळ वेण्टवर्थ हॉलकडे गेली." ज्योनं सांगितलं.

"तिथं ती किती वेळ होती?"

"फक्त तीस मिनिटं. बाहेर पडल्यानंतर फोन करण्यासाठी ती मध्येच एका स्थानिक पबजवळ थांबली आणि नंतर हिथ्रोवर आली. तिथं ती आर्ट लोकेशन्सच्या ऑफिसमध्ये रूथ पॅरिशला भेटली." जॅक ऐकत होता. त्यानं ज्योच्या बोलण्यात काही अडथळा आणला नाही. ज्यो पुढे सांगत होता, "चारच्या सुमारास सद्‌बीजची व्हॅन आली. त्यांनी कार्गोतून एक रेड बॉक्स उचलला."

"आकार काय होता त्याचा?" जॅकनं विचारलं.

"साधारणपणे तीन बाय दोन फूट."

"आत काय आहे ते सांगायला नको," जॅक म्हणाला, "नंतर व्हॅन कुठे गेली?"

"सद्‌बीजमध्ये. त्यांनी सद्‌बीजच्या वेस्ट एंड ऑफिसमध्ये चित्र दिलं.

"आणि पेट्रेस्कू त्यावेळेस कुठं होती?"

"व्हॅनमधून बॉण्ड स्ट्रीटवरच्या त्यांच्या ऑफिसमध्ये जेव्हा पेटी उतरवून घेतली तेव्हा ती त्यासोबतच होती."

"आणि किती वेळानं बाहेर आली?"

"फक्त वीस मिनिटं! आणि यावेळेस लाल बॉक्स घेऊन ती एकटीच बाहेर

पडली होती. तिनं टॅक्सी केली. मागे डिकीत बॉक्स ठेवलं. टॅक्सी निघाली अन् पुढे काही वेळानं दिसेनाशी झाली.''

''दिसेनाशी झाली? याचा अर्थ काय?'' आवाज चढवून जॅक म्हणाला.

''आपल्याकडे मोकळे असे एजंट नाहीत बॉस,'' ज्यो म्हणाला, ''मंगळवारच्या घातपाती कृत्यात कोणत्या दहशतवादी संघटनेचा हात आहे याची चौकशी करण्यात बहुतेक सर्वच गुंतलेले आहेत. अगदी रात्रंदिवस.''

''ठीक आहे.'' शांत होऊन जॅक म्हणाला.

''पण काही तासांनी आम्ही पुन्हा एकदा तिचा माग काढला.''

''कुठे?'' जॅकनं विचारलं.

''गॅटविक विमानतळावर.'' ज्यो म्हणाला, ''लाल बॉक्स घेतलेली फिक्या तपकिरी केसांची आकर्षक तरुणी कोणालाही दिसू शकते.''

''एजंट रॉबर्टला कदाचित दिसली नसती.'' असं म्हणत असतानाच जॅकनं टॅक्सीला हात दाखवला.

''एजंट रॉबर्ट?'' ज्यो बुचकळ्यात पडला होता.

''ते नंतर कधीतरी सांगेन.'' टॅक्सीत चढता चढता जॅक म्हणाला. त्यानं टॅक्सीचं दार बंद केलं आणि ड्रायव्हरला जरा थांबण्याची खूण करून त्यानं ज्योला पुढे विचारलं, ''गॅटविकहून ती कुठे निघाली होती हे कळलं?''

''बुखारेस्टला.''

''व्हॅन्‌गॉगचं अमूल्य चित्र तिला बुखारेस्टला न्यायची काय गरज?''

''फेन्स्टनच्या सूचनेवरून, असं माझं मत आहे.'' ज्यो म्हणाला, ''अखेर ते तिचं आणि त्याचंही गाव आहे. मला नाही वाटत चित्र लपवायला याहून दुसरी कोणती सुंदर जागा असेल.''

''पण जर लिपमन पेन्टिंग आणणार नव्हता तर त्याला लंडनला पाठवण्याचं कारण काय?''

''दिशाभूल करण्यासाठी. म्हणूनच तो तिच्या दफनविधीलाही हजर राहिला. ती जिवंत आहे आणि आपल्यासाठी काम करते आहे हे माहीत असूनही.''

''दुसऱ्या पर्यायाचाही विचार आपण केला पाहिजे.'' जॅक म्हणाला.

''दुसरा पर्याय कोणता, बॉस?''

''ती आता फेन्स्टनसाठी काम करत नाहीय आणि व्हॅन्‌गॉग तिनं चोरलंय हा.''

''ती असा धोका का म्हणून पत्करेल? तिला हे माहीत आहे की फेन्स्टन आपल्या मागे लागणार. त्यामुळे तशी शक्यता मला वाटत नाही.'' ज्यो म्हणाला.

''तिनं असा धोका का पत्करावा याबद्दल मला काही सांगता येत नाही, पण ते शोधून काढण्याचा एकच मार्ग आहे आणि मी ते शोधून काढीन.'' जॅकनं

सेलफोनचं लाल बटण बंद केलं.

वाट पाहत थांबलेल्या टॅक्सी ड्रायव्हरला वेस्टसाईडचा पत्ता त्यानं सांगितला.

◆◆◆

फेन्स्टननं रेकॉर्डर बंद केला. त्याच्या कपाळाला आठ्या पडल्या होत्या. त्या दोघांनीही ती टेप तीनदा ऐकली होती.

''त्या हरामजादीला तुम्ही कधी डच्चू देणार?'' लिपमननं विचारलं

''आपल्याला पेन्टिंगपर्यंत पोहोचणारी दुसरी व्यक्ती मिळेपर्यंत तरी नाही.'' फेन्स्टननं उत्तर दिलं.

''ह्या संभाषणातले महत्त्वाचे शब्द तुमच्या लक्षात आले का?'' असं विचारताना लिपमनच्या चेहऱ्यावरचा रागीट भाव सहज दिसत होता. फेन्स्टननं भुवया उंचावून प्रश्नार्थक मुद्रेने त्याच्याकडे पाहिलं.

''जाते आहे, असं ती म्हणाली.'' तरीही फेन्स्टनच्या लक्षात आलं नाही.

''मी घरी येते आहे असं म्हणाली असती तर त्याचा अर्थ न्यूयॉर्कला येते आहे असा झाला असता.'' लिपमननं स्पष्ट केलं.

''पण ती घरी जाते आहे असं म्हणाली, म्हणजे बुखारेस्टला असाच त्याचा अर्थ होतो, नाही का?'' फेन्स्टन बुखारेस्टवर जोर देऊन म्हणाला.

◆◆◆

पेट्रेस्कूची पुढची हालचाल काय असेल याचा विचार करत जॅक टॅक्सीच्या सीटवर रेलला. ती सराईत गुन्हेगार आहे की नवशिकी? की गुन्हेगार नाहीच, याबद्दल अजूनही जॅकला संभ्रम होता. या सर्व प्रकरणात टिना कुठे बसते? फेन्स्टन, लिपमन, ॲना आणि टिना हे चौघेही एकत्र काम करण्याची शक्यता का गृहीत धरू नये? पण तसं असतं तर फक्त काही तास घालवण्यासाठी लिपमन लंडनला निश्चितच गेला नसता. तो तिथं पेट्रेस्कूला भेटला का? त्यानं येताना पेन्टिंग आणलं नव्हतं हे नक्की.

पेट्रेस्कू वेगळी होऊन स्वबळावर हे करत असली तर फेन्स्टन तिला गाठल्याशिवाय राहणार नाही, याची कल्पना तिला असणारच. कसंही असो, पेट्रेस्कू आता एकटी होती; पण आपल्या जीवाला धोका आहे, असं तिला वाटत नव्हतं, असं स्पष्ट दिसत होतं.

जॅक कोड्यात पडला होता. आपल्या बॉसला, सहकाऱ्याला कळल्याशिवाय, सर्वांना माहीत असलेलं आणि कित्येक दशलक्ष डॉलर्स मूल्य असलेलं चित्र, आपण सहज विकू शकणार नाही हे माहीत असताही पेट्रेस्कूनं चित्र का चोरावं? मुळात कलाजगत अतिशय लहान आहे. त्यात असं अमूल्य चित्र घेणाऱ्यांची संख्या

तर आणखी लहान म्हणजे फार कमी असणार आहे. त्यातूनही समजा तिनं चित्र विकलं तरी त्या पैशाचं काय करायचं, कुठे ठेवायचे हा प्रश्न तिला असणारच. तिनं कुठंही लपवून ठेवण्याचा प्रयत्न केला तरी एफ.बी.आय. ते काही तासांतच शोधून काढेल. विशेषत: मंगळवारच्या दुर्घटनेनं चवताळलेलं असल्यामुळे. हे सगळं जरा विचित्र त्रांगडं दिसत होतं. त्यात काही ताळमेळ बसत नव्हता.

कसंही असलं तरी पेट्रेस्कूच्या धीटपणाच्या कृतीनं फेन्स्टनला धक्का बसणार होता आणि तो आपल्या स्वभावाप्रमाणे वागणार होता, ह्यात मात्र काहीही शंका नव्हती.

गेल्या दोन-तीन दिवसांत घडलेल्या सर्व घटनांच्या विचारात असतानाच टॅक्सी सेंट्रल पार्ककडे वळली. फेन्स्टन केसवरून त्याला दूर केलं जाईल असंही त्याला वाटलं होतं, पण सर्वांनाच ९/११ घटनेसाठी अतिरेक्यांच्या मागे लावलं तर इतर खुनी गुन्हेगार मोकळे सुटतील आणि मला तो धोका पत्करायचा नाही असं त्याच्या बॉसनं त्याला सांगितलं होतं आणि तपास सुरू ठेवण्याची अनुमती दिली होती.

पेट्रेस्कू बेपता यादीत होती. नातेवाइकांना, मित्रांना कळवण्यासाठी त्यांचे पत्ते मिळणं आवश्यक होतं. या कारणावरून पेट्रेस्कूच्या अपार्टमेन्टचं सर्च वॉरंट मिळणं काही अवघड नव्हतं. कदाचित घाबरून तिनं स्वत:ला कोंडूनही घेतलं असेल या जॅकच्या विधानानंतर न्यायाधीशांनी काही प्रश्न न करता आदेशावर सही केली होती. ''मी आशा करतो की तुम्हाला ती लवकरच सुखरूप सापडेल.'' सही करण्यापूर्वी त्यांनी उद्‌गार काढले होते.

ॲनाचं नाव उच्चारताच सॅमला रडू कोसळलं होतं. आपण कोणतीही मदत करायला तयार आहोत असं सांगून त्यानं जॅकला तिच्या अपार्टमेंटकडे नेऊन दार उघडून दिलं होतं. जॅकनं तिच्या छोट्या पण स्वच्छ अपार्टमेन्टची तपासणी करेपर्यंत सॅम बाहेरच थांबला होता. तपासणीतून जॅकला होती त्यापेक्षा काही वेगळी माहिती मिळाली नव्हती. पत्त्याच्या एका डायरीतून त्याला तिच्या काकाचा डॅनव्हिले इलिनॉईसचा पत्ता आणि फोन नंबर मिळाला होता. तसाच बुखारेस्टमध्ये असलेल्या आईचाही. छोटंसं एक आश्चर्य म्हणजे हॉलमध्ये दर्शनीच लावलेलं पेन्सिलने सही केलेलं पिकासोचं एक ड्रॉईंग त्याला आढळलं होतं. 'बैलाशी झुंजणारा योद्धा' या विषयावर असलेले ते मूळ ड्रॉईंग होतं. प्रिन्ट किंवा प्रतिकृती नव्हती, हे लक्षपूर्वक पाहिल्यावर जॅकच्या लक्षात आलं होतं. ते चित्र हॉलमध्ये व्यवस्थित लावलेलं असल्यामुळे चोरलेलं असण्याची शक्यताच नव्हती. फेन्स्टनला व्हॅन्‌गॉग मिळवून देण्याच्या कामाचा आगाऊ मोबदला म्हणून ते चित्र त्यानं तिला दिलं असावं का? टिना ९/११ ला तिच्या घरी येऊन गेली होती, हे त्याला ॲनाच्या बेडरूमची तपासणी करताना लगेच कळलं, कारण पलंगावर एक बंद पडलेलं घड्याळ

आढळलं होतं. आणि ते ८.४६ ची वेळ दाखवत होतं.

जॅक हॉलमध्ये परतला तेव्हा तिच्या लिहिण्याच्या टेबलावरचा फोटो त्यानं नीट पाहिला होता. तो तिच्या आईवडिलांबरोबर घेतलेला होता. त्यानं टेबलाच्या ड्रॉवरमधून एक फाईल काढली तेव्हा त्याला त्यात अनेक पत्रं लावून ठेवलेली आढळली होती. अपरिचित भाषेतील ती पत्रं तो वाचू शकला नव्हता. बहुतेक पत्रांवर 'ममा' तर एक-दोन पत्रांवर 'अॅण्टन' अशा सह्या त्यानं पाहिल्या होत्या. अॅण्टन नातेवाइकांपैकी, की मित्र? त्यानं अॅनाचा फोटो पुन्हा पाहिला तेव्हा त्याच्या मनात नकळत विचार आला होता, आपल्या आईनं हिला पाह्यलं असतं तर आपल्या 'आयरिश स्ट्यू'ची चव चाखायला तिनं तिला नक्की बोलावलं असतं.'

''हॅऽऽ'' त्याच्या तोंडून इतक्या मोठ्यानं उद्‌गार बाहेर पडला की टॅक्सी ड्रायव्हरचा आपोआप प्रश्न आला, ''काय झालं सर? काही प्रॉब्लेम?''

''मी आईला फोन करायला विसरलो.''

''मग नक्कीच प्रॉब्लेम आहे,'' ड्रायव्हर म्हणाला, ''मी पण आयरिश आहे.'' टॅक्सी ड्रायव्हरनं तो आयरिश आहे असं ओळखलं तरी जॅकला फारसं आश्चर्य वाटलं नाही.

'आयरिश स्ट्यू नाईटसाठी मी येऊ शकत नाही' हे त्यानं आईला कळवायला हवं होतं. असं कसं विसरला तो? तो जेव्हा जेव्हा आपल्या आईवडिलांना भेटायला जात असे, तो दिवस, त्याच्या घरी परमेश्वरनिर्मित इतर कोणत्याही मानवजातीपेक्षा आयरिश जात श्रेष्ठ आहे याबद्दल आयरिश स्ट्यू (आयरिश स्ट्यू म्हणजे पाणी किंवा ज्यूसमध्ये मांसाचे वा काही फळाचे तुकडे टाकून मंद आचेवर शिजवून केलेला एक आयरिश पदार्थ) करून साजरा केला जात असे. तो आईवडिलांचा एकुलता एक मुलगा आहे म्हणून नव्हे. छे! आईला फोन केला नाही हे चुकलंच. आता लंडनला गेल्यानंतर पोहोचल्याबरोबर फोन करायला हवा. जॅकवर त्याच्या आईवडिलांची खूप माया होती.

त्यानं वकील व्हायला हवं अशी त्याच्या वडिलांची इच्छा होती आणि त्यासाठी त्यांनी अपार कष्ट घेतले होते. बऱ्याच गोष्टींचा त्यागही केला होता. न्यूयॉर्क पोलीस दलाच्या आपल्या सव्वीस वर्षांच्या नोकरीनंतर ते या निष्कर्षाप्रत आले होते की गुन्ह्यापासून फायदा फक्त गुन्हेगारांना किंवा वकिलांनाच होतो. त्यामुळे त्यांच्या मुलानं यापैकी काय व्हायचं हे ठरवायला हवं असं त्यांचं म्हणणं होतं.

वडिलांनी त्याला असा सल्ला दिला असला, तरी जॅकनं थोड्याच दिवसांत एफ.बी.आय.ची नोकरी पत्करली होती, कोलंबिया युनिव्हर्सिटीमधून कायदाविषयक पदवी घेऊन सुद्धा! त्यानंतर जवळ जवळ प्रत्येक शनिवारी, घरी आल्यानंतर वडील, तो वकील न झाल्याबद्दल किटकिट करत असत, तर आई, 'तू मला आजी कधी

करणारेस', थोडक्यात लग्न कधी करणार? असं विचारून त्याच्या पाठी लागत असे.

न्यूयॉर्क विभागीय कार्यालयात रुजू होण्यासाठी, क्वान्टिकोला प्रशिक्षण घेण्यापासून ते वरिष्ठ तपास अधिकारी पदावर पोहोचेपर्यंत जॅकनं आपल्या कामाचा पुरेपूर आनंद घेतला होता. आपल्या बरोबरीने काम करणाऱ्यांमध्ये त्याला सर्वप्रथम बढती मिळाली होती, या गोष्टीचं आश्चर्य वाटणारा तो एकटाच होता. त्याचा हेवा वाटून त्याच्या वडिलांनीही नाखुषीनं का होईना त्याचं अभिनंदन केलं होतं खरं, पण त्यापूर्वी 'यावरूनच सिद्ध होतं की तू किती चांगला वकील झाला असतास ते!' असा शेरा मारायलाही ते चुकले नव्हते.

आपली वॉशिंग्टनला बदली झाल्यावर त्या जागेवर जॅकचीच नेमणूक होईल असं मॅसीचंही म्हणणं होतं आणि त्यानं तशी आशा व्यक्तही केली होती. त्या बढतीचा विचार वास्तवात न येता कल्पनेतच राहील, अशा कारवाया करणाऱ्या माणसाला गजाआड केल्याखेरीज ते शक्य होणार नाही, असं जॅकला वाटत होतं; पण त्याचबरोबर जॅकला हे मान्य करावं लागत होतं, की त्याचा हात अजून ब्रायस फेन्स्टन पर्यंत पोहोचू शकला नव्हता आणि तसं होण्यासाठी त्याला एका नवशिक्यानं दिलेल्या धक्क्यावर अवलंबून रहावं लागलं होतं.

दिवास्वप्न पाहण्याचं थांबवून त्यानं आपल्या सेक्रेटरीला फोन लावला.

"सॅली, बुखारेस्टला लंडनमार्गे जाणाऱ्या, उपलब्ध असणाऱ्या कोणत्याही पहिल्या फ्लाईटचं तिकिट माझ्यासाठी बुक कर. मी सामान घ्यायला घरी जातोय." जॅकने तिला सांगितलं.

"जॅक, तुम्हाला सांगायला हवं की जे.एफ.के. वरून सुटणाऱ्या विमानांसाठी प्रचंड गर्दी आहे." सॅलीनं उत्तर दिलं.

"सॅली, कसंही करून मला लंडनला लगेच जाता येईल हे बघ," जॅक म्हणाला, "मग भले मला पायलटच्या शेजारची जागा मिळाली तरी. कळलं?"

◆◆◆

नियम अगदी साधे होते. क्रान्त्झनं रोज एक सेलफोन चोरायचा. चेअरमनशी एकदाच बोलायचं आणि संभाषण संपताच तो नाहीसा करायचा. त्यामुळे कोणी तिचा माग काढण्याचा प्रश्नच येत नव्हता.

फेन्स्टन आपल्या टेबलाजवळ बसला होता. त्याच्या खाजगी वैयक्तिक फोन लाईनचा लाल दिवा चमकला. तो नंबर फक्त एका व्यक्तीलाच माहीत होता. त्यानं फोन उचलला, दहा रिंग झाल्यानंतर.

"ती कुठे आहे?" पलीकडच्या आवाजानं विचारलं.

"बुखारेस्ट!" बस्स, फक्त एकच शब्द त्यानं उच्चारला आणि रिसिव्हर खाली ठेवला.

क्रान्त्झनं आजचा चोरलेला सेलफोन थेम्स नदीत फेकला आणि एका टॅक्सीत ती चढली. ''गॅटविक एअरपोर्ट.'' तिनं ड्रायव्हरला सांगितलं.

◆ ◆ ◆

जॅक पायऱ्या उतरून हिथ्रो विमानतळावर उतरला. बाहेर पडता क्षणीच टॉम क्रासान्ती त्याचं स्वागत करण्यासाठी पुढं आला याच जॅकला काही आश्चर्य वाटलं नाही. बाहेर गाडी उभी होती तिचं इंजिन चालू होतं आणि एक एजंट तिचं मागचं दार उघडून वाटच पाहत होता. गाडीत चढल्यानंतर ती सुरू होईपर्यंत कुणीही शब्द उच्चारला नव्हता.

''पेट्रेस्कू कुठे आहे?'' जॅकचा पहिला प्रश्न होता

''ती बुखारेस्टला पोहोचली.''

''आणि पेन्टिंग?''

''बॅगेज ट्रॉलीवरून तिनं सामानाबरोबरच कस्टमधून बाहेर काढलं.'' टॉम म्हणाला.

''त्या बाईला बाकी मानलं पाहिजे.''

''तुमच्याशी मी सहमत आहे,'' टॉम म्हणाला, ''पण कुणाशी सामना आहे, याची कल्पना तिला दिसत नाहीय.''

''तिला ते कळेल असं मला वाटतं,'' जॅक म्हणाला, ''तिनं जर पेन्टिंग चोरलं असेल, तर तिला पेन्टिंगसह शोधण्याचा प्रयत्न करणारा, मी काही एकटाच मनुष्य नसेन.''

''तर मग तुम्हाला त्यांच्यावरही नजर ठेवावी लागेल,'' टॉम म्हणाला.

''तुझं म्हणणं बरोबर आहे. पण हे गृहीत धरून, की ती तिच्या पुढच्या मुक्कामाला जाईपर्यंत मी बुखारेस्टला पोहोचेन.''

''तर मग वेळ घालवण्यात अर्थ नाही,'' टॉम म्हणाला, ''लगेच गॅटविक विमानतळावर पोहोचण्यासाठी हेलिकॉप्टर तयार आहे. आणि गरज पडली तर बुखारेस्टला जाणारी फ्लाईट अर्ध्या तासाकरिता रोखून धरण्याची व्यवस्था केली आहे.''

''हे कसं काय साधलंस तू?'' जॅकनं विचारलं.

''हेलिकॉप्टर आपलं आहे, फ्लाईट रोखून धरण्याची व्यवस्था त्यांची आहे. आपल्या ॲम्बॅसॅडरनं त्यांच्या एम्बसीशी संपर्क साधला. तो काय बोलला माहीत नाही.'' टॉम मान्य करत म्हणाला, ''पण तुम्हाला तीस मिनिटं जास्तीची मिळण्याची व्यवस्था झाली खरं.''

''या सर्व व्यवस्थेबद्दल तुला धन्यवाद टॉम.'' जॅक म्हणाला.

त्यांची गाडी हेलिकॉप्टर असलेल्या ठिकाणी पोहोचली तसं उतरून जॅक

लगेच हेलिकॉप्टरकडे निघाला.

"बुखारेस्टमध्ये आपल्याला अधिकृत अस्तित्व नाही हे विसरू नका," हेलिकॉप्टरच्या घरघरत्या पंख्याच्या आवाजामुळे टॉमनं ओरडून सांगितलं, "यानंतर तुम्ही तुमच्याच जबाबदारीवर काम करायचय, कळलं?"

जॅकनं निरोपादाखल हात दाखवला.

-२७-

अॅना बुखारेस्टच्या ओटोपेनी या विमानतळावर उतरली. सूटकेस, लाल रंगाची एक लाकडी पेटी आणि लॅपटॉप असं सामान असलेली ट्रॉली घेऊन बाहेर पडणाऱ्या इतर उतारूंच्या गर्दीत अॅना सामील झाली. तिच्या दिशेनं धावत येणाऱ्या माणसाकडे पाहून ती वाटेतच थांबली.

अॅनानं त्याच्याकडे संशयानं पाहिलं. तो साधारपणे पावणेसहा फूट उंच होता, डोक्याला टक्कल पडत चाललं होतं, पण तब्येतीनं तो मजबूत होता. त्याच्या लालबुंद चेहऱ्यावर झुबकेदार मिशा होत्या. त्याचं वय साठपेक्षा अधिक असावं. त्याच्या घट्ट बसणाऱ्या सुटावरून काही काळापूर्वी तो थोडा बारीक होता हे सहज कळत होतं. तो अॅनासमोर येऊन उभा राहिला.

"माझं नाव सरजेई आहे," रांगड्या स्वरात तो बोलला, "तुम्ही मि. अॅण्टनना फोन करून घ्यायला येण्याची व्यवस्था करायला सांगितली होती, त्याप्रमाणे मी आलो आहे. तुमच्यासाठी त्यांनी गावातल्या एका छोट्या पण चांगल्या हॉटेलात व्यवस्था केली आहे." अॅनानं मान डोलावली.

तिची ट्रॉली घेऊन सरजेई बाहेर उभ्या केलेल्या त्याच्या टॅक्सीकडे गेला. अॅना त्याच्या पाठोपाठ होतीच. त्यानं पिवळ्या मर्सिडीज टॅक्सीचं मागचं दार उघडलं आणि ती चढून आत बसेपर्यंत तो थांबला. मग त्यानं दार लावलं.

तिचं सगळं सामान त्यानं गाडीत मागे ठेवलं आणि तो ड्रायव्हरच्या सीटवर येऊन बसला. दरम्यान अॅनाची नजर सहज गाडीच्या अंतर्भागावरुन फिरली. टॅक्सी खूप जुनी होती. तिनं ३०,००० मैलांचा प्रवास केला होता हे दिसत होतं.

अॅनानं टॅक्सीच्या काचेतून बाहेर पाहिलं. जन्मापासून पाहिलेलं हे गाव किती बदलत गेलं. आता ते देशाची राजधानी असलेलं मोठं शहर झालं होतं आणि

युरोपीय देशांमध्ये जोमाने आपलं स्थान मजबूत करण्याची ईर्षा बाळगून होतं. दशकापूर्वीच्या, नीरस मातकट रंगाच्या फरशांच्या कम्युनिस्ट प्रवेशद्वारांची जागा, आता आधुनिक उंच इमारतींनी आणि शॉपिंग सेन्टर्सनी घेतली होती.

अरुंद रस्त्याच्या कडेला असलेल्या एका छोट्या हॉटेलसमोर सरजेईनं आपली टॅक्सी थांबवली. त्यानं गाडीच्या मागच्या भागात ठेवलेलं सामान काढलं. ॲनानं लॅपटॉप आणि सूटेकस घेतली. सरजेईनं लाल पेटी धरली. हॉटेलमध्ये चेकअप करून तिनं सर्व सामान खोलीत नीट ठेवून दिलं. सरजेई निघाला तशी ती म्हणाली, ''आईला भेटणं हे माझं सर्वांत पहिलं महत्त्वाचं काम आहे.''

सरजेईनं आपल्या घड्याळाकडे पाहिलं अन् तो म्हणाला, ''मी नऊच्या सुमारास तुम्हाला घ्यायला येतो, तोपर्यंत तुम्हाला थोडी झोपही काढता येईल.''

''थँक्यू.'' ॲना म्हणाली.

निघताना सरजेईची नजर त्या लाल पेटीकडे लागली होती.

◆◆◆

तयार होऊन सावकाश चालत ॲना नऊ नंतर जेव्हा हॉटेलबाहेर पडली तेव्हा आपल्या मर्सिडीजला रेलून तिची वाट पाहत असलेला सरजेई तिला दिसला.

''गुड मॉर्निंग सरजेई!'' तिच्यासाठी मागचं दार उघडणाऱ्या सरजेईला ती म्हणाली.

''गुडमॉर्निंग मॅडम!'' असं उलट अभिवादन करून तो ड्रायव्हरच्या सीटवर बसला. मग वळून त्यानं विचारलं, ''तुमचा आईला भेटण्याचा विचार पक्का आहे नं?''

''हो,'' ती म्हणाली, ''तिचा पत्ता.....''

'माहीत आहे' अशा अर्थाची हातानं खूण करून त्यानं गाडी सुरू केली. शहराच्या मध्यवर्ती भागातून गाडी जाताना एक सुंदर कारंजं पाहून ती आनंदानं हसली. हा फवारा 'व्हरसॅइलिस'च्या हिरवळीवर आणखी शोभला असता असा विचार तिच्या मनात आला. सरजेई जसा शहराच्या बाह्य भागात शिरला तसं शहराचं रंगीत चित्र बदलून ते काळंपांढरं झालं. वरसेनीच्या दुर्लक्षित टेहळणी नाक्यापर्यंत पोहोचण्याच्या अगोदरच ॲनाच्या लक्षात आलं, की सिऊसेस्कूच्या जुलमी राजवटीनंतर आलेल्या सध्याच्या राज्यकर्त्यांना, जर सर्वांची प्रगती हा मतदारांना वचन दिलेला कार्यक्रम यशस्वीपणे राबवायचा असेल, तर अजून बराच पल्ला गाठावा लागेल. काही मैलांच्या प्रवासाच्या अवधीतच ॲनानं आपल्या अगदी तरुणपणीच्या आठवणींचा प्रवासही पूर्ण केला. तिला आपल्या देशाचे अनेक नागरिक अजूनही दुःखीकष्टी दिसले. ते अकाली वृद्ध दिसताहेत अशीही जाणीव तिला झाली. रस्त्यावर फुटबॉल खेळणाऱ्या मुलांना त्यांच्या अवनतीची कल्पना नसावी. आणि ते साहाजिक होतं.

वडील बंडात मारले गेल्यानंतरही आपलं जन्मस्थान न सोडणाऱ्या, तिच्या आईच्या आडमुठ्या पवित्र्यामुळे, तिला भीती वाटली होती. अमेरिकेला तिनं यावं म्हणून आईला पटविण्याचा आटोकाट प्रयत्न तिनं केला होता, पण तिची आई कशालाही बधली नव्हती. 'अतिशय हट्टी' ह्या दोन शब्दात तिचं वर्णन करता आलं असतं.

कधीही न भेटलेल्या तिच्या ईलिनॉईसमधल्या काकानं १९८७ साली तिला अमेरिकेला बोलावलं. तिच्या प्रवासखर्चाकरता त्यानं दोनशे डॉलर्सही पाठवले होते. तिच्या वडिलांनी तिला त्वरित निघायला सांगितलं, तेव्हा तिच्या आईनं, ती गेली तर परत कधीही येणार नाही असं भाकीत वर्तवलं होतं. तिनं एकेरी प्रवासाचंच तिकीट काढलं. जेव्हा परत यायचं असेल त्यावेळेस तिला तिकीट काढून देण्याचं वचन तिच्या काकांनी दिलं होतं.

ॲना त्यावेळी सतरा वर्षांची होती. अमेरिकेच्या किनाऱ्याला बोट लागण्यापूर्वीच ती अमेरिकेच्या प्रेमात पडली होती. काही आठवड्यांनंतर हुकूमशहा सिऊसेस्कूनं त्याच्या राजवटीचा विरोध करणाऱ्या एकेकट्या व्यक्तींनाही आपल्या मार्गातून दूर करण्यास सुरुवात केली. तिच्या वडिलांनी परिस्थितीची कल्पना देऊन, 'परत येण्यात धोका आहे, येऊ नये.' असं तिला कळवलं.

ते त्यांचं शेवटचं पत्र होतं. त्यानंतर तिचे वडील बंडखोरांना सामील झाले ते पुन्हा न दिसण्यासाठीच....

ॲना आपल्या आईला मात्र मुकली. तिनं अमेरिकेला यावं म्हणून ॲनानं खूप विनवण्या केल्या. पण तिचं एकच उत्तर कायम होतं. 'हा माझा देश आहे, मी इथं जन्मले, इथंच मरणार. नवीन आयुष्य सुरू करण्याइतकी मी तरुण नाही.' खरं तर ती फक्त एक्कावन वर्षांची होती. पण ती 'रोमेनियाच्या खडतर आयुष्याची एक्कावन वर्षं' होती, हे लक्षात घेऊन ॲनानं आग्रह धरला नाही. एक महिन्यानंतर तिच्या काकानं– जॉर्जनं तिला स्थानिक शाळेत भरती केलं. रोमेनियात राजकीय, सामाजिक उलथापालथ चालूच होती. दरम्यान ॲनानं कॉलेजमधून पदवी घेऊन पेन युनिव्हर्सिटीला पीएच.डी.साठी प्रवेश मिळवण्याची संधी साधली होती. पेन युनिव्हर्सिटीला तिनं निवडलेल्या विषयाला भाषेची मर्यादा नव्हती.

त्यानंतर, डॉ. पेट्रेस्कू आईला पत्र लिहू लागली– ॲना नव्हे.

तिला येणाऱ्या पत्रांच्या उत्तरांतून, आई तेच ते प्रश्न परत परत उपस्थित करू लागली. या गोष्टीवरून आपलं काय म्हणणं आहे ते तिला कळत नसावं असा निष्कर्ष ॲनानं काढला.

कॉलेज सोडून सद्‌बीजला नोकरी पत्करल्याबरोबर ॲनानं पहिला निर्णय असा घेतला, की बुखारेस्टमधल्या बँकेत, तिच्या आईच्या नावानं एक स्वतंत्र खातं उघडायचं. त्यानंतर दर महिन्याला एक तारखेला न चुकता, चारशे डॉलर्स तिच्या

बँकेमार्फतच पाठवण्याची व्यवस्था तिनं केली. खरं म्हणजे आई अमेरिकेत आली असती तर....

"मॅडम, तुमच्यासाठी मी इथंच थांबतोय." पिएझ्झा रेसिटी विभागातल्या एका मोडकळीस आलेल्या इमारतीसमोर टॅक्सी थांबवून सरजेई म्हणाला.

ॲना हळूच "थँक्यू." म्हणाली आणि इमारतीकडे बाहेरून पाहातच टॅक्सीतून उतरली. युद्धपूर्व काळातल्या त्या इमारतीमध्ये तिचा जन्म झाला होता आणि तिची आई अजूनही तिथंच राहत होती. आईनं पैसा खर्च तरी कशावर केला? तिच्या मनात प्रश्न उद्‌भवला. कारण जागेची स्थिती तशीच दिसत होती. जाण्याच्या वाटेवर वाळलेलं गवत, काटक्या पसरल्या होत्या. लहानपणी ती वाट तिला खूप रुंद वाटायची कारण उडी मारून ती ओलांडता येत नसे. तीच वाट आता खूपच अरुंद वाटायला लागली होती.

फॅशनेबल जीन, आकर्षक लिनन जॅकेट, आवाज न करणारे बूट घातलेल्या ॲनाकडे, खड्डे पडलेल्या त्या रस्त्यावर फुटबॉल खेळणारी मुलं कुतूहलाने पाहू लागली. एखाद्या अपरिचिताकडे पाहवं तशी त्यांची नजर संशयी होती. लिफ्टचं बटण दोन-तीनदा दाबूनही लिफ्ट काही खाली आली नाही. ॲनाला आठवलं, पहिल्या एक-दोन मजल्यापर्यंतच्या फ्लॅट्‌सना तेव्हा मागणी असायची. आताही परिस्थिती काही बदलेली दिसत नव्हती. तिच्या आईनं कित्येक वर्षांपूर्वीच जागा का बदलली नाही, याचं तिला कोडं पडलं होतं.

वास्तविक शहराच्या एखाद्या चांगल्या भागात, आरामदायी जागा भाड्यानं घेण्याइतपत पैसे ती पाठवत होती. तरी असं का? ॲना जसजशी पायऱ्या चढत होती, तसतशी तिची अपराधी भावनाही वाढत होती. हे सर्व किती भयंकर होतं! त्यावेळी तिला कळत नव्हतं; रस्त्यावर खेळणाऱ्या त्या मुलांप्रमाणेच.

अखेर एकदाची ती सोळाव्या मजल्यावर पोहोचली अन् दम खात थोडं थांबली. तिची आई क्वचितच फ्लॅट सोडून जात असे, ह्यात काही आश्चर्य वाटायचं कारण नव्हतं. दारावर थाप मारण्यापूर्वी तिनं सहज वर पाहिलं, ती गेल्यापासून दारानं रंग पाहिलेला दिसत नव्हता.

दार ठोठावून ती किंचित काळ थांबली. डोक्यापासून पायाच्या घोट्यापर्यंत काळा पोशाख केलेल्या, सर्व केस पांढरे असलेल्या, एका वृद्ध स्त्रीनं दार उघडलं, पण फक्त काही इंचच. आई आणि लेक, दोघींनी एकमेकींकडे पाहिलं आणि अचानक खाड्‌कन दार उघडून एल्सा पेट्रेस्कूनं आपल्या लेकीला कवेत घेतलं. घट्ट धरून ठेवत "ॲना...ॲना...ॲना." असं ती हळुवार आवाजात पुटपुटत होती. आई आणि लेक दोघींनीही आपल्या अश्रूंना वाट मोकळी करून दिली. ॲनाला बिलगून, तिचा हात धरून, आईनं ॲनाला त्या घरात नेलं, जिथं तिचा जन्म झाला होता.

घर स्वच्छ होतं. ती घरातून जाताना होतं तसंच. तिच्या आजीनं दिलेल्या खुर्च्या आणि सोफा, काळ्या-पांढऱ्या रंगातले कुटुंबाचे फोटो, कोळसे नसलेली कोळशाची शेगडी, जीर्ण झालेला रग, सगळं काही जसंच्या तसं होतं. फक्त एक नवीन वस्तू तिथं दिसत होती. तिच्या वडिलांचं एक सुंदर पोर्ट्रेट त्या काळवंडलेल्या भिंतीवर उठून दिसत होतं. कलेबद्दलच्या आपल्या प्रेमाला कुठून सुरुवात झाली याची तिला त्यामुळेच आठवण झाली.

"ॲना... ॲना... काय विचारू बाई मी तुला? किती किती गोष्टी विचारायच्यात.... कुठून सुरुवात करू तेच कळत नाही..." ॲनाची आई भांबावली होती. अजूनही तिनं ॲनाचा हात घट्ट धरून ठेवला होता.

बोलता बोलता संध्याकाळ होत आली तरी दोघींनाही त्याचं भान नव्हतं. ॲनानं आपल्या आईच्या प्रत्येक प्रश्नाचं उत्तर दिलं होतं. तिचं समाधान केलं होतं. शेवटी ॲना म्हणाली, "ममा, माझ्याबरोबर चल आणि अमेरिकेतच राहा."

"नाही," तिनं पूर्वीच्याच बेपर्वाईनं उत्तर दिलं. "माझे सर्व मित्र, माझ्या सर्व आठवणी इथंच आहेत. या वयात मी नवीन आयुष्याला सुरुवात करू शकत नाही."

"पण मग शहराच्या चांगल्या भागात, एखाद्या चांगल्या जागेत का राहत नाही? मी पहिल्या किंवा दुसऱ्या मजल्यावरची एखादी चांगली जागा तुझ्यासाठी..."

"अहंऽऽ, इथं माझं लग्न झालं, तुझा जन्म झाला," हळुवार आवाजात तिची आई एल्सा म्हणाली, "तुझ्या वडिलांबरोबर मी इथंच संसार केला. सर्व सुख-दुःख इथंच भोगली. नाही ॲना, नाही, प्रभू ठरवेल त्या वेळी मी इथंच मरणार....." तिचा स्वर भावुक झाला होता. अन् मग ती ॲनाकडे पाहून निखळ हसली. "तुझ्या वडिलांच्या थडग्याकडे कोणी लक्ष द्यायचं?"

तिनं अशा प्रकारे प्रश्न विचारला की जणू पहिल्यांदाच विचारते आहे. तिनं आपल्या मुलीच्या डोळ्यांत पाहिलं, अन् म्हणाली, "तू त्यांच्या भावाकडे राहिलीस आणि अमेरिकेत स्थायिक झालीस याचं त्यांना फार बरं वाटलं." ती थोडं थांबली. "आता तुला पाहिल्यावर, त्यांचं बरोबर होतं हे मला पटलंय."

ॲनानं खोलीभर नजर फिरवली आणि तिला म्हणाली, "पण दर महिन्याला मी पाठविल्यातले काही पैसे तू खर्च का नाही केलेस?"

"मी खर्च केले," एल्सा ठामपणे म्हणाली, "पण माझ्यासाठी नाही. मला काहीच नको होतं."

"मग तू ते पैसे खर्च केलेस तरी कशावर?"

"ॲण्टनवर."

"ॲण्टनवर?" ॲनानं किंचित आश्चर्यानं विचारलं

"हो," तिची आई म्हणाली, "तो तुरुंगातून सुटल्याचं तुला कळलं होतं

का?''

"होय," ॲनानं सांगितलं, "सिऊसेस्कूंना अटक झाल्यानंतर त्यानं मला पत्र पाठवून माझ्याकडे पपांचा एखादा फोटो आहे का, हे विचारलं होतं." वडिलांच्या पोर्ट्रेटकडे पाहून ती हसली.

"अगदी थेट त्यांच्यासारखच जिवंत दिसतंय, हो ना?" आईनं विचारलं

"नक्कीच."

"त्यांनी त्याला ॲकेडमीची जुनी नोकरी पुन्हा दिली. तो आता परस्पेक्टिव्ह विषयाचा प्राध्यापक आहे. तू त्याच्याशी लग्न केलं असतंस तर प्राध्यापिका बनली असतीस."

"तो अजूनही पेन्टिंग करतो का?" तिच्या आईचा अपरिहार्यपणे येणारा प्रश्न टाळण्याचा प्रयत्न ती करत होती.

"हो." तिनं उत्तर दिलं, "पण मुख्य करून युनिव्हर्सिटी ऑफ आर्टमध्ये पदवीअभ्यासक्रमाला शिकवणं, ही त्याची जबाबदारी आहे." पुढे ती विषादानं म्हणाली, "रोमेनियात चित्रकार म्हणून जगणं फार कठीण आहे. खरं म्हणजे ईश्वरी देणगी असलेल्या ॲण्टननं अमेरिकेलाच जायला हवं होतं."

ॲनानं पुन्हा एकदा वडिलांच्या पोर्ट्रेटकडे पाहिलं. तिच्या आईचं म्हणणं बरोबर होतं. अशी देणगी आणि कौशल्य असणाऱ्या ॲण्टनचा अमेरिकेत खूप उत्कर्ष झाला असता

"तुझ्या पैशाचं तो करतो तरी काय?" तिनं विचारलं.

"तो त्यातून कॅनव्हासेस, रंग, ब्रशेस आणि असं सर्व सामान घेतो, जे त्याच्या विद्यार्थ्यांना घेणं परवडत नाही. पाहा, तुझं औदार्य चांगल्या कामात खर्च होत आहे." तिच्या आईन सांगितलं अन् मग थोडं थांबून हळूच विचारलं, "ॲना, ॲण्टन तुझा पहिला प्रेमी होता, हो नं?"

आई आपल्याला अजूनही लाजवू शकते यावर ॲनाचा विश्वास बसला नव्हता.

"हो, आणि मी त्याची पहिली प्रेमिका होते असं मला वाटतं."

"त्याचं आता लग्न झालंय आणि त्यांना एक मुलगा आहे, पीटर. थोडं थांबून तिनं पुढे विचारलं. "तुझ्या मनात कोणी दुसरा तरुण आहे का?"

"नाही ममा."

"त्यामुळे तू घरी परत आलीयेस का? तू कोणापासून तरी किंवा कशापासून तरी पळतेयस का?"

"हे तू कशावरून म्हणतेस?" बचावात्मक सुरात ॲनानं विचारलं.

"तुझ्या डोळ्यांत दुःख आहे आणि भीतीसुद्धा." ॲनाच्या डोळ्यांकडे पाहून ती म्हणाली, "तुला लहानपणी पण ते लपवता येत नव्हतं."

''होय ममा, माझा समोर एक-दोन अडचणी आहेत,'' ॲना मान्य करत म्हणाली, ''पण काळ सगळे प्रश्न सोडवतोच ना?'' ती हसली, ''खरं सांगायचं तर मला असं वाटतंय, की त्यातला एक प्रश्न सोडवायला तरी मला ॲण्टनची मदत होऊ शकेल. त्याला मी ॲकॅडमीत भेटणार आहे.'' ॲना बोलत असतानाच तिला आई थकल्याची जाणीव झाली. तिनं आईला पलंगाकडे नेलं, झोपवलं. तिच्या अंगावर रग टाकला. ''तुला ॲण्टनला काही निरोप द्यायचा आहे का?'' तिनं विचारलं. तिच्या आईनं काही उत्तर दिलं नाही. तिला झोप लागली होती.

ॲनानं वाकून आईच्या कपाळाचं चुंबन घेतलं. ''मी उद्या पुन्हा परत येईन ममा.'' ती हळुवार आवाजात बोलली आणि तितक्याच हळुवारपणे दार ओढून घराच्या बाहेर पडली.

कचऱ्यानं भरलेल्या जिन्यावरून उतरून ती खाली आली. समोरच पिवळी मर्सिडीज बघून तिला हायसं वाटलं.

❖

-२८-

ॲना हॉटेलवर परतली. शॉवर घेऊन आणि कपडे बदलून ती बाहेर आली आणि नव्यानं ओळख झालेला तिचा ड्रायव्हर सरजेई तिला पिएता युनिव्हर्सिटीच्या ॲकॅडेमी ऑफ आर्टमध्ये घेऊन गेला.

एवढ्या काळानंतरही ती बिल्डिंग तशीच आकर्षक दिसत होती. तिचं सौंदर्य किंचितही कमी झालेलं नव्हतं. भव्य शिल्पित केलेल्या प्रवेशद्वाराकडे जाण्यासाठी तिनं पायऱ्या चढायला सुरुवात केली, तेव्हा गतकाळाच्या तिच्या स्मृती उचंबळून आल्या. गॅलरीमध्ये लावलेल्या, तिच्या परिचयाच्या महान कलाकृती पुन्हा तशाच पाहायला मिळतील, असं तिला वाटलंही नव्हतं. ॲना तिथल्या स्वागतिकेकडे गेली आणि प्रा. टिओडोरेस्कूंचं व्याख्यान कुठे आहे हे तिनं विचारलं.

"तिसऱ्या मजल्यावर मुख्य हॉलमध्ये.'' तिनं उत्तर दिलं अन् पुढे म्हणाली, "पण ते सुरूही झालं असेल.''

ॲनानं तिचे आभार मानले आणि कोणत्या दिशेला वगैरे काही न विचारता जिन्याच्या संगमरवरी पायऱ्या चढण्यास तिनं सुरुवात केली. तिसऱ्या मजल्यावर पोहोचल्याबरोबर तिला हॉलसमोर लावलेला बोर्ड दिसला.

विसाव्या शतकातील कलेवर पिकासोचा पडलेला प्रभाव.

प्रा. ॲण्टन टिओडोरेस्कू.

संध्याकाळी ७ वाजता.

तिथं जायला तिला त्या बाणाच्या खुणेची आवश्यकता नव्हती. आवाज न करता हॉलचं दार ढकलून ती आत शिरली. स्लाईड्स दाखवल्या जात असल्यानं सुदैवानं हॉलमध्ये काळोख होता. हॉलमधल्या काही पायऱ्या चढून, मागच्या बाजूची जागा तिनं पकडली.

'ग्वेर्निका'च्या स्लाईडनं पडदा व्यापला होता. स्पेनमधल्या सामाजिक क्रांतीच्या वेळी युद्धकाळात १९३७ मध्ये ही कलाकृती घडवली तेव्हा पिकासोनं एक उंची गाठली होती,'' अॅण्टन सांगत होता. ''बॉम्बमुळे झालेले भयानक मृत्यू, रक्तपाताचा परिणाम चित्रित करण्यासाठी पिकासोनं तीन आठवडे घेतले. त्यासाठी त्यानं ज्या प्रतिमांचा वापर केला, त्यातून स्पेनचा हुकूमशहा 'फ्रॅन्को'बद्दलची त्याची चीड कशी दिसते?'' अॅण्टन पुढे विशद करत होता. सर्व विद्यार्थी एकाग्रतेने व्याख्यान ऐकताना दिसत होते. काही टिपणं पण काढत होते. अॅण्टनचं प्रभावशाली व्याख्यान ऐकताना तिला आपण त्यावेळी त्याच्यावर कसे लट्टू झालो होतो याची आठवण आली. ती त्याच्या नुसती प्रेमात पडली नव्हती, तर तिनं भावनेच्या भरात आपलं कौमार्यही गमावलं होतं. तेव्हापासून कलेचं प्रेम हे तिचं जीवनसर्वस्व झालं होतं.

अॅण्टनचं व्याख्यान संपलं तसा टाळ्यांचा प्रचंड कडकडाट झाला. त्यावरूनच पदवी घ्यायला आलेल्या त्या विद्यार्थ्यांना ते किती आवडलं हे समजत होतं. तरुण पिढीच्या उत्साहाला योग्य वळण देण्याचं आणि निवडलेल्या विषयातला त्यांचा उत्साह तसाच कायम ठेवण्याचं त्याचं कौशल्य अॅण्टननं अजूनही गमावलेलं नव्हतं हे स्पष्ट दिसत होतं.

सर्व स्लाईड्स गोळा करून त्या नीट तऱ्हेने आपल्या ब्रीफकेसमध्ये ठेवणाऱ्या आपल्या पहिल्या प्रियकराकडे अॅना पाहत होती. उंच आणि रेखीव अवयव व काळे कुरळे केस असलेला अॅण्टन, उघड्या गळ्याचा शर्ट आणि जुन्या विटकरी रंगाच्या जाड्याभरड्या जॅकेटमध्ये, कायम अभ्यासू असलेल्या विद्यार्थ्याप्रमाणे दिसत होता. तो आता शरीरानं बऱ्यापैकी भरलेला दिसत होता. पण त्यामुळे तो अनाकर्षक झाला आहे असं मात्र अॅनाला वाटलं नाही. सर्वांत शेवटचा विद्यार्थी हॉलबाहेर पडल्यानंतर अॅना पुढे आली.

एखादा विद्यार्थी प्रश्न विचारण्यासाठी पुढे आला असेल, अशा कल्पनेनं अॅण्टननं आपल्या अर्धवर्तुळाकृती चष्म्यातून वर पाहिलं. त्यानं अॅनाला पाहिलं; पण काही बोलला नाही, फक्त पाहातच राहिला.

''अॅना,'' अखेर त्याच्या तोंडून शब्द फुटला, ''तू श्रोत्यांमध्ये बसली आहेस हे मला माहीत नव्हतं ते किती बरं झालं! पिकासोबद्दल माझ्यापेक्षा तुला अधिक माहिती आहे.''

अॅनानं त्याच्या दोन्ही गालांचं चुंबन घेतलं आणि हसून म्हणाली, ''फाजील स्तुती करण्याचा तुझा गुण म्हणा किंवा तुझी सवय जराही कमी झालेली दिसत नाहीय.''

अॅण्टननं पराभव स्वीकारल्यागत तिला हात जोडले आणि हसून विचारलं, ''सरजेई तुला घ्यायला विमानतळावर आला होता नं?''

''हो, आणि त्याबद्दल तुला धन्यवाद.'' ॲना म्हणाली, ''तुला कुठे भेटला तो?''

''तुरुंगात,'' ॲण्टन कबुली दिल्यासारखं म्हणाला, ''सिऊसेस्कूच्या कचाट्यातून तो नशिबानं सुटला. पण ॲना, तू त्या साध्वीला– तुझ्या आईला भेटलीस का, ते आधी सांग.''

''हो, मी भेटले.'' ॲनानं उत्तर दिलं. ''आणि ती अजूनही तशाच स्थितीत तिथं राहते आहे. त्याची अवस्था तुरुंगापेक्षा वेगळी आहे असं म्हणता येत नाही.''

''हे मी मान्य करतो, पण त्याबद्दल मी काही करण्याचा प्रयत्न केला नाही असं नाही. तिनं काहीच ऐकलं नाही, पण निदान तुझे डॉलर्स आणि तिचं औदार्य यामुळे माझ्या काही उत्कृष्ट विद्यार्थ्यांना खूप मदत...''

''ते मला कळलं, तिनंच सांगितलं.''

''नाही, तुला सर्वच समजलं नसेल,'' ॲण्टन म्हणाला, ''तुझ्या गुंतवणुकीचे काही परिणाम मला तुला दाखवायचे आहेत, ते पाहा आणि नंतर बोल.''

ॲण्टननं तिचा हात धरून पायऱ्या उतरत पहिल्या मजल्यावरच्या लांब कॉरिडॉरमध्ये तिला नेलं. जणू अजूनही ते विद्यार्थीच होते. कॉरिडॉरच्या दोन्ही बाजूच्या भिंती, सर्व प्रकारच्या माध्यमांतल्या चित्रांनी भरलेल्या होत्या.

''या वर्षाचे बक्षीसपात्र विद्यार्थी.'' तो चित्रांकडे हात करत म्हणाला. पित्यानं आपल्या मुलांबद्दल अभिमाननं सांगावं तसा त्याचा अविर्भाव होता. ''आणि यातलं प्रत्येक चित्र तुझ्या दिलेल्या पैशातून खरेदी केलेल्या कॅनव्हासवर केलेलं आहे. बक्षिसांपैकी एक बक्षीस 'पेट्रेस्कू ॲवार्ड' या नावानं दिलं जातं ही वस्तुस्थिती आहे.'' तो थोडं थांबून पुढे म्हणाला, ''तू स्वत: पारितोषिक विजेत्याची निवड केली असतीस, तर किती बरं झालं असतं. मलाच नाही, तर त्या विद्यार्थ्यालाही किती अभिमान वाटला असता!''

''पुरे, मला हरभऱ्याच्या झाडावर चढवू नकोस.'' असं हसून म्हणत तिनं चित्रं पाहायला सुरुवात केली. वर, खाली लावलेल्या सर्व चित्रांवरून तिची नजर सावकाश फिरत होती. काही वेळा एखाद्या चित्राजवळ जाऊन, तर काही वेळा लांब जाऊन, ती चित्रं पाहत होती. कुठल्याही माध्यमाचा विचार-वापर करू देण्याअगोदर विद्यार्थ्यांचं ड्रॉईंग चांगलं असावं याची दक्षता ॲण्टननं घेतल्याचं दिसत होतं. तुम्ही पेन्सिलचा योग्य वापर करू शकत नसाल तर ब्रशचा विचार करूच नका, हे तो परत परत सांगायचा. विविध विषयांची निवड आणि ठामपणे केलेली त्यांची हाताळणी यांतून त्याने विद्यार्थांना अभिव्यक्तीची मोकळीक पण दिलेली होती. सर्वच चित्रं उत्कृष्ट होती अशातला भाग नव्हता, पण प्रत्येक चित्राचं काहीतरी वैशिष्ट्य होतं हे नक्की. पाहता पाहता अखेर ॲना एका तैलचित्राजवळ थांबली. 'फ्रीडम' असं त्याचं शीर्षक होतं. बुखारेस्टवर सूर्य उगवत होता असं दर्शविणाऱ्या त्या चित्रातलं

वातावरण चैतन्यानं भारलेलं होतं. चित्राखाली सही होती, दानुता सेकात्सका.

"माझ्या माहितीतल्या एका माणसाला हे चित्र आवडेल असं मला वाटतं." ॲना म्हणाली.

"हो नक्कीच!" ॲनानं उत्तर दिलं. "माझं एक काम तू करावंस याबद्दलही तुझ्याशी बोलायचं आहे." थोडं थांबून ती पुढे म्हणाली, "खरं सांगायचं तर एक नाही दोन कामं करावीस – शक्य असलं तर."

ॲण्टननं परत तिचा हात धरला आणि तिला घेऊन स्टाफसाठी असलेल्या कॅन्टिनकडे तो घेऊन गेला. कॅन्टिनमधल्या तऱ्हतऱ्हेच्या आवाजांनी त्यांचं स्वागत केलं. कुणी गट करून गप्पा करत होते. कुणी विनोद सांगत होते, काही वाद घालत होते तर काहींची गंभीर चर्चा चाललेली दिसत होती. मात्र कोणीही कॉफीपेक्षा कडक असं कुठलंही पेय घेताना दिसत नव्हतं.

तो तिला फायर प्लेसच्या जवळ घेऊन जात होता तेव्हा अनेकांचे चेहेरे त्यांच्याकडे वळले होते. ॲण्टननं दोन कपांत कॉफी ओतली. "काळी कॉफी, बरोबर?" त्यानं विचारलं. डोळे मिचकावत तिनं मान डोलावली. तिच्या पुढ्यात तिची काळी कॉफी ठेवून तिच्या समोरच्या खुर्चीवर तो बसला.

"हंऽऽ आता बोल मी तुझ्यासाठी काय करू शकतो ते." तो म्हणाला. "मी तुझ्या ऋणात आहे यात काही प्रश्नच नाही."

"माझ्या ऋणात नाही, आईच्या." ॲनानं स्पष्ट केलं. "मला तुझी थोडी मदत हवीय ॲण्टन. ती स्वत:वर काहीही खर्च करत नाहीय. खरं तर नवीन कार्पेट, सोफा, टीव्ही आणि अगदी टेलिफोन सुद्धा घ्यायला हवाय. घरा-दाराला नवीन रंग काढून घ्यायला हवा आहे."

"तुला काय वाटतं, मी प्रयत्न केला नाही?" ॲण्टननं पुन्हा आपलं म्हणणं मांडलं. "हट्टीपणाचा अंश तुझ्यात कुठून आला असं तुला वाटतं? तिनं आमच्या बरोबर रहावं हेही मी तिला सांगितलं. आमचं घर काही मोठं नाही, पण ती राहते तसं जुनाट, मोडकळीस आलेलं तरी नक्कीच नाहीय." ॲण्टननं कॉफीचा मोठा घोट घेतला, "पण मी पुन्हा प्रयत्न करीन, निकरानं. मी वचन देतो तुला."

"थँक्यू ॲण्टन," ॲना मनापासून म्हणाली. ॲण्टनला सिगारेट वळताना पहिल्यानंतर पुढे पटकन म्हणाली, "तू सिगारेट सोडावीस म्हणून मी तुला पटवलं होतं. ते व्यर्थ गेल्याचं दिसतंय."

"माझ्यासमोर न्यूयॉर्कसारखे चमकते दिवे नाहीत नं, करमणुकीसाठी किंवा वेळ घालवायला!" हसत तो म्हणाला, "आणि दुसरं काम काय?"

"सांगते, पण तुला त्याचा खूप विचार करावा लागेल." संथ स्वरात ॲना म्हणाली.

ॲण्टननं कॉफीचा कप खाली ठेवला. दीर्घ श्वास घेऊन तो ॲनाचं बोलणं ऐकायला लागला. ॲना विस्तृतपणे बोलली आणि तो कशी मदत करू शकेल हेही तिनं त्याला सांगितलं.

"तुझ्या आईशी तू याविषयी काही बोलली आहेस का?"

"नाही," ॲना म्हणाली, "मी बुखारेस्टला का आले याचं खरं कारण तिला कळू नये असं मला वाटतं."

"मला किती वेळ मिळू शकेल?" त्यानं विचारलं.

"तीन दिवस, जास्तीत जास्त चार. मी दूर असूनही किती यशस्वी ठरते, यावर ते अवलंबून आहे." कोणत्याही प्रकारचा खुलासा न करता ती म्हणाली.

"आणि मी पकडला गेलो तर?" सिगारेटचा जोरदार झुरका घेऊन त्यानं विचारलं.

"तुला पुन्हा तुरुंगात जावं लागेल... फक्त कारण वेगळं असेल." ॲनानं स्पष्ट केलं. त्यानं विचारलं "आणि तुझं काय?"

"काही वेगळं नाही. कॅनव्हास न्यूयॉर्कला पाठवला जाईल आणि पुरावा म्हणून माझ्याविरुद्ध त्याचा वापर होईल. तुला या कामासाठी आणखी पैसे हवे..."

"नको. तुझ्या आईनं दिल्यापैकी आठ हजार डॉलर्स अजूनही शिल्लक आहेत. तेव्हा..."

"आठ हजार! ते कसं काय?"

"रोमेनियात डॉलरची किंमत पुष्कळच आहे, इथल्या चलनाच्या हिशोबात."

"मी तुला लाच देऊ शकते का?"

"मला लाच?"

"तू जर माझं हे काम करण्याचं मान्य केलंस तर मी तुझ्या विद्यार्थिनीला, दानुता सेकात्सकाला स्लेड स्कूलच्या शिक्षणासाठी पूर्ण मदत करीन."

ॲण्टन क्षणभर विचारात पडला. "आणि तू तीन दिवसांनंतर परत येणार?" सिगारेट विझवत त्यानं विचारलं.

"जास्तीत जास्त चार दिवसांत." ॲना म्हणाली.

"ठीक आहे तर. अशी आशा करूया की तू समजतेस तेवढा चांगला मी अजूनही आहे."

❖❖❖

"मी व्हिन्सेन्ट."

"कुठं आहेस तू?"

"आईला भेटायला आली आहे."

"पण कुठे जाऊ नकोस."

"का?"

"शिकाऱ्याला माहीत आहे तू कुठे आहेस ते. शिकारी पुरुष आहे याची मला खात्री नाही."

"तुला असं का वाटतं?"

"तुझ्या दफनविधी समारंभाच्या वेळी, मी फेन्स्टनच्या गाडीत, मागल्या बाजूला बसलेल्या एका स्त्रीला पाहिलं होतं."

"त्यामुळे काही हे सिद्ध होत नाही की...."

"मला मान्य आहे, पण मी तिला यापूर्वी कधीही पाहिलं नव्हतं. म्हणून मला काळजी वाटते."

"ती फेन्स्टनची गर्लफ्रेन्डही असू शकेल?"

"ती कोणाचीही गर्लफ्रेन्ड नाही. नव्हती. हे नक्की."

"वर्णन कर जरा."

"पाच फूट उंच, सडपातळ, काळे केस."

"मी जिथे जाणार आहे, तिथं अशा वर्णनाच्या हजारो स्त्रिया असतील."

"आणि तू पेन्टिंग बरोबर नेणार आहेस का?"

"नाही, मी ते अशा ठिकाणी सोडलंय, की जिथं कुणीही ते दुसऱ्यांदाही पाहू शकणार नाही."

फोन डेड झाला.

◆◆◆

लिपमननं ऑफ बटण दाबलं. 'जिथं कुणीही ते दुसऱ्यांदाही पाहू शकणार नाही' त्यानं ऐकलेल्या शब्दांची पुनरावृत्ती केली.

"पाहू शकणार नाही असं म्हणाली ती, पाहणार नाही असं नाही म्हणाली. याचा अर्थ अजूनही पेन्टिंग बॉक्समध्येच आहे." फेन्स्टन म्हणाला.

"बरोबर! पण यानंतर ती जाणार आहे कुठे?"

"अशा देशात, जिथं बहुतेक लोक, विशेषतः स्त्रिया, पाच फूट उंच, सडपातळ आणि काळे केस असलेल्या आहेत."

"जपान." लिपमन उद्गारला.

"हे तू खात्रीनं कसं सांगू शकतोस?" फेन्स्टननं विचारलं

"तिच्या अहवालात सर्व आहे. ती तुमचं पेन्टिंग अशा माणसाला विकण्याचा प्रयत्न करणार आहे की ज्याला ते घेण्याचा मोह आवरणं शक्य होणार नाही."

"नाकामुरा." फेन्स्टनच्या तोंडून पटकन नाव बाहेर पडलं.

❖

९/१६

-२९-

निऑन साईनची 'बुखारेस्ट इंटरनॅशनल' अक्षरं झळकवणाऱ्या हॉटेलमध्ये जॅक उतरला. संपूर्ण रात्र त्यानं हीटरच्या रेडिएटरशी खेळण्यात घालवली. खूप थंडी वाजते म्हणून टेम्परेचर वाढवायचं, पण काही वेळ गेल्यावर त्याचा आवाज वाढतो म्हणून ते कमी करायचं. हाच खेळ चालला होता. त्यामुळे नीट झोप झाली नव्हती. अखेर तो उठला तेव्हा सहा वाजले होते. त्यानं ब्रेकफास्टला चाट द्यायचं ठरवलं कारण तो रेडिएटरप्रमाणेच बेभरवशाचा असण्याची शक्यता होती.

विमानात शिरल्यापासून त्यानं तिला पाहिलं नव्हतं. याचा अर्थ त्यानं काही तरी चूक केली होती किंवा ती पक्की व्यावसायिक बनली होती. ॲना स्वतंत्रपणे काम करत होती याबद्दल आता त्याला शंका राहिली नव्हती. असाही अर्थ निघू शकत होता की फेन्स्टन कोणाला तरी पाठवून तिच्याकडून व्हॅन्‌गॉग मिळविण्याचा प्रयत्न करणार. पण तिच्या मनात काय आहे आणि ती किती संकटात आहे, हे तिच्या लक्षात आलेलं नाही का? ॲनाला पुन्हा गाठायचं असेल तर तिच्या आईला ती भेटायला जाईल तेव्हाच, हे जॅकनं लगेच ठरवलं होतं. तो तिची वाट पाहणार होता... तिला त्याची कल्पना असेल का?

हॉटेलच्या सेवकाने त्याला जो टुरिस्ट मॅप आणून दिला होता, त्यात शहराची विस्तृत माहिती होती, पण लगतच्या विभागांची नव्हती. वर्तमानपत्राच्या एका छोट्या दुकानातून, त्यानं 'बुखारेस्टबद्दल हवं ते सर्व' नावाची पुस्तिका घेतली. त्यातसुद्धा ॲनाची आई राहत होती त्या बरसेनी विभागाची माहिती नव्हती. पिएझा रेसिटीची मात्र पुरेशी होती. त्यावरून हॉटेलपासून, उत्तरेकडे साधारण सहा मैलांवर ॲनाचं जन्मस्थान असावं असा निष्कर्ष जॅकला काढता आला. त्याने पहिले तीन मैल चालत जाण्याचं ठरवलं. थोडा व्यायामही झाला असता आणि कोणी त्याचा

पाठलाग करणारा असता तर तेही कळलं असतं. जॅकनं बरोबर सकाळी ७.३० ला हॉटेल सोडलं आणि चालायला सुरुवात केली.

◆◆◆

ॲनालाही चांगली झोप लागली नव्हती, कारण ती लाल पेटी तिनं बिछान्या-खालीच ठेवली होती. थोड्या दिवसांसाठी का होईना पण ॲण्टननं आपल्या प्लॅनमध्ये सामील होऊन धोका पत्करावा ह्याबद्दल तिला काळजी वाटत होती. कोणत्याही स्वाभिमानी विद्यार्थ्यानं मान्य केली नसती, अशा वेळी त्यांनी ॲकेडमीत भेटण्याचं ठरवलं होतं.

हॉटेलबाहेर पाऊल टाकताच प्रवेशद्वाराशीच, आपल्या जुन्या मर्सिडीज जवळ उभा असलेला सरजेई तिला दिसला. तिची वाट पाहत तो किती वेळ उभा होता, याचाच विचार तिच्या मनात आला. तिला सरजेईचं नवलही वाटलं होतं.

"गुडमॉर्निंग मॅडम," अभिवादन करून त्यानं तिच्या हातातली लाल पेटी गाडीत मागे ठेवली.

"गुड मॉर्निंग सरजेई," त्याला प्रतिसाद देऊन ॲना म्हणाली, "मला ॲकेडमीत परत जायचं आहे आणि ही पेटी तिथे ठेवायची आहे." सरजेईनं मान डोलावली अन् तिच्यासाठी गाडीचं मागचं दार उघडलं.

पिएता युनिव्हर्सिटीला पोहोचेपर्यंतच्या प्रवासात तिनं सरजेईला त्याच्याबद्दल विचारलं. सरजेईला बायको होती, त्याचं लग्न होऊन तीस वर्षं झाली होती, त्यांना एक मुलगा होता आणि तो आर्मीत होता हे तिला कळलं. तो तिच्या वडिलांना कधी भेटला होता का, असं ॲना त्याला विचारणार होती. तेवढ्यात तिला ॲकॅडमीच्या खालच्या पायरीवर अस्वस्थपणे उभा असलेला ॲण्टन दिसला. त्याच्या चेहऱ्यावर उत्सुकता होती.

सरजेईनं गाडी थांबवली. बाहेर पडून त्यानं पेटी काढली.

"हे तेच आहे का?" संशयानं ती पेटी पाहत ॲण्टननं प्रश्न केला. तिनं मान डोलावली. सरजेई पेटी घेऊन ॲण्टनच्या पाठोपाठ पायऱ्या चढू लागला. वरच्या पायरीवर पोहोचताच ॲण्टननं त्याच्यासाठी दरवाजा उघडला आणि दोघेही बिल्डिंगमध्ये आत शिरले.

खाली उभी असलेली ॲना दर मिनिटाला घड्याळ पाहत होती आणि वरच्या प्रवेशद्वाराकडे. ते आत काही वेळच होते पण तेवढ्यात का कोण जाणे, इथं ॲनाला आपण एकटेच उभे आहोत असं वाटत नव्हतं. आताही फेन्स्टनचा शिकारी तिला पाहत असेल का? व्हॅन्‌गॉग कुठं असेल याचा त्याला अंदाज आला असेल का? काही वेळाने, ते दोघेही वरच्या पायरीवर आलेले तिला दिसले. सरजेईच्या हातात वर नेलेल्या पेटीसारखीच दुसरी पेटी होती. अगदी तशीच– त्याच आकाराची,

रंगाची. फक्त तिच्यावर काही लिहिलेलं नव्हतं. सरजेईनं नवीन पेटी गाडीत मागे ठेवली. डिकीचं झाकण लावलं आणि तो आपल्या सीटवर चढला.

"थँक्यू ॲण्टन," असं म्हणून ॲनानं ॲण्टनच्या दोन्ही गालांचं चुंबन घेतलं.

"तू बाहेर तुझ्या कामात असताना, मला फारशी झोप मिळेल असं वाटत नाही." ॲण्टन पुटपुटला.

"मी परत येईन, तीन किंवा जास्तीत जास्त चार दिवस." ॲनानं वचन दिलं, "मी आल्यावर जेव्हा पेन्टिंग तुझ्या हातातून घेईन तेव्हा माझ्याहून शहाणं कुणी नसेल."

सरजेईनं गाडी सुरू केली तेव्हा ती काचेतून मागे वळून पायरीवर उभ्या असलेल्या ॲण्टनच्या एकाकी आकृतीकडे पाहत होती.

◆◆◆

एक मैल पूर्ण करेपर्यंत जॅकनं मागे वळून पाहिलं नाही. त्यानंतर दिसलेल्या एका सुपरमार्केटमध्ये तो घुसला आणि एका खांबामागे दडला. 'ती' पुढे निघून जाईल असं त्याला वाटलं. पण तसं झालं नाही. एखादा नवशिका असता तर तो पाठोपाठ रेंगाळला असता आणि सहज नजर टाकायचाही मोह त्याला झाला असता. कदाचित बिल्डिंगमध्येही शिरला असता. म्हणजे ती नवशिकी नव्हती. तो फार काळ खांबामागे रहिला नाही. नाहीतर तिला संशय आला असता. त्यानं बेकन आणि अंड्यांचं एक पॅक घेतलं आणि रस्त्यावर आला. घेतलेला ब्रेकफास्ट खात असताना आपला पाठलाग का होत असावा याचा विचार तो करत होता. ती कुणाचं काम करीत होती? तिला काय सांगण्यात आलं असेल? तो तिला ॲनापर्यंत घेऊन जाईल असं तिला वाटत होतं का? प्रतिपाठलाग करणाऱ्याचं तो लक्ष्य होता का? की त्याला भ्रम झाला होता? का प्रत्येक एफ.बी.आय. एजंटला या गोष्टीची भीती वाटायची.

शहराच्या मध्यभागातून बाहेर पडल्यावर, नकाशाचा अभ्यास करत, जॅक थोडा वेळ थांबला. त्याला गरज भासेल, तेव्हा चटकन बाहेर पडता येईल, या दृष्टीनं त्यानं इथंच टॅक्सी धरण्याचं ठरवलं. कारण बरसेनी विभागात त्याला लगेच टॅक्सी मिळेल याची खात्री वाटत नव्हती. झटक्यात टॅक्सी पकडल्यामुळे त्याचा पाठलाग करणाऱ्या तिला हुलकावणी देणंही सोपं गेलं असतं. तिनं दुसरी टॅक्सी पकडून त्याचा पाठलाग केला असता, तरी शहराबाहेरच्या विरळ वस्तीत ते सहज लक्षात आलं असतं. त्यानं पुन्हा एकदा नकाशा तपासला अन् मग तो पुढल्या वळणावर डावीकडे वळला. त्यानं मागे वळूनही पाहिलं नाही. ती जर व्यावसायिक असेल तर त्याचा प्रयत्न फोल ठरणार होता. त्यानं जाणाऱ्या टॅक्सीला हात केला.

◆◆◆

ॲनानं आपल्या ड्रायव्हरला, नव्हे सरजेईला, तिच्या आईकडे गाडी घ्यायला सांगितली. किती वाजता ती येतेय याची पूर्वसूचना आईला फोन करून द्यावी, असं

ॲनाच्या मनात होतं पण ते शक्य नव्हतं. एल्सा पेट्रेस्कूला फोन हा प्रकार आवडत नव्हता. 'ते लिफ्टसारखेच असतात.' तिच्या आईनं तिला एकदा हे सांगितलं होतं, त्यामध्ये जेव्हा बिघाड होतो तेव्हा दुरुस्त करायला कोणी येत नाही आणि बिलं मात्र अचूक येतात. ॲनाला माहीत होतं. तिची आई सहापर्यंत उठलेली असेल आणि स्वच्छ असलेलं घर तिनं पुन्हा स्वच्छ केलं असेल. दुसऱ्यांदा की तिसऱ्यांदा कोण जाणे.

काटक्याकुटक्यांनी भरलेल्या पिएझ्झा रेसिटींच्या रस्त्याच्या अखेरीला सरजेईनं गाडी थांबवली. "मला एक तास लागेल. त्यानंतर ओटोपेनी विमानळावर जायचंय." तिनं सांगितलं तशी सरजेईनं मान डोलावली.

टॅक्सी जवळ येताच जॅक झटक्यात आत शिरला. त्यानं ड्रायव्हरला खिडकीच्या काचा खाली घ्यायला सांगितल्या.

"तुला इंग्लिश येतं का?"

"थोडं थोडं." ड्रायव्हर अनिश्चित सुरात म्हणाला

जॅकनं नकाशा उघडला. पिएझ्झा रेसिटीवर बोट ठेवलं. टॅक्सी ड्रायव्हरचा चेहरा अविश्वासानं वेडावाकडा झाला होता. खात्री करून घेण्यासाठी त्यानं जॅकच्या चेहऱ्याकडे प्रश्नार्थक नजरेनं पाहिलं. जॅकनं मान डोलावली. त्यानं आपले खांदे उडवले आणि टॅक्सी सुरू केली. कोणत्याही पर्यटकाने आजवर विनंती केली नव्हती असा प्रवास सुरू केला.

टॅक्सी मधल्या मार्गिकेमध्ये आली, तसं दोघांनीही रिअरव्ह्यू आरशात पाहिलं. एक टॅक्सी त्यांच्या मागावर होती. त्यात कोणी प्रवासी आहे असं दिसत नव्हतं. पण ती ड्रायव्हरजवळ नक्कीच बसणार नव्हती. त्यानं तिला झुकांडी दिली होती, की मागून येणाऱ्या तीन टॅक्सींपैकी एकात ती होती? ती व्यावसायिक होती आणि त्या तीन पैकी एकीत ती नक्की असणारच, एवढंच नाही तर आपण कुठे जातो आहोत हेही तिला माहीत असणार.

प्रत्येक मोठ्या शहरात जुनाट असे काही विभाग असतातच; पण बरसेनीसारखा विभाग, यापूर्वी त्यानं कधीच पाहिला नव्हता. उजाड दिसणाऱ्या उंच इमारती, त्यांना जागोजाग तडे गेलेले, प्लास्टरचे तुकडे पडलेले, फुटलेले पाईप, त्यामुळे भिंती भिंतीवर साचलेलं शेवाळं आणि इमारतींच्या आजूबाजूचा कचरा पाहिल्यानंतर त्याची तुलना एखाद्या गलिच्छ झोपडपट्टीशीच करता आली असती.

टॅक्सीचा वेग ड्रायव्हरनं कमी केला. त्याचवेळी त्याच्या समोर फुटपाथच्या कडेला लागून एक पिवळी मर्सिडीज उभी असलेली त्यानं पाहिली. त्या रस्त्यावर एकाचवेळी दोन टॅक्सी असण्याचा योग, त्या रस्त्यानंही कदाचित पहिल्यांदाच अनुभवला असेल.

"पुढे चालू ठेव, थांबू नकोस." गाडी थांबविण्याच्या तयारीत असलेल्या ड्रायव्हरच्या खांद्यावर त्यानं हाताने दोनदा थाप मारून सांगितलं.

"पण तुम्ही सांगितलेलं ठिकाण हेच तर आहे." ड्रायव्हरनं कुरबुर केली. गोंधळलेल्या ड्रायव्हरनं ॲक्सिलेटर दाबला. उभ्या असलेल्या टॅक्सीला पार करून तो पुढे गेला.

"पुढच्या कोपऱ्याला वळ," डावीकडे हात दाखवत जॅकनं सांगितलं. ड्रायव्हरनं मान डोलावली, पण तो आता आणखीनच गोंधळलेला दिसत होता. गाडीचा वेग त्यानं कमी ठेवला आणि जॅकच्या पुढच्या सूचनेची तो वाट पाहू लागला.

"आता वळणावरून पुन्हा मागे फिर," जॅक हळूच म्हणाला, "आणि रस्त्याच्या अखेरीस गाडी थांबव."

जॅककडे मधून मधून मागे वळून पाहत, त्याच्या सूचनेप्रमाणे त्यानं टॅक्सी थांबवली. त्याचा चेहरा अजूनही गोंधळलेलाच होता. जॅक टॅक्सीतून उतरला आणि मागे वळून सावकाश चालू लागला. त्याच्या चुकीबद्दल तो स्वत:लाच शिव्या घालत होता. पाठलाग करणारी ती कुठे होती? त्याच्यासारखी चूक तिनं केलेली दिसत नव्हती. ॲना तिथं आधीच पोहोचण्याची शक्यता आहे आणि तिथं जाण्याचं एकुलतं एक साधन म्हणजे टॅक्सी आहे हे आपल्या लक्षात कसं आलं नाही?

जॅकनं समोरच्या जुनाट राखाडी बिल्डिंगकडे नजर टाकली. जिथं ॲनाचा जन्म झाला होता आणि ती आता तिच्या आईला भेटायला आली होती. त्या बिल्डिंगच्या दशेकडे पाहून, आपल्या वेस्टसाईडला असलेल्या एक बेडरूम अपार्टमेंटबद्दल आयुष्यात पुन्हा कधी तक्रार म्हणून करायची नाही अशी त्यानं मनोमन शपथ घेतली. सुमारे चाळीस मिनिटं वाट पाहिल्यानंतर, ॲना बिल्डिंगच्या बाहेर पडताना दिसली. तो थोडा वेळ स्तब्ध उभा राहिला आणि ती तिच्या टॅक्सीकडे वळते आहे असं पाहताच त्वरेने आपल्या टॅक्सीकडे धावला.

उडी मारूनच तो टॅक्सीत बसला आणि ॲनाच्या जाणाऱ्या टॅक्सीकडे बोट दाखवत वेड्यासारखां ओरडून म्हणाला, "ती... ती टॅक्सी. तिचा पाठलाग कर." ड्रायव्हरनं लगेच टॅक्सी सुरू केली आणि वेग घेतला. आता जॅक थोडा शांत झाला, "फार जवळ जाऊ नकोस. ट्रॅफिक वाढेपर्यंत तरी भरपूर अंतर ठेव." टॅक्सी रस्त्याच्या कडेनं धावत होती. अधून मधून ड्रायव्हरच्या खांद्यावर थाप मारून "सावकाश." असं सांगून जास्तीत जास्त अंतर ठेवण्याच्या सूचना तो देत असला तरी अजिबात रहदारी नसलेल्या त्या रस्त्यावर दोन टॅक्सी, वाळवंटात उंट दिसावेत तशा दिसत होत्या. जॅक स्वत:लाच शिव्या घालत होता. त्याला कोणी नवशिकाही पाहू शकला असता अशी परिस्थिती होती.

◆◆◆

"आपला कोणी तरी पाठलाग करतंय," सरजेई गाडी चालवता चालवता म्हणाला, "तुमच्या हे लक्षात आलंय का?"

"नाही, पण मला त्याचं आश्चर्य वाटत नाही." तिनं उत्तर दिलं खरं; पण आपली भीती बरोबर होती हे सरजेईनं तिच्या लक्षात आणून दिल्यानंतर तिच्या पोटात गोळा आला होता. ती घाबरली होती. अवसान गोळा करून तिनं सरजेईला विचारलं, "तुम्हाला त्याच्याकडे नीट पाहता आलं का?"

"ओझरतं," सरजेईनं उत्तर दिलं, "तीस पस्तिशीचा एक पुरुष, सुदृढ बांध्याचा आणि काळे केस असलेला. आणखी काही सांगता येत नाही."

'म्हणजे टिनाचं म्हणणं चुकीचं होतं. तिची शिकार करायला येणारी व्यक्ती स्त्री असावी असा तिचा अंदाज होता.' ॲनाच्या मनात विचार आला.

"पाठलाग करणारा पूर्णपणे व्यावसायिक दिसतोय." सरजेई म्हणाला.

"हे तुम्ही कशावरून म्हणताय?" ॲनानं उत्सुकतेनं विचारलं.

"त्याची टॅक्सी जेव्हा पुढे गेली, तेव्हा त्यानं मागे वळून पाहिलं नाही." सरजेईनं सांगितलं. "तो कायद्याच्या बाजूचा आहे की विरोधी हे मात्र मी सांगू शकत नाही."

ॲना शहारली. सरजेई रिअर व्ह्यू आरशात पाहत होता. "आणि आता माझी खात्री झालीय की तो आपलाच पाठलाग करतो आहे. अंऽऽ, मागे वळून पाहू नका," त्यानं लगेच सांगितलं. "त्याला संशय येईल की आपण त्याला पाहिलं आहे म्हणून."

"थँक्यू, सावधान केल्याबद्दल." ॲना म्हणाली.

"तुम्हाला मी सरळ एअरपोर्टवर सोडावं, असं अजूनही वाटतं?"

"मला काही पर्याय नाही." ॲना सुस्कारली.

"मी त्याला झुकांडी देऊ शकतो," सरजेई म्हणाला. "पण मग त्याला कळेल की तुम्हाला कळलंय."

"त्यात काही अर्थ नाही," ॲना म्हणाली, "मी कुठे जाणार आहे हे त्याला आधीच माहीत असणार."

आणीबाणीची परिस्थिती आली तरी अडचण होऊ नये म्हणून जॅक नेहमीच आपला पासपोर्ट, पैशाचं पाकीट आणि क्रेडिट कार्ड जवळ ठेवत असे. "हॅऽऽ" असा उद्गार त्याच्या तोंडून बाहेर पडला. एअरपोर्ट खूण असलेल्या रस्त्याकडे ॲनाची टॅक्सी वळली. त्याक्षणी हॉटेलच्या खोलीत उघडून ठेवलेल्या सामानाची त्याला आठवण झाली होती. ऑटोपेनी एअरपोर्टच्या दिशेने आता तीन-चार टॅक्सी धावत होत्या. त्यातल्या एखाद्या टॅक्सीत पाठलाग करणारी ती असेल का? की आधीच एअरपोर्टला पोहचून ॲना पेट्रेस्कूच्याच फ्लाईटचं तिकिट तिनं काढलं असेल? तो विचारच करत राहिला.

◆ ◆ ◆

टॅक्सी ओटोपेनी एअरपोर्टवर पोहोचण्याच्या अगोदरच ॲनानं सरजेईला वीस डॉलरची एक नोट दिली आणि आपण कोणत्या फ्लाईटनं कधी परत येणार हे

सांगितलं. "तुम्ही मला घ्यायला येऊ शकाल नं?" तिनं विचारलं.

"अर्थात." त्यानं लगेच उत्तर दिलं आणि आंतरराष्ट्रीय टर्मिनलजवळ गाडी थांबली.

"तो अजून मागावर आहे का?" तिनं विचारलं.

"हो," गाडीतून उतरता उतरता त्यानं उत्तर दिलं.

एक हमाल धावत आला. तिची सूटकेस आणि लाकडी पेटी ट्रॉलीत ठेवण्यास त्यानं तिला मदत केली.

"तुम्ही परत याल तेव्हा मी इथेच असेन." ती एअरपोर्टमध्ये शिरण्यापूर्वीच सरजेईनं तिला आश्वासन दिलं. ती आत दिसेनाशी झाली.

जॅकची टॅक्सी सरजेईच्या मर्सिडीज मागेच थांबली. तो बाहेर पडला अन् त्याच्या दिशेनं आला. हातात दहा डॉलरची नोट घेतलेल्या जॅकला पाहून त्यानं खिडकीची काच खाली घेतली आणि पुढे केलेली नोट घेतली. जॅक हसला.

"तुमच्या टॅक्सीतली ती तरुण बाई तुम्हाला माहीत आहे का कुठे निघाली आहे ते?"

"हो," आपल्या झुबकेदार मिशांना पीळ देत सरजेईनं उत्तर दिलं.

"छान! कुठे बरं?" त्यानं विचारलं.

"परदेशात," एका शब्दात उत्तर देऊन त्यानं टॅक्सी सुरू केली.

जॅकनं शिवी घातली. आपल्या टॅक्सीकडे परतून त्यानं पैसे दिले. तीन डॉलर्स. अन् मग त्वरेने तो एअरपोर्टमध्ये शिरला. तो चारही दिशांना पाहत होता. काही क्षणांतच त्याला चेक इन काउंटर सोडून सरकत्या जिन्याकडे जाणारी ॲना दिसली. तो सरकत्या जिन्याच्या वरच्या पायरी पोहोचेपर्यंत ॲना कॅफेत शिरलीही होती. तिनं कोपऱ्यातली अशी जागा निवडली की तिला जिथून सर्व काही दिसेल. विशेष करून प्रत्येक जण. आता तोच पाठलाग करत नव्हता, तर ज्या व्यक्तीचा तो पाठलाग करत होता, ती व्यक्तीच त्याचा माग घेत होती. स्वत:चंच 'साधन' करून आपलं लक्ष्य कसं हेरायचं हे तंत्र तिनं आता आत्मसात केलं होतं. 'संशयिताचा पाठलाग कसा करू नये,' ह्या क्वान्टिकोला शिकण्याचा धड्यात आपल्या पाठलागाची परिणती होईल अशी जॅकला भीती वाटत होती.

तो खालच्या मजल्यावर परत फिरला आणि डिपार्चर बोर्ड त्यानं पाहिला. त्या दिवशी बुखारेस्टहून जाणाऱ्या फक्त पाच इंटरनॅशनल फ्लाईट्स होत्या. मॉस्को, हाँगकाँग, न्यू दिल्ली, लंडन आणि बर्लिन.

मॉस्कोची फ्लाईट चाळीस मिनिटांनंतर सुटणार होती आणि ॲना अजूनही कॅफेत होती. त्यानं ती बाद केली. न्यू दिल्ली आणि बर्लिनच्या फ्लाईट्स संध्याकाळच्या होत्या, त्यामुळे त्याही बाद. आता उरल्या दोन. हाँगकाँगची फ्लाईट दोन तासांनंतर

होती आणि त्यानंतर पंधराच मिनिटांनी लंडनची, म्हणजे बहुधा ती लंडनलाच जात असावी. हाँगकाँगची शक्यता कमी होती; पण त्याला धोका पत्करायचा नव्हता. त्यानं दोन्ही फ्लाईट्सची तिकिटं घ्यायची ठरवली. जर ती आधीच्या हाँगकाँग फ्लाईटच्या डिपार्चर गेटकडे दिसली नाही, तर लंडनची फ्लाईट धरायची, असं त्यानं निश्चित केलं. पाठलाग करणारी ती पण आपल्याप्रमाणेच विचार करत असेल का? का कोण जाणे, तिला ते आधीपासूनच माहीत असावं, असं त्याला वाटलं.

त्यानं दोन्ही तिकिटं घेतली आणि दोन्ही वेळेस आपल्याकडे काही सामान नाही असा खुलासा केला. त्यानंतर तो सुरक्षा तपासणीच्या गेट क्र. ३३ वर गेला. मॉस्कोला जाण्यासाठी गेट क्र. ३१ जवळ असलेल्या जागेतील एक सीट त्यानं बळकावली. हॉटेलला परत जावं, आपलं सामान पॅक करावं, हॉटेलचं बिल भरून पुन्हा एअरपोर्टला यावं, असाही विचार त्याच्या मनात आला. कारण पुरेसा वेळ होता. पण हा विचार फार काळ टिकला नाही. सामान की सावज यांपैकी निर्णय तसा सोपा होता.

जॅकनं इंटरनॅशनल बुखारेस्टच्या मॅनेजरला फोन केला. अधिक माहिती सांगण्याच्या फंदात न पडता, त्यानं काय करायचं आहे हे त्याला सांगितलं. मॅनेजरच्या चेहऱ्यावर कसे गोंधळलेले भाव असतील, याची कल्पना त्याला आली. आपलं सामान पॅक करून रिसेप्शनजवळ ठेवण्याच्या सूचना त्यात दिल्या होत्या. वीस डॉलर्स बिल अधिक लावा असं सांगितल्यानंतर मात्र, ''काही काळजी करू नका सर, मी स्वत: लक्ष घालीन.'' अशी त्याची प्रतिक्रिया बोलकी होती.

ती लाल पेटी घेऊन जाण्यासाठी प्रत्यक्षात बुखारेस्टला येऊन या विमानतळाचा ती आमिष म्हणून तर उपयोग करीत नाही नं? तिच्या टॅक्सीचा पाठलाग करताना, त्यानं मूर्खपणाचा कळस गाठला होता. पण आपला कोणी पाठलाग करतं आहे हे तिला कळल्यानंतर, तिनं नवशिक्याप्रमाणे त्याला चकविण्याचा प्रयत्न केला असता, तर तसं तिनं केलं नव्हतं. एखादा व्यावसायिकच झुकांडी देण्यासाठी असा आडवळणाच्या मार्गाचा विचार करू शकतो. ॲना अशी व्यावसायिक असली तर फेन्स्टनसाठी काम करेल का? अशा परिस्थितीत पाठलागाचं लक्ष्य तोच असेल का?

ॲना सावकाश चालत होती. तेव्हा मॉस्कोची फ्लाईट क्र. ३२११ साठी प्रवासी विमानाकडे जात होते. कॅथे पॅसिफिकच्या हाँगकाँगला जाणाऱ्या फ्लाईट क्र. ०१७ च्या बोर्डिंगसाठी जे प्रवासी थांबले होते, त्यांच्यात मिसळलेली ॲना शांत होती. ती लाउंज मध्ये सीटवर बसली तसा जॅक प्रवाशांच्या घोळक्यामागे तिच्या नजरेआड दडला. तो फ्लाईट क्र. ०१७ च्या अखेरच्या घोषणेची वाट पाहत होता.

चाळीस मिनिटांनंतर तो तिसऱ्यांदा सरकता जिना चढला.

हाँगकाँगला जाणाऱ्या ०१७ फ्लाईटसाठी तयार असलेल्या बोईंग ७४७ मध्ये तीन वेगवेगळ्या वेळी, ते तिघे चढले. ॲना, जॅक आणि दुसरा पाठलाग करणारी ती. पहिली इकॉनॉमी क्लासमध्ये, दुसरा बिझनेस क्लासमध्ये, अन् तिसरी फर्स्ट क्लासमध्ये.

-३०-

''**आ**पल्याला मी मध्येच त्रास देतो त्याबद्दल मी दिलगिरी व्यक्त करतो बाईसाहेब, पण कागदपत्रांनी भरलेला एक बॉक्स 'सिम्पसन ॲण्ड सिम्पसन' कडून आलेला आहे, तो मी कुठे ठेवू, हे विचारायला मी आलो आहे.''

लिहिण्याच्या टेबलाजवळ बसलेल्या ॲराबेलानं हातातलं पेन खाली ठेवून ॲण्ड्र्यूजकडे पाहिलं. ''ॲण्ड्र्यूज, तू जेव्हा दुसऱ्या क्रमांकाचा बटलर होतास आणि मी लहान होते, त्यावेळी आपण एक खेळ खेळायचो, 'हंट द पार्सल' नावाचा. तुला आठवतं का?

''होय बाईसाहेब,'' ॲण्ड्र्यूज गोंधळून म्हणाला.

''प्रत्येक नाताळला आपण हा खेळ खेळायचो आणि एका नाताळला तू चॉकोलेट्सचं एक बॉक्स लपवलं होतं, ते मी आणि व्हिक्टोरियानं दिवसभर शोधूनही सापडलं नव्हतं, हेही आठवतं नं?''

''होय बाईसाहेब, मी ती सगळी चॉकलेट्स खाल्ली असा व्हिक्टोरिया बाईसाहेबांनी आरोप केला होता आणि त्या खूप रडल्या होत्या, हेही माझ्या लक्षात आहे.''

''पण तरीही ती कुठे ठेवली आहेस हे तू सांगितलं नव्हतंस...''

''बरोबर आहे बाईसाहेब, पण ते कुठं लपवलं आहे हे मी सांगितलं नाही तर सहा पेन्स द्यायचं आपल्या वडिलांनी मला वचन दिलं होतं, हे आता मला कबूल करावंच लागेल.''

''तसं त्यांनी का सांगितलं होतं?'' ॲराबेलानं विचारलं.

''पोर्ट वाईन आणि सिगारचा आस्वाद आरामात घेत ती दुपार घालविण्याची साहेबांची इच्छा होती. मी बॉक्स कुठे लपवलं आहे हे आपल्याला सांगितलं नाही, तर आपण दोघीही तो शोधण्यात गुंग असाल, हे त्यांना माहीत होतं.''

"पण आम्हाला पुढेही कधी ते सापडलं नव्हतं." ॲराबेला म्हणाली.

"आणि मलाही माझे ते सहा पेन्स नंतर कधीही मिळाले नव्हते." ॲण्ड्र्यूज म्हणाला.

"तू ते कुठे लपवलं होतं, हे तुला आठवतं का?"

तिच्या प्रश्नाचं उत्तर देण्यापूर्वी ॲण्ड्र्यूज काही वेळ थांबला पण त्यापूर्वीच त्याच्या चेहऱ्यावर हास्य पसरलं होतं.

"होय बाईसाहेब," तो म्हणाला, "आणि ते अजूनही तिथंच असेल."

"गुड! मग तो सिम्पसन ॲड सिम्पसन कडून आता आलेला बॉक्स तू तिथेच ठेवावा असं मला वाटतं." ॲराबेलानं सांगितलं.

"जशी आपली मर्जी, बाईसाहेब!" त्याच्या मालकिणीला काय म्हणायचं होतं हे आता ॲण्ड्र्यूजच्या लक्षात यायला लागलं होतं.

"आणि ॲण्ड्र्यूज, नाताळ जेव्हा येईल तेव्हा मी शोधायचा प्रयत्न केला, तरी ते मला सापडणार नाही, याची दक्षता तू घ्यायचीस."

"ठीक आहे बाईसाहेब, पण त्यावेळी तरी मला सहा पेन्स मिळणार का?" ॲण्ड्र्यूजनं मिस्किलपणे विचारलं.

"सहा पेन्स नाही, तर एक शिलिंग मिळेल!" ॲराबेलानं वचन दिलं, "पण ते दुसऱ्या कुणालाही सापडायला नकोय."

◆◆◆

इकॉनॉमी क्लासच्या अगदी मागच्या बाजूला विंडोसीटवर ॲना बसली होती. त्या माणसाला फेन्स्टननं पाठवलं असेल आणि तो या विमानातही असेल. तो विमानात नक्की असणार, तर पुढे काय करायचं हे तिला आता माहीत होतं. ॲना आता त्या माणसाबद्दल विचार करू लागली. त्याला आपण बुखारेस्टमध्ये होतो हे कसं कळलं? तिच्या आईचा पत्ता त्याला कसा माहीत होता आणि आपला पुढला मुक्काम टोकियो आहे हेही त्याला माहीत असेल का?

सरजेईच्या टॅक्सीकडे धावत येणाऱ्या त्याला तिनं चेक इन काउंटरवरूनच पाहिलं होतं. त्याचा टॅक्सीनं जायचा विचार होता म्हणून तो टॅक्सीच्या काचेवर टक् टक् करत होता असं दिसत नव्हतं. दुरून पाहणाऱ्या ॲनालाही त्याच्या देहबोलीवरून हे कळलं होतं. सरजेईनं त्याला वाटेला लावलं, हेही तिनं पाहिलं होतं आणि नंतरच ती काउंटर सोडून पुढे निघाली होती. त्यामुळे आपल्या मागावर तो अजूनही असेल का याचा अंदाज तिला येत नव्हता. टिनाला ती फोन करत होती, तिच्याकडून तर त्यांनी माहिती मिळवली नाही ना? नाही... टिना असं कधीच करणार नाही. लिपमन टिनाचा फोन टॅप करू शकतो, तेवढा तो समर्थ आहे आणि दुष्टसुद्धा!

टिनाबरोबरच्या शेवटच्या दोन संभाषणांत ॲनानं जाणूनबुजून काही संकेत दिले

होते. या शंकेनं, की त्यांचं संभाषण कोणी चोरून ऐकत असला, तर तसं झालं आहे हे फेन्स्टनच्या पुढच्या कृतीवरून कळावं. तसंच झालेलं दिसतंय. त्यांनी मी घरी जात आहे आणि मी जिथे जाणार आहे, तिथं अशा वर्णनाच्या हजारो स्त्रिया असतील, ह्या माझ्या दोन वाक्यावरून, माझा माग बरोबर काढलेला दिसतोय. पुढल्या वेळी मी असा संकेत देईन की फेन्स्टनच्या माणसाची नक्की दिशाभूल होईल, असं तिनं ठरवलं.

◆◆◆

बिझनेस क्लासमध्ये बसलेला जॅक डाएट कोक पीत गेल्या दोन दिवसांत घडलेल्या घटनांचा विचार करत होता. 'तुम्ही तुमच्या हिमतीवर कामगिरीवर असलात की वाईटात वाईटाचा विचार करा.' हे वाक्य त्याच्या प्रशिक्षण काळात सर्वच नवीन रिक्रूटना सांगितलं जात असे.

त्यानं तर्कसंगत विचार करण्याचा प्रयत्न केला. तो अशा एका स्त्रीच्या पाठलागावर होता की जिनं साठ दशलक्ष डॉलर्स किमतीचं पेन्टिंग चोरलं आहे. पण ते तिनं बुखारेस्टमध्येच सोडलं आहे की तेच नवीन बॉक्समध्ये टाकून विकण्याच्या उद्देशाने हाँगकाँगला नेते आहे?

त्यानंतर त्याचे विचार ॲनाचा पाठलाग करणाऱ्या त्या स्त्रीकडे वळले. त्याचा खुलासा करणं सोपं होतं. पेट्रेस्कूनं चित्र चोरलं असेल तर चित्राचा पत्ता लागेपर्यंत ॲनाचा पाठलाग करण्यासाठी फेन्स्टनने तिची नियुक्ती केली असावी हे उघड होतं. पण प्रत्येक वेळी ॲना कुठे असणार हे तिला कसं कळतं? मी पण ॲनाचा पाठलाग करतो आहे, हे तिला कळलं असेल का? एकदा व्हॅन्‌गॉगचं चित्र हाती पडलं की काय करण्याच्या सूचना तिला मिळाल्या आहेत? त्या दोघींच्याही पुढे आपण एक पाऊल असणं महत्त्वाचं आहे, तरच काही चुकांची भरपाई होईल.

आपल्या कनिष्ठांना ज्याबद्दल तो नेहमी सावधान राहायला सांगत असे, अशा पेचात तो स्वत:च अडकला होता. संशयित निष्पाप आहे, यावर विश्वास ठेवून बेसावध राहू नका. त्याचा निर्णय तुमच्यासाठी ज्यूरी करील. तुम्ही नेहमी ते अपराधी आहेत असंच गृहीत धरा आणि क्वचित याबद्दल आश्चर्यचकित होण्याचा अनुभव घ्या. संशयित आकर्षक तरुणी असेल तर काय करायचं, याबद्दल त्यांच्या इन्स्ट्रक्टरने काही सांगितल्याचं त्याला आठवत नव्हतं. त्याच्या एफ.बी.आय. ट्रेनिंगच्या पुस्तकात होतं– 'तपास करत असलेल्या कोणत्याही व्यक्तीशी एजंटचे वैयक्तिक संबंध कोणत्याही परिस्थितीत असता कामा नये.' १९९० मध्ये ट्रेनिंग पुस्तक पुन्हा प्रकाशित करताना त्या वाक्यात कोणत्याही व्यक्तिशी नंतर 'ती पुरुष असो वा स्त्री' हे शब्द त्यात घालण्यात आले होते.

पण व्हॅन्‌गॉगच्या चित्राचं ॲना काय करणार याचं त्याला अजूनही कोडं पडलं

होतं. ती ते हाँगकाँगमध्ये विकण्याचा प्रयत्न करणार असली आणि तो सफल झाला तरी एवढे पैसे कुठे आणि कसे ठेवणार होती? तिचा गुन्हा फसला, तर त्यानं तिचा काय फायदा होता? ती आयुष्यभर बुखारेस्टमध्ये राहील, असं जॅकला वाटत नव्हतं.

आणि नंतर त्याला आठवण आली – ॲनानं वेण्टवर्थ हॉलला भेट दिली होती.

◆◆◆

क्रान्त्झ एकटीच फर्स्ट क्लासमध्ये होती. ती नेहमीच फर्स्ट क्लासमधून प्रवास करायची. कारण त्यामुळे तिला सर्वांत शेवटी चढता यायचं आणि उतरताना सर्वांत पहिले उतरता यायचं. विशेषत: जेव्हा तिला आपली शिकार पुढे प्रवास करते आहे ते माहीत असायचं तेव्हा. मग ती फ्लाईट कुठलीही असो.

पण आता तिच्या लक्षात आलं होतं, की आणखी कुणीतरी ॲनाचा पाठलाग करत आहे. त्यामुळे तिला अधिक काळजी घ्यायला हवी होती. सरते शेवटी ॲनाला ठार मारायचं असलं तरी लोकांसमोर तसं करून चालणार नव्हतं. मग भले एक माणूस का असेना.

तो उंच, सुदृढ, काळ्या केसांचा माणूस कोण असावा? क्रान्त्झ कोड्यात पडली होती. त्याच्या पाठीमागे कोण असावेत? फेन्स्टननंच तिच्यावर नजर ठेवण्यासाठी तर त्याला पाठवलं नसेल ना? की दुसऱ्या एखाद्या देशासाठी तो काम करत होता? असेल तर कोणत्या? रोमेनिया किंवा अमेरिका. तो नक्कीच व्यावसायिक होता. कारण पिवळ्या टॅक्सीच्या पाठलागाचा काही भाग सोडला, तर त्यानंतर तो तिला कधीच दिसला नव्हता. आणि त्या आधीही तो तिच्या लक्षात आला नव्हता. तिनं गृहीत धरलं की तो अमेरिकनच आहे. तिला तशी आशा होती. कारण त्याला ठार करावं लागलं तर तिला बोनस मिळणार होता.

हाँगकाँगची फ्लाईट बराच अवधी घेणारी असली, तरी क्रान्त्झ शिथील झाली नव्हती. तिच्या मॉस्कोच्या इन्स्ट्रक्टरनं पुन्हा पुन्हा आवर्जून सांगितलं होतं, 'तुमचा संयम तीन दिवस टिकतो. चौथ्या दिवशी तुमचं लक्ष विचलीत होतं....' आणि उद्याचा दिवस चौथा होता.

❖

९/१८

-३१-

''जे प्रवासी या पुढच्या स्थानांसाठी प्रवास करणार असतील....''

'हेच मला पाहिजे होतं,' जॅक पुटपुटला.

''आपल्याला काय पाहिजे होतं सर?'' प्रवाशांकडे लक्ष पुरवण्याऱ्या स्टुअर्डेसनं विचारलं.

''तात्पुरत्या मुक्कामासाठी जागा.''

''आपण कुठे जाणार आहात सर?''

''मला माहीत नाही.'' जॅक म्हणाला, ''काय पर्याय आहेत सांगू शकता?''

स्ट्युअर्डेस हसली. ''आपण आणखी पूर्वेकडच्या देशात जाणार आहात?''

''होऽऽ तुम्ही बरोबर म्हणता आहात.''

''तर मग आपण टोकियो, मॅनिला, सिडने किंवा ऑकलंडला जाणार असाल.''

''थँक्यू,'' जॅक म्हणाला. पण त्याला काहीच ठरवता येत नव्हतं ही अडचण होती. ''मी जर हाँगकाँगमध्ये एक रात्र काढायचं ठरवलं तर मला पासपोर्ट, कस्टम या सगळ्या सोपस्कारातून जावं लागेल. पण जर मी पुरवल्या जाणाऱ्या तात्पुरत्या मुक्कामाचा विचार केला तर.......''

स्ट्युअर्डेसनं त्याची आणखी गंमत करायचं ठरवलं, ''आपण बाहेर पडल्यानंतर, आपल्याला बॅगेज क्लेम किंवा ट्रान्झिट अशा पाट्या दिसतील सर, आपण आपलं सामान बुक केलं आहे की स्वत:बरोबर नेणार आहात?''

''माझ्याकडे काहीच सामान नाही.'' जॅकनं कबुली दिली.

जॅकला समजलं. एकदा तो बाहेर पडला की त्याला अशी एखादी जागा शोधायला लागेल की जिथून त्याला ॲनाची पुढची हालचाल कळू शकेल आणि त्याचबरोबर तिच्याबद्दल विशेष प्रेम असणाऱ्या, त्या स्त्रीलाही तो कुठे आहे, हे कळणार नाही.

विमानं 'चेक लॅप कॉक'. विमानतळावर उतरताना पाहिल्यानंतर खिडकीशी बसलेल्या ॲनाची तंद्री भंग पावली. काही वर्षांपूर्वी हाँगकाँगला केलेल्या प्रवासाची आठवण ती कधीही विसरू शकत नव्हती. अगदी सुरुवातीला विमान उतरताना ते नेहमीप्रमाणे उतरत आहे असं वाटलं होतं. आणि एकाएकी कुठलीही सूचना न देता पायलटनं एकदम झेपावल्यागत ते डोंगराकडे घेतलं. त्यानंतर शहराच्या उंच इमारतींतून वेगात खाली येत, 'कावलून'च्या छोट्याशा रनवेवर 'आपण जणू काही १९४४ च्या युद्धावर आधारलेल्या सिनेमातल्या आवाजाची परीक्षा देत आहोत' अशा थाटात जोरदार धडक देऊन ते उतरवलं. ते थांबलं, त्यासरशी त्यापूर्वी धापा टाकणाऱ्या प्रवाशांपैकी काहींनी त्या पायलटचं टाळ्या वाजवून कौतुक केलं. नवीन विमानतळ पाहून त्या प्रवासाची पुनरावृत्ती होणार नाही, याचा ॲनाला आनंद झाला.

तिनं आपलं घड्याळ पाहिलं. फ्लाईट वीस मिनिटं उशिरा पोहोचली असली, तरी पुढच्या प्रवासासाठी जोडून असणाऱ्या फ्लाईटला किमान दोन तास अवकाश होता. मिळालेल्या ह्या मधल्या वेळेचा उपयोग, ती टोकियोसाठी एखादं मार्गदर्शक पुस्तक मिळतं का ते पाहण्यात घालवणार होती. कारण यापूर्वी कधी ती टोकियोला गेलेली नव्हती.

उतरणाऱ्या प्रवाशांनी वरच्या लॉकमधून सामान काढून ते पुढे जाईस्तोवर, ॲनाला दोन रांगांतल्या बोळकांडीत थांबून थांबून, पुढे सरकावं लागत होतं. फेन्स्टनचा माणूस तिची हालचाल टिपतो आहे का, हे तिला कळत नव्हतं पण तरीही ती आजूबाजूला नजर टाकत होती. ती शांत राहण्याचा प्रयत्न करत होती पण एखादा पुरुष जरी सहज तिच्याकडे पाहताना तिला दिसला, तरी तिच्या हृदयाचे ठोके शंभरच्या वर जात असतील. तो एव्हाना नक्की बाहेर पडला असेल आणि तिची वाट पाहत असेल, असंही तिला वाटलं. ती कोणत्या मुक्कामाला जाणार आहे, हेही त्याला कदाचित माहीत असेल. पुढच्या वेळी टिनाला फोन करताना कोणती बनावट माहिती सांगायची, जेणेकरून फेन्स्टनचा मनुष्य भलत्याच दिशेला जाईल हे तिनं पक्कं केलं होतं.

विमानतळावर उतरल्यानंतर, खुणा पाहत ॲना पुढे चालली होती. कॉरिडॉरच्या शेवटी, ट्रान्झिट प्रवाशांसाठी 'डावीकडे' हा बोर्ड दिसला. काही थोड्याच प्रवाशांबरोबर ती तिकडे वळली, पण बाकी बहुतांश प्रवासी उजवीकडे वळले.

ट्रान्झिटकक्षात ती आली आणि जणू अवघ्या हाँगकाँग शहरानं तिचं स्वागत केलं असं तिला वाटलं. अर्ध नवीन, अर्ध जुनं असलेलं हाँगकाँग शहर, निऑन साईनच्या प्रकाशानं झगमगत होतं, पैसे कसे काढता येतील याची वाट पाहत होतं. नवीन फॅशनचे कपडे, त्यांना शोभणारे दागिने, सेलफोन्स, हरतऱ्हेची विद्युत उपकरणं अशा अनेक प्रकारच्या वस्तू पाहत या दुकानातून त्या दुकानात, असा

सावकाशपणे फेरफटका करत ॲना चालली होती. एरवी तिनं काही खरेदी करायचा विचार केला असता पण या विशिष्ट परिस्थितीत, तिच्या डोक्यात पुस्तकांच्या दुकानाशिवाय विचार नव्हता.

ती असं पुस्तकाचं दुकान शोधत होती, की जिथे सर्व देशांतील वर्तमानपत्रं, प्रचंड खपाची पुस्तकं आणि पर्यटकांसाठी अनेक भाषांमध्ये छापलेली आवश्यक अशी पुस्तक तिला मिळतील. तिला असं एक दुकान आढळलं. आत शिरून ती त्याच्या पर्यटन विभागाकडे गेली. तिची नजर समोरच्याच वेगवेगळ्या देशांच्या सरकारी पुस्तिका असलेल्या कपाटाकडे गेली. त्यात अगदी अझरबैजान पासून ते झांझीबार पर्यंत, म्हणजे ए टू झेड देशांच्या पुस्तिका होत्या. जपानसाठी असलेल्या एका स्वतंत्र कपाटात एक पूर्ण खण फक्त टोकियोसाठी होता. तिनं 'लोनली प्लॅनेट गाईड टू जपान' आणि 'बरलित्झ मिनी गाईड टू द कॅपिटल' अशा दोन पुस्तकांची निवड केली आणि ती त्यांची पानं उलटून पाहू लागली.

◆◆◆

जॅक त्या मॉलच्या दुसऱ्या बाजूला असलेल्या इलेक्ट्रिकल्सच्या विभागात शिरला. तिथून त्याचं सावज त्याला स्पष्ट दिसत होतं. 'ट्रॅव्हल' अशी रंगीबेरंगी अक्षरं असलेल्या बोर्डाजवळ पुस्तक चाळत ती उभी होती, हे त्याला दिसत होतं. इतक्या तन्मयतेनं ती कोणतं पुस्तकं चाळते आहे हे पाहायला त्याला आवडलं असतं; पण इतक्या जवळ जाण्याचा धोका तो पत्करू शकत नव्हता. कोणत्या कपाटातलं पुस्तक ती चाळते आहे, त्याचं नाव पाहाण्याचा त्यानं प्रयत्न केला.

"मी आपल्याला काही मदत करू शकते का?" काउंटरवरच्या तरुण स्त्रीनं त्याला विचारलं.

"तुमच्याकडे दुर्बिण असेल तर ते शक्य आहे." ॲनावरून नजर न हटवता तो म्हणाला.

"आहेत काही. ही पाहा, ही तुम्हाला चालेल का? या आठवड्याची स्पेशल ऑफर. नव्वद डॉलर्सची साठ डॉलर्सना– फक्त साठा असेपर्यंत." एक दुर्बिण त्याच्यापुढे ठेवत ती म्हणाली.

"थँक्यू," तिच्याकडे वळून त्यानं ती दुर्बिण उचलली आणि ती ॲनाकडे रोखून तो पाहू लागला. ती पान उलटत होती; पण पुस्तकाचं शीर्षक अजूनही दिसत नव्हतं.

"मला यापेक्षा नवीन मॉडेल हवं." तिची स्पेशल ऑफर बाजूला ठेवत तो पुढे म्हणाला, "शंभर मीटरवर असलेली रस्त्याची पाटीही वाचता येईल अशी."

काउंटरवरच्या त्या तरुण विक्रेतीनं खाली वाकून शोकेस मधली एक दुर्बिण काढली अन् त्यांच्यासमोर ठेवली.

"लायका ब्रॅण्डची आहे, १२ × ५०, लांब पल्ल्याची. समोरच्या कॅफेत देत

असलेल्या कॉफीचं लेबल पण तुम्ही ओळखू शकाल.'' उत्साहानं विक्रेतीनं सांगितलं. दुर्बिण उचलून जॅकनं पुस्तकांच्या दुकानाच्या दिशेनं केंद्रित केली. ॲनानं ते पुस्तक खाली ठेवलं आणि दुसरं उचललं. दुर्बिणीचा पल्ला खरंच चांगला होता. त्याला 'जपान' ही अक्षरं तर दिसलीच पण तिनं जे पुस्तक ठेवलं होतं – ज्यात ॲना खूप तल्लीन झाली होती – त्यावरची 'टोकियो' ही अक्षरंही त्याला स्पष्ट दिसली. ॲनानं पुस्तक बंद केलं. हसली आणि काउंटरकडे गेली. तिनं हेरॉल्ड ट्रिब्यूनची एक प्रत घेतली आणि पैसे देण्यासाठी रांगेत उभी राहिली.

''चांगली आहे ना?'' विक्रेतीनं आशेनं विचारलं.

''उत्तमच आहे,'' असं म्हणून जॅकनं दुर्बिण खाली ठेवली. ''पण मला वाटतं माझ्या बजेटमध्ये ती बसणार नाही. धन्यवाद.'' असं सांगून त्यानं दुकान सोडलं. ''कमाल आहे,'' ती तरुण विक्रेती तिच्याबरोबर काम करणाऱ्या आपल्या मागच्या काउंटरच्या मुलीला म्हणाली, ''मी तर त्याला किंमतही सांगितली नव्हती.''

ॲना जेव्हा तिने खरेदी केलेल्या दोन वस्तूंचे पैसे देत होती त्यावेळेस जॅक तिच्या विरुद्ध दिशेनं निघाला. घोळक्यांच्या पलीकडे असलेल्या एका रांगेत तो उभा राहिला.

''बोला महाशय, कोणती फ्लाईट? कॅथे पॅसिफिक की जपान एअर लाईन्स?''

''काय वेळा आहेत त्यांच्या सुटण्याच्या?'' जॅकनं विचारलं.

''जपान एअर लाईन्सवर लवकरचं बोर्डिंग सुरू होईल, ती चाळीस मिनिटांनंतर सुटेल. कॅथे पॅसिफिक ३०१ दीड तासानं सुटेल.''

''मग मला जपान एअर लाईन्सचं द्या प्लीज,'' जॅक म्हणाला, ''बिझनेस क्लास.''

''आपल्या किती बॅगा तुम्ही चेक इन करणार आहात?''

''एकही नाही, फक्त हातातलं बरोबरचं सामान.''

तिकिट देणाऱ्या साहाय्यकानं त्याच्या हातात तयार केलेलं तिकीट दिलं. त्याचा पासपोर्ट पाहिला. ''कृपया गेट नंबर ७१ कडे जावं मि. डिलेनी, बोर्डिंग आता सुरू होईलच.''

जॅक कॉफी शॉपमध्ये परतला. ॲना काउंटरजवळच बसली होती. नुकतंच घेतलेलं पुस्तक वाचण्यात ती मग्न होती. तिची नजर आपल्यावर पडू नये याची तो काळजी घेत होता, कारण आपला पाठलाग होतो आहे हे तिनं नक्की ओळखलं आहे, अशी त्याची कल्पना होती. दुकानातल्या काही वस्तू उगाच खरेदी करण्यात त्यानं काही मिनिटं इकडे तिकडे घालवली. एरव्ही त्या वस्तू त्यानं घेतल्या नसत्या. पण कॉफी शॉप काउंटरजवळ पुस्तक वाचत असलेल्या त्या स्त्रीमुळे त्याला त्या घ्याव्या लागल्या होत्या. दोन जीन्स, चार शर्ट्स, चार पायमोज्यांच्या जोड्या, चार अंडरवेअर्स, दोन टाय (स्पेशल ऑफरमधले), रेझरचं एक पॅक, शेव्हिंग क्रीम, आफ्टर शेव्ह लोशन, टुथपेस्ट, ब्रश इत्यादी खरेदी केलेल्या वस्तू त्यानं बॅगेत

भरल्या. हॅण्ड बॅगेज म्हणून ही बॅग सोबत नेता येणार होती. "जपान एअर लाईन्स फ्लाईट क्र. ४१६ ने टोकियोला जाणाऱ्या प्रवाशांकरता शेवटची सूचना. कृपया बोर्डिंग साठी गेट क्र. ७१ वर चलावे." घोषणा झाली.

अॅनानं आरामात पुढचं पान उलटलं, त्यासरशी जॅकची खात्री झाली की एक तासानंतर सुटणाऱ्या कॅथे पॅसिफिकचं तिचं तिकिट आहे. तो आधी पोहोचणार होता. यावेळेस तो तिची वाट पाहणार होता. त्यानं आपली बॅग खांद्यावर लटकावली अन् तो गेट क्र. ७१ कडे निघाला. त्या विमानात चढणारा तो शेवटचा प्रवासी होता.

◆◆◆

अॅनानं घड्याळाकडे पाहिलं अन् मग आणखी एका कॉफीची ऑर्डर देऊन तिनं आपलं लक्ष हेरॉल्ड ट्रिब्यून कडे केंद्रित केलं. ९-११ च्या दुर्घटनेमुळे घडलेल्या ज्या अनेक गोष्टींनी अंकाची जवळजवळ सर्व पानं भरली होती, त्यात वॉशिंग्टनमध्ये प्रेसिडेन्टनं मृतात्म्यांना वाहिलेल्या श्रद्धांजलीचाही वृत्तांत होता. तिच्या कुटुंबीयांचा ती मृत झाली यावर विश्वास बसला असेल का? की ती बेपत्ता आहे असंच त्यांना वाटतं? तिला लंडनमध्ये पाहण्यात आलं, ही बातमी न्यूयॉर्कपर्यंत पोहोचली असेल का? ती मेली यावरच सर्वांनी विश्वास ठेवावा, असंच फेन्स्टनला वाटत असणार, निदान त्याच्या हाती व्हॅन्गॉग लागेपर्यंत तरी. टोकियोत गेल्यानंतर सगळंच बदलणार आहे, जर... कोणत्या कारणाने कुणास ठाकऊ पण एकदम तिला वर बघावंसं वाटलं. भरपूर काळे केस असलेला एक तरुण तिच्याकडे रोखून पाहत होता. त्यानं एकदम नजर वळवली. ती पटकन आपल्या जागेवरून उठली आणि सरळ त्याच्याकडे गेली.

"आपण माझा पाठलाग करता आहात असं मला वाटतं." ती स्पष्ट म्हणाली.

त्या माणसानं दचकून तिच्याकडे पाहिलं, "नॉन... नॉन मॅडेमोइसिले," अन् त्यानं पुढे फ्रेंच भाषेत खुलासा केला.

"सूचना देण्यात येते की कॅथे पॅसिफिक फ्लाईट क्र. ३०१...." घोषणा सुरू होती. अॅनानं त्या फ्रेंच माणसाची क्षमा मागितली. आपलं सामान घेऊन ती गेट क्र. ६९ कडे निघाली, त्यावेळी आणखी दोन डोळे तिच्याकडे लागले होते.

विमानात शिरून ती दिसेनाशी होईपर्यंत क्रान्त्झ तिच्यावर नजर ठेवून होती. फ्लाईट क्र. सी एक्स ३०१ ला शेवटी चढणाऱ्या प्रवाशांमध्ये सर्वांत शेवटी क्रान्त्झ होती. आत शिरल्याबरोबर नेहमीप्रमाणे डावीकडे वळून तिनं पुढच्या रांगेतली खिडकीजवळची जागा घेतली. अॅना मागे इकॉनॉमी क्लासमध्ये आहे, हे क्रान्त्झला माहीत होतं, पण तो अमेरिकन कुठं होता? त्याची ही फ्लाईट चुकली, की तो हाँगकाँगमध्येच डॉ. पेट्रेस्कूला अजून शोधत फिरतोय?

❖

-३२-

जॅकची फ्लाईट नरिटा इंटरनॅशनल एअरपोर्ट– टोकियोला तीस मिनिटं उशिरा पोहोचली. पण त्याला या गोष्टीची काळजी वाटली नाही. तो त्या दोघींच्याही एक तास पुढे होता, तेव्हा त्या कुठेतरी हवेत तीस हजार फुटांवर असणार होत्या. कस्टममधून बाहेर पडल्याबरोबर त्यानं आपला मोर्चा चौकशीकडे वळवला आणि कॅथे पॅसिफिकची फ्लाईट ३०१ किती वाजता पोहोचण्याची शक्यता आहे, याची चौकशी केली. ''आणखी चाळीस मिनिटांनंतर,'' त्याला उत्तर मिळालं.

तो वळला आणि आगमन प्रवेशद्वाराच्या समोर आला, कस्टममधून बाहेर पडल्यावर डॉ. पेट्रेस्कू कोणत्या दिशेनं जाईल याचा अदमास तो घेऊ लागला. शहरात फिरण्यासाठी ती कशाची निवड करील? टॅक्सी, रेल्वे की बस? तो लाल बॉक्स तिच्या बरोबर असेल तर टॅक्सीशिवाय कुठलाही पर्याय नव्हता. तिच्या बाहेर पडण्याच्या सर्व शक्यतांचा विचार केल्यानंतर जॅकने बँक ऑफ टोकियोच्या कक्षातून पाचशे डॉलर्सच्या बदल्यात ५३८६८ येन – तिथलं चलन – घेतलं. मोठ्या रकमेच्या नोटा त्यानं आपल्या पाकिटात, सांभाळून ठेवल्या. आगमन प्रवेशद्वारासमोरच्या हॉलमध्ये, नुकत्याच आलेल्या फ्लाईट्समधून येणाऱ्यांना घेण्यासाठी, आलेल्या लोकांमध्ये तो सामील झाला. त्यानं वर पाहिलं. त्याच्या वर, डाव्या बाजूला पोटमाळा (मेट्सनीन) मजला होता. तिथून हॉल दिसू शकणार होता. तो वर गेला आणि त्या जागेची तपासणी केली. ती थोडी अरुंद संकुचित वाटली, तरी त्याच्या दृष्टीने त्याला ती योग्य वाटली. तिथे दोन टेलिफोन बूथ होते. त्यांतल्या दुसऱ्यामागे तो दडला, तर येणाऱ्या प्रत्येक फ्लाईटमधील माणसं त्याला हेरता येणार होती, पण त्याला कोणी पाहू शकणार नव्हतं. जॅकनं घड्याळाकडे पाहिलं आणखी वीस मिनिटांत सी एक्स ३०१ फ्लाईट पोहोचणार होती. शेवटचं

महत्त्वाचं काम करायला त्याला पुरेसा वेळ होता.

एअरपोर्ट सोडून तो टॅक्सीच्या रांगेत उभा राहिला. फिकट निळा सूट, पांढरे हातमोजे घातलेला व्यवस्थापक टॅक्सींचं नुसतं नियोजनच करत नव्हता, तर प्रवाशांना मार्गदर्शनही करत होता. जॅक त्याच्यासमोर आलेल्या हिरव्या टोयोटामध्ये मागच्या सीटवर बसला. बॅग बाजूला ठेवली. गाडी सुरू होऊन जराशीच पुढे गेल्यावर, त्यानं टॅक्सी ड्रायव्हरला रस्त्याच्या दुसऱ्या कडेला गाडी लावायला सांगितली. ‘‘मी येईपर्यंत इथंच थांब,’’ आश्चर्यचकित झालेल्या ड्रायव्हरला जॅक म्हणाला. बॅग सीटवर ठेवून तो उतरला आणि ‘‘मी तीस मिनिटांत परत येईन, जास्तीत जास्त चाळीस.’’ असं म्हणून त्याने ५०० येनची नोट ड्रायव्हरपुढे केली. ‘‘तुझं मीटर तू चालू ठेवू शकतोस.’’ ड्रायव्हरनं मान हालवली, पण तो कोड्यात पडला होता.

जॅक पुन्हा एअरपोर्टवर आला तेव्हा फ्लाईट सी एक्स ३०१ नुकतीच आली होती. तो पोटमाळ्यावर आला आणि दुसऱ्या टेलिफोनमागे त्यानं ठरवलेली जागा घेतली. कॅथे पॅसिफिकच्या गेटमधून परिचित हिरव्या व पांढऱ्या रंगाचं लेबल असलेलं सामान घेऊन प्रथम कोण बाहेर पडतं याची तो वाट पाहत राहिला.

फ्लाईट सी एक्स ३०१ चे प्रवासी आता सामान घेण्यासाठी पट्ट्याजवळ उभे होते. जॅक लक्ष ठेवून होता. त्याला फार काळ थांबावं लागलं नाही. क्रान्त्झ पहिल्यांदा बाहेर पडली. तिला लगेच जे काम करायचं होतं, त्यासाठी तिला लवकर बाहेर यायलाच हवं होतं.घ्यायला आलेल्या हॉलमधल्या स्थानिक लोकांपेक्षा, ती फारशी उंच नव्हती. त्यामुळे त्यांच्यात ती सहज मिसळली गेली. त्यानंतरच तिनं मागे वळून पाहण्याचा धोका पत्करला. वाट पाहणारा समुदाय वेळोवेळी हळुवार लाटेप्रमाणे फुटत होता. काही जात होते तर त्यांची जागा दुसरे भरून काढत होते. माणसांच्या गर्दीच्या लाटेवर स्वार होऊन, क्रान्त्झ आपण कोणाच्याही लक्षात येणार नाही, याची दक्षता घेत होती. पण काळ्या केसांच्या समुदायामध्ये खलाशाप्रमाणे कापलेल्या सोनेरी केसांनी जॅकची समस्या सोपी करून टाकली होती. यानंतर तिनं ॲनाचा पाठलाग केला असता, तर ती कोणासाठी काम करते आहे हे जॅकला सहज समजू शकलं असतं.

जॅकचा एक डोळा खलाशाप्रमाणे केस कापलेल्या सोनेरी केसांच्या, त्या बारीक चणीच्या, बुटक्या, पण बलिष्ठ स्नायू असलेल्या स्त्रीवर होता. त्यावेळेस थोडी मान फिरवून दुसऱ्या डोळ्याने छोट्या छोट्या घोळक्याने बाहेर पडणाऱ्या लोकांवर तो नजर ठेवत होता. तिनं वर पाहू नये अशी प्रार्थना करत, त्याने अत्यंत काळजीपूर्वक एक पाऊल पुढे टाकलं.तिची नजरही आगमन दारातून येणाऱ्यांवर लागली होती.

ॲनाला बाहेर पडण्याचे तीनच पर्याय आहेत, असा विचार आपल्याप्रमाणे

तिच्याही मनात आला असणारच. कारण ती अशा जागी उभी होती, की कुठलीही दिशा तिच्या सावजानं निवडली असती, तरी तिला पटकन झडप घालण्याची संधी साधता आली असती.

जॅकनं आपल्या पॅन्टच्या आतल्या खिशात हात घालून हळूच नवीन सॅमसंग सेलफोन काढला व तो उघडला. खालच्या गर्दीकडे रोखून धरला. क्षणभर ती त्याच्या नजरेआड झाली पण तिच्या पुढ्यात असलेला तो उंच वयस्कर माणूस दूर होताच, त्याला ती दिसली. क्लिक्. जॅकनं सेलफोनच्या कॅमेऱ्याचं बटण दाबलं आणि तेवढ्यात ती पुन्हा दिसेनाशी झाली. जॅक मधूनमधून बाहेर येणाऱ्या नवीन लोकांकडे पाहत होता. तो जसा वळला, तशी एक बाई आपल्या अवखळ पोराला उचलण्यासाठी वाकली. तशी ती पुन्हा दिसली. क्लिक्. पुन्हा ती दिसेनाशी झाली. ॲनाला लांब टांगा टाकत बाहेर येताना त्यानं पाहिलं, तसा तो वळला. आपला मोबाईल त्यानं बंद केला. त्यांपैकी एक तरी फोटो तिची ओळख पटविण्यासाठी पुरेसा होता.

सूटकेस आणि लाल रंगाची पेटी ठेवलेली ट्रॉली ढकलत, लांब टांगा टाकत आगमन हॉलमध्ये येत असलेल्या, त्या सडपातळ अन् फिक्या तपकिरी केसांच्या अमेरिकन मुलीला बघणारा जॅक हा काही एकटाच नव्हता. वर बघण्यासाठी पेट्रेस्कूनं मान वर करण्यापूर्वीच, झटक्यानं जॅक काळोखात दडला. ती बाहेर पडण्याच्या मार्गांचे बोर्ड वाचत होती. ती उजवीकडे वळली... म्हणजे टॅक्सी.

बाल्कनीतून खाली येण्यापूर्वी, त्या दोघींनाही जॅकनं जाऊ दिलं आणि त्यानंतरच तो खाली उतरला. डॉ. पेट्रेस्कूला पण टॅक्सीसाठी लांबलचक रांगेत उभं राहावं लागणार होतं. आपल्या टॅक्सीकडे जाताना तो लांबचा वळसा घालून गेला. हॉलच्या दुसऱ्या टोकाशी जाऊन मग तो बाजूच्या फुटपाथकडे वळला. जमिनीखाली असणाऱ्या पार्किंगकडे, तो, तिथे उभ्या असलेल्या बसमागे लपत लपत गेला. खाजगी गाड्यांच्या दोन रांगा पार करून तो पोहोचला, तेव्हा त्याची हिरवी टॅक्सी उभी असलेली पाहून त्याला हायसं वाटलं. गाडीचं इंजिन आणि मीटर दोन्ही चालू होतं. तो मागच्या सीटवर बसला आणि ड्रायव्हरला म्हणाला, ‘‘टॅक्सीच्या रांगेत, सातव्या नंबरवर उभी असलेली, खलाशासारखे केस कापलेली सोनेरी केसांची ती बाई पाहा. दिसली नं? मला तिचा पाठलाग करायचाय, पण ते तिला कळायला नकोय, समजलं?’’

डॉ. पेट्रेस्कू रांगेत पाचवी होती. तिचा नंबर आला तशी समोरची टॅक्सी पकडण्याऐवजी ती सरळ मागे फिरली आणि परत रांगेत मागच्या बाजूला उभी राहिली. ‘हुषार आहे.’ जॅक मनात म्हणाला आणि खलाशी टाईप केस कापलेली ती स्त्री आता काय करते हे पाहू लागला. ती समोर आलेल्या टॅक्सीत बसली. तिची

टॅक्सी निघाली आणि कोपऱ्यावर दिसेनाशी झाली, तसा जॅक आपल्या ड्रायव्हरला म्हणाला, "थांब, इतक्यात सुरू करू नको." त्याला माहीत होतं. ती पुढे काही अंतरावर टॅक्सी थांबवेल आणि पेट्रेस्कूची वाट पाहील. दरम्यान पेट्रेस्कू पुन्हा रांगेच्या अग्रस्थानी पोहोचली. जॅकनं ड्रायव्हरच्या खांद्यावर थोपटून सांगितलं, "त्या बाईचा पाठलाग करायचा. अंतर भरपूर ठेव, पण निसटू देऊ नको."

"पण ही ती बाई नाही. वेगळीच आहे." ड्रायव्हरनं शंका काढली.

"मला माहीत आहे," जॅक म्हणाला. "पण मी माझा प्लॅन बदलला आहे."

ड्रायव्हर गोंधळात पडलेला दिसला. बदललेला प्लॅन म्हणजे काय हे काही त्याच्या लक्षात आलं नाही. कारण जपानी लोक कधीच प्लॅन बदलत नाहीत.

पेट्रेस्कूची टॅक्सी पुढे जाऊन मुख्य रस्त्यावर आली, त्यासरशी रस्त्याच्या अलीकडे उभी असलेली दुसरी टॅक्सी तिच्या मागे धावू लागली. त्या दोन्ही टॅक्सीमागे जॅकची टॅक्सी होती. आता तो पाठलाग करणारा होता. पाठलाग होणारा नाही.

नरिटा एअरपोर्टपासून शहराच्या मध्यवर्ती भागाकडे येताना, सर्वसाधारणपणे वाहतूक धीम्या गतीनं होणार, हे गृहीत असलं, तरी आज ट्राफिक जॅमनं आणि हॉर्नच्या आवाजांनी, त्याची कमाल मर्यादा गाठली असावी. आयुष्यात पहिल्यांदा जॅकनं या गोष्टीचे मनोमन आभार मानले कारण त्यामुळे त्याला त्या दोन्ही टॅक्सींमध्ये त्यांना न जाणवू देता राहता आलं आणि त्या निसटूही शकल्या नाहीत.

साधारणपणे एक तासानं, पेट्रेस्कूची टॅक्सी गिन्झा विभागातल्या 'हॉटेल सीयो' समोर थांबली. हॉटेलचा सेवक सामान काढण्यासाठी पुढे झाला. पण सूटकेस सोबत एक लाल पेटीही आहे, असं पाहून त्यानं दुसऱ्या सेवकाला मदतीला बोलावलं. पेट्रेस्कू तिच्या सामानासह आतमध्ये जाईपर्यंत काहीही हालचाल करायची नाही असं जॅकनं ठरवलं होतंच, कारण खलाशी टाईप सोनेरी केसवाली काय करते, तेही त्याला पाहायचं होतं. ॲना आत दिसेनाशी झाल्यावर 'ती' उतरली, पण रिसेप्शनकडे न जाता, लॉबीच्या अशा कोपऱ्यापर्यंत जाऊन बसली की ती सहजासहजी कोणाला दिसणार नाही. पण तिला मात्र तिथून जिना, लिफ्ट आणि रिसेप्शन जवळचा भाग दिसेल. तिला पाहिल्याबरोबर वळून जॅक पुन्हा बाहेर आला.

हॉटेलचा एक सेवक त्याच्याजवळ त्वरेने आला, "आपल्याला टॅक्सी हवी का सर?"

"नाही. नको, धन्यवाद." तो म्हणाला. थोडं थांबून बाजूला मोठा काचेचा दरवाजाकडे असलेल्या इमारतीकडे बोट दाखवून त्यानं विचारलं, "ती कसली इमारत आहे?"

"हॉटेल हेल्थ क्लब सर!" त्यानं उत्तर दिलं. जॅकनं मान डोलावली आणि तो त्या इमारतीकडे सावकाशपणे पावलं टाकत निघाला. तो रिसेप्शनकडे पोहोचला.

“आपला रूम नंबर सर?” हॉटेलचा गणवेश घातलेल्या एका तरुणानं त्याला विचारलं.

“मी विसरलो आहे. तोच मी आठवतो आहे.” जॅक डोकं खाजवत म्हणाला.

“नाव?”

“पेट्रेस्कू.”

“ओह येस, डॉ. पेट्रेस्कू,” तो उद्‌गारला. त्याच्या कॉम्प्युटरवर पाहून म्हणाला, “रूम नं ११८. आपल्याला लॉकर हवा आहे का?”

“नंतर,” जॅक म्हणाला, “माझी बायको आल्यानंतर.”

हॉटेलच्या समोरचं प्रवेशद्वार दिसेल अशी जागा धरून तो ॲनाच्या बाहेर पडण्याची वाट पाहू लागला.

हॉटेलच्या प्रवेशद्वारालगत दोन-तीन टॅक्सी रांगेत उभ्या असलेल्या त्यानं पाहिल्या. त्यावरून तिथे नेहमीच टॅक्सी उपलब्ध असण्याची सोय होती हे त्याच्या लक्षात आलं. ॲनाचा पाठलाग करण्याची वेळ आली असती तरी काही अडचण येणार नव्हती. ती त्या लाल बॉक्सविना बाहेर आली, तर हॉटेल लाउंजमध्ये अद्यापही बसलेली खलाशी टाईप केसवाली, ॲनाच्या गैरहजरीत, ती लाल पेटी पळवण्याची योजना पार पाडण्याची शक्यता होती.

खिडकीशी वाट पाहत बसलेल्या जॅकनं आपला सेलफोन काढला आणि त्यानं लंडनला टॉमला फोन लावला. त्यावेळेस तिथे किती वाजले असतील, हा विचारही त्यानं केला नव्हता.

‘गुड कोप’ अशी अक्षरं मोबाइल स्क्रीनवर झळकली आणि टॉमचा आवाज आला, “तुम्ही कुठं आहात?”

“टोकियो?”

“पेट्रेस्कू तिथं काय करतेय?”

“मला नक्की माहीत नाही, पण एखाद्या माहितगार कलासंग्राहकाला, क्वचित मिळू शकणारं एक पेन्टिंग विकण्याचा प्रयत्न ती करत असली, तर आश्चर्य वाटायचं कारण नाही.”

“बरं, ॲनाचा पाठलाग करणारी दुसरी व्यक्ती कोण आहे हे तुम्हाला कळलं आहे का?”

“नाही,” जॅक म्हणाला, “पण मी तिचे दोन फोटो एअरपोर्टला घेऊ शकलो आहे.”

“छान, हे झकास काम झालं.”

“मी ते फोटो आता पाठवतो आहे.” जॅक म्हणाला. त्यानं आपल्या सेलफोन नंबरची काही बटणं दाबली आणि काही क्षणातच ते दोन्ही फोटो टॉमच्या मोबाईल

स्क्रीनवर झळकले.

"हे थोडे धूसर आहेत," लगेच टॉम म्हणाला, "पण आपले तंत्रज्ञ त्यावर थोडं काम करून व्यक्तींची, ओळख पटविण्याइतपत स्वरूप नक्कीच आणू शकतील. बरं, आणखी काही विशेष माहिती?"

"सोनेरी केस खलाशासारखे कापलेली, पाच फूट उंच, सडपातळ, पण एखाद्या जलतरणपटूप्रमाणे खांदे व मजबूत स्नायू असलेली असं तिचं वर्णन."

"आणखी काही?" टॉमनं लिहिता लिहिता विचारलं.

"ओळख पटवण्यासाठी अमेरिकनांचे फोटो पाहिल्यानंतर पूर्व युरोपकडे नजर दे. मला वाटतं ती रशियन किंवा युक्रेनियन असावी. किंवा रोमेनियन सुद्धा." टॉमनं सुचवलं.

"अरेच्या! खरंच, मी केवढा गाढव आहे!" जॅक उद्गारला.

"तुम्ही तसे नाहीत. अजून कोणाला काहीही सूत्र मिळालं नव्हतं, तिथं दोन फोटो मिळवलेत तुम्ही. आपल्याला मिळालेला मोठा सुगावा आहे हा या केसमधला." टॉम कौतुकानं म्हणाला.

"काळोखात पडलेल्या कवडशाचं ऊन खाण्यासारखा प्रकार म्हण की." जॅक म्हणाला, "पण त्या दोघींनाही, मी मागावर आहे हे माहीत झालं आहे." जॅकनं कबुली दिली.

"तर मग मला ती कोण आहे, हे लगेच शोधून काढायला हवं. मी आपल्या लोकांना लगेच कामाला लावतो. मला काही कळलं की कळवीन."

◆ ◆ ◆

टिनानं आपल्या टेबलाखालचा स्विच ऑन केला. कोपऱ्यावरच्या छोट्या स्क्रीनवर फेन्स्टन फोनवर बोलत असलेला तिला दिसला. त्याच्या खाजगी टेलिफोनचं बटण तिनं दाबलं आणि ती ऐकू लागली.

"तुमचं बरोबर होतं," त्या आवाजानं सांगितलं, "ती जपानमध्ये आहे."

"मग बहुधा तिची आणि नाकामुरांची भेट ठरली असावी. नाकामुरांची सर्व माहिती फाईलमध्ये आहे आणि एक लक्षात ठेव, पेन्टिंग मिळवणं हे सर्वांत महत्त्वाचं आहे, पेट्रेस्कूला दूर करणं नाही." फेन्स्टननं फोन खाली ठेवला.

टेलिफोनवर ऐकलेला आवाज त्याच बाईचा असावा जी फेन्स्टनबरोबर त्याच्या गाडीत होती. टिनाला खात्री पटली होती. ॲनाला इशारा देणं आवश्यक आहे...

लिपमननं तिच्या आफिसमध्ये हळूच प्रवेश केला.

❖

-३३-

अॅना बाथरूममधून बाहेर पडली आणि तिनं आपले केस सुकवायला सुरुवात केली. तिनं कोपऱ्यातल्या टीव्हीवर डिजिटल वेळ पाह्यली. नुकतेच बारा वाजले होते. म्हणजे जपानी लोकांची लंचची वेळ झाली होती. विशेषत: क्लबमध्ये जेवण घेणाऱ्या व्यावसायिकांची. अशा वेळी नाकामुरांना त्रास देणं योग्य नव्हतं.

केस सुकल्यानंतर बाथरूममधला टॉवेलवजा पांढरा गाऊन तिनं चढवला. पलंगाच्या कोपऱ्यावर बसून तिनं आपला लॅपटॉप उघडला. आपला पासवर्ड 'मिडास' एंटर करून जगातल्या श्रीमंत कलासंग्राहकांच्या यादीची फाईल ओपन केली. गेट्स कोहन, लॉडर, मॅग्निअर, नाकामुरा, रॅलिस, विन. कॉम्प्युटरचा कर्सर तिनं ताकाशी नाकामुरा या नावावर घेतला. ताकाशी नाकामुरा. उद्योजक, टोकियो युनिव्हर्सिटी-१९६६-७०. बी.एस्सी. इंजिनिअरिंग, युसीएलए १९७१-७३. एम.ए. इकॉनॉमिक्स. मारुहा स्टील कंपनीत १९७४, डायरेक्टर १९८९, प्रमुख कार्यकारी अधिकारी १९९७, चेअरमन २००१. पुढे अॅनानं मारुहा स्टीलची माहिती पाहिली. मागच्या वर्षाच्या बॅलन्सशीट प्रमाणे एकूण उलाढाल २२ टक्के आणि फोर्ब्जच्या यादीत जगातला नवव्या स्थानावरील श्रीमंत माणूस. विवाहित, तीन मुलं– दोन मुली आणि एक मुलगा. इतर काही आवडीनिवडीच्या अंतर्गत फक्त दोन शब्द दिले होते. गोल्फ आणि कला. त्याच्या कलेच्या प्रेमाबद्दल कोणत्याही ऐकीव दंतकथा वा कल्पित कथांचा उल्लेख नाही किंवा अमूल्य इम्प्रेशनिस्ट चित्रांच्या त्याच्या अद्वितीय कलासंग्रहाबद्दल पण एकही शब्द नाही.

'हा चित्रसंग्रह कंपनीचा आहे, माझा नाही.' अशा स्वरूपाची विधानं नाकामुरांनी गेल्या काही वर्षांत अनेक वेळा केली होती.

१९८७ मध्ये ख्रिस्टीज् तर्फे झालेल्या लिलावात नाकामुरांनी व्हॅन्‌गॉगच्या 'सन

फ्लॉवर्स'साठी बोललेली बोली ही तुलनेनं बऱ्याच कमी किमतीची होती. त्यामुळे त्यावेळेस त्याचे मित्र आणि प्रतिस्पर्धी असलेल्या यासुओ गोतो यांनी बोललेली ३९,९२१,७५० डॉलर्सची बोली अखेरची ठरली होती आणि ते चित्र मिळवून त्यांनी नाकामुरांवर मात केली होती. 'ख्रिस्टीज्' अशा गोष्टी कधीच उघड करत नाही. पण कला जगातल्या जाणकारांना त्याची माहिती होती.

सद्बीज सोडल्यापासून नाकामुरांच्या माहितीत ॲना काही विशेष भर घालू शकली नव्हती. त्यांच्या वतीनं देगाचं 'डान्सिंग क्लास वुईथ मॅडम मिनेट' हे चित्र तिनं खरेदी केलं होतं आणि ती एक शहाणपणाची गुंतवणूक ठरली होती हे त्यांना आठवेल अशी ॲनाला आशा होती. तिनं खेळलेली खेळी यशस्वी होण्यासाठी, तिनं योग्य माणसाची निवड केली आहे, याबद्दल तिला अजिबात शंका नव्हती.

तिनं आपली सूटकेस उघडून त्यातून गुडघ्याच्या थोडा खाली येईल असा स्कर्ट असलेला निळा सूट, क्रीमकलरचा शर्ट आणि फार उंच हिल नसलेले चामड्याचे नेव्ही बूट बाहेर काढले. कुठलीही आभूषणं नाहीत किंवा मेकअप पण नाही. ती आपल्या निवडलेल्या कपड्यांना इस्त्री करत असताना त्या माणसाचा विचार करत होती, की ज्याला ती फक्त एकदाच भेटली होती. त्याच्यावर तिची काही छाप पडली की नाही, ह्याचाही तिला काही अंदाज नव्हता. ती कपडे करून तयार झाली आणि तिनं आरशात पाहिलं. सद्बीजच्या कार्यकारी अधिकारी व्यक्तीनं कसे कपडे करावेत याबद्दल एखाद्या जपानी उद्योजकाची जशी अपेक्षा असेल तसेच तिचे कपडे होते.

ॲनानं आपल्या लॅपटॉपवर त्याचा खाजगी टेलिफोन नंबर पाहिला. पलंगावर बसूनच तिनं फोन उचलला. दीर्घ श्वास घेऊन तिनं तो आठ आकडी नंबर फिरवला.

"हाय, शॅचो शित्सो देसू." एक कर्कश आवाज आला.

"गुड आफ्टरनून, माझं नाव ॲना पेट्रेस्कू आहे. मी सद्बीजची आहे, हे मि. नाकामुरांच्या लक्षात येईल."

"ते तुमची मुलाखत घेतील अशी तुम्हाला आशा आहे का?"

"अंऽऽ नाही, मला त्यांच्याशी फक्त थोडं बोलायचं आहे."

"एक मिनिट थांबा हं प्लीज, ते तुमच्याशी बोलू शकतील का ते मी पाहते."

केवळ एकदा भेट झाली असताना त्यांनी तिला ओळखावं अशी अपेक्षा ती कशी करत होती?

"डॉ. पेट्रेस्कू, तुमच्याशी बोलताना मला आनंद वाटतो. तुम्ही उत्तम असाल अशी मी आशा करतो."

"होय, मी उत्तम आहे, थँक्स नाकामुरा सान."

"तुम्ही टोकियोत आहात का? कारण यावेळेस न्यूयॉर्कमध्ये मध्यरात्र नुकतीच उलटली असेल."

“होय, मी टोकियोत आहे आणि आपली थोडा वेळ भेट मिळू शकेल का, असं विचारण्याचं धाडस करत आहे.”

“डॉ. पेट्रेस्कू, आजच्या यादीत तुमचं नाव नव्हतं पण आता आहे. दुपारी ४ वाजता मी तुम्हाला अर्धा तास देऊ शकेन. चालेल?”

“होय, मला फारच सोयीची वेळ आहे.” ॲना म्हणाली.

“माझं ऑफिस कुठे हे तुम्हाला माहीत आहे नं?”

“हो, माझ्याकडे पत्ता आहे.”

“तुम्ही कुठे उतरला आहात, डॉ. पेट्रेस्कू?”

“सीयो हॉटेलात.”

“सद्बीजची माणसं इथे उतरत नाहीत. माझ्या माहितीप्रमाणे ते नेहमी इंपीरियलची निवड करतात.” ॲनाचा घसा थोडा कोरडा पडला. नाकामुरा पुढे म्हणाले, “तुमच्या हॉटेलपासून माझं ऑफिस वीस मिनिटांवर आहे. ठीक आहे तर, मी चार वाजता तुमची वाट पाहतो. गुड बाय, डॉ. पेट्रेस्कू.”

“थँक्यू.” ॲनानं रिसिव्हर खाली ठेवला.

ती काही काळ बेडवरून हललीही नाही. ती त्यांचे नेमके शब्द आठवण्याचा प्रयत्न करत होती. त्यांच्या सेक्रेटरीनं ‘ते तुमची मुलाखत घेतील अशी आशा तुम्हाला आहे का?’ असा प्रश्न विचारला होता आणि मि. नाकामुरा म्हणाले होते, ‘आजच्या मुलाखतीच्या यादीत तुमचं नाव नव्हतं. पण आता आहे’ याचा अर्थ काय?

◆◆◆

नीट पाहण्यासाठी जॅक पुढे वाकला. हॉटलचे दोन सेवक एक लाल पेटी घेऊन बाहेर पडत होते. ॲकॅडमीच्या पायऱ्यांवर ॲण्टन टिओडोरेस्कूशी अदलाबदल करण्यात आलेली तीच ती पेटी होती. सेवकांपैकी एक जण टॅक्सी ड्रायव्हरशी बोलला, त्यासरशी लगेच बाहेर पडून त्यानं पेटी डिकीत ठेवली. जॅक खुर्चीतून उठला आणि पुढे निघाला. आपण कोणाला दिसू शकणार नाही याची काळजी घेत तो दोनेक मिनिटं एकाच जागी थांबला. हा कदाचित डोळ्यांत धूळ फेकण्याचाही प्रकार असू शकेल, या विचारानं त्यांन टॅक्सींची रांग पाहिली. एकूण चार टॅक्सी उभ्या होत्या. त्यानं थोडा हिशोब केला. उभ्या असलेल्या जागेपासून तो दुसऱ्या टॅक्सीपर्यंत वीस सेकंदांत पोहोचू शकला असता.

आता पेट्रेस्कू बाहेर येईल या अपेक्षेनं तो हॉटेलच्या सरकत्या दारांकडे पाहत होता पण त्यानंतर तिच्याऐवजी खलाशी टाईप केस असलेली ‘ती’ बाहेर पडली होती. तिनं दारासमोरची टॅक्सी पकडली नाही आणि ती रस्त्यावर आली. आपली ओळख कुणी पटवू शकेल याचा धोका तिला पत्करायचा नव्हता, म्हणूनच तिनं तसं केलं याबद्दल जॅकला खात्री होती... पण जॅक मात्र हा धोका पत्करणार होता.

जॅकनं आपलं लक्ष परत हॉटेलच्या दारावर केंद्रित केलं. एव्हाना त्या बाईनं रस्त्यावर टॅक्सी पकडली असेल आणि ती त्यात बसून पेट्रेस्कूच्या निघण्याची वाट पाहत असेल, अशी जॅकला खात्री होती.

काही क्षणांनंतर, एखाद्या कंपनीच्या बोर्ड मीटिंगसाठी करावा, अशा पोशाखात डॉ. पेट्रेस्कू दाराबाहेर पडली. हॉटेल सेवकानं तिच्यासाठी टॅक्सीचं मागचं दार उघडलं, ज्यात ती पेटी होती. ड्रायव्हरनं गाडी सुरू केली आणि अलगद रस्त्याच्या रहदारीत घुसवली. जॅक पटकन दुसऱ्या टॅक्सीत घुसला.

"समोरच्या टॅक्सीचा पाठलाग कर," टॅक्सीकडे बोट दाखवून जॅक म्हणाला, "आणि तिला निसटू दिलं नाहीस तर तुला दुप्पट भाडं मिळेल." ड्रायव्हरनं झटकन टॅक्सी पुढे नेली, "पण एक लक्षात ठेव," जॅक पुढे म्हणाला, "कोणाला शंका येता कामा नये." आपल्या समोर ती बाई पण असणार याचा विचार त्याच्या डोक्यात होता.

पेट्रेस्कूच्या टॅक्सीनं डावीकडे वळण घेतलं आणि चकचकीत दुकानं असलेल्या शहराच्या मध्यवर्ती भागातून बाहेर पडून तो उत्तरेच्या दिशेनं निघाला. शहराच्या प्रतिष्ठित उद्योजकांची कार्यालयं मारुनोची या विभागात होती.

सौदा करण्याच्या विचारानं, एखाद्या कलासंग्राहकाच्या भेटीसाठीच ती चालली असावी, असा अंदाज सीटच्या कडेला बसलेल्या जॅकनं केला.

पेट्रेस्कूची हिरवी टॅक्सी सिग्नलवर डावीकडे वळली तसा जॅक ड्रायव्हरला म्हणाला, "तिला निसटू देऊ नको." ड्रायव्हरनं मार्गिका बदलली आणि पेट्रेस्कूच्या मागे फक्त तीन टॅक्सी सोडून तो पाठलागावर राहिला. पुढचा सिग्नल लाल मिळाल्यामुळे दोन्ही टॅक्सी थांबल्या. पेट्रेस्कूची टॅक्सी उजवीकडे हायवेला वळली अन् तिच्या पाठोपाठ आणखी दोन-चार गाड्या वळल्या. त्यापैकी एकीत ती खलाशी टाईप केसवाली असणार, ह्याची जॅकला खात्री होती. ते सर्व तीन मार्गिका असलेल्या हायवेला लागले. पुढच्या सर्व सिग्नलची हिरवी रांग पाहून जॅक हादरला. आपल्या लक्ष्यावर लक्ष ठेवण्यासाठी मधून मधून लाल दिवे असणं जॅकला आवडलं असतं.

पहिला सिग्नल सर्वांनी सुरक्षितपणे पार केला. दुसराही केला. अन् मग तिसरा आला, जॅकची टॅक्सी सर्वांच्या शेवट होती त्यामुळे त्याच्या ड्रायव्हरने तो जेमतेम पार केला आणि लगेच तो पिवळा झाला. जॅकने ड्रायव्हरच्या खांद्यावर हाताने थोपटून त्याला शाबासकी दिली. इंपीरियल पॅलेस गार्डनच्या पुढे ते सर्व निघाले. पुढचा सिग्नल पण हिरवा होता पण पेट्रेस्कूची गाडी पुढे गेली तसा तो पिवळा झाला. त्याच बरोबर जॅकनं ड्रायव्हरच्या खांद्यावर थोपटून "काढ, गाडी काढ." असं ओरडून सांगितलं पण पेट्रेस्कूच्या टॅक्सीनंतर जेमतेम दोन गाड्या गेल्या, तसा

सिग्नल लाल झाला आणि त्याचवेळेस पोलिसांची गस्त घालणारी गाडी जॅकच्या टॅक्सीच्या बाजूला थांबली आहे, हे जॅकनं दुरूनच पाहिलं. तशी अजूनही संधी आहे असा हुरूप त्याला आला. सिग्नल मिळताच पोलिसांची गाडी उजवीकडे वळावी अशी तो प्रार्थना करत होता, पण ती त्याच्या बाजूलाच राहिली. पेट्रेस्कूची टॅक्सी डावीकडे वळताना त्याने पाहिली. त्याचा श्वास रोखला गेला. आता तो हिरवा सिग्नल टॅक्सी तिथे पोहोचपर्यंत तसाच राहो, अशी प्रार्थना तो करत होता; पण तो पिवळा झाला आणि मागे पोलिसांची गस्त घालणारी गाडी आहे हे पाहून त्याच्या पुढच्या दोन गाड्यांनी पुढे जाण्याचा धोका पत्करला नाही. जॅकची टॅक्सी थांबली. त्यानं पेट्रेस्कूला निसटू दिलं एवढी वाईट गोष्ट नव्हती तर तिच्या पाठोपाठ जाण्यात खलाशी टाईप केसवाली ती यशस्वी ठरली होती आणि ॲनाच्या सोबत तीही निसटली होती याचं जॅकला वाईट वाटलं होतं. पोलिसांची गाडी आता उजवीकडे वळली. जॅकनं तिला शिवी घातली.....

◆◆◆

ॲनाची हिरवी टॅक्सी आतल्या मार्गिकेतून आत वळून ओटेमाची विभागातल्या एका पांढऱ्या शुभ्र संगमरवरी बिल्डिंगसमोरच्या फुटपाथला थांबली हे क्रान्त्झनं पाहिलं. प्रवेशद्वारावर टोकियोतल्या बहुतेक सर्व आंतरराष्ट्रीय कंपन्यांचा असतो, तसा जपानी आणि इंग्रजी भाषेत लिहिलेला 'मारुहा स्टील कंपनी' असा बोर्ड होता.

क्रान्त्झनं आपली टॅक्सी बिल्डिंगपुढे जाऊ दिली आणि थोड्याच पुढे फुटपाथच्या कडेला थांबविण्यास ड्रायव्हरला सांगितलं. ॲना टॅक्सीतून बाहेर पडली. तिच्या टॅक्सी ड्रायव्हरनं डिकी उघडून ती लाल रंगाची लाकडी पेटी काढण्यास सुरुवात केली तसा दारावरचा दरवान त्याच्या मदतीसाठी पुढे झाला. त्या दोघांनी मिळून ती पेटी पायऱ्या चढून बिल्डिंगच्या आत नेली. ॲना त्यांच्या पाठोपाठ आत शिरली. आपल्या टॅक्सीच्या मागच्या काचेतून क्रान्त्झ सर्व पाहत होती.

ते सर्व बिल्डिंगमध्ये शिरून दिसेनासे झाल्यावर क्रान्त्झनं टॅक्सीचे पैसे दिले आणि टॅक्सी सोडून बिल्डिंगच्या छायेत शिरली. आवश्यक असल्याशिवाय टॅक्सी उगाच उभी करून ठेवायची नाही हा तिचा नियम होता. त्यामुळे आपण त्याच्या लक्षात राहण्याची शक्यता कमी असते हे ती जाणून होती. जर पेट्रेस्कू अचानक बाहेर आली तर काय करायचं, याचा विचार तिला त्वरेनं करावा लागणार होता. तिला दिलेल्या सूचना ती आठवत होती. सर्वप्रथम तिनं ॲनाच्या ताब्यात असलेलं चित्र आपल्या ताब्यात घ्यायचं होतं. एकदा तिनं ते केलं, की मग पेट्रेस्कूला ठार मारायला ती मोकळी होती. प्रश्न फक्त हत्याराचा होता. नुकतीच ती विमानातून उतरलेली असल्यामुळे तिच्याजवळ कोणतंही हत्यार नव्हतं. तिला त्या अमेरिकन माणसाची भीती वाटत नव्हती. तो कदाचित अजूनही हाँगकाँगमध्ये पेट्रेस्कूचा किंवा

चित्राचा किंवा दोन्हींचा शोध करत बसला असेल.

चित्र मुक्कामाला पोहोचलं आहे असं दिसत होतं. फेन्स्टननं दिलेल्या फाईलमध्ये नाकामुरांबद्दल एक पान भरून माहिती होती. सौदा पटविण्यात पेट्रेस्कू अयशस्वी झाली आणि त्या पेटीसह बाहेर परत आली तर आपल्यावर सोपवलेल्या दोन्ही कामगिऱ्या आपण यशस्वीपणे पार पाडू शकू असा आत्मविश्वास क्रान्त्झला होता. ती फक्त आपली ब्रीफकेस तेवढी घेऊन बाहेर आली तर क्रान्त्झला त्वरित निर्णय घ्यायला लागणार होता. रस्त्यावरुन बऱ्याच टॅक्सींची रहदारी दिसत होती आणि त्यातल्या निम्म्या तरी रिकाम्याच धावत होत्या हेही क्रान्त्झनं हेरून ठेवलं.

त्यानंतर बिल्डिंगच्या दारातून तिनं टॅक्सीवाल्याला बाहेर आलेलं पाहिलं. पेट्रेस्कू मागोमाग येताना दिसते आहे का, याचा माग ती घेऊ लागली. पण तेवढ्यात ड्रायव्हरनं आपली सीट घेतली आणि रिकामी टॅक्सी घेऊन तो निघाला, त्यावरून ती येणार नाही हे स्पष्ट झालं. आपल्याला बराच काळ वाट पाहत थांबावं लागणार असं दिसतंय, तिच्या मनात आलं.

मारुहा स्टील कंपनी समोरच्या फुटपाथवर एका मोठ्या डिपार्टमेन्टल स्टोअर्सच्या छायेत ती उभी होती. तिनं सभोवतालच्या परिसरावरून आपली नजर फिरवली. त्या रस्त्यावर अनेक प्रकारची, खास वाटतील अशी चकचकीत दुकानं होती. त्यांचा क्रान्त्झला नेहमीच तिरस्कार वाटे. त्या चकचकीत गर्दीत तिचं लक्ष एका दुकानाकडे गेलं, ज्याबद्दल तिनं पूर्वी फक्त वाचलं होतं आणि त्यामुळे तिला त्या दुकानाला भेट द्यायची उत्सुकता होती, इच्छा होती. त्या दुकानाचं नाव 'गुस्सी' नव्हतं, 'बर्बेरी' नव्हतं किंवा 'कॅल्व्हिन क्लेन' ही नव्हतं. 'नोझाकी कटिंग टूल शॉप' असं नाव असलेलं दुकान आपल्या शेजारी असलेल्या सगळ्या आकर्षक, नवीन दुकानांच्या गर्दीत गुदमरल्यागत दिसत होतं.

एखाद्या चुंबकाकडे खेचलं जावं तशा तऱ्हेनं क्रान्त्झ त्या दुकानाकडे ओढली गेली. रस्ता ओलांडून जातानाही तिनं आपली नजर मारुहा स्टील कंपनीच्या दारावरून काढली नव्हती. न जाणो पेट्रेस्कू अचानक बाहेर आली तर! पण त्याचबरोबर तिला विश्वासही वाटत होता की पेट्रेस्कूची नाकामुरांबरोबरची भेट भरपूर वेळ घेणार आहे. त्यांनी ते चित्र विकत घ्यायचं ठरवलं तर त्यासाठी ते प्रचंड रक्कम मोजणार होते. तेव्हा अनेक तऱ्हांचे प्रश्न विचारून आणि खात्री करून घेतल्याशिवाय ते सौदा करणार नव्हते हे निश्चित होतं. त्यामुळे तिला बाहेर यायला वेळ लागणार हा तिचा होरा बरोबर ठरायला हरकत नव्हती.

रस्ता ओलांडून क्रान्त्झ त्या दुकानापाशी आली. काचेच्या शोरूममध्ये केस उपटण्याचा छोटा चिमटा, नखं काढण्याचं हत्यार, तऱ्हतऱ्हेच्या कात्र्या अशी अनेक हत्यारं, विविध प्रकारचे स्विस आर्मी चाकूंपासून लांब पात्यांचे सुरे, पंधरा इंची

पात्यांची गुप्ती अशा दुसऱ्या दर्जाच्या हत्यारांपर्यंतच नव्हे तर थेट उत्सवी समुराई तलवारीपर्यंत असलेल्या प्रथम दर्जाच्या हत्यारांचा जणू खजिनाच मांडला होता. नाताळमध्ये आधीच सजलेल्या शोरूममधील खेळण्यांकडे लहान मुलं ज्या नजरेनं पाहतात, तशाच नजरेनं पाहणारी क्रान्त्झ, ते सर्व पाहून मंत्रमुग्ध होऊन गेली. आपण चुकीच्या शतकात जन्माला आलो अशी तिची भावना झाली.

तिनं दुकानात पाऊल टाकलं त्यासरशी समोरच तिच्या नजरेला स्वयंपाकघरात वापरल्या जाणाऱ्या सुऱ्यांच्या एकावर एक अशा तीन-चार रांगा दिसल्या. सामुराईचा वंशज असलेल्या मि. ताकाईचं नाव या सुऱ्यांमुळे फार प्रसिद्ध झालेलं होतं. आपल्या एका ग्राहकाच्या सुऱ्यांना धार लावण्याचं काम करत असणारा व्यवस्थापक तिला दिसला. क्रान्त्झनं त्याला लगेच ओळखलं. 'ब्रॅडपिट'चा तिचा समकालीन असणारा तो उत्कृष्ट सुराफेक करीत असे. त्याच्याशी हस्तांदोलन करावं असा मोहही तिला झाला पण ते योग्य ठरणार नाही हे तिच्या लक्षात आलं.

मारुहा स्टील कंपनीच्या दाराकडे अधूनमधून नजर टाकत, हाताने बनविलेल्या, त्या स्वयंपाकघरात उपयुक्त असलेल्या धारदार आणि वजनानं हलक्या असलेल्या सुऱ्यांचं, ती निरीक्षण करू लागली. प्रत्येक सुरीच्या मुठीवर 'नोझाकी'चा लोगो कोरण्यात आला होता – नक्कल करता येणार नाही असा.

तिचं आवडतं हत्यार विमानातून कधीच नेता येणार नाही, हे कळल्यापासून तिनं तो विचार फार पूर्वीच सोडून दिला होता. त्यामुळे आपल्या एखाद्या खातेदाराचं खातं कायमचं बंद करण्यासाठी फेन्स्टन तिला जेव्हा केव्हा कोणत्याही देशात पाठवित असे तेव्हा स्थानिक माल खरेदी करण्याखेरीज अन्य पर्याय तिच्यासमोर नसे.

उत्कृष्ट सुरीची निवड करताना तिच्या डोक्यात, हलणाऱ्या बांबूच्या पिंजऱ्यातील घंटेचा आवाज, 'सुझुमुशी' च्या गीतासारखा गुंजत होता. बाहेर जाऊन तिनं मध्येच मारुहा स्टीलच्या दाराकडे नजर टाकली. पेट्रेस्कू येण्याचं चिन्ह दिसत नव्हतं. ती पुन्हा आपल्या सुरी निवडीकडे वळली. फळं कापण्यासाठी, भाज्यांसाठी, पावासाठी, मांसाचे तुकडे करण्यासाठी अशा वेगवेगळ्या कामांसाठी वेगवेगळ्या वजनाच्या, आकाराच्या, सुयोग्य तोल असणाऱ्या सुऱ्या, कमीत कमी चार इंच लांबीचं पातं– जास्तीत जास्त आठ.

काही मिनिटांतच तिने त्यातल्या तीन उत्कृष्ट सुऱ्या निवडल्या आणि त्यातून अखेरीस 'ग्लोबल जी ५५' चौदा सेंटिमीटर लांबीचं पातं, ज्यानं पिकलेल्या टरबुजासारखं सहजतेनं पक्ष्याचं मांसही कापता यावं, असं वैशिष्ट्य असणाऱ्या पारितोषिकप्राप्त सुरीची निवड केली.

तिनं तिथल्या काम करणाऱ्या सेवकाकडे आपली खरेदी दिली. त्यानं मान डोलावून राईस पेपरमध्ये गुंडाळून 'ती' तिच्या स्वाधीन केली. क्रान्त्झनं त्याचे पैसे

येन मध्येच दिले. डॉलर्स देऊन तिला कोणाचं लक्ष वेधून घ्यायचं नव्हतं आणि तिच्याकडे ती कधीच क्रेडिट कार्ड ठेवत नसे. हत्यारांना धार काढणाऱ्या मि. ताकाईकडे एक अखेरचा कटाक्ष टाकून ती बाहेर पडली अन् पुन्हा रस्त्यापलीकडच्या छायेत अलिप्तपणे उभी राहिली.

ती पेट्रेस्कू येण्याची पाहत असताना तिला राहवलं नाही, पर्समध्ये हात घालून खरेदी केलेल्या सुरीवरचा राईस पेपर आतल्या आत काढून पात्यावरून तिनं हळुवारपणे बोटं फिरवली. त्याचा कधी उपयोग करीन, असं तिला झालं होतं. कुणाला दिसणार नाही अशा तऱ्हेनं तिनं ते हत्यार हळूच बाहेर काढून आपल्या जीनच्या खास शिवलेल्या खिशात ठेवलं. चामडी केसमध्ये पिस्तूल बसतं तसं तिच्या खिशात ते झक्क बसलं...

-३४-

लाकडी पेटी घेऊन येणाऱ्या दरवानाला पाहून रिसेप्शनिस्टला आपलं आश्चर्य लपवता आलं नाही. आश्चर्य वाटल्यानंतर जपानी माणसाचा हात तोंडावर धरला जातो तसा तिचाही हात गेला.

ॲनानं कोणताही खुलासा केला नाही फक्त आपलं नाव मात्र सांगितलं. त्यावेळी चेअरमन ज्या अर्जदारांच्या मुलाखती घेत होती. त्यांच्या यादीतल्या डॉ. पेट्रेस्कू या नावावर स्वागतिकेनं बरोबरची खूण केली.

"मि. नाकामुरा सध्या एका उमेदवाराची मुलाखत घेताहेत.'' तिनं सांगितलं, "लवकरच मोकळे होतील.''

"ते मुलाखत कशासाठी घेताहेत?'' ॲनानं विचारलं.

"मला काही कल्पना नाही,'' तिनं उत्तर दिलं खरं; पण मुलाखत द्यायला आलेली व्यक्तीच हा प्रश्न कसा विचारते याचं तिला कोडं पडलं.

ॲना स्वागतकक्षात बसली. कोपऱ्यात ठेवलेल्या लाल लाकडी पेटीकडे पाहून एखाद्याला साठ दशलक्ष डॉलर्स देण्यासाठी प्रवृत्त करावं म्हणून ती काय काय प्रयत्न करत होती याचा विचार मनात येऊन तिला हसू आलं.

वक्तशीरपणा हे जपान्यांचं वेड आहे हे ॲनाला माहीत होतं त्यामुळे चारला बरोबर दोन मिनिटं कमी असताना, एक आकर्षक पोशाख केलेली तरुण सेक्रेटरी तिला घ्यायला तिथं आली, तेव्हा तिला आश्चर्य वाटलं नाही. तिनं वाकून अभिवादन केलं आणि आत चलण्याची विनंती केली. तिनंही कोपऱ्यातल्या पेटीकडे नजर टाकली होती; पण काही चौकशी न करता फक्त विचारलं, "चेअरमन साहेबांच्या ऑफिसमध्ये ती पेटी पण न्यायची आहे का?''

"हो प्लीज.'' ॲनानंही कसलाच खुलासा न करता सांगितलं. आत शिरल्यावर

सेक्रेटरीनं तिला एका लांबलचक कॉरिडॉरमधून नेलं. कॉरिडॉरच्या दोन्ही बाजूला ऑफिसची काही दारं होती, पण कोणत्याही दारावर नावं, हुद्दा किंवा विभागदर्शक अशी कोणतीही पाटी नव्हती. कॉरिडॉरच्या शेवटच्या दाराशी पोहोचल्यानंतर तिनं दारावर हळुवारपणे टक्टक् केलं मग उघडून जाहीर केलं ''डॉ. पेट्रेस्कू.'' आणि ॲनाला आत जायची खूण केली.

मि. नाकामुरा ॲनाचं स्वागत करण्यासाठी पुढं आले तेव्हा ॲनाचं तोंड वासलेलं होतं. सडपातळ, बुटक्या अन् काळे केस असलेल्या नाकामुरांना पाहून नाही, तर त्यांचं ऑफिस पाहून. चौरसाकृती असलेल्या ऑफिसमधली एक भिंत संपूर्ण काचेची होती. त्यातून मंत्रमुग्ध करणारं दृश्य दिसत होतं. हिरवंगार विविध फुलांनी नटलेलं उद्यान, वाहत्या पाण्याचा ओढा, त्यावरून जाणारा लाकडी पूल, त्याच्या बाजूचे विलो वृक्ष– ज्यांच्या फांद्या पुलाच्या कठड्यापर्यंत पोहोचल्या होत्या. ॲना स्तिमित झाली होती.

समोर असलेल्या मि. नाकामुरांच्या टेबलामागच्या भिंतीवर त्याच उद्यानाचं अप्रतिमपणे चितारलेलं चित्र लावलेलं होतं. ॲनानं आपलं तोंड बंद केलं आणि ती आपल्या यजमानांना– मि. नाकामुरांना सामोरी गेली. मोनेच्या चित्राचा ॲनावर झालेला परिणाम पाहून त्यांना आनंद वाटला होता आणि ते गालातल्या गालात हसत होते.

त्यांच्या पहिल्याच प्रश्नानं तिला धक्का दिला आणि ती किंचित कावरीबावरी झाली. ''डॉ. पेट्रेस्कू, मला आश्चर्य वाटतं, पण ९-११ च्या दुर्घटनेतून तुम्ही वाचलात कशा? माझ्या माहितीप्रमाणे तुमचं ऑफिस नॉर्थ टॉवरमध्ये होतं!''

''मी नशीबवान ठरले. माझे काही सहकारी....'' ॲना सांगू लागली. हात वर करून मि. नाकामुरांनी तिला मध्येच थांबवलं. ''मी तुमची क्षमा मागतो. मला भान राहिलं नाही.'' ते म्हणाले. थोडं थांबून पुढं म्हणाले. ''या खोलीतल्या तीन चित्रांचं मूळ सांगून तुमची विलक्षण फोटोसदृश स्मरणशक्ती अजूनही कायम आहे का, याची परीक्षा मला पाहायची आहे. इथूनच आपण आपल्या मुलाखतीची सुरुवात करू या का? प्लीज, मोने पासून सुरुवात करा.''

'' 'विलोज ऑफ वेथ्युल' या 'मोने'च्या चित्राचे मागचे मालक ओहियोतल्या सॅगटनचे मि. क्लार्क हे होते. मिसेस क्लार्क त्यांची तिसरी पत्नी होती. त्यांनी तिला घटस्फोट द्यायचं ठरवलं, तेव्हा जो समझोता त्या दोघांत घडून आला, त्याचं फलित म्हणून, क्लार्कना, आपल्या संग्रहातलं मोनेचं तिसरं चित्र विकावं लागलं. ख्रिस्टीज्तर्फे विकण्यात आलेल्या या चित्राला त्यावेळी सव्वीस दशलक्ष डॉलर्सची किंमत मिळाली होती. पण ते तुम्ही विकत घेतलं होतं, याची मला कल्पना नव्हती.''

मि. नाकामुरांच्या चेहऱ्यावर पसरलेल्या हास्यानं 'तो'च आनंद व्यक्त केला.

ॲना मागं वळली. नाकामुरांच्या डोळ्यांसमोर असलेल्या भिंतीवरील चित्राबद्दल सांगण्यापूर्वी ती थोडं थांबली. "हे चित्र आहे तरी कुठे याचा बराच काळ मी विचार करत होते. त्याचं उत्तर आज मला मिळालं. ते अर्थातच रेन्वाचं आहे. 'डुप्रेझ ॲन्ड हर चिल्ड्रन' हे शीर्षक असलेलं चित्र 'द रिडींग लेसन' ह्या नावानंही ओळखलं जातं. हे पॅरिसमध्ये रॉजर डुप्रेझकडून विकलं गेलं, जे त्याच्या आजोबांनी खुद्द चित्रकाराकडून १८६८ ला घेतलेलं होतं.हे ऑईल पेन्टिंग तुम्ही रॉजरकडून कितीला विकत घेतलं याची मला कल्पना नाही." त्यानंतर ती तिसऱ्या चित्राकडे वळली, जे तिच्या बाजूच्या भिंतीवर लावलं होतं. "हे ओळखणं सोपं आहे," ती हसून म्हणाली, "हे मोनेच्या शेवटच्या प्रदर्शनातलं चित्र आहे. बहुधा १८७१ मधलं. शीर्षक 'डिनर ॲट द कॅफे गरबोई' उजव्या कोपऱ्यात बसलेली स्त्री, चित्रकारांकडे पाहत असल्याचं तुमच्या लक्षात आलंच असेल, ती त्याची बायको आहे."

"बरं, या चित्राचा मूळ मालक?"

"लेडी शार्लोट चर्चिल. आपल्या नवऱ्याच्या मृत्यूनंतर असलेली देणी देण्यासाठी तिला ते विकावं लागलं." ॲनानं सांगितलं.

नाकामुरा उठले आणि त्यांनी ॲनाला वाकून अभिवादन केलं. "हे पद तुमचंच आहे डॉ. पेट्रेस्कू,"

"पद? कोणत पद नाकामुरा सान?" ॲनानं गोंधळून विचारलं.

"म्हणजे माझ्या आर्ट फाउंडेशनच्या सी.ई.ओ. पदासाठी तुम्ही इथं आलेला नाहीत?"

"नाही," ॲना म्हणाली. मि. नाकामुरा सध्या दुसऱ्या उमेदवाराची मुलाखत घेताहेत ह्या रिसेप्शनिस्टच्या उद्‌गारांचा उलगडा तिला आता झाला होता. "नाकामुरा सान, आपण माझा फार बहुमान केलात. मला लाजवलंत. याबद्दल मी तुमची आभारी आहे; पण मी यासाठी आले नव्हते, मी सर्वस्वी दुसऱ्या कारणास्तव आले होते."

नाकामुरांनी मान डोलावली पण त्यांची निराशा लपली नव्हती. त्यानंतर त्यांची नजर बाजूला ठेवलेल्या पेटीवर पडली.

"ही एक छोटीशी भेट, माझ्याकडून." हसत ॲना म्हणाली.

"तसं असेल तर तुम्ही मला क्षमा करायला हवी. यासाठी की तुमच्यासमोर पेटी उघडून मी ती भेट पाहू शकत नाही. तो तुमचा अपमान ठरेल." नाकामुरा म्हणाले. ॲनानं मान डोलावली. जपान्यांची ही रीत तिला माहीत होती.

"कृपया बसा डॉ. पेट्रेस्कू," नाकामुरांनी तिला पहिल्यांदाच 'बसा' असं म्हटलं. ॲना हसली.

"आणि आता मला सांगा, मला भेटण्याचा तुमचा खरा उद्देश काय?" त्यांच्या खुर्चीत बसल्यावर टेबलावर दोन्ही हात ठेवून वाकून तिच्याकडे रोखून पाहत त्यांनी

प्रश्न केला.

"माझ्याकडे एक चित्र आहे आणि माझी कल्पना आहे की त्याचा मोह तुम्हाला आवरता येणार नाही."

"देगाच्या पेस्टल्ससारखं?" नाकामुरांनी विचारलं. त्यांनाही आता गंमत वाटू लागली होती.

"अर्थातच!" ती पटकन म्हणाली. आपण जादा उत्साह तर दाखवत नाही ना? तिला वाटलं.

"कोणता चित्रकार?"

"व्हॅन्‌गॉग."

नाकामुरांच्या चेहऱ्यावर हास्य विलसलं, पण त्यावरून त्यांना त्या चित्रात रस आहे की नाही याचा अंदाज बांधता येत नव्हता.

"कोणतं? शीर्षक काय?"

"सेल्फ पोर्ट्रेट वुईथ बॅण्डेज्ड इअर."

"मला आठवतं त्याप्रमाणे चित्रकाराच्या मागच्या भिंतीवर प्रसिद्ध जपानी प्रिन्टचं चित्र चितारलं आहे." नाकामुरा म्हणाले.

"निसर्गाच्या पार्श्वभूमीवर गैशा असलेलं," ॲना म्हणाली, "जपानी संस्कृतीबद्दल व्हॅन्‌गॉगचं प्रेम ज्यातून दिसतं."

"आता माझी पाळी आहे सांगण्याची. तुम्ही विचारा." नाकामुरा म्हणाले. तशी ॲना चकित झाली."

"मला वाटतं हे वेण्टवर्थ सेल्फ पोर्ट्रेट असावं जे पाचव्या मारक्विसनं– उमरावानं विकत घेतलं."

"पाचव्या इंग्लिश सरदारानं– अर्लनं." ॲनानं दुरुस्ती केली.

"अर्ल, ओह्! मला हे इंग्लिश किताब कधी कळणार? अर्ल हे मला नेहमी अमेरिकनांचं पहिलं नाव वाटतं."

"मूळ मालक?" आता ॲना त्यांची परीक्षा घेत होती.

"डॉ. गॅचे, व्हॅन्‌गॉगचा मित्र आणि चाहता."

"तारीख?"

"१८८९." नाकामुरांनी उत्तर दिलं, "जेव्हा व्हॅन्‌गॉग पॉल गोगँबरोबर आर्लिसला त्याच्या स्टुडिओत काम करत होता."

"डॉ. गॅचेंनी त्यासाठी किती पैसे दिले?" ॲनालाही आता गंमत वाटू लागली होती. जगातल्या फारच थोड्या व्यक्तींनी नाकामुरांना अशा प्रकारे चिडवण्याची हिंमत केली असती.

"व्हॅन्‌गॉगनं आपल्या आयुष्यात एकच पेन्टिंग विकलं असं म्हटलं जातं. 'द

रेड वाईनयार्ड'. पण डॉ. गॅचे केवळ त्याचा जवळचा मित्रच नव्हता तर त्याचा चाहताही होता. व्हॅन्‌गॉगचं हित पाहणारा होता. चित्र मिळाल्यानंतर त्यानंच हे पत्रात कबूल केलं आणि सोबत सहाशे फ्रँक्सचा चेक पाठवला.''

''सहाशे नाही, आठशेचा.'' ॲनानं मध्येच सांगितलं अन् ब्रीफकेस उघडून त्यातून पत्राची प्रत पुढे केली. ''माझ्या ग्राहकाकडे याची मूळ प्रत आहे.''

नाकामुरांनी फ्रेंचमधलं ते पत्र वाचलं. त्यासाठी त्यांना भाषांतरकाराची गरज लागली नाही. त्यांनी वर पाहिलं आणि हसून तिला विचारलं, ''किती किमतीचा आकडा तुमच्या मनात आहे?''

''साठ दशलक्ष डॉलर्स.'' ॲनानं जराही न बिचकता उत्तर दिलं.

काही काळ त्यांच्या गोंधळलेल्या चेहऱ्यावरचे भाव तिला अनाकलनीय वाटले. ते काही बोलले नाहीत. ''एवढ्या गाजलेल्या अप्रतिम कलाकृतीची ही किंमत कमी नाही वाटत?'' सरतेशेवटी बोलताना त्यांनी शंका काढली, ''त्याचं काही तरी कारण असणार, काही तरी अटी असणार.''

''खरेदीची जाहीर वाच्यता व्हायला नकोय.'' ॲनानं उत्तर दिलं.

''पण ती तर माझी पद्धतच आहे आणि हे तुम्हालाही माहीत आहे.'' नाकामुरा म्हणाले.

''कमीत कमी दहा वर्षं तरी ते चित्र विकायचं नाहीय.''

''मी चित्र विकत घेतो, विकत नाही. विकतो ते पोलाद.'' नाकामुरांनी अभिमानानं सांगितलं.

''दरम्यानच्या काळात ते चित्र कोणत्याही सार्वजनिक कलादालनातून प्रदर्शित करायचं नाहीय.''

''डॉ. पेट्रेस्कू, तुम्ही कोणाचा बचाव करताहात?'' कल्पना नसलेला प्रश्न नाकामुरांनी केला होता. ''ब्रायस फेन्स्टन की व्हिक्टोरिया वेण्टवर्थ?''

ॲनानं उत्तर दिलं नाही. सद्‌बीजच्या चेअरमनने तिला एकदा इशारा दिला होता. या माणसाला तुम्ही कमी लेखाल तर तुम्ही संकटात पडाल हे लक्षात ठेवा.

''हा प्रश्न विचारण्यापूर्वी त्याच्याशी माझा संबंध नाही हे माझ्या लक्षात आलं नाही डॉ. पेट्रेस्कू,'' नाकामुरा पुढं थांबून म्हणाले, ''त्याबद्दल मी दिलगिरी व्यक्त करतो. असो. तुमच्या प्रस्तावावर विचार करण्यासाठी तुम्ही मला एक रात्र तरी द्याल अशी मी अपेक्षा करतो.'' असं म्हणून नाकामुरांनी वाकून अभिवादन केलं. भेटीची वेळ संपली हे ॲनाला कळलं.

''डॉ. पेट्रेस्कू ते सान तेवढं गाळा. तुमच्या क्षेत्रात मी तुमची बरोबरी करू शकत नाही.''

'तुम्हीही मला ॲना नावानंच हाक मारा. तुमच्या क्षेत्रात तर मला काहीच माहीत

नाही,' असं उत्तर द्यावं असं ॲनाच्या मनात आलं पण तिची हिंमत झाली नाही.

नाकामुरा तिला दारापर्यंत सोडण्यास पुढे आले तेव्हा त्यांनी त्या पेटीकडे पुन्हा एक नजर टाकली आणि म्हणाले, "त्या पेटीत माझ्यासाठी काय भेट आहे ते मी पाहीन. मला विचार करायला रात्रीचा वेळ मिळेल आणि तुमच्या प्रस्तावावर मला तुम्हाला उद्या सांगता येईल. तेव्हा आपण उद्या भेटू. ठीक आहे?"

"थँक्यू, मि. नाकामुरा." ॲना म्हणाली.

"उद्या साधारण सकाळी १० वाजता. चालेल? मी माझ्या ड्रायव्हरला घेण्यासाठी ९.४० ला पाठवतो."

निरोपाचं अभिवादन करून ॲना निघाली. नाकामुरा आपल्या ऑफिसच्या दाराशी पोहोचले. 'पेट्रेस्कूनं आर्ट डायरेक्टर पदासाठी अर्ज करायला हवा होता' दार उघडताना ते पुटपुटले.

◆◆◆

क्रान्त्झ अजूनही बिल्डिंगसमोर सावलीत उभी होती. पेट्रेस्कू बिल्डिंमधून बाहेर पडली. मीटिंग चांगली झाली असली पाहिजे. कारण एकतर ती लाकडी पेटीशिवाय बाहेर आली होती आणि तिला नेण्यासाठी लिमोझीनचा ड्रायव्हर दार उघडून तिची वाट पाहत होता. आता क्रान्त्झपुढे दोन पर्याय होते. पेट्रेस्कू आता हॉटेलमध्ये पोहोचल्यानंतर रात्रभर तिथेच राहणार हे स्पष्ट होतं तर पेन्टिंग अजूनही बिल्डिंगमध्येच होतं. क्रान्त्झनं आपला पर्याय निवडला.

◆◆◆

ॲना आरामदायी लिमोझीनच्या सीटवर रेलून बसली. काही दिवसांच्या सततच्या ताणानंतर तिला पहिल्यांदा ताणरहित वाटलं. नाकामुरांनी अगदी साठ दशलक्ष डॉलर्सच्या प्रस्तावाला मान्यताा दिली नाही, तरी ते जवळपासची पटणारी किंमत नक्कीच देतील, असा विश्वास तिला वाटला. तसं नसतं तर तिच्या दिमतीला ही गाडी कशाला दिली असती आणि उद्या तरी कशाला बोलावलं असतं?

सीयो हॉटेलला पोहोचताच ती सरळ रिसेप्शनला गेली आणि आपल्या खोलीची किल्ली घेऊन लिफ्टकडे निघाली. लिफ्टसाठी डावीकडे वळण्याऐवजी ती उजवीकडे वळली असती, तर ती निराश झालेल्या अमेरिकनासमोरून गेली असती.

ती लिफ्टमध्ये आत शिरेपर्यंत जॅकची तिच्यावरची नजर ढळली नव्हती. ती एकटीच होती. तिच्या जवळ लाकडी पेटी नव्हती आणि जवळपास कुठे खलाशी टाईप केसवालीचं चिन्ह नव्हतं. तिनं पेन्टिंग नेण्यापेक्षा, पेन्टिंग सोबतच राहण्याचा निर्णय घेतला असावा. पेट्रेस्कू आपलं सामान घेऊन आता लगेच एअरपोर्टकडे निघाली, तर काय करायचं याचा निर्णय जॅकला करायचा होता. यावेळेस त्यानं

सामान उघडून ठेवलेलं नव्हतं; नशीब म्हणायचं.

◆◆◆

जसजसा सूर्य चढत होता तसतशा छाया बदलत होत्या आणि क्रान्त्झची सावलीत उभी राहण्याची जागाही बदलत गेली. जवळजवळ एक तास ती अशी छाया बदलत बदलत उभी होती. एवढ्यात तिला चेअरमनची रिकामी लिमोझीन, मारुहा स्टीलसमोर उभी करून, ड्रायव्हर उतरताना दिसला. काही मिनिटांनंतर बिल्डिंगचं प्रवेशद्वार उघडून नाकामुरांची सेक्रेटरी बाहेर पडताना दिसली. तिच्या पाठोपाठ हातात एक लाल पेटी घेऊन येणारा, कंपनीचा लाल गणवेश घातलेला सेवकही दिसला. ड्रायव्हरनं डिकी उघडली. त्यात सेवकानं ती पेटी काळजीपूर्वक ठेवली. डिकी बंद करून ड्रायव्हर आपल्या सीटवर बसला. सेक्रेटरी त्याला चेअरमन साहेबांच्या सूचना सांगत असावी, कारण त्या ऐकताना ड्रायव्हर मधून मधून मान डोलावित होता. क्रान्त्झ लक्षपूर्वक पाहत होती. चेअरमन साहेबांना इंग्लंड, अमेरिका येथे काही महत्त्वाचे फोन करायचे होते त्यामुळे कंपनीच्या फ्लॅटमध्येच ते आज राहणार होते. त्यांनी पेटीतलं चित्र पाह्यलं होतं आणि त्यांना ते उपनगरातल्या आपल्या घरी पाठवायचं होतं. हे सर्व क्रान्त्झला समजणं शक्य नव्हतं; पण ड्रायव्हर चित्र घेऊन एकटाच निघाला होता, हे तिच्या लक्षात आलं.

क्रान्त्झला ही एकच संधी होती... आणि तीही वळणावरचा सिग्नल लाल मिळाला तर. तिच्या सुदैवाने त्या रस्त्यावर एकदिशा वाहतूक होती. वळणावरचा सिग्नल पंचेचाळीस सेकंदांचा होता. तो हिरवा असताना साधारण बारा, तेरा गाड्या सिग्नल पार करताना तिनं पाहिल्या होत्या. ती सावलीतून बाहेर पडली आणि कोणाला कळणार नाही अशा दबक्या पावलांनी, एखाद्या मांजरीगत, बाजूच्या फुटपाथकडे गेली. तिला मिळालेल्या आठ जीवदानात, नवव्याची भर पडते का, हे ठरवणारं साहस ती थोड्यावेळानं करणार होती.

चेअरमन साहेबांची लिमोझीन निघाली आणि पूर्व संध्येला रस्त्यावर असणाऱ्या रहदारीत सामील झाली. सिग्नल हिरवा होता पण ड्रायव्हरच्या पुढे आणखी पंधरा गाड्या होत्या. लाल सिग्नल झाल्यानंतर, ती लिमोझीन साधारण कुठे थांबेल, याचा तिनं अंदाज घेतला. लाल सिग्नल मिळण्यापूर्वी, फक्त तीन-चार सेकंद आधी तिला त्या लिमोझीनजवळ पोहोचायला हवं होतं. सिग्नल हिरवा कधी होतो, याकडे सर्वांचं लक्ष लागलं असणार, त्यामुळे आपल्याकडे कोणाचं लक्ष जाणार नाही, हे तिनं गृहीत धरलं होतं. ती लिमोझीन जवळ आली. थोडं खाली वाकून, ती झटकन उजव्या खांद्यावर पडली आणि क्षणार्धात लोळत लिमोझीनखाली घुसली. आपल्या दोन्ही हातांनी तिनं बाजूच्या फ्रेमना घट्ट धरलं. आपले पाय वर उचलून घेतले अन् तेवढ्यात हिरवा सिग्नल मिळाल्यामुळे लिमोझीन सुरू झाली. अवघ्या तीन-चार

सेकंदात तिनं केलेली ही हालचाल कोणाच्या लक्षातही आली नाही. तिचं गृहीत बरोबर होतं.

बंडखोरांपासून पळ काढताना, एका दोन टनी ट्रकखाली, ती एकदा अशीच चिकटली होती, लिम्पेट बॉम्बसारखी. रोमेनियाच्या डोंगराळ भागातून तो ट्रक चालला होता आणि बरोबर एक्कावन मिनिटं तिनं तो खडतर प्रवास केला होता. सूर्य मावळल्यानंतर तिनं जमिनीला पाठ लावली तेव्हा तिची सर्व शक्ती संपली होती. तरी त्यानंतर सुरक्षित ठिकाणी पोहोचण्यासाठी ती चौदा मैल जॉगिंग करत गेली होती.

शहरी भागातून जाताना लिमोझीनचा वेग कमी अधिक होत होता. साधारण वीस एक मिनिटांच्या प्रवासानंतर हायवे सोडून ती डोंगराळ भागाच्या चढणीला लागली. काही मिनिटांनंतर आणखी एक वळण घेऊन ती एका छोट्या रस्त्याला लागली, जिथं रहदारी अशी नव्हतीच. क्रान्त्झला, हात सोडून जमिनीवर पडावं असं वाटत होतं. पण गाडीला चिकटून राहताना प्रत्येक मिनिट महत्त्वाचं आहे, तेच तिच्या फायद्याचं ठरेल, हे ती स्वत:ला वारंवार बजावत होती. एका चौरस्त्याला लिमोझीन थांबली. नंतर एकाएकी डावीकडे वळली. मग मात्र रुंद पण खडकाळ रस्त्यावरून जात राहिली. पुढल्या चौरस्त्याला ती पुन्हा थांबली, त्यावेळी बाजूनं एक लॉरी गेल्याचा आवाज क्रान्त्झनं ऐकला.

तिनं आपला उजवा हात सोडला जो जवळजवळ बधीर झाला होता. आपल्या जीनच्या खास जागेतून तिनं ती सुरी काढली अन् वळून उजव्या हाताकडील मागच्या चालकाच्या टायरमध्ये ती खुपसू लागली. एकदा... दोनदा... तीनदा. फुस्सं असा आवाज झाला. ती टायर पंक्चर करू शकली होती. आता तिला गाडी सोडायला हरकत नव्हती. हात सोडून ती पाठीवर जमिनीवर पडली. तेवढ्यात गाडी सुरू होऊन पुढे गेली. एक मिनिटभर ती हलली नाही. इंजिनाचा आवाज बंद पडताच ती लोळतच रस्त्याच्या कडेला आली. लिमोझीन चढण चढत होती. ती दिसेनाशी होताच क्रान्झ उठून उभी राहिली.

उठल्याबरोबर, हात पाय ताणून तिने काही व्यायाम प्रकार केले. तिला आता काही घाई नव्हती. आपली शक्ती जागेवर आली आहे याची खात्री करून घेतल्यावर, ती जॉग करत टेकडीची चढण चढू लागली. तिच्यापासून थोड्या दूर अंतरावर तिला एक भव्य प्रासाद दिसला, ज्यामुळे त्या आसंमताला एक चैतन्य प्राप्त झालं होतं. ते नाकामुरांचं निवासस्थान होतं ह्याची तिला खात्री पटली.

क्रान्त्झ जेव्हा आणखी थोडं वर चढली तसा तिला गुडघ्यावर आपल्या गाडीजवळ वाकून, सपाट झालेलं टायर पाहणारा ड्रायव्हर दिसला. तिनं आजूबाजूला पाहिलं, कोणीही दिसत नव्हतं. नाकामुरांच्या निवास्थानाकडे जाणारा तो बहुधा खाजगी रस्ता होता. ती जशी दिसली तसं ड्रायव्हरनं मान उचलून पाहिलं आणि तो

हसला. क्रान्त्झनं हसून त्याला प्रत्युत्तर दिलं आणि जॉग करतच त्याच्याजवळ पोहोचली. त्यानं काही बोलण्यासाठी तोंड उघडलं तोच त्याच्या गळ्यावर तिच्या लाथेचा तडाखा बसून ते मिटलं गेलं. त्या पाठोपाठ त्वरेनं तिनं दुसरा तडाखा त्याच्या दोन मांड्यांमध्ये मारला. त्यासरशी तो जमिनीवर कोसळला. एखाद्या कळसूत्री बाहुलीच्या दोऱ्या काढून घेतल्यासारखा. एका क्षणापुरता तिच्या मनात विचार आला, याचा गळा चिरावा का? पण तिनं तो बाजूला सारला. काय गरज आहे? आता पेन्टिंग तिच्या हाती आलंच होतं, त्यामुळे आज रात्री तिला एक गळा कापण्याचा आनंद मिळणारच होता. शिवाय त्याचा गळा कापला तरी तिला त्याबद्दल पैसे मिळणारच नव्हते.

तिनं पुन्हा एकदा आजूबाजूला नजर टाकली. सर्व शांत होतं. ती लिमोझीनच्या पुढच्या भागाकडे आली. तिनं इग्निशन की काढली. डिकीचं झाकण उघडलं. तिला ती लाकडी पेटी दिसली अन् त्याच बरोबर तिच्या डोळ्यांसमोर पाच दशलक्ष डॉलर्स पण तरळले. ती हसणार होती. पण नाही, आधी खात्री करून घेतली पाहिजे.

गाडीच्या टूलकिट मधून तिनं मोठा स्क्रूड्रायव्हर काढला. पेटीच्या उजव्या हाताच्या कोपऱ्यावर पडलेल्या भेगेत स्क्रूड्रायव्हर घुसवून, तिनं सर्व ताकदीनिशी वरची फळी उचकटली. दोन-तीन ठिकाणी उचकटल्यानंतर संपूर्ण लाकडी झाकण बाजूला झालं. आत तिचं बक्षीस एका बबल प्लास्टिमध्ये गुंडाळलेलं तिला दिसलं. तिनं हातानंच ते टराटरा फाडलं. शेवटचा तुकडा तिनं काढला. तिच्या समोर ते चित्र आता उघडं झालं होतं.... दानुता सेकाल्सकाचं बक्षिसपात्र चित्र – फ्रीडम.

◆◆◆

जॅक आणखी एक तास थांबला.एक डोळा लिफ्टकडे पेट्रेस्कूसाठी अन् दुसरा डोळा दाराकडे खलाशीटाईप केस कापलेल्या बाईसाठी लावून. पण कोणीही आलं नाही. त्यानंतर आणखी एक तास गेला तरीही कसलंही चिन्ह नाही. आता ॲना रात्री इथंच राहणार अशी त्याची खात्री पटली. तो सावकाशपणे रिसेप्शनकडे गेला आणि त्यानं एखादी खोली रिकामी आहे का, याची चौकशी केली.

"आपलं नाव सर" तिथल्या क्लार्कनं विचारलं.

"फिट्झगेराल्ड,"जॅकनं सांगितलं.

"आपला पासपोर्ट द्याल का प्लीज?"

"हा घ्या." त्यानं आपल्या आतल्या खिशातून पासपोर्ट काढून समोर ठेवला.

"आपण इथं किती रात्री राहणार आहात, मि. फिट्झगेराल्ड?"

जॅकला त्या प्रश्नाचं निश्चित उत्तर द्यायला आवडलं असतं...

❖

९/११

-३५-

दुसऱ्या दिवशी सकाळी ॲना उठली तशी सर्वांत प्रथम तिनं एक काम केलं, ते म्हणजे वेण्टवर्थ हॉलला फोन लावणं.

तिनं ॲराबेलाला सर्व वृत्तांत उत्साहानं सांगितला. ऐकल्यानंतर ती म्हणाली. "पण सर्व गळ्याशी आलंय."

"म्हणजे काय? माझ्या काही लक्षात येत नाहीय." ॲनानं विचारलं.

"फेन्स्टननं वेण्टवर्थ इस्टेटीविरुद्ध दिवाळखोरीच्या आदेशाची नोटीस बजावली आहे. चौदा दिवसांच्या आत संपूर्ण कर्जफेड करा, अन्यथा इस्टेट विक्रीसाठी बाजारात आणली जाईल." ॲराबेलानं सांगितलं, "नाकामुरांना हे कळणार नाही अशी आशा करूया. त्यांना कळलं तर आपल्याला अधिक रकमेचा आग्रह धरता येणार नाही. सौदा फिसकटूही शकतो."

"मी त्यांना आज सकाळी १० वाजता भेटणार आहे." ॲना म्हणाली, "त्यांचा निर्णय मला कळला तर मी लगेच कळवीन, पण तिथं मध्यरात्र झाली असेल."

"त्याची काळजी तू करू नको," ॲराबेला म्हणाली, "मी जागी राहीन."

ॲनानं फोन खाली ठेवला आणि नाकामुरांशी होणाऱ्या भेटीत कसे डावपेच टाकायचे, याचा विचार ती करू लागली. खरं सांगायचं तर, गेल्या बारा तासांत तिला आणखी काही सुचलं होतं.

फेन्स्टन फायनान्सचं कर्ज इतर देणेकऱ्यांची देणी देऊन आणि आवश्यक तो कर दिल्यानंतर थोडी शिल्लक राहावी आणि इस्टेट वाचावी, एवढाच ॲराबेलाचा उद्देश होता. त्या सर्व गोष्टींचा हिशोब केला, तर पन्नास दशलक्षाच्या आत सर्व सहज भागलं असतं आणि शिल्लक पण पुरेशी राहिली असती.

त्यामुळे, त्या रकमेवर तडजोड करायची, असं ॲनानं ठरवलं होतं. ॲराबेलाला

या सौद्यामुळे आनंदच वाटला असता हे तिला माहीत होतं. एकदा ठरलेला सौदा पार पडला की ती सरळ न्यूयॉर्कला परतणार होती. 'बेपत्ता' ह्या तिच्या नावाला लागलेल्या विशेषणाला तिला पूर्णविराम द्यायचा होता. सेंट्रल पार्कच्या आपल्या शेजाऱ्यांना, आपला परिचय नव्यानं करून द्यायचा होता. ज्या पदासाठी तिनं मुलाखत दिली नव्हती, त्या पदाबद्दल ती आणखी माहिती नाकामुरांना विचारू शकत होती.

ॲनानं बाथरूममध्ये आज बराच वेळ काढला. गरम पाणी कोमट झालं, तरी ती नाकामुरांशी होणाऱ्या भेटीचाच विचार करत होती. नाकामुरा जेव्हा तिची भेट उघडून पाहतील, तेव्हा त्यांना काय वाटेल या विचारानं ती हसली. खऱ्या कलासंग्राहकाला, एखाद्या अशा नवोदित चित्रकाराचं चित्र मिळालं, की ज्याच्यामध्ये मोठा चित्रकार होण्याची क्षमता दिसते आहे, तर त्याला ते मिळाल्याचा तितकाच आनंद होतो, जितका एखाद्या प्रथितयश चित्रकाराचं चित्र मिळाल्यावर होतो. नाकामुरांना, त्या चित्रातील चित्रकाराची जाण आणि ठसठशीतपणे ब्रश वापरण्याची पद्धत पाहताक्षणीच कळेल. आपल्या खाजगी संग्रहात ते चित्र लावतील, तर त्या चित्रानं अंतिम कसोटी जिंकली असं म्हणावं लागेल.

दुसऱ्या भेटीच्या वेळी कसा पोशाख करावा याचा तिनं खूप विचार केला. अखेर बेज रंगाचा लिनन ड्रेस, बेताची हेमलाईन असलेला, त्यावर विटकरी रंगाचा पट्टा आणि एक साधी सोन्याची चेन यांची तिनं निवड केली. असा पोशाख अमेरिकेत गांभीर्यपूर्ण वाटला असता तर इथे टोकियोत तो किंचित उद्धटपणाचा वाटण्याचीही शक्यता होती. कालचा पोशाख खेळीची सुरुवात होती, तर आज समाप्ती होती.

तिनं आपली बॅग सकाळपासून तिसऱ्यांदा उघडली. डॉ. गॅचेच्या व्हॅन्‌गॉगला पाठविलेल्या पत्राच्या नकलेसोबत असलेलं करारपत्र तिनं तिसऱ्यांदा वाचलं. मान्यतपात्र विक्रेत्याच्या कराराचा नमुना ठरलेलाच असतो. तसाच तो एक पानी करार होता. नाकामुरा देऊ करत असलेली किंमत तिनं मान्य केली, तर ती नाकामुरांना दहा टक्के रक्कम आगाऊ मागणार होती, सौद्याच्या सद्भावनेपोटी. मूळ चित्र तपासल्यानंतर, त्यांचं समाधान झालं नाही, तर ती रक्कम त्यांना परत करण्यास तिची अर्थातच मान्यता होती. पण एकदा का त्यांनी मूळ चित्र पाहिलं....

ॲनानं घड्याळाकडे पाहिलं. भेट दहा वाजताची होती. पण ते ९.४० ला लिमोझीन पाठवणार होते. तिनं लॉबीत आधीच जाऊन थांबायचं ठरवलं. जपानी लोकांना धीर नसतो.

ॲना लिफ्टनं खाली लॉबीत उतरली अन् थेट रिसेप्शनिस्टकडे गेली. ''मी आज संध्याकाळनंतर हॉटेल सोडणार आहे. कृपया माझं बिल तयार करून ठेवा.''

ती म्हणाली.

"ठीक आहे डॉ. पेट्रेस्कू, आपण मिनी बार मधून काही घेतलं होतं का?" त्यानं विचारलं.

क्षणभर विचार करून ॲना म्हणाली, "इव्हियनच्या दोन पाण्याच्या बाटल्या."

"थँक्यू." रिसेप्शनिस्ट म्हणाली आणि कॉम्प्युटरच्या की बोर्डावर तिचा हात चालायला लागला. तेवढ्यात हॉटेलचा सेवक धावतच तिच्याकडे आला. "आपल्याला घ्यायला शोफर आला आहे." ॲना दाराकडे गेली. जॅक टॅक्सीत बसलाच होता. आज तो तिला सोडणार नव्हता. खलाशीटाईप केसवाली तिची वाट पाहत असणारच. कदाचित ती कुठे जाणार हे तिला माहीतही असेल.

◆◆◆

क्रान्त्झनंपण ती रात्र टोकियोच्या एका मध्यवर्ती भागात काढली होती. पण पेट्रेस्कूप्रमाणे हॉटेलमध्ये नाही, तर क्रेनमध्ये. जमिनीपासून दीडशे फूट उंचीवर. तिथं तिला कोणी पाहायला येण्याची शक्यता नव्हती. इंपीरियल पॅलेसवर टोकियोच्या सूर्याची किरणं पडलेली तिनं पाहिली. ती उठली अन् तिनं घड्याळात पाहिलं. ५.५६. खाली उतरण्याची योग्य वेळ. त्यावेळी कोणी तिला पाहणं शक्य नव्हतं.

खाली उतरल्यावर, ती सकाळी सकाळी अंडरग्राउंडने प्रवास करणाऱ्या प्रवाशांत मिसळली. एका सार्वजनिक स्वच्छतागृहात शिरून ती ताजीतवानी झाली आणि आपल्या कामगिरीवर निघाली.

तिथून फक्त सात स्टॉप चालायचं होतं. ती गिन्झा भागातल्या सीयो हॉटेलात शिरली. लाउंजमधल्या कोपऱ्यातली जागा तिनं धरली. तिथून तिला दोन्ही लिफ्ट दिसत होत्या. तिला मात्र थोड्या जागरूक असणाऱ्या वेटर्सपैकी, एखाद दुसरा पाहू शकला असता. तिला बराच वेळ प्रतीक्षा करावी लागली; पण अशा सहनशीलतेचा, चिकाटीचाही सराव होणं, हे एक प्रकारचं कौशल्य प्राप्त करणंच होतं.

◆◆◆

शोफरनं गाडीचं मागचं दार बंद केलं. पण हा शोफर कालचा नव्हता, नवीन होता. ॲना एकदा पाहिलेला चेहरा कधी विसरत नसे. काहीही न बोलता त्यानं गाडी सुरू केली.

शोफरनं गाडी थांबवून मागचा दरवाजा उघडला तशी लॉबीत तिची वाट पाहत असलेली नाकामुरांची सेक्रेटरी तिला दिसली. 'साठ दशलक्ष डॉलर्स.' पायऱ्या चढता चढता ॲना स्वत:शीच पुटपुटली. 'याहून एक सेंटही मी कमी करणार नाही.'

काचेचा दरवाजा सरकला आणि सेक्रेटरीनं वाकून तिचं स्वागत केलं. "गुडमॉर्निंग

डॉ. पेट्रेस्कू, नाकामुरा सान आपल्या भेटीसाठी उत्सुक आहेत.'' ॲनानं स्मित हास्य केलं. सेक्रेटरीपाठोपाठ ती त्याच लांबलचक कॉरिडॉरमधून चालू लागली. चेअरमनच्या खोलीच्या दारावर हलकीच थाप मारून सेक्रेटरीनं दार उघडलं अन् नावाचा पुकारा केला. ''डॉ. पेट्रेस्कू.''

आत शिरताक्षणीच पुन्हा एकदा ॲनाला कालचाच अनुभव आला, मात्र यावेळेस तिनं तोंड आश्चर्यानं उघडलं नव्हतं. नाकामुरा खुर्चीतून उठले. त्यांनी वाकून स्वागत केलं. ॲनानंही वाकून प्रतिसाद दिला. त्यांनी तिला खुर्चीवर बसण्याची खूण केली अन् तेही बसले. त्यांच्या चेहऱ्यावर कालच्याप्रमाणे हास्य नव्हतं, तो गंभीर होता. 'सौदा स्वस्तात पदरात पाडून घेण्यासाठी घेतलेला हा एक मुखवटा दिसतो.' तिच्या मनात आलं.

''डॉ. पेट्रेस्कू,'' आपल्या टेबलवरची एक फाईल उघडून नाकामुरांनी सुरुवात केली, ''मला वाटतं, कालच्या आपल्या भेटीत तुम्ही मला पुरेसं सांगितलेलं नव्हतं.'' ते फाईलमधले कागद पाहत होते. ॲनाच्या घशाला कोरड पडली. त्यांनी चष्मा काढला आणि ॲनाकडे सरळ नजर रोखली. ॲनानं डोळ्याची पापणीही लवू नये याचा आटोकाट प्रयत्न केला.

''उदाहरणार्थ, तुम्ही मला हे सांगितलं नाहीत, की तुम्ही आता फेन्स्टन फायनान्स बरोबर काम करत नाही आणि अविश्वसनीय अधिकारी म्हणून बँकेनं तुम्हाला काढून टाकलंय.'' ते थोडा वेळ थांबून तिचं निरीक्षण करत होते.

ॲना नियमित श्वास घेण्याचा प्रयत्न करत होती. ''व्हिक्टोरिया वेण्टवर्थचा खून झाला ही दुर्दैवी बातमीही तुम्ही मला दिली नाहीत आणि त्या वेळेस त्यांना फेन्स्टन बँकेचं तीस दस लक्ष डॉलर्सचं कर्ज होतं हेही तुम्ही लपवून ठेवलंत.'' नाकामुरांनी परत आपला चष्मा चढवला. ''तुमचा मृत्यू झाला आहे, अशा भ्रमात न्यूयॉर्कचे पोलीस असून, तुमचं नाव अजूनही बेपत्ता यादीत आहे, ह्या छोट्याशा गोष्टीचा उल्लेखही तुम्ही केला नाहीत. सर्वांत महत्त्वाची, अत्यंत गंभीर आणि वाईट बाब म्हणजे, तुम्ही मला जे चित्र विकण्याचा प्रयत्न करताहात, ते पोलिसांच्या भाषेत सांगायचं, तर चोरलेलं आहे. आता मला सांगा मी सांगतो आहे ते सर्व खरं आहे की नाही?'' फाईल बंद करत नाकामुरा म्हणाले. त्यांनी आपला चष्मा पुन्हा काढला. तिच्याकडे रोखून पाहत ते पुढे म्हणाले, ''तुमच्यात अचानक असं परिवर्तन होण्याचं कदाचित काही कारण असू शकेल, तर ते काय?''

ॲना सुन्न झाली होती. तिला झटकन उठून पळून जावंसं वाटत होतं. पण ती हालचालही करू शकली नाही. तिच्या वडिलांनी तिला एकदा सांगितलं होतं, 'काही करताना तुम्ही पकडला गेलात तर सगळं खरं खरं, सरळ सांगायचं. न घाबरता, न लपवून ठेवता.'

नाकामुरांनी केलेले सगळे आरोप तिनं मान्य केले आणि त्यांना सांगायला सुरुवात केली. अगदी पहिल्यापासून सगळं. तिनं त्यांना पेन्टिंग कुठे लपवून ठेवलंय हेही सांगायचं शिल्लक ठेवलं नाही. तिचं सर्व सांगून संपल्यावर, नाकामुरा काही काळ स्तब्ध झाले. त्यांचा चेहरा गंभीर होता. ते काहीही बोलले नाहीत. आपल्याला मानहानीपूर्वक बाहेरचा रस्ता कधी दाखवला जातो याची वाट पाहत, ॲना सुन्नपणे तशीच बसून राहिली.

"हंऽऽ तर असं आहे," एक दीर्घ सुस्कारा टाकत नाकामुरांनी शांततेचा भंग केला. "पेन्टिंग विकताना, मी दहा वर्षं ते कुणाला विकू नये, कुठे प्रदर्शित करू नये, अशा ज्या काही अटी तुम्ही मला घातल्यात, त्याचं कोडं आता मला उलगडलं. तरीही एक प्रश्न शिल्लक राहतोच. तो मला विचारायलाच हवा. तुमच्या जुन्या बॉसशी, फेन्स्टनशी तुम्ही कसा मुकाबला करणार? त्यांना कर्जवसुलीपेक्षा या अमूल्य चित्राचा ठेवा महत्त्वाचा वाटतो हे उघड आहे..."

"तोच तर महत्त्वाचा मुद्दा आहे. एकदा का त्याचं कर्ज दिलं, की वेण्टवर्थ इस्टेट कोणालाही ते चित्र विकण्यास मोकळी आहे." ॲना म्हणाली.

नाकामुरांनी मान डोलावली. "थोडक्यात तुम्ही सांगितलेल्या गोष्टींवर विश्वास ठेवून, मी पेन्टिंग घ्यायला अजूनही तयार होईन असं तुमचं गृहीत आहे. बरोबर? पण मी ते माझ्या अटींवर घेईन. सरळ लेडी ॲराबेलाकडून. आणि ते सुद्धा कायदेशीर बाबींची पूर्तता झाल्यानंतर." नाकामुरा म्हणाले.

"माझी काहीच हरकत नाही." ॲनानं स्वच्छ सांगितलं.

"दुसरी एक गोष्ट. चित्र अस्सल आहे याबद्दल मी ॲम्स्टरडॅमच्या व्हॅन्गॉग म्युझियमकडून खात्री करून घेईन."

"त्यामुळे काही फरक पडत नाही." ॲना म्हणाली.

"पण माझ्या तिसऱ्या अटीमुळे फरक पडू शकेल." नाकामुरा नजर रोखून म्हणाले, "चित्राची किंमत, जी मी देण्यास तयार आहे. एक लक्षात ठेवा. तुमच्या भयानक, पण योग्य अमेरिकन भाषेत व्यक्त करायचं म्हटलं, तर आता ड्रायव्हिंग सीटवर मी आहे. तुम्ही नाहीत."

ॲनानं, मान डोलावून अनिच्छापूर्वक संमती दिली.

"जर, मी पुन्हा एकदा सांगतो, तुम्ही माझ्या सांगितलेल्या सर्व अटी मान्य केल्या, तर वेण्टवर्थ इस्टेटीच्या मालकीच्या 'सेल्फ पोर्ट्रेट वुईथ बँडेज्ड इअर' या व्हॅन्गॉगच्या चित्राची मी पन्नास दशलक्ष डॉलर्स किंमत देईन. मी ही जी किंमत काढली आहे, त्यातून वेण्टवर्थ इस्टेट कर्जातून तर मोकळी होईलच, पण कर वगैरे इतर गोष्टींसाठीही पुरेसे पैसे शिल्लक राहतील." नाकामुरांनी व्यवहारीपणे आपला प्रस्ताव मांडला.

“पण लिलावात ह्या चित्राला साठ काय, सत्तर दशलक्ष, अगदी ऐंशी सुद्धा मिळू शकतील.” ॲनानं आपला विरोध स्पष्ट केला.

“हो, पण ते लिलावात जाऊ शकलं तर. वेण्टवर्थनं कर्ज चुकवलं नाही तर ते फेन्स्टनकडेच जाणार आणि वेण्टवर्थ कर्ज कसं चुकवणार?” नाकामुरांनी पेच बरोबर टाकला होता. “हे बोलल्याबद्दल मी दिलगिरी व्यक्त करतो.” असं म्हणून ते पुढे म्हणाले, “पण तुम्ही माझी वाईट बाजू – चांगल्या चित्राबद्दलची माझी कमजोरी – बरोबर हेरली आहे.” त्यानंतर नाकामुरा पहिल्याप्रमाणेच हसले, “आणि तुम्हाला खरं सांगू? फेन्स्टन फायनान्सनं तुमच्या ग्राहकाला दिवाळखोरीच्या आदेशाची नोटीस बजावल्याचं आजच मला कळलेलं आहे.” ॲनाचा चेहरा पडला.

“मला अमेरिकनांचा जो काही अनुभव आहे, त्यावरून मी सांगू शकतो,” नाकामुरा पुढे बोलत होते, “की कायदेशीर लढाईत अनेक वर्षं जातील. माझ्या लंडनच्या वकिलांनी मला स्पष्ट कळवलं आहे की अमेरिकेत चालणाऱ्या या खटल्यासाठी लेडी ॲराबेला पुरेसा पैसाच उभा करू शकणार नाहीत.”

सर्व काही स्पष्ट झालं होतं. आता निर्णय घेण्याची वेळ होती. ॲनानं दीर्घ श्वास घेतला आणि म्हणाली, “ठीक आहे, फक्त....” नाकामुरांच्या चेहऱ्यावर स्मित झळकलं. “मी पुन्हा सांगते. मी तुमच्या अटी मान्य करते, फक्त माझं एक म्हणणं तुम्ही मान्य करावं, सद्‌भावना म्हणून.” ती थोडा वेळ थांबली.

“तुमच्या मनात काय आहे?” नाकामुरांनी विचारलं.

“तुम्ही दहा टक्के रक्कम म्हणजे पाच दशलक्ष डॉलर्स लंडनमधल्या लेडी ॲराबेलाच्या सॉलिसिटरकडे बयाणा म्हणून ठेवावी. तुम्ही मूळ चित्र विकत घेतलं नाही तर ते पैसे परत मिळतील.”

नाकामुरांनी नकारार्थी मान हलवली, “नाही डॉ. पेट्रेस्कू, सद्‌भावना असली तरी मला हे मान्य नाही.” आपल्या शरीरातलं त्राण निघून गेलं असं ॲनाला वाटलं.

“पण मी पाच लक्ष डॉलर्स बयाणा म्हणून माझ्या लंडनच्या सॉलिसिटरकडे ठेवण्यास तयार आहे. करार पूर्ण करतेवेळी रक्कम दिली जाईल.”

“थँक्यू.” सोडलेला सुटकेचा निःश्वास ॲना लपवू शकली नाही.

नाकामुरा पुढे म्हणाले, “तुमच्या या सौद्याकडे मी सद्‌भावना म्हणून पाहिलं, तशी तुमच्याकडूनही माझी अपेक्षा आहे.” असं म्हणून ते उठले तशी ॲनाही उठून उभी राहिली. ती नर्व्हस झाली होती. “सौदा पूर्ण झाल्यानंतर तुम्ही माझ्या फाउंडेशनचं सी.ई.ओ. पद स्वीकारण्याचा विचार कराल असं आश्वासन मला द्यावं असं मला वाटतं.”

ॲना पहिल्यांदाच प्रसन्नपणे हसली. तिनं वाकून अभिवादन केलं नाही. शेकहॅण्डसाठी तिनं आपला हात पुढे केला. नाकामुरांशी हस्तांदोलन करत ती म्हणाली, “आमच्या

भयानक पण योग्य अमेरिकन भाषेत व्यक्त करायचं तर मि. नाकामुरा, आपला हा सौदा ठरला.'' एवढं बोलून निघण्यासाठी ती मागे वळली. तेवढ्यात नाकामुरा तिला म्हणाले, ''जाण्यापूर्वी आणखी एक गोष्ट.'' असं म्हणून त्यांनी टेबलाच्या ड्रॉवरमधून एक लिफाफा काढला. ॲनाला आश्चर्य वाटलं. ''तुम्ही हे मिस दानुता सेकाल्सकाला द्याल का? तिच्यात चांगलीच जाण आहे. योग्य वाव मिळाला तर ती मॅच्युअर होईल.'' ॲनाच्या चेहऱ्यावर पुन्हा एकदा प्रसन्न हास्य झळकलं.

त्यानंतर नाकामुरा तिला लिमोझीनपर्यंत सोडायला आले. तेवढ्यात त्यांनी ९-११ च्या घटनेबद्दल चौकशी केली, पण आपल्या नेहमीच्या ड्रायव्हरबद्दल मात्र ते काही बोलले नाहीत. आपला ड्रायव्हर गंभीररीत्या जखमी होऊन हॉस्पिटलमध्ये आहे ही काही गौरवानं सांगण्याची बाब नव्हतीच आणि तसंही पाहिलं, तर जपानी लोक काही गोष्टी गुलदस्त्यात ठेवतातच.

◆ ◆ ◆

जॅक जेव्हा केव्हा दुसऱ्या देशातल्या, एखाद्या अनोळखी शहरात जात असे, तेव्हा तिथल्या दूतावासात जाऊन आपल्या वास्तव्याबद्दल क्वचित कळवत असे. ते नेहमीच अनेक प्रश्न विचारायचे आणि त्यांची उत्तरं द्यायला जॅकला आवडायचं नाही. टोकियो हे शहर पण या गोष्टीला अपवाद ठरलं नव्हतं. पण त्याला त्याच्याच काही प्रश्नांची उत्तरं हवी होती आणि त्याबद्दल कोणाला विचारावं हेही त्याला माहीत होतं.

एका लबाड बहुरूप्याला काही वर्षांपूर्वी जॅकनं गजाआड केलं होतं, त्यावेळी त्यानं जॅकला मंत्र दिला होता. परदेशात असताना तुम्हाला काही माहितीची गरज वाटली, तर एखाद्या चांगल्या हॉटेलमध्ये उतरा, पण मॅनेजर किंवा रिसेप्शनिस्टना काही विचारू नका. फक्त ग्राहकांना सेवा पुरवणाऱ्या प्रमुखाला भेटा. माहिती देण्यावर तो जगत असतो. त्याचा पगार नाममात्र असतो.

पन्नास डॉलरमध्ये त्याला नाकामुरांची संपूर्ण माहिती मिळाली. अगदी त्यांच्या गोल्फ आणि कलेच्या शौकातल्या विशेष गोष्टींसह!

◆ ◆ ◆

क्रान्त्झनं पेट्रेस्कूला बिल्डिंगच्या पायऱ्या उतरून लिमोझीनमध्ये चढताना पाहिलं. तिनं लगेच टॅक्सी केली आणि तिच्या पाठोपाठ ती निघाली. ती सीयो हॉटेलकडे चालली आहे हे लक्षात येताच तिनं त्या हॉटेल अगोदर काही यार्डावर ड्रायव्हरला टॅक्सी उभी करण्यास सांगून, तिथेच ती उतरली. पेट्रेस्कू लगेच निघणार असली तरी तिला आपलं सामान आवरून, बिल देऊन यायला काही वेळ लागणारच होता.

◆ ◆ ◆

ॲनाला, त्या तात्पुरत्या ड्रायव्हरनं हॉटेलवर सोडलं तशी ॲना झपाझप पावलं

टाकत रिसेप्शनकडे गेली. खोलीची किल्ली घेऊन तिनं आपण निघणार असल्याचं सांगितलं आणि आपल्या खोलीत जाण्यासाठी लिफ्टकडे वळली.

खोलीचं दार उघडून ती पलंगाच्या कडेला बसली. पहिलं काम लेडी ॲराबेलाला फोन. ॲराबेलाच्या आवाजातूनच ती टक्क जागी होती आणि तिच्या फोनची वाट पाहत होती हे तिच्या लक्षात आलं. ॲनानं सगळा वृत्तांत सांगितला. त्यावर तिनं फक्त दोनच शब्दांत आपली प्रतिक्रिया व्यक्त केली– ''मूर्खपणाची किंमत.''

ॲनाला कळलं नाही, कोणाच्या मूर्खपणाची किंमत? नाकामुरांनी सांगितलेली किंमत मूर्खपणाची आहे, असं तर तिला म्हणायचं नाही नं?

तिनं आपली सोन्याची चेन काढली. बेल्ट काढला. बूट काढून टाकले अन् शेवटी आपला ड्रेसही. जीन, टी शर्ट आणि आवाज न करणारे बूट तिनं चढवले. हॉटेलमधून चेक आऊट करण्याची वेळ दुपारी बारा वाजताची होती. म्हणजे तिला अजून एक फोन आरामात करता येणार होता. तिला एक आमिष पेरण्याची गरज होती.

काही वेळ रिंग वाजत राहिली. अखेर टिनाचा झोपाळलेला आवाज आला.

''कोण आहे?''

''व्हिन्सेन्ट.''

''देवारे! ही काय वेळ आहे? मला मस्त झोप लागली होती.''

''माझी बातमी ऐक आणि पुन्हा खुशाल झोप तू.''

''तू चित्र विकण्यात यशस्वी ठरलीस.''

''तू कसं ओळखलंस?''

''ते जाऊ दे, कितीला?''

''पुरेशा किमतीला.''

''अभिनंदन! आता पुढे कुठे जाणार तू?''

''ते चित्र घ्यायला.''

''आणि ते आहे कुठे?''

''जिथे ते नेहमीच होतं. कळलं नं? मग झोप आता.''

फोन बंद झाला.

टिना झोपण्यापूर्वी हसली. फेन्स्टनचा त्यानंच सुरू केलेल्या खेळात एकदा का होईना पराभव होणार होता. ''ओह् माय गॉड,'' तिच्या तोंडून एकदम मोठ्याने उद्गार निघाले. ''शिकारी पुरुष नसून बाई आहे हे मी तिला सांगायला विसरले कशी?''

❖

-३६-

झोपलेल्या फेन्स्टननं आपला हात लांब करून पलंगाजवळचा फोन उचलला. त्याचे डोळे त्यानं अजूनही उघडले नव्हते.

"कोण साला या वेळेस फोन करतोय?"

"व्हिन्सेन्टनं आताच फोन केला होता."

"या वेळेस ती कुठून बोलत होती?" फेन्स्टननं विचारलं.

आता त्याने सताड डोळे उघडले होते.

"टोकियो."

"म्हणजे तिची नाकामुरांशी भेट झाली असावी."

"नक्कीच." लिपमन म्हणाला, "आणि ती चित्र विकलं असं म्हणाली."

"जे तुमच्या मालकीचं नाही ते तुम्ही विकू शकत नाही." बेडजवळचा लाईट लावत फेन्स्टन म्हणाला.

"यानंतर कुठे जाणार आहे, याबद्दल ती काही बोलली का?"

"ते चित्र घेण्यासाठी."

"कुठे जाणार याचा काही धागा?"

"जिथे ते नेहमीच होत, असं ती म्हणाली." लिपमननं सांगितलं.

"म्हणजे लंडनलाच." फेन्स्टन म्हणाला.

"एवढं ठामपणे तुम्ही कसं सांगू शकता?" लिपमनं विचारलं.

"कारण तिनं पेन्टिंग बुखारेस्टला नेलं असतं तर मग तिथूनच ते टोकियोला नेलं नसतं का? चित्र लंडनला आहे.... जिथं ते नेहमीच होतं."

"मला तशी खात्री वाटत नाही." लिपमन म्हणाला.

"मग ते कुठे असावं अशी तुझी कल्पना आहे?" फेन्स्टननं विचारलं.

“बुखारेस्टला. जिथं ते नेहमीच होतं. लाल पेटीत.”

“नाही, ती लाल पेटी केवळ आमिष आहे.”

“मग आपण पेन्टिंग शोधायचं कसं?” लिपमननं विचारलं.

“ते सोपं आहे.” फेन्स्टन म्हणाला, “पेट्रेस्कूनं आता नाकामुरांशी सौदा ठरवलाय. आता पुढचं काम ते चित्र घ्यायला जाणे. आणि त्यावेळेस क्रान्त्झ तिची वाटच पाहत असेल. तिच्या मृत्यूनंतर तिच्यात आणि व्हॅन्‌गॉगमध्ये एक साम्य असेल हे लक्षात ठेव. पण त्या अगोदर मला एक फोन करायला हवा.” असं म्हणून फेन्स्टननं फोन आदळला. कोणाला? हे विचारण्याची संधीही लिपमनला मिळाली नाही.

◆◆◆

बारानंतर थोड्याच वेळात ॲनानं हॉटेल सोडलं. एअरपोर्टला जाण्यासाठी यावेळी तिनं गाडीची निवड केली. तिला टॅक्सीनं जाणं परवडणारं नव्हतं. तिला माहीत होतं की एकदा तिनं अंडरग्राउंडची गाडी पकडली की तोही पकडणार होता. त्याच्या पाठलागाचं काम तिनं सोपं करायचं ठरवलं होतं. अर्थात तिच्या पुढल्या मुक्कामाची माहिती त्याला असणारच होती म्हणा.

पण तिचा पाठलाग करणारा केवळ तोच नव्हता तर ‘ती’ ही होती आणि ‘ती’ तिच्यापासून दूर आठव्या रांगेत बसली होती. हे मात्र तिला माहीत नव्हतं.

◆◆◆

क्रान्त्झनं शिनबुई टाइम्स हातात उघडून धरला होता. पेट्रेस्कू इकडे तिकडे पाहते असं दिसलं तर तो पटकन वर करून तिला आपला चेहरा लपवता येणार होता; पण पेट्रेस्कूनं पाहिलं नाही.

फोन करण्याची वेळ झाली होती. क्रान्त्झनं नंबर फिरवला. दहा वेळा रिंग वाजली आणि तो उचलला गेला. ती काही बोललीच नाही. फक्त ऐकलं.

“लंडन.” एवढा एकच शब्द फेन्स्टननं उच्चारला. फोन बंद झाला तसा क्रान्त्झनं कोणाच्याही नकळत गाडीच्या खिडकीतून सेलफोन टाकला.

◆◆◆

एअरपोर्ट टर्मिनलला ॲनाची गाडी पोहोचली तशी ॲना जवळजवळ उडी मारूनच खाली उतरली आणि ब्रिटिश एअरवेजच्या डेस्कजवळ गेली. लंडनचं इकॉनॉमी क्लासचं तिकिट किती आहे याची तिनं चौकशी केली. तिला तिकीट खरेदी करायचं नव्हतंच. तिच्याकडे फक्त पस्तीस डॉलर्स होते. पण फेन्स्टनला ते माहीत असणं शक्य नव्हतं. तिनं डिपार्चर बोर्ड पाहिला. लंडन आणि बुखारेस्टच्या फ्लाईटमध्ये नव्वद मिनिटांचं अंतर होतं. ॲना गेट क्र. ९१ बी कडे निघाली. आपला पाठलाग करणारा आपल्याला निसटू देऊ शकणार नाही याची ती काळजी

घेत होती. डिपार्चर गेटकडे जाताना ती विंडोशॉपिंग करत चालली होती. बोर्डिंग सुरू होण्यापूर्वी ती जेमतेम पोहोचली. लाउंजमध्ये बसताना तिनं आपली जागा काळजीपूर्वक निवडली. एका छोट्याशा मुलाशेजारी. ''जे प्रवासी रांगेत...'' घोषणा होत असतानाच ते मूल जोरात किंचाळलं आणि पळायला लागलं. त्याच्यामागे त्याचे आईवडील धावू लागले.

◆ ◆ ◆

एका क्षणाकरता जॅकचं दुर्लक्ष झालं. अन् तेवढ्यात ती दिसेनाशी झाली. ती विमानात चढली की परत फिरली? कदाचित दोन जणं आपला पाठलाग करत आहेत हे तिच्या लक्षात आलं असेल. जॅकचे डोळे खाली असलेल्या जमावाकडे लागले होते. आता बिझनेस क्लासचं बोर्डिंग सुरू होतं, पण ती कुठे दिसत नव्हती. लाउंजमध्ये बसलेल्या सर्व प्रवाशांवरून त्याची नजर फिरली. तिनं आपल्या केसांना स्पर्श केला नसता तर 'ती दुसरी बाईही' जॅकच्या लक्षात आली नसती. आता ती खलाशीटाईप केस कापलेली सोनेरी केसवाली नव्हती... तिनं आता काळ्या केसांचा विग चढवला होता.

ती सुद्धा गोंधळली आहे असं जॅकला वाटलं.

फर्स्टक्लासच्या प्रवाशांसाठी जेव्हा घोषणा झाली तेव्हा क्रान्त्झ अनिश्चित मनस्थितीत होती. पेट्रेस्कू बसली होती त्याच्या मागच्या भागातल्या स्त्रियांच्या प्रसाधनगृहाकडे ती गेली. काही मिनिटांनंतर बाहेर येऊन तिनं परत आपली जागा धरली. बोर्डिंगसाठी जेव्हा शेवटचा कॉल दिला गेला, तेव्हा ती उठली. विमानात शिरणारी ती शेवटची होती.

जॅक त्या खलाशी टाईप केस, नाही.... आता काळ्या केसवाल्या त्या बाईकडे, ती दिसेनाशी होईस्तोवर पाहत होता. ॲना लंडनलाच जाणार याची तिला खात्री कशी होती?

हॉटेल सोडल्यापासून ॲनाच्या हालचालीतही काही बदल झाला आहे असं जॅकला वाटलं. पाठलाग करणाऱ्यानं आपल्याला निसटू देऊ नये अशी तिची इच्छा असल्यागत ती वावरत होती असं जॅकला वाटत होतं.

एअरलाईनचा शेवटचा कर्मचारी विमानात जाईपर्यंत जॅक तिथं थांबला. खाली उतरून पुढच्या लंडन फ्लाईटचं तिकीट काढण्यासाठी म्हणून तो वळला आणि त्याचवेळेस पुरुषांच्या प्रसाधनगृहाचं दार उघडून ॲना बाहेर पडली.

◆ ◆ ◆

''मला नाकामुरांशी बोलायचं आहे जोडून द्या.''

''कोण बोलतंय म्हणून सांगू?''

"ब्रायस फेन्स्टन, फेन्स्टन फायनान्सचा चेअरमन."

"ते उपलब्ध आहेत का ते मी पाहते, मि. फेन्स्टन."

"ते उपलब्ध होतील." फेन्स्टन म्हणाला.

काही वेळासाठी टेलिफोन लाईन शांत होती. त्यानंतर त्या बाईचा नाही तर एक वेगळाच आवाज आला.

"गुड मॉर्निंग मि. फेन्स्टन, मी ताकाशी नाकामुरा बोलतोय. मी आपली काय मदत करू शकतो?'

"तुम्हाला एक इशारा द्यावा म्हणून मी फोन केला. मला असं..."

"मला इशारा देताय?" नाकामुरा म्हणाले.

"सांगण्यात आलंय की डॉ. पेट्रेस्कूनं तुम्हाला व्हॅन्‌गॉग विकण्याचा प्रयत्न केलाय."

"होय, तिनं तसं केलंय." नाकामुरा म्हणाले.

"आणि त्याच्यासाठी तिनं कितीची मागणी केलीय?" फेन्स्टननं विचारलं.

"मला वाटतं, अमेरिकन भाषेत व्यक्त करायचं झालं तर खड्यात मावेल इतकी."

"ते चित्र विकत घेण्याचं मान्य करण्याइतके मूर्ख तुम्ही असाल तर मि. नाकामुरा, याचा शेवट तुम्ही खड्यात मावण्यात होईल." फेन्स्टन खुनशीपणे म्हणाला, "ते चित्र माझ्या मालकीचं आहे."

"हो का? याची मला कल्पना नव्हती. मि. फेन्स्टन, माझ्या माहितीप्रमाणे ते....."

"तुमची माहिती चुकीची आहे. तुम्हाला कदाचित माहीत नसेल पण डॉ. पेट्रेस्कू सध्या आमच्या बँकेसाठी काम करत नाहीय." फेन्स्टन म्हणाला.

"डॉ. पेट्रेस्कूंनी मला सर्व स्पष्ट सांगिलंय. खरं सांगायचं तर..."

"तिनं तुम्हाला आपल्याला काढून टाकलंय हे सांगितलं?"

"हो, तिनं तेही सांगितलं."

"पण का काढलं हे सांगितलं?"

"अगदी विस्तृतपणे..." शांतपणे नाकामुरांनी थोडक्यात उत्तर दिलं.

"आणि तरीही तुम्ही तिच्याशी व्यवहार करायला राजी आहात?" फेन्स्टन आता चिडला होता.

"होय. स्पष्टच सांगायचं तर तिनं आमच्या बोर्डावर यावं म्हणून मी प्रयत्न करतोय. आमच्या कंपनीच्या फाउंडेशनची प्रमुख कार्यकारी अधिकारी या नात्यानं."

"अविश्वासार्ह बँक अधिकारी म्हणून बँकेनं तिला काढून टाकलेलं असतानाही?"

"बँकेनं नव्हे, तुमच्या बँकेनं."

“माझ्याशी शब्दांचे खेळ करू नका.”

“ठीक आहे तर,” नाकामुरा ठामपणे पुढे म्हणाले, “मग मीही स्पष्ट करतो. डॉ. पेट्रेस्कूनं जर आमच्या कंपनीत पद स्वीकारलं तर तिला लवकरच कळून येईल की ग्राहकांना, विशेषत: वयोवृद्ध ग्राहकांना फसवून, त्यांची इस्टेट लुबाडण्याचं आमचं धोरण नाही. आम्ही अशांना माफ करत नाही.”

“असं काय?” मग बँकेची शंभर दशलक्ष किमतीची वस्तू जी डायरेक्टर चोरते तिच्याबद्दल तुम्ही काय म्हणणार आहात?”

“त्या पेन्टिंगची किंमत तुम्ही एवढी करताहात हे ऐकून मला आनंद वाटला. कारण त्या पेन्टिंगच्या मालकाच्या म्हणण्याप्रमाणे....”

“मी पेन्टिंगचा मालक आहे.” फेन्स्टन किंचाळला. “न्यूयॉर्क स्टेट लॉ प्रमाणे.”

“ज्यांच्या अधिकारात टोकियो येत नाही.”

“पण तुमच्या कंपनीची ऑफिसेस न्यूयार्कमध्येही आहेत नं?”

“चला. निदान या एका मुद्यावर तरी आपलं एकमत झालंय.” नाकामुरा उपहासपूर्वक म्हणाले.

“मग तुमच्याविरुद्ध न्यूयॉर्क मध्ये रिट पिटीशन दाखल कारायला मला कोणीही थांबवू शकत नाही. जर तुम्ही माझ्या मालकीचं चित्र विकत घेण्याचा मूर्खपणा करण्याचा प्रयत्न केला तर.”

“आणि कोणत्या नावाखाली ते रिट दाखल करणार?” नाकामुरांनी विचारलं.

“तुम्हाला काय म्हणायचं आहे?” फेन्स्टननं ओरडून विचारलं.

“माझ्या न्यूयॉर्क मधल्या वकिलांना कोणाच्या विरुद्ध केस लढायची आहे हे कळायला हवं नं? ब्रायस फेन्स्टन, फेन्स्टन फायनान्सचे चेअरमन की निकू मुन्टिनू, रोमेनियाचा. सिऊसेस्कूच्या पैशांची उलाढाल करणारा.” नाकामुरा शांतपणे म्हणाले

“नाकामुरा, मला धमकी देऊ नका, नाही तर मी....”

“तुमच्या ड्रायव्हरची मान मोडेन असंच ना?”

“पुढची वेळ ड्रायव्हरची नाही, तर....” फेन्स्टननं मध्येच वाक्य तोडलं. थोडा वेळ संभाषण थांबलं. शांततेचा भंग करून नाकामुरा म्हणाले, “तर मग मला पुनर्विचार करावा लागेल. व्हॅन्गॉगच्या त्या चित्रासाठी एवढी किंमत मोजावी का?”

“हे आता शहाण्यासारखं बोललात.” फेन्स्टन म्हणाला.

“थँक्यू मि. फेन्स्टन, मी आधी जे ठरवलं होतं तो शहाणपणाचा मार्ग नव्हता, हे तुम्ही मला पटवून दिलंत याबद्दल.”

“तुम्ही शेवटी का होईना शुद्धीवर याल याची मला खात्री होती.” फोन ठेवून फेन्स्टन समाधानानं हसला. त्याच्या मते नाकामुरांची नाकेबंदी त्यानं केली होती.

◆◆◆

ॲनानं बुखारेस्टसाठी फ्लाईट पकडली तेव्हा आपण फेन्स्टनच्या माणसाला चकवलं आहे याची तिला खात्री झाली. टिनाला केलेला फोन त्यांनी ऐकला असणार आणि ती पेन्टिंग घ्यायला लंडनला जाणार. जिथं ते नेहमीच होतं, असंच त्यांना वाटलं असणार. तिनं जे शब्द पेरले होते त्यावर फेन्स्टन आणि लिपमनचा वादही झाला असणार.

ब्रिटिश एअरवेजच्या डेस्कजवळ जास्त वेळ काढणं, तिकीट नसताना उगाच गेट क्र. ९१ बी कडे जाणं, हे नाटक जरा अतीच झालं असं ॲनाला वाटायला लागलं होतं. पण तो छोटा मुलगा मात्र तिच्या छान कामास आला. बोनसच जणू. त्याच्या पोटरीला तिनं चिमटा काढला तेव्हा केवढ्या मोठ्यानं किंचाळला होता तो. ॲनाच्या मनात आता टिनाचा विचार आला. या सुमारास उद्या फेन्स्टन आणि लिपमन यांना कळेल की टिनाकडून बनावट माहिती मिळाली म्हणून... त्या दोघींचं संभाषण ऐकण्याची व्यवस्था त्यांनी नक्कीच केली होती. टिनाची नोकरी जाणार यात तिला काही शंका नव्हती.

विमानाच्या चाकांनी जपानी भूमी सोडली तशी ॲना निवांत खुर्चीला रेलून बसली. तिच्या मनात आता ॲण्टनचा विचार आला. त्याला तीन दिवस मिळाले होते पण तेवढे त्याच्यासारख्याला पुरेसे होते!

फेन्स्टनचा माणूस तिचा त्या गल्लीतून पाठलाग करत होता. टोकाला एक दगडी भिंत होती. त्यावर काटेरी तारा होत्या. आता इथून बाहेर पडायला मार्ग नाही हे ॲनाला कळलं. आपला पाठलाग करणारा जवळ पोहोचला हे तिला जाणवलं. त्याला पाहण्यासाठी तिनं मान वळवली. त्या बुटक्या घाणेरड्या माणसानं आपल्या होल्स्टरमधून पिस्तूल काढलं, चापावर बोट ठेवलं. तो किळसवाणं हसला आणि तिच्या हृदयाच्या दिशेने पिस्तूल धरलं. ती वळली तशी गोळी तिच्या खांद्यात शिरली...

''आपली घड्याळं लावायची असतील तर यावेळेस बुखारेस्टमध्ये दुपारचे तीन वाजून वीस मिनिटं झाली आहेत. कृपया आपला सीटबेल्ट बांधावा.''

ॲना दचकून उठली. ''आज काय तारीख आहे?'' तिनं जवळून जाणाऱ्या सेवकाला विचारलं.

''गुरुवार, तारीख वीस.''

❖

९/२०

-३७-

ॲनानं आपले डोळे चोळले अन् मग आपल्या घड्याळाची वेळ बरोबर करून घेतली.

जास्तीत जास्त चार दिवसांत परत येते हे ॲण्टनला दिलेलं वचन तिनं पाळलं होतं. आता मुख्य प्रश्न, पेन्टिंग लंडनला कसं पाठवायचं हा होता. तेवढ्यात पुन्हा घोषणा झाली. ''आपण सीट बेल्ट बांधला नसेल तर कृपया बांधावा. आणखी वीस मिनिटांत विमान बुखारेस्ट विमानतळावर उतरेल.''

एव्हाना फेन्स्टनचा माणूस हाँगकाँगला पोहोचला असेल आणि ड्यूटी फ्री शॉप्समध्ये तिला शोधत कसा गोंधळात पडला असेल या विचारानंच तिला खुदकन हसू आलं. तो पुढे लंडनला जाईल की विचार करून तिथनंच बुखारेस्टला येईल?

विमानतळावरून बाहेर पडून ती बाहेर आली. जवळच्याच फुटपाथवर आपल्या पिवळ्या मर्सिडीजला रेलून उभ्या असलेल्या सरजेईला तिनं पाहिलं, तसा तिला फार आनंद झाला. त्यानं मागचं दार उघडलं. ती बसल्यावर आपल्या सीटवर येऊन त्यानं विचारलं, ''कुठे जायचं?''

''पहिल्यांदा आपल्याला ॲकॅडमीत जायचंय.'' तिनं उत्तर दिलं, पण तिला एक प्रश्न पडला होता. तिच्याकडे जेमतेम टॅक्सीचं भाडं देण्याइतकेच पैसे होते. ती ज्या सगळ्या प्रकारातून बाहेर पडली होती त्याबद्दल सरजेईला सांगायला तिला आवडलं असतं. पण त्याला सांगण्याइतकी त्याची ओळख झाली नव्हती. त्यात धोका होता. पण कुणावर अविश्वास दाखवणं तिला आवडत नव्हतं.

सरजेईनं तिला ॲकेडमीच्या पायऱ्यांजवळ सोडलं. सरजेईला थांब असं सांगण्याची गरज नव्हती. रिसेप्शनजवळ बसलेल्या विद्यार्थ्यानं प्रा. ॲण्टन टिओडोरेस्कूचं 'आरोप' या विषयावर असलेलं व्याख्यान सुरू होण्याच्या बेतात असल्याची माहिती तिला दिली.

पहिल्या मजल्यावरच्या लेक्चर हॉलकडे ती निघाली. हॉलमध्ये लाईट बारीक होत होते त्याचवेळी दोन-तीन विद्यार्थ्यांच्या पाठोपाठ ती आत शिरली अन् दुसऱ्या रांगेच्या शेवटच्या खुर्चीवर बसली. लवकरच खऱ्या जगापासून काही मिनिटं तिची सुटका होणार होती.

''आरोप आणि उगमस्थान.'' ॲण्टननं सुरुवात केली आणि आपल्या नेहमीच्या सवयीने केसांतून हात फिरवला. त्याच्या त्या लकबीची नक्कल मागे बसलेले विद्यार्थी करत होते. ''कोणत्याही इतर विषयांपेक्षा या विषयावर कलेतल्या हुषार मंडळींची खडाजंगी होते. मतभेद आणि चर्चा याचं कारण बनणारा हा विषय आहे. जगातल्या काही लोकप्रिय गॅलऱ्यांमधून सध्या अशी काही चित्रं प्रदर्शित केलेली दिसतात, की ती ज्या चित्रकारांची आहेत म्हणून सूचित केली जातात. त्यांची ती नसतात यात काही शंका नाही. अर्थात हे शक्य आहे, की मुख्य आकृती, उदाहरणार्थ, व्हर्जिन किंवा ख्रिस्त, त्या नामवंत चित्रकाराने चित्रित केली आणि पार्श्वभूमी किंवा चित्रातला इतर तपशील त्याच्या साहाय्यकाने पूर्ण केला. त्यामुळे आपल्याला अशा काही कलाकृती पाहाव्या लागतील की ज्या एकाच विषयावर केलेल्या आहेत, त्या एकाच चित्रकारानं पूर्णपणे केल्या आहेत, की फक्त मध्यवर्ती आकृती तेवढी त्यानं केली आहे आणि बाकी सर्व भाग त्याच्या साहाय्यकांनी पूर्ण केला आहे हे नीट पाहवं लागेल. त्यातलं एक चित्र खरोखरीच संपूर्णपणे मास्टरनं, त्या नामवंत कलावंतानं केलेलं असणार आणि इतर चित्रं, त्याच्या प्रतिकृती असणार. त्यात कमी-अधिक प्रमाणात मास्टरचा हात असणारच; पण त्याचबरोबर त्या चित्रांमध्ये एक तरी चित्र असंही असणार की ते संपूर्णपणे त्या मास्टरच्या खास शिष्याने – ज्याला चांगली जाण आहे – केलं असणार आणि शंभर वर्षांनतर ते त्याच्या मास्टरचंच आहे म्हणून ओळखलं जाणार.''

खास शिष्याचा उल्लेख आल्याबरोबर ॲनाला दानुता सेकाल्सकासाठी नाकामुरांनी दिलेल्या लिफाफ्याची आठवण आली.

''आता काही उदाहरणं पाहू,'' ॲण्टनचं व्याख्यान सुरू होतं. ''त्यात तुम्हाला मास्टरच्या साहाय्यकांचा सहभाग किती प्रमाणात आहे, ते ओळखता येतं का ते पाहा. न्यूयॉर्कच्या 'फ्रिक' म्युझियमध्ये सध्या भरलेल्या प्रदर्शनात प्रदर्शित केलेलं हे चित्र पाहा.'' त्यानंतर ॲण्टनच्या मागे असलेल्या पडद्यावर एक स्लाईड झळकली. 'रेम्ब्रा'. मला तुमचा आवाज ऐकू आला, पण १९७४ मध्ये जो रेम्ब्रॉ रिसर्च प्रोजेक्ट स्थापन झाला त्यांना तुमचं हे म्हणणं मान्य असणार नाही. 'द पोलिश रायडर' ही कलाकृती रेम्ब्रॉ च्या नावानं ओळखली जात असली तरी, त्यांच्या मते ती किमान दोन चित्रकारांनी मिळून चितारली आहे. अर्थात त्यातला एक चित्रकार रेम्ब्रॉ होता हे ते मान्य करतात. फ्रिक म्युझियमपासून थोड्या अंतरावर पाचव्या ॲव्हेन्यूच्या कडेला

मेट्रोपॉलीटन म्युझियम आहे. १९२९ मध्ये डच मास्टरची दोन पोर्ट्रेट्स – द बेरेन्स्टीन फॅमिली (The Berensteyn Family) म्युझियमनी मिळवली. तर ज्या स्कॉलर्सनी 'द पोलिश रायडर' मध्ये रेम्ब्रॉचा हात होता हे मान्य केलं, त्याच स्कॉलर्सनी मेट्रोपोलिटन म्युझियमनं मिळवलेली चित्रं रेम्ब्रॉची नाहीतच असा दावा केला. म्युझियम आपला राग लपवू शकलं नाही.''

ॲण्टन थोडा वेळ थांबला. त्यानं पाण्याचे एक-दोन घोट घेतले अन् पुढे सुरू केलं, ''या दोन मोठ्या संस्थांना आलेल्या अनुभवांमुळे, भेडसावणाऱ्या प्रश्नांमुळे आपली झोप घालवू नका. कारण पुढे मी जे सांगणार आहे, त्यामुळे तुमची झोप पूर्णपणे उडेल. लंडनच्या वॅलेस म्युझियमधली 'रेम्ब्रॉ'ची म्हणून असलेल्या बारा चित्रांपैकी फक्त एकच–टायटस, 'द आर्टिस्ट्स सन' हे रेम्ब्रॉचं आहे.''

ॲना इतकी गुंतली होती की तिनंही नोट्स काढायला सुरुवात केली. ''दुसऱ्या चित्रकारांबद्दल पाहू. महान स्पॅनिश चित्रकार 'गोया'. युवान होसे युन्क्वेरा (Juan Jose Junquera) यांनी गोयाबद्दल खूप संशोधन केलं आहे आणि गोयाबद्दल त्यांचा शब्द अंतिम मानला जातो. ते म्हणतात, 'सॅटन डिव्हाऊरिंग हिज चिल्ड्रन' सारखी झपाटून टाकणारी ब्लॅक पेन्टिंग्ज ही गोयाची नाहीतच. त्याचं कारण ते सांगतात की ती चित्रं ज्या खोलीसाठी म्युरल म्हणून केली गेली, ती खोली, त्याचा मृत्यू होईपर्यंत पूर्ण बांधूनच झाली नव्हती. तर नामवंत ऑस्ट्रेलियन कलासमीक्षक 'रॉबर्ट ह्युजेस', गोयावरच्या आपल्या पुस्तकात सुचवतात की ती चित्रं चित्रकाराच्या मुलांची आहेत. या दोन प्रसिद्ध व्यक्तींच्या मतांमुळे माद्रिदचं 'प्रादो म्युझियम' अडचणीत आलं आहे.

ॲण्टन थोडावेळ थांबला मग त्यानं व्याख्यान पुढे सुरू केलं.

''आणि आता मी इम्प्रेशनिस्ट्सकडे वळतो. मोने, माने, मातित्स आणि व्हॅन्‌गॉग यांची काही चित्रं सध्या प्रमुख गॅलऱ्यांतर्फे प्रदर्शित होताहेत, पण त्यांच्या अस्सलतेबद्दल संबंधित अभ्यासक साशंक आहेत. उदाहरणार्थ, व्हॅन्‌गॉगचं 'सनफ्लॉवर्स' ख्रिस्टीज्‌च्या १९८७ च्या लिलावात चाळीस दशलक्ष डॉलर्सपेक्षा थोड्या, कमी किमतीला विकलं गेलं. पण ते अस्सल आहे, हे व्हॅन्‌गॉग म्युझियमच्या लुईस व्हॅन तिलबोर्ग यानी अद्याप प्रमाणित केलेलं नाही.''

ॲण्टन पुढची स्लाईड टाकण्यासाठी वळला तेव्हा त्याचं ॲनाकडे लक्ष गेलं. ती हसली. त्यानं व्हॅन्‌गॉगऐवजी राफेलच्या चित्राची स्लाईड टाकली आणि एकच हशा उसळला. चुकीची दुरुस्ती करत ॲण्टन म्हणाला, ''चित्र आणि चुकीचा चित्रकार या गोष्टीचं मी पण उगमस्थान ठरू शकतो, हे तुमच्या लक्षात आलंच असेल.'' ते ऐकताच हशाचं रूपांतर टाळ्यांच्या कडकडात झालं. त्यानंतर तो पुन्हा ॲनाकडे वळला आणि तिच्याकडे त्यानं रोखून पाहिलं. ''आपलं हे महान शहर.''

तो म्हणाला. आता तो त्याच्या व्याख्यानाची टिपणं पाहत नव्हता. ''या शहरानं, उगमस्थानाच्या क्षेत्रात आपली एक अभ्यासक दिली आहे, जी सध्या अमेरिकेत काम करते आहे. काही वर्षांपूर्वी आम्ही दोघेही विद्यार्थी होतो, तेव्हा आमची ज्या चित्राबद्दल रात्रभर चर्चा चालायची ते चित्र मी आता दाखवतो.'' आता पडद्यावर राफेल परतला होता. ''लेक्चर संपल्यानंतर आम्ही आमच्या ठरावीक संकेत स्थळावर भेटायचो.'' बोलता बोलता त्यानं पुन्हा एकदा ॲनाकडे कटाक्ष टाकला. ''त्याचं नाव 'कोस्कीज'. माझ्या माहितीप्रमाणे तुमच्यातले अनेक जण अजूनही तिथं जमतात. लेक्चरनंतर आम्ही तिथं रात्री नऊ वाजता भेटायचो.'' एवढं बोलून तो थांबला अन् पडद्याकडे वळून म्हणाला, ''हे पोर्ट्रेट, 'द मॅडोना ऑफ द पिंक्स' असं शीर्षक असलेलं नुकतंच लंडनच्या नॅशनल गॅलरीनं मिळवलं. राफेल अभ्यासकही या चित्रानं विभागले गेले. बऱ्याच लोकांचा वाद याबद्दल आहे, की एका विषयावर केलेली चित्रं, एका चित्रकाराच्या नावानं दिसतात, अशी किती उदाहरण आहेत?'' हे चित्र राफेलच्या स्कूलचं आहे, त्याच्या धर्तीवर आहे, असं काही म्हणतात; तर काही, हे राफेल नंतरचं आहे, असंही म्हणतात.''

ॲण्टननं मध्येच श्रोत्यांकडे नजर टाकली. दुसऱ्या रांगेतली शेवटची खुर्ची मोकळी होती. त्यानंतर त्यानं आपलं व्याख्यान पुढे चालू ठेवलं...

ॲना 'कोस्कीज' जवळ सूचित केलेल्या वेळेपेक्षा थोडी आधी पोहोचली. आपल्या ठरलेल्या मुद्यापासून व्याख्यान काही मिनिटांसाठी दूर गेलं होतं, हे लक्षपूर्वक ऐकणाऱ्या एखाद्या विद्यार्थ्याच्याच लक्षात आलं असेल. तिनं कुठे आणि किती वाजता भेटावं हे ॲण्टननं मोठ्या खुबीनं सुचवलं होतं. ॲण्टनच्या डोळ्यांतली भीती तिनं ओळखली होती. पोलिसी राज्यातून जे वाचले होते त्यांच्याच ती लक्षात येऊ शकत होती.

ॲनानं खोलीच्या आजूबाजूला नजर टाकली. विद्यार्थीदशेतली ती भरलेली जागा फारशी बदललेली नव्हती. ती प्लास्टिक टेबलं, खुर्च्या आणि बहुधा तीच पातळ वाईन. त्या वाईनला निर्यातदार कसा मिळणार होता? ही जागा म्हणजे परस्पेक्टिव्हच्या प्राध्यापकानं एका न्यूयॉर्क आर्ट डीलरशी भेटण्याचं स्वाभाविक संकेत स्थळ नक्कीच नव्हतं. तिनं हाऊस रेड वाईनची दोन ग्लासची ऑर्डर दिली.

कोस्कीजवर रात्र घालविण्यातली गंमत तिला आठवली. तिथल्या आठवणी रम्य होत्या. मित्रमंडळींसमवेत गप्पा करण्यात मस्त वेळ जायचा. तिथेच त्यांच्या राफेल, कॉन्स्टॅन्टि ब्राकुसी, टॉम क्रुझ आणि जॉन लेनॉन यांच्या गुणावगुणांबद्दल जोरदार चर्चा झाल्या होत्या. अशा चर्चा होत असताना वाईन आणि सिगारेट यांचा भरपूर उपयोग होत असे आणि मग घरी जाताना ती पेपरमिन्ट चघळत जात असे. तिच्या आईला सिगारेट आणि अल्कोहोलचा वास येऊ नये म्हणून. तिच्या वडिलांना

ते माहीत होतं, त्यामुळे घरी पोहोचताच डोळे मिचकावून आई ज्या खोलीत आहे तिकडे ते बोट दाखवित असत.

ती आणि अॅण्टन यांनी पहिला समागम इथेच केला होता. तिला आठवलं, त्या दिवशी इतकी थंडी होती की ती घालवण्यासाठी ते बऱ्यापैकी व्हिस्की प्यायले होते आणि नंतर घट्ट बिलगले होते. त्यातूनच पुढची पायरी आपोआप चढली गेली होती. थंडीमुळे आपले कोट काढण्याचं भानपण त्यांना राहिलं नव्हतं. 'ते' काम संपलं, तसे ते जरा बाजूला झाले अन् पुन्हा बिलगले होते.

पण पुन्हा 'ते' करावं की नाही याचा अॅनाला प्रश्न पडला होता. कारण पुरुषांपेक्षा स्त्रीला समागमाच्या अत्युच्च आनंदाच्या पायरीवर चढायला वेळ लागतो हे अॅण्टनला कोणी सांगितलेलं दिसत नव्हतं. तिच्या अनुभवानं तिला तशी खात्री पटली होती.

अॅनानं मान उंचावली तशी एक उंच आकृती तिच्या दिशेनं येताना तिला दिसली. त्यानं त्याच्या मानानं मोठा असलेला आर्मी कोट घातला होता, गळ्याभोवती आकर्षकपणे गुंडाळलेला होता, डोक्यावर फरची टोपी घातली होती. तिच्या कडा कानावर ओढून घेतलेल्या होत्या. न्यूयॉर्कच्या हिवाळ्यासाठी आदर्श पोशाख, लगेच तिच्या मनात आलं. तो अॅण्टनच आहे हे ओळखायला तिला थोडा वेळ लागला.

अॅण्टन तिच्या समोर बसला आणि त्यानं फक्त हॅट काढली. त्या खोलीतला एकुलता एक हीटर कोपऱ्यात होता हे त्याला माहीत होतं.

"तुझ्याकडे पेन्टिंग आहे नं?" अॅनानं अधीरपणे विचारलं

"होय."

"कॅनव्हासनं माझा स्टुडिओ एका क्षणाकरताही सोडला नाही. गेले चार दिवस मी स्टुडिओत कुणाला प्रवेश करू दिला नाही, हे स्टुडिओत क्वचित येणाऱ्या विद्यार्थ्यांच्याही लक्षात आलं." रेड वाईन पिता पिता तो मध्येच थांबला अन् पुढे म्हणाला, "मी कबूल करतो, की ते तिथून गेलं की मला फार आनंद वाटेल. मी चार दिवस नीट झोपलोही नाही. काहीतरी गडबड आहे असा संशय माझ्या बायकोलाही आला. अॅना, मी तुरुंगात गेलो होतो पण त्याचं कारण फार क्षुल्लक होतं." एवढं बोलून अॅण्टननं सिगारेट गुंडाळायला सुरुवात केली.

"मला माफ कर अॅण्टन," अॅना म्हणाली, "मी तुला अशा संकटात टाकायला नको होतं आणि त्यापेक्षा आणखी वाईट बाब म्हणजे तुझ्याकडून आणखी थोड्या मदतीची अपेक्षा आहे हे मला सांगायला लागतंय." ती काय बोलणार हे अॅण्टनच्या लक्षात आलं.

"तू मला सांगितलं होतंस ना, की माझ्या आईचे आठ हजार डॉलर्स घरात

कुठेतरी लपवून ठेवले होतेस म्हणून, तर ते मला पाहिजेत.'' असं ती म्हणेल या अपेक्षेनं तिनं काही बोलण्याअगोदरच तो म्हणाला, ''तुला पैशाची आवश्यकता आहे हेच नं?'' बहुतेक रोमेनियन्स काही तरी रोख रक्कम त्यांच्या गादीखाली ठेवतात. न जाणो मध्यरात्रीही सरकार बदलेल या भीतीनं.'' असं म्हणून त्यानं सिगारेट विझवली.

''हो, त्यातले थोडे मला पाहिजेत. उसनवार म्हणून.'' ॲना म्हणाली, ''मी न्यूयॉर्कला पोहोचताच ते परत करीन.''

''ते तुझे पैसे आहेत. तू सर्व नेऊ शकतेस. परत करण्याची जरुरी काय?''

''नाही, ते माझे नाहीत, माझ्या आईचे आहेत. आणि हो, तू मला पैसे दिलेस हे तिला कळू देऊ नकोस. नाहीतर मी अडचणीत आहे असं समजून ती घरातलं फर्निचर विकायला काढेल.'' ॲना म्हणाली.

ॲण्टन हसला नाही, ''तू काही अडचणीत सापडली आहेस, हो नं?''

''माझ्याकडे पेन्टिंग आहे तोपर्यंत नाही.''

''मी आणखी एखादा दिवस ते ठेवावं असं तुला वाटतं का?'' त्यानं विचारलं अन् वाईनचा घुटका घेतला.

''नाही, तू माझी जी काळजी करतो आहेस त्याबद्दल धन्यवाद.'' ॲना म्हणाली, ''पण तसं केलं तर तुला आणि मला दोघांनाही झोप येणार नाही. मला वाटतं, ते मी घ्यावं हेच योग्य ठरेल.'' असं बोलून ॲना उठली. तिनं त्याच्याबरोबर वाईनचा फक्त एक घोट घेतला होता. ॲण्टननं मात्र ग्लास रिकामा केला होता. त्यानं टेबलावर पैसे ठेवले. सिगारेट विझवून तो उठला. त्यानं आपली टोपी कानांवर ओढून घेतली आणि ॲना पाठोपाठ बाहेर पडला. ते दोघं तिथून एकत्र बाहेर कधी पडले होते, याची शेवटची वेळ तिला आठवली नाही.

ॲण्टन पुढे निघाला आणि त्यानं सरजेईला गाठलं. ॲना त्याच्या पाठोपाठ निघाली तेव्हा ती चारही दिशेला नजर टाकत होती. तिनं ॲण्टनला गाठलं तेव्हा त्यांचं कुजबुजत्या आवाजात बोलणं चाललं होतं.

सरजेईनं मागचं दार उघडलं, तसं ॲण्टननं तिला विचारलं, ''तू आता आईला भेटणार आहेस का?''

''माझी प्रत्येक हालचाल कोणी टिपत असताना नाही.''

''पण मी तर कोणाला पाहिलं नाहीये.'' ॲण्टन म्हणाला.

''आपण त्याला पाहत नाही, तरी आपल्याला ते कळतं,'' ती बोलता बोलता थांबली, ''मी त्याला चुकवलं असं मला वाटत होतं, पण तो माझा भ्रम होता.''

त्यानंतर ॲण्टनच्या घरी जाईपर्यंतच्या प्रवासात कोणीही बोललं नाही. सरजेईने ॲण्टनच्या घरासमोर गाडी थांबवताच ॲण्टन झटकन बाहेर पडला. ॲनाही त्याच्या

पाठोपाठ चालू लागली. त्यानं तिला जिन्यावरून वरच्या मजल्यावर असलेल्या छोट्या खोलीत नेलं. ॲनाला खालच्या खोलीत असलेल्या 'सायबेलियस'च्या – ॲण्टनच्या बायकोच्या – पावलांचा आवाज ऐकू येत होता. ॲनानं तिला भेटावं अशी ॲण्टनची इच्छा नव्हती, हे स्पष्ट दिसत होतं.

कॅनव्हासनी भरलेल्या खोलीत शिरताच, ॲना इकडंतिकडं पाहू लागली आणि लगेच तिच्या नजरेनं व्हॅन्गॉगचं चित्र शोधून काढलं. त्याचा डावा कान बांधलेला होता. ती हसली. परिचित फ्रेममधलं ते चित्र उघडलेल्या लाल पेटीत होतं.

"याहून चांगलं असूच शकत नाही," ती म्हणाली, "आता मला एवढंच पाहायचं आहे की ते योग्य अशा हातात पडेल."

ॲण्टननं काही भाष्य केलं नाही. ती वळली तेव्हा तो आपल्या गुडघ्यांवर वाकून जमिनीच्या लिनोलियमचा कोपरा उचलत होता. खाली असलेला एक जाड लिफाफा काढून त्यानं खिशात सारला. त्यानंतर तो त्या लाल पेटीकडे आला. त्यानं झाकण नीट बसवलं आणि असलेल्या जागेत खिळे ठोकून पेटीचं पॅकिंग पूर्ववत केलं. लवकरात लवकर चित्र बाहेर कसं काढलं जाईल याकडेच त्याचं लक्ष होतं, हे स्पष्ट दिसत होतं. अखेरचा खिळा मारून होताच काहीही न बोलता ती पेटी घेऊन तो ॲनाबरोबर खाली उतरला.

त्याला पेटी घेऊन येऊ देण्यासाठी ॲनानं दार उघडून धरलं. त्यानंतर ते रस्त्यावर पोहोचले. सरजेईनं डिकी उघडूनच ठेवली होती. त्यात ॲण्टननं पेटी ठेवली आणि आपले हात झटकल्यासारखं केलं. त्यावरूनच, चित्र एकदाचं गेलं, तो मोकळा झाला याचं त्याला बरं वाटलं हे स्पष्ट झालं. सरजेईनं डिकी बंद केली अन् तो आपल्या सीटवर बसला. ॲण्टननं खिशातला जाड लिफाफा तिच्या स्वाधीन केला. त्याबदल्यात ॲनानं एक लिफाफा काढून त्याला दिला. त्यावर त्याचं नाव नव्हतं. त्यानं त्यावरचं नाव वाचलं आणि तो हसला. "तिला हा लिफाफा मिळेल याची मी व्यवस्था करतो," तो म्हणाला. "आणि तुला जे काही साधायचं आहे त्यात यश मिळो." त्यानं शुभेच्छा दिल्या.

"थँक्यू," तिनं प्रतिसाद दिला. तिच्या दोन्ही गालांचं चुंबन त्यानं घेतलं अन् गाडीचं दार बंद केलं. तिला बाय करून तो घरात दिसेनासा झाला.

"आता रात्री तुम्ही कुठे जाणार?" दार उघडून सरजेईच्या शेजारच्या सीटवर बसणाऱ्या ॲनाला त्यानं विचारलं, त्यावर तिनं उत्तर दिलं.....

-३८-

ॲना जेव्हा सकाळी उठली तेव्हा सरजेई गाडीच्या बॉनेटवर बसून सिगारेट ओढत होता. ॲनानं आळोखेपिळोखे दिले, डोळे चोळले अन् त्यांची उघडझाप केली. गाडीच्या मागच्या सीटवर झोपण्याची ही तिची पहिली वेळ होती. कॅनेडियन बॉर्डरला जाताना व्हॅनमध्ये ती कोणाचं संरक्षण नसताना झोपली होती. त्यामानाने ही सुधारणाच म्हणायला हवी होती.

ती गाडीच्या बाहेर पडली. तिनं आपले हातपाय ताणले, डिकीत नजर टाकली, ती लाल पेटी जागेवर होती.

"गुड मॉर्निंग," सरजेई म्हणाला, "झोप लागली होती अशी आशा करतो."

ती हसली. "तुमच्यापेक्षा चांगली असं वाटतं." ती म्हणाली.

"वीस वर्षं आर्मीत नोकरी करणाऱ्याला झोप म्हणजे चैनच वाटते." सरजेई म्हणाला, "ते असो, माझ्याबरोबर ब्रेकफास्ट करणार का?" असं विचारून तो गाडीकडे आला आणि ड्रायव्हरच्या सीटखालून त्यानं एक छोटा बॉक्स काढला. त्यानं झाकण उघडलं. त्यासरशी दोन ब्रेड रोल्स, एक उकडलेलं अंडं, चीजचा एक मोठा तुकडा, दोन टोमॅटो, एक संत्र आणि कॉफीचा थर्मास, ह्या सर्व गोष्टी ॲनाला दिसल्या.

"हे सगळं आलं कुठून?" संत्र सोलत तिनं विचारलं.

"कालच्या रात्रीच्या जेवणातून– माझ्या बायकोनं बनवलेल्या." त्यानं खुलासा केला.

"तुम्ही काल रात्री घरी गेला नाहीत याबद्दल तिला काय सांगणार?" ॲनानं विचारलं.

"मी तिला खरं खरं सांगेन," सरजेई म्हणाला. "मी एका सुंदर स्त्री बरोबर रात्र

घालवली, असं सांगेन.'' ॲना लाजली, ''पण मला वाटतं ती विश्वास ठेवणार नाही, कारण मी म्हातारा झालो आहे हे तिला माहीत आहे,'' पुढे तो म्हणाला, ''बरं, आता पुढे आपण काय करायचं? बँक लुटायची?''

''पन्नास दशलक्ष डॉलर्स सुट्या स्वरूपात असतील तर.'' ॲनानं हसत उत्तर दिलं. ''किंवा मला ते मिळवायला हवेत.'' असं म्हणून तिनं पेटीकडे बोट दाखवलं. ''ही कार्गोनं लंडनला पाठवायचीय. त्यामुळे ऑफिस कधी उघडतं हे पाहायला हवंय.''

''पहिला मनुष्य तिथं पोहोचतो तेव्हा ते उघडंच असतं.'' सरजेई म्हणाला. बोलता बोलता तो अंड्याची सालं काढत होता. ''साधारपणे सातला उघडतं असं म्हणायला हरकत नाही.'' त्यानं साल काढलेलं अंड तिला दिलं.

ॲनानं एक घास घेतला. ''तर मग मला पहिला नंबर लावायला आवडेल,'' ती म्हणाली, ''म्हणजे पेटी विमानात चढली याची मला खात्री करून घेता येईल.'' तिनं आपल्या घड्याळाकडे पाहिलं अन् म्हणाली, ''म्हणजे आपल्याला आता निघायलाच हवं.''

''मला नाही तसं वाटत.''

''म्हणजे तुम्हाला काय म्हणायचंय?'' ॲनानं किंचित आश्चर्यानं विचारलं.

''तुमच्यासारखी सुंदर स्त्री जेव्हा रात्री हॉटेलमध्ये झोपायला न जाता, बाहेर अशी कारमध्येच झोपते, तेव्हा त्याचं काही तरी कारण असेल.'' सरजेई म्हणाला अन् त्या लाकडी पेटीकडे बोट दाखवून पुढे म्हणाला, ''मला वाटतं ती पेटी हे त्याचं कारण असावं. कुठलाही धोका पत्करण्यात अर्थ नाही. म्हणून सकाळी सकाळी ती लाल पेटी पाठवण्यासाठी तुम्ही जाणं शहाणपणा ठरणार नाही.'' ॲना आता सरजेईकडे लक्षपूर्वक पाहत होती.

''त्या बॉक्समध्ये काय आहे हे कोणाला कळू नये अशी तुमची इच्छा आहे नं?'' तो किंचित थांबला पण ॲना काहीच बोलली नाही. ''मला वाटलंच,'' सरजेई म्हणाला, ''मी आर्मीत जेव्हा कर्नल होतो आणि मला कोणालाही कळू न देता काही करायचं असेल तेव्हा मी नेहमीच नाईकची मदत घ्यायचो. त्यामुळे कोणाला शंकाही येत नसे. मला वाटतं नाईक म्हणून आज मी काम करावं.''

''पण तुम्ही पकडले गेलात तर?''

''मग मला काही वेगळा विचार करावा लागेल. निदान बदल म्हणून तरी. तुम्हाला काय वाटतं, एका तुकडीचा प्रमुख असणारा मी, टॅक्सी ड्रायव्हरचं काम करतो ते काय गंमत म्हणून? माझी चिंता करू नका. माझ्या ओळखीची एक-दोन पोरं कस्टम शेडमध्ये काम करतात. योग्य किंमत मिळाली तर ते कोणतेही प्रश्न विचारणार नाहीत की कसल्या शंका काढणार नाहीत.''

ॲनानं आपली ब्रीफकेस उघडून त्यातून ॲण्टननं दिलेला लिफाफा काढला. लिफाफ्यातून वीस-वीस डॉलरच्या पाच नोटा काढून तिनं सरजेईच्या पुढ्यात धरल्या.

"नाही, नाही मॅडम, आपण काही पोलीसप्रमुखाला नाही लाच देत आहोत. हे आपल्या इथलेच ओळखीचे आहेत. त्यामुळे एवढे पुरेत." असं म्हणून त्यानं त्यातली फक्त एक नोट घेतली. "आणखी काय माहीत आहे का? त्यांची गरज मला आजच आहे असं नाही. पुढे कधीही गरज लागली तरी त्यांच्या उपयुक्ततेच्या मानानं त्यांच्या अपेक्षा वाढू देणं हे योग्य ठरणार नाही. नाही का?"

ॲनाला हसू आलं, "आणि जेव्हा पाठवायच्या कागदांवर सही कराल तेव्हा ती वाचता येऊ नये याची दक्षता घ्या."

त्यानं तिच्याकडे बारकाईनं पाहिलं. "मला समजलं, पण मला हे समजत नाही की..." त्यानं वाक्य मध्येच तोडलं कारण त्याच्या 'समजलं, पण समजत नाही' या वाक्यावर ॲना मोठ्यानं हसली होती. "तुम्ही इथं थांबा. मला फक्त तुमचं विमानाचं तिकीट द्या."

ॲनानं आपली बॅग पुन्हा उघडली. हातातले ऐंशी डॉलर्स परत लिफाफ्यात ठेवले आणि लंडनचं तिकीट त्याच्या हातात दिलं. सरजेई त्याच्या सीटवर चढला. त्यानं इंजिन सुरू केलं अन् गुडबायचा हात केला. ते पेन्टिंग, तिचं सामान, लंडनचं तिकीट आणि वीस डॉलर्ससह गेलेल्या गाडीकडे वळणावर दिसेनाशी होईपर्यंत ॲना पाहत होती. त्या बदल्यात सुरक्षा ठेव म्हणून तिच्याकडे फक्त एक चीजचा तुकडा, एक ब्रेड रोल, टोमॅटो आणि थंड कॉफीचा थर्मास होता.

◆◆◆

दहावी रिंग झाल्याबरोबर फेन्स्टननं रिसिव्हर उचलला.

"मी नुकतीच बुखारेस्टला पोहोचले आहे," ती म्हणाली, "तुम्ही जी लाल पेटी शोधत होता, ती लंडनच्या फ्लाईटवर चढवण्यात आली आहे. फ्लाईट दुपारी ४ वाजेपर्यंत लंडनला पोहोचेल."

"आणि ती कुठे आहे?"

"तिचा काय प्लॅन आहे ते कळत नाही. पण मी जेव्हा..."

"तिचा मृतदेह बुखारेस्टमध्येच सापडेल याची काळजी घे." फोन बंद झाला. क्रान्त्झ एअरपोर्टमधून बाहेर पडली.

नुकताच मिळवलेला सेलफोन सामान भरलेल्या ट्रकच्या टायरखाली तिनं ठेवला. ट्रक निघणार होता. मोबाईलचा चुराडा झाल्याचा आवाज फक्त तिलाच ऐकू आला असावा. त्यानंतर ती टर्मिनलकडे परतली. तिनं डिपार्चर बोर्ड पाहिला. पण त्यावेळेस डॉ. पेट्रेस्कू लंडनला जाण्याची शक्यता नव्हती, असं तिला वाटलं.

शिवाय न्यूयॉर्कसाठीची फ्लाईट उद्या सकाळी होती. पेट्रेस्कूनं त्या फ्लाईटचं तिकीट काढलं असेल तर क्रान्त्झला तिला एअरपोर्टवरच मारावं लागलं असतं आणि एअरपोर्टवर मारण्याची ही काही पहिलीच वेळ नव्हती– विशेषत: या टर्मिनलवर.

पेय वितरीत करणाऱ्या एका मोठ्या मशीनमागे ती लपली आणि वाट पाहू लागली. तिथून तिला येणाऱ्या सर्व टॅक्सी, गाड्या दिसू शकत होत्या. त्यातून उतरणारे प्रवासी पण दिसू शकत होते. ती फक्त एक प्रवासी असलेल्या एका टॅक्सीची वाट पाहत होती. पेट्रेस्कू तिला दुसऱ्यांदा मूर्ख बनवू शकणार नव्हती.

◆ ◆ ◆

तीस मिनिटांनंतर आता तो परत येईल म्हणून ॲना उत्सुकतेने वाट पाहत होती. चाळीस मिनिटांनंतर ती चिंतित झाली. पन्नास मिनिटांनंतर ती अस्वस्थ झाली. एक तास झाला तशी 'सरजेईपण फेन्स्टनचं काम करत नाही नं?' अशी विचित्र शंका यायला लागली. ती घाबरली. तेवढ्यात तिला वळणावर जुनी पिवळी मर्सिडीज, तिच्यापेक्षा जुना तिचा मालक, धक्के खात खात चालवत आणताना दिसला.

"तुमचा जीव भांड्यात पडला नं?" तो हसून म्हणाला आणि तिच्यासाठी पुढचं दार उघडून त्यानं तिचं तिकीट तिला दिलं.

"नाही, नाही, तसं काही नाही." ॲनाला उत्तर देताना शरमल्यागत वाटत होतं. सरजेई हसला. "पेटी लंडनसाठी बुक झाली आहे आणि ती तुमच्याच फ्लाईटमध्ये असेल." असं म्हणून तो आपल्या सीटवर बसला.

"सुंदर! तर मग मलाही आता निघायला हवं ना?"

"मान्य आहे," गाडीची इग्निशन किल्ली फिरवत तो म्हणाला, "पण तुम्हाला काळजी घायला लागेल. तो अमेरिकन तुमची तिथे वाट पाहत उभाच आहे."

"त्याला माझ्यात रस नाही." ॲना म्हणाली, "फक्त त्या पेटीत आहे."

"पण मी ती पेटी कार्गो डेपोकडे देताना त्यानं मला पाहिलंय आणि आणखी वीस डॉलर्सच्या मोबदल्यात ती कुठे आहे हेही त्याला कळेलच."

"आता मी त्याची फिकीर करत नाही." ॲना म्हणाली.

सरजेई कोड्यात पडला, पण तिला अधिक काही न विचारता त्यानं आपलं लक्ष गाडी चालवण्याकडे दिलं. तो हायवेवर आला आणि एअरपोर्टच्या दिशेनं गाडी घेतली.

"मी तुमची फार ऋणी आहे सरजेई." ॲना म्हणाली.

"चार डॉलर आणि एक नाष्टा. माझं पाच डॉलर्सनी समाधान होईल."

ॲनानं बॅग उघडली. त्यातून तो लिफाफा काढला, पाचशे डॉलर्सची एक नोट पाकिटात ठेवून देऊन बाकी सर्व नोटा काढल्या अन् वेगवेगळ्या ठेवल्या. लिफाफा परत बंद केला. टॅक्सी टर्मिनलजवळ तिच्या क्रमानुसार थांबली तेव्हा तिनं तो लिफाफा त्याला दिला.

"तुमचे पाच डॉलर्स." ती म्हणाली.

"थँक्यू मॅडम." त्यानं उत्तर दिलं.

"मॅडम नाही, ॲना." ती म्हणाली. तिनं त्याच्या गालाचं चुंबन घेतलं, आणि ती चालू लागली. तिनं वळून मागे पाहिलं असतं तर आपल्याप्रमाणे सरजेईचेही डोळे भरून आल्याचं तिला दिसलं असतं.

तिच्या वडिलांना फाशी देण्याच्या वेळी कर्नल सरजेई स्लेटिनरू त्यांच्या बाजूलाच उभा होता, हे त्यानं तिला सांगायला हवं होतं का?

◆◆◆

टिना लिफ्टमधून बाहेर पडली तेव्हा तिला तिच्या ऑफिसमधून लिपमन बाहेर पडताना दिसला. ती झटकन वॉशरूमकडे वळली. पुढच्या प्रसंगाची जाणीव होऊन तिचं हृदय धडधडू लागलं. फेन्स्टनचं प्रत्येक संभाषण तिनं ऐकलं असेल आणि त्याच्या ऑफिसमधल्या सर्व हालचाली तिनं पाहिल्या असतील हे लिपमनला आता कळलं असेल का? त्याहून वाईट गोष्ट म्हणजे ती स्वत:च्या खाजगी कॉम्प्युटरवर ई-मेलनं सर्व गोपनीय कागदपत्रं पाठवत होती हेही त्याला कळलं असेल का? पुन्हा कॉरिडॉरमध्ये प्रवेश करताच शांत राहण्याचा प्रयत्न करत ती आपल्या ऑफिसकडे चालू लागली. एक गोष्ट नक्की होती, त्यानं आफिसमध्ये प्रवेश केल्याचं कळेल, असा एकही धागा तो मागे ठेवणार नव्हता.

ती आपल्या डेस्कवर बसली आणि बटण दाबून तिनं पडद्याकडे पाहिलं. लिपमन चेअरमनच्या ऑफिसमध्ये बसला होता. तो फेन्स्टनला काहीतरी सांगत होता अन् फेन्स्टन ते लक्षपूर्वक ऐकत होता.

◆◆◆

ॲनानं ड्रायव्हरच्या गालाचं चुंबन घेतलं, त्याचवेळी जॅकच्या लक्षात आलं की हा तोच होता, ज्याच्यामुळे त्याच्या पदरचे वीस डॉलर खर्ची पडले होते, पण खर्चात दाखवता येणार नव्हते. ॲना झोपली असताना तो नक्की जागा असणार होता. कारण काही मिनिटं जरी त्याला डुलकी लागली असती, तरी तेवढ्या अवधीत त्या खलाशीटाईप केसवाल्या बाईनं ती पेटी पळवली असती. लंडनच्या विमानात चढल्यापासून, त्यानं त्या बाईला कुठे पाहिलं नव्हतं हे खरं, पण तरी त्याला ती जवळपासच कुठेतरी असावी, अशी शंका येत होती. ती आता कुठे असावी बरं? जॅकला सारखं वाटत होतं, तो केवळ साधासुधा टॅक्सी ड्रायव्हर नव्हता तर ॲनासाठी आपल्या जीवाची जोखीम पत्करणारा होता. त्याला त्या पेटीत काय असावं याची कल्पना नसतानाही... नसावीच... एवढी जोखीम आपणहून स्वीकारण्याचं काहीतरी जबरदस्त कारण नक्कीच असणार.

त्या टॅक्सी ड्रायव्हरला लाच देण्यात काहीच अर्थ नव्हता, हे लक्षात आलं होतं. त्यानं वीस डॉलर्स दिले तेव्हा कार्गो मॅनेजरनं त्याला त्याच्या खाजगी ऑफिसमध्ये यायची खूण केली होती. कागदपत्रांपैकी महत्त्वाच्या कागदाची प्रिन्ट-आऊट काढून त्यानं जॅकच्या हाती दिली होती. ती पेटी लंडनच्या पुढच्या फ्लाईटसाठी बुक करण्यात आली होती हे त्याला त्यावरून कळलं. पेटी विमानात चढवण्यात आली होती हेही त्यानं सांगितलं. महत्त्वाचं म्हणजे त्या कागदावर सही कोणाची होती ते कळत नव्हतं. ॲना त्याच फ्लाईटनं जाणार होती का? जॅक गोंधळला होता. व्हॅन्‌गॉगचं चित्र लंडनला जाणाऱ्या पेटीत असलं, तर मग तिनं जपानला नाकामुरांच्या ऑफिसमध्ये सोडलेल्या पेटीत काय होतं? ती लंडनला जाणारी तीच फ्लाईट पकडते का, हे पाहण्यासाठी थांबण्याशिवाय पर्याय नव्हता.

◆◆◆

आपली सूटकेस ओढत नेत एअरपोर्टच्या प्रवेशाकडे जाणाऱ्या ॲनाकडे सरजेई पाहत होता. तिला सुखरूपणे तिथं पोहोचविल्याचं तो नंतर फोन करून ॲण्टनला सांगणार होता. हात दाखवण्यासाठी ॲना वळली, तेव्हा तो तिच्याकडे पाहत असल्यामुळे तेवढ्यात कोणी गिऱ्हाईक कारच्या मागच्या सीटवर चढलं हे दार बंद झाल्याचा आवाज ऐकल्यानंतरच त्याच्या लक्षात आलं.

त्यानं रिअर व्ह्यू आरशातून पाहिलं.

''कुठे जायचं मॅडम?'' त्यानं विचारलं.

''जुना एअरपोर्ट.'' तिनं सांगितलं.

''तो अजून चालू आहे हे मला माहीत नव्हतं.'' त्यानं सांगून पाहिलं. पण तिनं काही उत्तर दिलं नाही. 'असतात अशी गिऱ्हाईकं.'

टॅक्सी दुसऱ्या सिग्नलपर्यंत गेली सरजेईनं बाहेर पडणाऱ्या पुढल्या रस्त्यावर टॅक्सी घेतली. त्यानं पुन्हा एकदा आरशात पाहिलं. तिच्यात काही तरी ओळखीचं असं होतं. काय बरं? यापूर्वी त्याच्या टॅक्सीत ती कधी मागे बसली होती का? चौरस्त्याला सरजेईनं जुन्या एअरपोर्टचा रस्ता धरला. रस्ता सुनसान होता. त्याचं म्हणणं बरोबरच होतं. १९८९ मध्ये सिऊसेस्कूनं पळून जाण्याचा प्रयत्न केल्यापासून, त्या विमानतळावरून कोणतीही फ्लाईट सुटलेली नव्हती. गाडीची एकसारखी गती ठेवत त्यानं पुन्हा आरशात पाहिलं. एकाएकी त्याला आठवलं अन् तो थोडा दचकला. तिला त्यानं शेवट कुठं पाहिलं होतं हे त्याला नेमकं आठवलं होतं. त्यावेळी तिचे केस लांब होते अन् फिकट तपकिरी होते आणि तिचे डोळे. दहा वर्षं होऊन गेली होती तरी ते मात्र तेच होते. त्यात जराही फरक झाला नव्हता. ती जेव्हा कोणाला मारत असे, त्यावेळी तिच्या डोळ्यांत कसलेही भाव नसत. ते डोळे– ती नजर, जी मेल्यानंतरही तुमच्या आरपार जात असे.

बल्गेरियाच्या सीमेवर त्याच्या साठ जणांच्या तुकडीला घेरलं गेलं होतं. त्यांना युद्धकैद्यांच्या कॅम्पवर नेण्यात आलं. त्यानंतर त्यांचे अनन्वित हाल करण्यात आले. त्याच्या तुकडीतल्या तरुण सैनिकांच्या किंकाळ्या अजूनही त्याच्या कानात घुमत होत्या. त्यांतले, काही तर इतके कोवळे होते की त्यांनी नुकतीच शाळा सोडली होती. त्यांना प्रश्न विचारण्यात आले. माहीत असलेली सर्व माहिती त्यांनी सांगितली. काहींनी काहीही सांगितलं नाही. त्यानंतर प्रत्येकाचा गळा तिनं चिरला होता. त्यांच्या डोळ्यांत पाहत, ते मेल्याची खात्री केल्यावर जलद गतीनं ती त्यांचा चेहरा छिन्नविच्छिन्न करून, त्यांचं कलेवर कैद्यांची गर्दी झालेल्या त्या तुरुंगातच टाकून देत असे. त्यावेळी तिच्या कठोर अनुयायांनाही तिच्या नजरेला नजर देण्याची हिंमत होत नसे आणि जाण्यापूर्वी, थोडा वेळ थांबून, ती उरलेल्या कैद्यांकडे नजर फिरवून सांगत असे, ''तुमच्यातल्या कोणाची आता पाळी आहे हे मी अजून ठरवलेलं नाही.'' तिचा हा रोजचाच क्रम झाला होता. सरजेईची फक्त तीन माणसं वाचली होती. कारण नुकतेच नवीन कैदी पकडण्यात आले होते आणि त्यांच्याकडे नवीन माहिती असण्याची शक्यता होती. आपली कधी पाळी येणार याची वाट पाहत कर्नल सरजेई स्लेटिनरू यानं सदतीस अस्वस्थ रात्री घालवल्या होत्या. तिचा शेवटचा बळी ॲनाचे वडील होते. असा शूर पुरुष की ज्याचा शत्रूशी लढतानाच मृत्यू यावा– खाटकाकडून नाही.

उरलेल्या सर्वांना सोडवून त्यांच्या घरी पाठविण्यात आलं तेव्हा प्रमुख या नात्यानं, कॅप्टन पेट्रेस्कूच्या मृत्यूची बातमी, एल्सा पेट्रेस्कूला देणं भाग होतं. त्यावेळी सरजेई खोटं बोलला. त्यांना युद्धात वीरमरण आलं असं त्यानं सांगितलं. आपण अनुभवलेलं दु:स्वप्न तिला सांगण्याची काय गरज होती? त्यानंतर कित्येक वर्षांनी ॲण्टननं त्याला फोन करून कॅप्टन पेट्रेस्कूच्या मुलीचा फोन आला होता, ती बुखारेस्टला येतेय असं कळवलं तेव्हा तो तिला मदत... त्याचं रहस्य त्यानं दुसऱ्या कुणाला का सांगावं?

एकदाचं बंड शमलं. शत्रुत्व संपलं आणि क्रान्त्झबद्दल अफवांचं पेव फुटलं. ती तुरुगांत आहे, ती अमेरिकेला पळालीय, तिला ठार करण्यात आलंय.....

त्यावेळी सरजेईनं प्रार्थना केली होती, की ती जिवंत असू दे. कारण तिला ठार करण्याचं सौभाग्य त्याला पाहिजे होतं. ते त्याला मिळेल की नाही हे त्याला ठाऊक नव्हतं. पूर्वीचे अनेक सोबती (कॉम्रेड्स) तिला ओळखत होते आणि तिचा गळा चिरण्याची वाट पाहत होते. त्यामुळे पुन्हा रोमोनियात ती आपलं तोंडही दाखवणार नाही अशी त्याला शंका होती... मग ती परत का आली? एवढा धोका पत्करण्याचं कारण, ती लाल पेटी असेल का?

एकेकाळी विमानतळ असलेली उजाड जमीन दिसताच सरजेईनं आपल्या गाडीची गती कमी केली. ती जमीन आता काटेरी झुडपं, तण आणि खड्ड्यांनी भरलेली होती.

त्यानं गाडीच्या चाकावर एक हात ठेवला होता आणि दुसऱ्या हातानं तिच्या लक्षात न येता सीटखालचं पिस्तूल हळुवारपणे काढण्याचा त्याचा प्रयत्न होता. सिऊसेस्कूला फासावर चढवल्यापासून त्यानं कधी त्या पिस्तुलाचा वापर केलेला नव्हता.

"तुम्हाला मी कुठे सोडू मॅडम?" त्यानं विचारलं, जणू काही ते एखाद्या रहदारीच्या रस्त्यावर होते. त्यानं आपली बोटं पिस्तुलाच्या हॅण्डलवर रोवली होती. तिनं काही उत्तर दिलं नाही. त्यानं रिअर व्ह्यू आरशात पाहिलं. त्याच्या हालचालीमुळे ती जागरूक झाली का हे समजण्यासाठी. ती मागच्या सीटवर बसली असल्यामुळे त्याची प्रत्येक हालचाल तिला कळत होती हे त्याच्या लक्षात आलं. आणखी फक्त एक मिनिट... साठ सेकंद फक्त. त्याला कळलं. तेवढ्या अवधीत आपल्यापैकी कोणी तरी एक जण मरणार आहे.

सरजेईनं आपली तर्जनी पिस्तुलाच्या चापावर ठेवली, हळूच पिस्तूल काढलं आणि तो हात हळूहळू वर करायला सुरुवात केली– इंचाइंचानं. तो गाडीला ब्रेक लावणार तेवढ्यात मागून एका हाताने त्याचे केस घट्ट पकडून त्याचं डोकं तिनं आदळलं. त्याचा पाय आपसूक ॲक्सिलेटवरून बाजूला झाला. गाडी हळूहळू जात थांबली. त्यानं पिस्तूल आणखी एक इंच वर केलं.

"ती पोरगी कुठे जाते आहे?" तिनं खुनशी आवाजात विचारतानाच त्याचं डोकं वळवण्याचा प्रयत्न केला जेणेकरून तिला त्याच्या डोळ्यांत पाहता यावं.

"कोणती पोरगी?" तो कसंबसं बोलला. सुरीचं टोक त्याच्या शरीराला भिडल्याचं त्याला जाणवलं.

"मला बनवू नकोस म्हाताऱ्या. तीच, जिला तू एअरपोर्टवर सोडलं."

"तिनं सांगितलं नाही...." पिस्तूल आणखी एक इंच वर झालं.

"असं काय, तू तिला सगळीकडे फिरवलं तरी तिनं तुला सांगितलं नाही काय?" ती ओरडून म्हणाली. सुरीचं टोक आता मांसात रुतत होतं. पिस्तूल आणखी एक इंच वर. "मी तुला शेवटची संधी देते," ती किंचाळून म्हणाली. तिनं सुरीचं पातं आणखी आत खुपसलं आणि त्याच्या मानेवरून गरम रक्त वाहू लागलं "सांग, बोल-बोल कुठे जातेय ती?"

"मला माहीत नाही." मोठ्यानं ओरडून सरजेई म्हणाला आणि पिस्तूल वर उचलून तिच्या डोक्याच्या दिशेनं त्यानं गोळी झाडली. गोळीनं क्रान्त्झचा खांदा फोडला आणि तिला मागे ढकललं, पण तिनं त्याचे केस सोडले नाहीत. सरजेईनं पुन्हा चाप दाबला. दरम्यान तिला एक सेकंद मिळाला. एका झटक्यात तिनं त्याची मान कापली. त्याचे डोळे तिच्या त्या थंड नजरेला भिडले. ही सरजेईची शेवटची आठवण ठरली.

❖

-३९-

टेलिफोनची बेल वाजली तेव्हा लिपमन झोपेत होता. पण त्याला गाढ झोप लागलेली नव्हती. तशी त्याला कधीच लागत नसे. अशा भलत्या वेळी फोन करणारी व्यक्ती एकच होती– फेन्स्टन.

त्यानं फोन उचलला अन तो म्हणाला, ''गुड मॉर्निंग चेअरमन साहेब.'' जणू काही तो त्याच्या ऑफिसच्या डेस्कजवळ बसला होता.

''क्रान्त्झनं पेन्टिंग कुठे आहे ते शोधलं आहे.''

''कुठे आहे?'' लिपमननं विचारलं.

''ते बुखारेस्ट मध्येच होतं. पण आता लंडनला हिथ्रोला येण्याच्या मार्गावर आहे.'' लिपमनला म्हणावसं वाटलं, 'मी म्हटलं होतं नं' पण त्याने आपले ते शब्द गिळले.

''विमान किती वाजता पोहोचतं?''

''लंडनच्या वेळेप्रमाणे चार वाजण्याच्या सुमारास.'' फेन्स्टननं सांगितलं.

''ते घेण्यासाठी मी कोणाला तरी तयार ठेवतो.''

''पण ते पहिल्या फ्लाईटनं न्यूयॉर्कला पोहोचलं पाहिजे अशा सूचना दे.''

''पण मग पेट्रेस्कूचा पत्ता काय, ती कुठे आहे?''

''काही कल्पना नाही,'' फेन्स्टनन म्हणाला, ''क्रान्त्झ तिच्यासाठी एअरपोर्टवर थांबली आहे. पण ती त्याच फ्लाईटनं येईल असं तिला वाटत नाही.''

लिपमननं फोन ठेवल्याचा 'क्लिक्' असा आवाज ऐकला. फेन्स्टन कधीच गुडबाय असं म्हणून फोन ठेवत नसे. तो बिछान्यातून बाहेर पडला. त्यानं आपली फोनची डायरी काढली 'पी' पर्यंत पोहोचल्यानंतर त्यानं ऑफिसचा नंबर फिरवला.

''हॅलो रूथ पॅरिश बोलतेय,''

"गुड मॉर्निंग श्रीमती पॅरिश, कार्ल लिपमन बोलतोय."

"गुड मॉर्निंग मि. लिपमन." तिनं प्रतिसाद दिला.

"आमचं पेन्टिंग आम्हाला सापडलं."

"म्हणजे तुम्हाला व्हॅन्‌गॉग मिळालं?" रूथनं किंचित आश्चर्यानं विचारलं.

"नाही, अजून मिळालं नाही, पण त्यासाठीच फोन करतो आहे."

"पण मी काय करू शकते?" रूथनं गोंधळलेल्या सुरात विचारलं.

"ते बुखारेस्टहून येणाऱ्या फ्लाईटमध्ये सामानाच्या जागेत आहे. फ्लाईट लंडनला दुपारी चारच्या सुमाराला पोहोचेल." तो थोडा थांबला अन् पुढे म्हणाला, "त्यावेळी तुम्ही तिथं हजर रहा अन् ते ताब्यात घ्या हेच सांगायचं होतं."

"पण ते कुणाच्या नावानं पाठवलं आहे? कागदपत्रं कोणाच्या नावाची आहेत?"

"ते सर्व खड्ड्यात जाऊ दे. ते आमचं चित्र आहे आणि तुमच्याच पेटीत आहे एवढी गोष्ट मला वाटतं पुरेशी आहे. आता दुसऱ्या खेपेला तुम्ही ते गमावणार नाही याची काळजी घ्या आणि उपलब्ध असलेल्या पहिल्या फ्लाईटनं न्यूयॉर्कला आमच्याकडे पाठवा. कळलं?" तिनं काही शंका उपस्थित करण्यापूर्वीच त्यानं फोन खाली ठेवला.

रूथ पॅरिश आणि सामानाची ने-आण करणारे तिचे चार सहकारी, बुखारेस्टहून फ्लाईट क्र. १९ उतरण्याचीच वाट पाहत धावपट्टीच्या बाजूला उभे होते. विमानाच्या कार्गोहोल्डमधून सामान काढलं गेल्याबरोबर कस्टमच्या मोटारींचा छोटा ताफा, रूथची रेन्ज रोव्हर आणि आर्ट लोकेशन्सची सुरक्षा व्हॅन, सर्वच तिकडे निघाले, कार्गोहोल्डपासून वीस मीटर अंतरावर ते सर्व पार्किंगमध्ये थांबले.

रूथनं जर वर पाहिलं असतं तर तिला विमानाच्या मागच्या बाजूच्या दारातून हसत असलेली ॲना दिली असती.

रूथ तिच्या गाडीतून उतरली आणि कस्टम अधिकाऱ्याकडे गेली. येणाऱ्या फ्लाईटमधलं पेन्टिंग तिला तसंच पुढे अमेरिकेला पाठवायचंय हे तिनं त्याला आधीच सांगितलं होतं. अशा नेहमीच्या कामासाठी, आपल्यासारख्या वरिष्ठ अधिकाऱ्याला त्रास द्यायची काय आवश्यकता होती, असं त्याला म्हणायचं होतं. पण तिनं जेव्हा त्याला चित्राची किंमत सांगितली, तेव्हा त्याचं महत्त्व त्याला पटलं. हे साधं काम त्यानं टाळलं असतं तर त्याच्या बायकोला, त्यानं 'महिनाभरातच आपल्या गणवेशाच्या बाहीवर आणखी एका रुपेरी पट्टीची– फितीची वाढ होणार आहे. (म्हणजे बढती होणार आहे)' हे जे सांगितलं होतं, ते त्याला विसरावं लागलं असतं. त्यानं बढतीबद्दल सांगितलं होतं; पण वाढणाऱ्या पगाराबद्दल मात्र मौन पाळलं होतं.

कार्गोहोल्ड उघडताच ती आणि तो, दोघेही सामान उतरवणाऱ्या प्रमुखाकडे गेले. "सामानात एक लाल रंगाची लाकडी पेटी आहे," त्यानं आपल्या फाईलमध्ये

बघून सांगितलं. ''तीन फूट बाय दोन फूट आणि जाडी साधारपणे तीन ते चार इंच. त्याच्या दोन्ही बाजूला आर्ट लोकेशन्सचं चिन्ह आहे आणि चारही कोपऱ्यांवर क्र. ४७ स्टेन्सिलनं कोरला आहे. ती पेटी पहिले बाहेर काढा.'' त्या प्रमुखानं सामान काढणाऱ्या आतल्या दोन माणसांना ते सांगितलं. ती पेटी त्यांनी बाहेर आणल्या बरोबर ''तीच ती.'' असे उद्गार रूथनं काढले. कस्टम अधिकाऱ्यानं मान डोलावली. यांत्रिक पद्धतीने सामान काढण्यासाठी क्रेन असलेला ट्रक पुढे आला. त्याच्या फावड्यासारख्या दातांवर ती पेटी ठेवली गेली. कस्टम अधिकाऱ्यानं कोणाच्या नावानं पाठवलेली आहे, त्याचे कागदपत्र, पेटीवरचं आर्ट लोकेशन्सचं चिन्ह कोरलेला क्र. ४७, हे सर्व तपासलं आणि जाहीर केलं, ''सर्व काही व्यवस्थित आहे.''

मग त्यानं रूथ पॅरिशला आवश्यक त्या ठिकाणी सही करायला सांगितली. तिनं ती केली. पण पाठवणाऱ्याच्या सहीवरून त्याचं नाव काही कळत नव्हतं. त्यानंतर क्रेन असलेला ट्रक आर्ट लोकेशन्सच्या व्हॅनपर्यंत पोहोचला. तिथं रूथच्या माणसांनी व्हॅनमध्ये तो उतरवून घेतला. तोपर्यंत कस्टम अधिकाऱ्यानं त्या पेटीवरची आपली नजर बाजूला केली नव्हती.

''मला तुमच्याबरोबर अमेरिकेला जाणाऱ्या विमानात ती पेटी चढेपर्यंत थाबावं लागणार श्रीमती रूथ, त्यानंतरच मी माल सुरक्षित पाठवल्याचं प्रमाणपत्र देऊ शकेन.'' कस्टम अधिकाऱ्यानं रूथला सांगितलं. तिनं मान डोलावली. यापूर्वी सुद्धा दोन-तीन वेळा तिनं या पद्धतीनंच परस्पर पुढच्या इच्छित ठिकाणी चित्रं पाठवली होती.

◆◆◆

दरम्यान तिकडे ॲना विमानातून उतरून बाहेर पडली होती आणि पट्ट्यावरील आपलं सामान घेण्याच्या विभागात पोहोचली होती.

इकडे आता लाल पेटी असलेल्या आर्ट लोकेशन्सच्या व्हॅननं टर्मिनल तीनवरून टर्मिनल चारकडे जाण्याच्या प्रवासास सुरुवात केली होती. न्यूयॉर्कला जाणारं युनायटेड एअरलाईन्सचं विमान तिथूनच निघणार होतं.

चित्राची पेटी घेऊन जेव्हा व्हॅन टर्मिनल चारवर पोहोचली तेव्हा विमानाची वेळ झाली नव्हती. व्हॅनला जवळ जवळ एक तास थांबावं लागलं. त्यानंतर सामान ठेवण्याचं कार्गोहोल्ड उघडलं गेलं. मागच्या प्रमाणेच पण उलट पद्धतीने कार्यवाही झाली. क्रेन असलेल्या ट्रकतर्फे आर्ट लोकेशन्सच्या वाहनातून पेटी उचलण्यात आली आणि नंतर ती विमानाच्या होल्डमध्ये सावकाश ठेवण्यात आली. सामान आत लावून ठेवणाऱ्या दोघांनी उतरवून घेऊन ती आत सुरक्षितपणे नेऊन ठेवली.

माल पाठविण्याच्या आवश्यक त्या सर्व कागदपत्रांवर कस्टम अधिकाऱ्यानं

सह्या केल्या. रूथला निरोपाचा हात दाखवून तो आपल्या ऑफिसमध्ये परतला. तो आणि रूथ यांना ती पेटी विमानात चढेपर्यंतचा जो एक तास मिळाला होता, तेवढ्यात त्या कस्टम ऑफिसरचा सर्व इतिहास रूथला कळला होता. आपल्या तिसऱ्या मुलाला पास झाल्यानंतर कोणत्या शाळेत दाखल करण्याचा त्याचा विचार होता हेही रूथला समजलं होतं.

एरवी, एवढं काम उरकल्यानंतर रूथ सरळ आपल्या ऑफिसकडे गेली असती, संबंधित कागदपत्रं तिनं फाईलला लावले असते. कुणाचा काही निरोप आहे का, हे विचारलं असतं अन् मग सरळ घरी गेली असती. पण हे सर्व एरवीच्या वेळी. आताची परिस्थिती सर्वसाधारण नव्हती. सर्व प्रवाशांचं सामान विमानाच्या होल्डमध्ये जाऊन त्याचं दार बंद होईपर्यंत ती आपल्या गाडीच्या सीटवर बसून होती. विमान उत्तरेकडच्या रनवेवर धावू लागलं तरी ती हलली नव्हती. विमानानं उड्डाण केलं त्यासरशी तिनं लिपमनला मेसेज पाठवला. तो अगदी साधा होता. 'पार्सल पोहोचण्याच्या मार्गाला लागलं आहे.'

◆◆◆

जॅक गोंधळला होता. आगमन कक्षात सावकाशपणे येणाऱ्या ॲनाला त्यानं पाहिलं होतं. तिनं 'ट्रॅव्हलेक्स' मधून काही डॉलर्सचं चलन घेतलं आणि टॅक्सीसाठी असलेल्या लांबलचक रांगेत ती उभी राहिली. सामानाच्या दोन सेटसह जॅकची टॅक्सी रस्त्याच्या दुसऱ्या कडेला उभी होती. तिचं इंजिन चालू ठेवलेलं होतं. ॲनाची टॅक्सी निघाली की लगेच पाठोपाठ जाण्याच्या तयारीनं.

"कुठे जायचंय श्रीमान?" ड्रायव्हरनं विचारलं.

"मला आता सांगता येणार नाही," जॅकनं कबूल केलं, "पण पहिल्यांदा बहुधा कार्गोकडे." जॅकला वाटत होतं की ॲना सुरुवातीला सरळ कार्गो डेपोत जाईल आणि बुखारेस्टमधल्या ड्रायव्हरनं बुक केलेली ती लाकडी लाल पेटी ताब्यात घेईल. पण त्याची ती चूक होती. कार्गो असं दर्शवणाऱ्या पाटीनंतर उजवीकडे वळण्याऐवजी ॲनाच्या टॅक्सीने झटकन डावीकडचं वळण घेतलं आणि ती दक्षिणेकडे एम २५ कडे निघाली.

"ती कार्गोकडे गेली नाही श्रीमान, मग आता पुढे कुठे, काही अंदाज?"

"अरेच्या! मग त्या पेटीत काय आहे?" अभावितपणे जॅक मोठ्यानं म्हणाला.

"मला काही कल्पना नाही श्रीमान."

"छे! मी किती मूर्ख आहे." जॅक स्वत:लाच शिवी देत होता.

"त्यावर मी काही मतप्रदर्शन करू शकत नाही श्रीमान, पण आपण कुठे जायचं ते कळलं तर बरं होईल." जॅकला हसू फुटलं.

"मला वाटतं वेण्टवर्थ तुला माहीतच असणार."

''होय, श्रीमान.''

जॅकनं ताणरहित होण्याचा खूप प्रयत्न केला पण मनाला ते शैथिल्य आलंच नाही. त्याच्या मागे एक टॅक्सी सतत त्याला दिसत होती. आत कोण बसलं आहे हे दिसत नव्हतं. ती खलाशीटाईप केसवालीच आहे का? पण पेन्टिंग कार्गोनं पाठवलेल्या लाकडी पेटीत आहे आणि पेटी अ‍ॅनाबरोबर नाहीय. तरी ती का अ‍ॅनाच्या मागे आहे? त्याची टॅक्सी एम २५ मधून बाहेर पडून वेण्टवर्थ च्या रस्त्याला लागली, तशी मागची टॅक्सी, त्याच्या अपेक्षेप्रमाणे त्याच्यामागे न येता सरळ गॅटविक विमानतळाच्या दिशेने निघून गेली. आपला गैरसमज झाला हे जॅकच्या लक्षात आलं.

''आपण काही मूर्ख नाहीत श्रीमान, ती वेण्टवर्थलाच चालली आहे असं दिसतं.'' टॅक्सी ड्रायव्हर म्हणाला.

''नाही, मी मूर्ख नाही, पण वेडपट आहे.'' जॅक कबुली दिल्यागत म्हणाला.

''तुम्ही काय ते नक्की ठरवा श्रीमान.'' ड्रायव्हर म्हणाला आणि त्याचवेळेस अ‍ॅनाची टॅक्सी वेण्टवर्थच्या प्रवेशद्वारातून आत शिरून आतल्या रस्त्यावर दिसेनाशी झाली.

''तिच्या पाठोपाठ आत शिरायचं का श्रीमान?''

''नाही,'' जॅक म्हणाला, ''पण मला एका रात्रीसाठी तरी एखाद्या हॉटेलात राहावं लागेल. तुझ्या पाहण्यात आहे का असं एखादं जवळपास?''

''जेव्हा गोल्फच्या स्पर्धा असतात, तेव्हा कित्येक गिऱ्हाईकांना मी वेण्टवर्थ आर्म्समध्ये घेऊन आलो आहे.'' त्यानं माहिती दिली.

''मग चल, तिकडे पाहू या काय सोय होते ती.'' जॅकनं सांगितलं.

''ठीक आहे श्रीमान.''

जॅक मागच्या सीटवर रेलला आणि आपला सेलफोन काढून त्यानं नंबर लावला.

''अमेरिकन एम्बसी.''

''मला जरा टॉम क्रासान्तीला जोडून द्या प्लीज.''

❖

-४०-

त्या छोट्याशा ऑपरेशनंतर क्रान्त्झ लगेच शुद्धीवर आली, तेव्हा तिला उजव्या खांद्यातून होणाऱ्या तीव्र वेदनांची जाणीव झाली. उशीवरून आपलं डोकं दोन-तीन इंच वर उचलून आपण कुठे आहोत हे पाहण्याचा तिनं प्रयत्न केला. पण तेवढ्या हालचालींनीही तिला थकवा जाणवला. तिनं प्रयत्नपूर्वक डोळे उघडे ठेवले. तिनं पाहिलं, ती एक छोटी पांढरी खोली होती. त्यात एक पलंग, टेबल, खुर्ची, एक चादर, एक ब्लँकेट आणि बेडपॅन एवढ्याच आवश्यक गोष्टी तिला दिसल्या. म्हणजे ती एका हॉस्पिटलची खोली होती हे नक्की. खोलीला खिडक्या नव्हत्या, जेमतेम एक जुनाट पंखा.

कार्डासह टेबलावर फुलं असलेली फुलदाणी नव्हती, फळं नव्हती. शुभेच्छादर्शक आलेले गुच्छही नव्हते, रेडिओ, टीव्ही काही नव्हतं. म्हणजे ते एक सामान्य हॉस्पिटल होतं. सरकारी. विशेष गोष्ट म्हणजे खोलीच्या दाराला लोखंडी गज होते.

आपण इथं कसे पोहोचलो? आपल्याला काय झालं होतं, हे आठवण्याचा ती प्रयत्न करत होती. त्या टॅक्सी ड्रायव्हरनं तिच्या हृदयाच्या दिशेने पिस्तुलाची गोळी झाडली, एवढंच तिला आठवलं. त्यावेळी ती किंचित बाजूला झाली होती. त्यामुळे खांद्यावर निभावलं होतं. त्यावेळी तिच्या डोळ्यांसमोर अंधेरी पसरत होती, पण तिला तेवढ्यात त्याची मान कापण्याइतपत एक क्षण मिळाला होता. त्यानं दुसरी गोळी झाडली होती. पण त्यानंतर काय झालं, हे तिला काही आठवत नव्हतं. त्याची मान पुरती चिरली गेली होती की नव्हती? तो नक्कीच पक्का व्यावसायिक असला पाहिजे. सराईत गुन्हेगार किंवा पोलिसांपैकी किंवा सैन्यातला. क्रान्त्झला ग्लानी आली. तिनं पुन्हा डोळे मिटून घेतले.

◆◆◆

जॅकनं वेण्टवर्थ आर्म्स हॉटेलमध्ये खोली घेतली अन् त्याचवेळेस रात्रीच्या जेवणासाठी टेबल राखून ठेवण्यास सांगितलं. खोलीत गेल्यावर त्यानं मस्तपैकी शॉवर घेतला अन् कपडे बदलले. केव्हा एकदा जेवणाची वेळ होते आणि आपण रसदार स्टेकवर तुटून पडतो असं त्याला झालं होतं.

ॲना वेण्टवर्थ हॉलला सुखरूप पोहोचली, तरी ती खलाशीटाईप केसवाली अजूनही जवळपास कुठे तरी घुटमळत असेल या विचारानं त्याचा ताण पुरता गेला नव्हता. तो स्वत: जागरूक असला तरी स्थानिक पोलिसांना जागरूक करावं अशा सूचना त्यानं टॉमला दिल्या होत्या.

तो गिनेस बीयर पीत ॲनाबद्दल विचार करत आरामात हॉटेलच्या लाउंजमध्ये बसला होता. टॉम क्रासान्ती तिथं आला. तसं उठून त्यानं त्याचं स्वागत केलं आणि त्यानं स्वत:च शहरात जाण्याऐवजी त्याला इथंच वेण्टवर्थला बोलावून घेतलं याबद्दल त्यानं दिलगिरी व्यक्त केली. तेवढ्यात तिथल्या घड्याळाने आठचे टोले ऐकवले.

"आपल्या एम्बसीकडून जो पर्यंत चांगली 'टॉम कॉलिन्स' मिळत आहे तोपर्यंत मला तक्रार करायचं कारण नाही." टॉमनं त्याला म्हणाला.

त्यानंतर त्यांच्या थोड्या इकडच्या तिकडच्या गप्पा सुरू झाल्या. तेवढ्यात प्रमुख वेटर आला. त्यांनी त्याला सुरुवातीला टॉम कॉलिन्स हे मद्य आणि गिनेझ बियर आणायला सांगितली. त्यानंतर त्यानं त्या दोघांची जेवणाचीही ऑर्डर घेतली. 'स्टेक' वर दोघांचं एकमत झालं, पण कसा, यावर ते विभागलं गेलं. टेक्सासमधला असल्यामुळे टॉमला कोकराच्या मांसाच्या तुकड्यासारखा दिसणारा इंग्लिश स्टेक नको होता, तर टेक्सन पद्धतीचाच हवा होता.

त्यांचं जेवणाचं टेबल लावलं की सांगायला येतो असं म्हणून प्रमुख वेटर निघून गेला. त्याला जॅकनं धन्यवाद दिले.

दरम्यान खाली वाकून आपली ब्रीफकेस वर घेऊन त्यातली एक जाड फाईल टॉमनं बाहेर काढली. आणि टेबलावर त्या दोघांच्या मध्ये ठेवली. नुसत्या बोलण्यानं त्याची कधीच तृप्ती होत नसे.

"महत्त्वाच्या बातमीपासून सुरुवात करूया," टॉमनं सुरुवात करताना म्हटलं आणि फाईल उघडली. "टोकियोहून तुम्ही पाठवलेल्या फोटोवरून आम्ही ती बाई कोण आहे हे शोधून काढलं आहे." आपला ग्लास खाली ठेवत जॅकनं ती फाईल पाहायला सुरुवात केली. "तिचं नाव ओल्गा क्रान्त्झ. तिच्या आणि डॉ. पेट्रेस्कूमध्ये एक साम्य आहे." टॉमनं सांगितलं.

"काय ते?" मान वर करून जॅकनं विचारलं.

"आपल्या ऑफिसचीही अशी कल्पना होती की ओल्गा क्रान्त्झ मेली आहे. डॉ.

पेट्रेस्कूप्रमाणे तिलाही बेपत्ता म्हणून जाहीर करण्यात आलं होतं. ही तिची माहिती.'' असं म्हणून टॉमनं एक कागद जॅकच्या पुढ्यात सरकवला. ''सिऊसेस्कूच्या वैयक्तिक अंगरक्षकाचं काम तिनं १९८९ मध्ये सोडलं तेव्हापासून ती नाहीशी झाली. त्यानंतर ती आजतागायत कुठे दिसली नव्हती, म्हणून ती मेली असावी असाच समज होता. पण आता ती फेन्स्टनसाठी काम करते आहे हे स्पष्ट झालं आहे.''

''ओढूनताणून काढलेला तर्क आहे हा.'' जॅक म्हणाला तेवढ्यात वेटर त्याच्या आवडीची पेयं टॉम कॉलिन्स आणि गिनेस घेऊन आला.''

''तुम्ही घडलेल्या घटना तर्कशुद्ध पद्धतीनं मांडाल तर असं म्हणणार नाही,'' मध्येच टॉम कॉलिन्सचा घोट त्यानं घेतला. ''हूंऽऽ मस्त आहे.'' असा उद्‌गार काढला अन् पुढे म्हणाला, ''ती आणि फेन्स्टन दोघेही सिऊसेस्कूसाठी एकाचवेळी काम करत होते.''

''योगायोग,'' जॅक म्हणाला, ''कोर्टात टिकणारा नाही.''

''टिकेल. तिच्या कामाचं स्वरूप काय होतं ते कळल्यानंतर.''

''प्रयत्न करून पाहा.''

''सिऊसेस्कूला धोका निर्माण करणाऱ्या सर्वांना ती बाजूला करत असे.''

''तरीही हा फक्त परिस्थितिजन्य पुरावा.''

''त्यांना बाजूला करण्याची तिची पद्धत कळल्यानंतर नाही.''

''स्वयंपाकघरातील सुरी?'' आपल्या खालच्या फाईलकडे न पाहताही जॅक म्हणाला.

''अगदी बरोबर.''

''तसं असेल तर मला वाटतं, तुझ्या तर्कशृंखलेतला पुढचा बळी डॉ. पेट्रेस्कू असल्याचं तुला नाकारता येणार नाही.''

''नाही. इथं ही तर्कशृखंला खंडित होते आहे हे नक्की. क्रान्त्झला आज सकाळी बुखारेस्टमध्ये अटक करण्यात आलेली आहे.'' टॉम म्हणाला.

''काय सांगतोस?

''हो. तिथल्या स्थानिक पोलिसांनी अटक केली.''

''तिच्यापासून मैलभर अंतराच्या आत ते पोहोचू शकले यावर माझा विश्वास बसत नाही.'' जॅकनं आश्चर्य व्यक्त केलं. ''ती कुठे आहे हे मला माहीत असूनही ती मला अनेक वेळा चकवू शकली.''

''स्थानिक पोलिसांना तिला पहिल्यांदा हॉस्पिटलमध्ये भरती करावं लागलं तेव्हा ती बेशुद्ध होती.'' टॉमनं सांगितलं.

''मला सगळं नीट सांग.'' अधीर होऊन जॅक म्हणाला.

''असं दिसतंय की क्रान्त्झचं आणि टॅक्सी ड्रायव्हरचं भांडण झालं असावं आणि त्यातून हे घडलं. मी ऑफिस सोडलं तेव्हाही रिपोर्ट येत होते. त्या ड्रायव्हरचा गळा कापलेला होता आणि त्याच्या खिशात पाचशे डॉलर्सचा एक लिफाफा होता. तिच्या उजव्या खांद्याला गोळी लागलेली होती आणि तीही बेशुद्धावस्थेत होती.'' टॉमनं सांगितलं, ''आम्हाला त्या दोघांत कशामुळे भांडण झालं हे काही कळलं नाही. तुमची फ्लाईट निघण्याअगोदरच काही वेळ ही घटना घडली असल्यामुळे कदाचित तुम्हीच त्यावर काही प्रकाश टाकू शकाल.''

''ॲना कोणत्या फ्लाईटनं निघाली आहे, हे क्रान्त्झला आधी माहीत करून घ्यायचं असणार. कारण टोकियोहून निघताना तिला ॲनानं मूर्ख ठरवलं होतं. ड्रायव्हरनं ते तिला सांगितलं नसणार. त्यानं तिला सांगणं शक्यच नव्हतं. कारण तो तिला बापासारखा जपत होता. त्या टॅक्सी ड्रायव्हरनं आपलं मीटर कधीच टाकलं नव्हतं. त्यानं काही सांगितलं नाही हेच कारण असावं. पाचशे डॉलर्ससारख्या क्षुल्लक रकमेसाठी क्रान्त्झ कधीच असं करणार नाही.''

''काहीही असो, ती आता तुरुंगात अडकली आहे आणि तिच्या नशिबी आता आयुष्यभर तेच जीणं असणार आहे, तेही सांगता येत नाही. कारण रोमेनियाच्या अर्ध्याहून अधिक जनतेला तिला गळा दाबून ठार मारावं असं वाटतं.'' मध्येच टॉमनं आपल्या फाईलमध्ये पाहिलं. ''तो टॅक्सी ड्रायव्हर म्हणजे बंडखोरांचा लाडका नेता कर्नल सरजेई स्लेटिनरू, असं नंतर कळलं आहे.'' त्यानं पेयाचा एक घोट घेतला आणि पुढं म्हणाला, ''त्यामुळे डॉ. पेट्रेस्कूच्या सुरक्षेची काळजी करण्याचं तुम्हाला काही कारण आहे असं मला वाटत नाही.'' त्याचवेळेस त्यांना डायनिंग रूमध्ये घेऊन जाण्यासाठी वेटर आला. ते उठले. ''सर्व रोमोनियन लोकांना वाटतं तसं मलाही वाटतं की क्रान्त्झ मेल्याशिवाय माझा ताण संपणार नाही. तोपर्यंत मला ॲनाच्या सुरक्षिततेची काळजी असेलच.'' जॅक चालता चालता म्हणाला.

''ॲना? म्हणजे तुम्ही दोघं आता एकेरीवर आलात का?''

''छे! अजून तरी नाही, पण माझ्या दुसऱ्या कोणत्याही मैत्रिणीपेक्षा मी तिच्याबरोबर अधिक रात्री घालवल्या आहेत हे नक्की.'' वेटरनं दाखवलेल्या टेबलाशी बसत जॅक म्हणाला. त्याच्या समोरच्या खुर्चीवर टॉम बसला.

''मग आता तिला बोलवायला हवं होतं.''

''विसर ते. ती आता वेण्टवर्थ हॉलमध्ये लेडी ॲराबेलाबरोबर जेवण घेत असेल आणि आपल्याला मात्र ह्या वेण्टवर्थ आर्म्स वर भागवून घ्यायला लागतंय.''

वेटर आला. त्यानं कांद्याची पात आणि बटाटा याचं सूप टॉमसमोर, तर सिझर सॅलडची बशी जॅकसमोर ठेवली.

''ॲनाबद्दल तुम्हाला आणखी काही कळलं का?'' जॅकनं विचारलं

‘‘विशेष काही नाही.’’ टॉमनं मान्य केलं. ‘‘पण तिनं बुखारेस्टहून न्यूयॉर्क पोलीस खात्याला कळवून सांगितलं की तिचं नाव बेपत्ता यादीतून काढून टाकावं. कारण आपल्या आईला भेटण्यासाठी ती बुखारेस्टला आली होती. तिनं डॅनव्हिले इलिनॉईस मधल्या आपल्या काकांना आणि लेडी ॲराबेला वेण्टवर्थनाही फोन केला होता हे मी सांगू शकतो.’’

‘‘त्याचा अर्थ तिची टोकियोमधली भेट फसली.’’ जॅक म्हणाला.

‘‘आता तुमची पाळी आहे. तुम्ही मला त्याबदल माहिती सांगा.’’ टॉम म्हणाला.

‘‘तिनं टोकियोमधल्या एका मोठ्या स्टील कंपनीच्या डायरेक्टरची भेट घेतली होती. त्याचं नाव नाकामुरा. त्याच्याकडे जगातल्या उत्कृष्ट इम्प्रेशनिस्ट चित्रांचा मोठा संग्रह आहे. सीयो हॉटेलच्या सेवा प्रमुखाकडून मला ही माहिती मिळाली. व्हॅन्‌गॉगचं चित्र नाकामुरांना विकण्यात तिला यश आलं नाही हे उघड आहे. त्यामुळे ते चित्र लंडनला आणि तसंच पुढे न्यूयॉर्कला तिनं का पाठवलं याचा खुलासा होतो.’’ जॅक म्हणाला.

‘‘इतक्या सहजरीत्या हार मानणाऱ्यातली ती नाही, असं मला वाटतं.’’ टॉम म्हणाला. त्यानं आपले हात हॉटेलच्या रुमालाला पुसले आणि फाईलमधला एक कागद काढला. ‘‘एक गोष्ट आणखी. हॅपी हायर कंपनी तिचा शोध घेतेय. त्यांची व्हॅन कॅनेडियन बॉर्डरला सोडून दिलेली आढळली. त्याचं पुढचं मडगार्ड, पुढचा आणि मागचा बंपर नाही आणि एक लाईट बंद पडलेला आहे.’’

‘‘हा काही मोठासा गुन्हा नाही.’’ जॅक म्हणाला.

‘‘तुम्ही तिच्या जाळ्यात अडकला आहात का?’’ टॉमनं विचारलं. तेवढ्यात वेटर जवळ आल्यामुळे जॅकनं काही उत्तर दिलं नाही. त्यानं दोन स्टेक आणले होते. ‘रेअर’ म्हणताच त्यानं तो त्याच्यासमोर अन् दुसरा मिडियम स्टेक जॅकसमोर ठेवला अन् म्हणाला. ‘‘घ्या, मस्त आनंद घ्या.’’

‘‘आणखी एक अमेरिकीकरण. आम्ही निर्यात केलेलं.’’ टॉम वैतागून म्हणाला. जॅक हसला.

‘‘बरं, लिपमनबद्दल आणखी काही माहिती?’’ जॅकनं विचारलं.

‘‘पुष्कळ,’’ असं म्हणून टॉमनं आणखी एक फाईल टेबलावर ठेवली. ‘‘अमेरिकन नागरिक असलेल्या लिपमननं आपली कायद्याची पदवी कोलंबिया युनिव्हर्सिटीतून घेतली. त्यानंतर त्यानं काही बँकांमधून नोकऱ्या केल्या. एका ठिकाणी तो बराच काळ टिकला असं दिसत नाही. त्यानंतर तो एका शेअर घोटाळ्यात सापडला. बनावट बॉण्ड्स विधवांना विकणं ही त्याची खासियत होती.’’ तो थोडं थांबला. ‘विधवा खऱ्या पण बॉण्ड्स बनावट’. त्याच्या या शब्दावर जॅकला हसू आलं.

''त्याला फक्त दोन वर्षांची शिक्षा झाली. सुधारणेला वाव देण्याच्या धोरणातून 'रोचेस्टर करेक्शनल फॅसिलिटी'. पण आयुष्यभर त्यानं कोणत्याही बँकेत किंवा आर्थिक उलाढाल करणाऱ्या संस्थेत काम करता कामा नये. अशी त्याला अट घालण्यात आली.''

''पण तो तर फेन्स्टनचा उजवा हात आहे.''

''फेन्स्टनचा वैयक्तिकरीत्या, बँकेचा नाही. बँकेच्या नोकरदारात कोणत्याही पदावर, साफसफाई करणारा कामगार म्हणूनसुद्धा त्याचं नाव आढळत नाही. मेक्सिकोतल्या मावशीकडून दर महिन्याला मिळणाऱ्या चेकच्या उत्पन्नाशिवाय त्याचं कोणतंही उत्पन्न नाही. त्याला तेवढ्याच उत्पन्नावर कर आकारला जातो.''

''काहीतरी काय सांगतोस?'' जॅक अंमळ आश्चर्यानंच बोलला.

''थांबा, पुढे बोलण्यापूर्वीच तुम्हाला सांगतो,'' टॉम म्हणाला, ''माझ्या खात्याला त्याची अशी कुणी मावशी आहे, हे शोधून काढण्याइतपत पाठबळ नाही. आर्थिकदृष्ट्या किंवा अधिक माणसं तपासकामाला मिळण्याच्या दृष्टीनी.''

''रोमेनियाशी काही संबंध?'' जॅकनं विचारलं.

''आम्हाला तरी काही कळलेला नाही.'' टॉम म्हणाला. ''तो सरळपणे पुढे आला पण नंतर एक छोटं वळण घेऊन बदमाशीकडे वळला, असं दिसतंय.''

''तरीही लिपमन आपल्याला पुढे जाण्यासाठी एक चांगला धागा ठरेल, असं मला वाटतं.'' जॅक म्हणाला.

''तुरुंगातून बाहेर पडल्यापासून आजपर्यंत त्याला साध्या पार्किंगच्या गुन्ह्यासाठीपण दंड झालेला नाही. मला वाटतं आपल्यापेक्षा त्याला फेन्स्टनची भीती जास्त वाटते.''

त्याच्या बोलण्यावर जॅक हसला. मग एकमेकांकडे पाहत हसून त्या दोघांनी आपापल्या पेयाचे ग्लास उंचावले अन् म्हणाले, ''चिअर्स.''

ग्लास खाली ठेवताच टॉमनं विचारलं, ''मग तुम्ही आता यु.एस.ला कधी जाणार? हे मी अशासाठी विचारतो की मी माझ्या नेहमीच्या कामासाठी तिथे कधी येऊ शकेन हे मला कळावं.''

''बहुधा उद्याच,'' जॅक म्हणाला, ''आता क्रान्त्झ तुरुंगातच आहे तेव्हा आता मला न्यूयॉर्कला जायलाच लागेल. क्रान्त्झचा आणि फेन्स्टनचा मी काही संबंध जोडू शकतो आहे की नाही हे मॅसीला माहीत करून घ्यायचं असणार.''

''तसा तुम्ही जोडू शकताहात का?'' टॉमनं विचारलं.

त्यावेळी त्यांनी मुख्य वेटरशी दोन माणसं बोलत आहेत हे पाहिलं असतं तर जेवणासाठी त्यांना टेबल बुक करायची गरज नव्हती हे त्यांच्या लक्षात सहज आलं असतं. कारण त्यांनी आपले रेनकोट रिसेप्शनला काढून ठेवले नव्हते हेही त्यांच्या

लक्षात आलं असतं. मुख्य वेटरशी बोलून ते त्यांच्या टेबलाकडे पोहोचले तेव्हा टॉम आपल्या फाईल्स ब्रीफकेसमध्ये ठेवत होता.

"गुड इव्हिनिंग महाशय," त्यांच्यातला उंच माणूस पुढे होऊन म्हणाला, "मी डिटेक्टिव्ह सार्जंट फ्रँकहॅम आणि हे माझे सहकारी डिटेक्टिव्ह कॉन्स्टेबल रॉस." दोघांनी माना उंचावून त्यांच्याकडे पाहिलं. "तुमच्या जेवणात व्यत्यय आणल्याबद्दल माफ करा, पण मला तुमच्याशी काही बोलायचं आहे." असं म्हणून त्यानं जॅकच्या खांद्यावर हात ठेवला.

"का, मी काय केलं आहे?" आपली सुरी आणि काटा ठेवत जॅकनं विचारलं. "चुकीचं पार्किंग केलं आहे का?"

"मला वाटतं त्यापेक्षाही गंभीर बाब आहे." डिटेक्टिव्ह सार्जंट म्हणाला. "तेव्हा तुम्हाला माझ्याबरोबर पोलीस स्टेशनला यावं लागेल."

"कोणत्या आरोपासाठी?" जॅकनं विचारलं

"मला वाटतं की या भरलेल्या रेस्टॉरंटमध्ये आपण चर्चा करणं शहाणपणाचं ठरणार नाही."

"कोणत्या अधिकाराखाली तुम्ही....." टॉमनं बोलायला सुरुवात केली.

"मला वाटतं, तुम्ही यात स्वत:ला गुंतवायचं कारण नाही."

"ते मी ठरवीन," टॉम म्हणाला. आपल्या खिशातून त्यानं एफ.बी.आय.चा बिल्ला असलेलं पाकीट काढलं. ते उघडून तो दाखवण्याच्या अगोदरच त्याच्या हाताच्या कोपराला स्पर्श करून जॅक म्हणाला, "टॉम, उगाच तमाशा करण्यात अर्थ नाही. यात ब्यूरोला गुंतवायची गरज नाही."

"खड्ड्यात गेलं ते. हे स्वत:ला समजतात तरी कोण...."

"टॉम, प्लीज शांत हो. आपण आपल्या देशात नाही आहोत. मी पोलीस स्टेशनला जाईन आणि बघेन काय करायचं ते."

टॉमनं नाइलाजास्तव आपला एफ.बी.आय.चा बिल्ला असलेलं पाकीट पुन्हा खिशात टाकलं, पण त्याच्या चेहऱ्यावरून त्याला काय वाटतं, हे त्या दोघांना सहज कळू शकत होतं. जॅक उभा राहिला तसा सार्जन्टनं त्याचा हात धरला आणि त्वरेनं हातकडी अडकवली.

"अरेऽऽ काय करताय? ह्याची काय जरुरी आहे?" टॉम चिडून बोलला.

"टॉम, तू यात गुंतू नकोस." शांतपणे जॅक म्हणाला.

जॅकच्या पाठोपाठ नाखूष झालेला टॉम नाइलाजानंच बाहेर पडला. ते सर्व बाहेर पडले तेव्हा रेस्टॉरंमधले सर्व गप्पा करत जेवण्यात गुंतलेले होते. काही विशेष घडलं आहे हे त्यांच्या लक्षातही आलं नसावं.

पुढल्या दाराशी पोहोचल्यावर टॉमनं जॅकला विचारलं, "मी तुमच्याबरोबर

पोलीस स्टेशनला येऊ का?''

''नको. तू इथंच का थांबत नाहीस?'' जॅक म्हणाला, ''काही काळजी करू नको, मी कॉफी घ्यायला इथं येईन.''

कॉरिडॉरच्या दुसऱ्या टोकाला उभ्या असलेल्या दोन स्त्रिया जॅककडे रोखून पाहत होत्या.

''तो तोच आहे का?'' त्यांपैकी एकीनं दुसरीला विचारलं

''हो. तोच तो.'' दुसरीनं ग्वाही दिली.

◆◆◆

दार उघडल्याचा आवाज ऐकताच टिनानं बटण दाबलं. पडद्यावरचा प्रकाश नाहीसा झाला. तिनं वर पाहिलं सुद्धा नाही कारण दारावर टक्टक् केल्याशिवाय तिच्या ऑफिसमध्ये शिरणारा मनुष्य एकच होता.

''डॉ. पेट्रेस्कू न्यूयॉर्कला परत येतेय हे तुला कळलंय असं मला वाटतं.''

''हो, तसं मी ऐकलंय खरं,'' आपलं टायपिंगचं काम चालू ठेवत तिनं उत्तर दिलं.

''आणि तू हेही ऐकलं असशील,'' तिच्या टेबलावर दोन्ही हात ठेवून वाकून लिपमन म्हणाला, ''की तिनं व्हॅन्‌गॉगचं चित्र चोरण्याचा प्रयत्न केला हे?''

''कोणतं? चेअरमन साहेबांच्या ऑफिसमधलं?'' टिना अगदी निष्पापपणे म्हणाली.

''माझ्याशी खेळ खेळू नकोस.'' लिपमन विखारी आवाजात म्हणाला, ''तुला काय वाटतं, तू चेअरमन साहेबांचं सर्व संभाषण ऐकतेस हे काय मला माहीत नाही?'' टिनानं टायपिंग थांबवून मान वर करून त्याच्याकडे पाहिलं. ''मला वाटतं आता हे सांगायची वेळ आली आहे.'' त्यानं आपलं बोलणं पुढे सुरू केलं. ''तुझ्या डेस्कखाली असलेल्या स्विचबद्दल. चेअरमन साहेबांना सांगावं लागेल, की त्यामुळे त्यांच्या ऑफिसमधल्या प्रत्येक खाजगी मीटिंगवर तू कशी हेरगिरी करू शकते ते.''

''मि. लिपमन तुम्ही मला धमकी देताहात का?'' टिना त्याच्याकडे रोखून पाहत म्हणाली, ''तसं असेल तर मला स्वत:लाच चेअरमन साहेबांकडे जावं लागेल.''

''आणि त्यांना तू असं काय सांगणार की ज्याची मी काळजी करावी.''

''मि. पिकफोर्डकडून तुम्हाला दर आठवड्याला फोन येतात हे मी सांगितलं तर? मग आपण ठरवू, खेळ कोण खेळतंय ते.''

लिपमनं आपले टेबलावरचे हात झटक्यासरशी वर घेतले आणि तो सरळ उभा राहिला. ''सुधारण्यासाठी तुम्हाला ज्या अधिकाऱ्यानं सोडलं आहे, त्या अधिकाऱ्यांना मी हे सांगावं का, की तुम्ही त्या बँकेच्या कर्मचाऱ्यांना त्रास देता, ज्या बँकेत तुम्ही

काम करत नाही आणि तुम्हाला बँकेकडून पगारही मिळत नाही? तुम्हाला बँकेत कोणत्याही अधिकाराने काम करण्यास मनाई आहे हे मला माहीत नाही अशी तुमची कल्पना आहे का मि. लिपमन?'' टिना त्याच्या नजरेला नजर भिडवून त्वेषाने बोलली.

लिपमन दोन पावलं मागे सरकला. त्याचा चेहरा पांढराफटक पडला होता.

''आणि एक लक्षात ठेवा मि. लिपमन,'' टिना त्याच त्वेषानं पुढं म्हणाली, ''यापुढे माझ्या ऑफिसमध्ये शिरताना दारावर टक्टक् करत जा, जसं इतर सर्व करतात.''

लिपमन आणखी दोन पावलं मागे गेला. तो दिङ्मूढ होऊन गेला होता. काही न बोलता तो बाहेर पडला.

दार बंद झालं तेव्हा टिना थरथरत होती. थरथर थांबावी म्हणून तिला खुर्चीला हातानं घट्ट धरून ठेवावं लागलं होतं.

❖

-४१-

पोलिसांची गाडी पोलीस स्टेशनला पोहोचली तसं जॅकला गाडीतून उतरवण्यात आलं. टेबलावर बसलेल्या तिथल्या सार्जंटने त्याची वरवर तपासणी केली. त्यानंतर त्याला चौकशी खोलीत नेण्यात आलं. डिटेक्टिव्ह सार्जंट आपल्या खुर्चीवर बसला. टेबलाच्या दुसऱ्या बाजूला सार्जंटच्या समोरच्या खुर्चीवर बसण्याची खूण त्यानं जॅकला केली. गेल्या पाच-सात वर्षांत अशी वेळ जॅकवर कधी आली नव्हती.

डिटेक्टिव्ह सार्जंट फ्रँकहॅम एक फाईल काढली. त्यातला एक लांबलचक फॉर्म काढला अन् फाईल टेबलावर ठेवली. त्यानं हातात पेन घेतलं.

"नाव?" जॅककडे पाहून त्यानं विचारलं.

"जॅक फिट्झगेराल्ड डिलेनी." जॅकनं सांगितलं.

"जन्मतारीख?"

"बावीस नोव्हेंबर त्रेसष्ट." जॅक सांगत होता तशी त्याची नोंद सार्जन्ट त्या फॉर्ममध्ये करत होता.

"व्यवसाय?"

"एफ.बी.आय.चा वरिष्ठ तपासनीस अधिकारी. न्यूयॉर्क विभागीय कार्यालय." डिटेक्टिव्ह सार्जंटनं चमकून वर पाहिलं. हातातलं पेन खाली ठेवलं आणि मग त्यानं विचारलं, "ओळख पटवण्यासारखं तुमच्याकडे काही असेल नं? तसंच काहीतरी?"

जॅकनं खिशात हात घालून आपलं पाकीट काढलं. त्यातून एफ.बी.आय.चा बॅज आणि आपलं ओळखपत्र काढलं.

"थँक्यू सर," दाखवलेल्या दोन्ही गोष्टी तपासल्यानंतर तो म्हणाला. "तुम्ही थोडा वेळ इथंच थांबा, प्लीज." असं त्याला सांगून तो आपल्या सहकाऱ्याकडे वळून म्हणाला, "एजंट डिलेनींना कॉफी देण्याची व्यवस्था करशील?" त्यानं मान

डोलावली. सार्जंट दाराकडे निघाला अन् मग पुन्हा वळून सहकाऱ्याला म्हणाला, ''मला थोडा वेळ लागेल. दरम्यान त्यांना त्यांचा टाय, पट्टा आणि जोडे परत कर.'' असं म्हणून तो बाहेर पडला.

सार्जंट फ्रँकहॅमला, त्यानं म्हणाल्याप्रमाणे बराच वेळ लागला. साधारण एक तासाने त्याच्या सोबत एका वयस्कर माणसाला घेऊन तो आला. त्याच्या सोबतचा माणूस त्याचा वरिष्ठ असावा हे उघड दिसत होतं. तो नुसता वयस्कर होता असं नाही, तर त्याच्या चेहऱ्यावर सुरकुत्यापण पडल्या होत्या. त्यानं आपली पी कॅप काढताच, त्याचे सर्व केस जवळ जवळ पांढरे झालेले जॅकला दिसले. त्यानं घातलेला गणवेश उत्तम शिवलेला दिसत होता. त्याच्या बाहीची रुपेरी फीत आणि खांद्यावरचं स्कंधभूषण त्याला शोभून दिसत होतं.

''गुड इव्हिनिंग मि. डिलेनी,'' असं म्हणून त्यानं जॅकशी हस्तांदोलन केलं. ''माझं नाव रेन्टन. चीफ सुपरिन्टेण्डेट रेन्टन.'' असं सांगून तो जॅकच्या समोरच्या खुर्चीकडे गेला. त्यानं जॅकला बसण्याची खूण केली अन् तो स्वत:ही बसला.

''तुमच्याबद्दल आता आम्ही खात्री करून घेतली आहे मि. डिलेनी, तरीपण तुम्ही काही प्रश्नांची उत्तर द्यावीत अशी अपेक्षा आहे.'' रेन्टन म्हणाले.

''जरूर, मला शक्य आहे तेवढ्या सर्व प्रश्नांची उत्तरं मी देईन.''

''तुम्हाला उत्तरं देणं शक्य आहे हे नक्की, पण तुम्ही द्याल की नाही याबद्दल मला शंका आहे.''

जॅक काहीच बोलला नाही. त्यानं प्रश्नार्थक मुद्रेनं त्यांच्याकडे फक्त पाहिलं.

''गेले काही आठवडे तुम्ही एका स्त्रीचा पूर्वकल्पना न देता पाठलाग करताहात, अशी तक्रार विश्वसनीय सूत्राकडून आम्हाला मिळाली आहे. त्रासापासून संरक्षण कायदा १९९७ प्रमाणे इंग्लडमध्ये हा गुन्हा मानला जातो. कदाचित हे तुम्हाला माहीतही असेल. त्याबद्दल तुम्हाला काय म्हणायचं आहे? साधं कारण असेल असं मला वाटतं.''

''सध्या आमच्या खात्यातर्फे जो काही तपास सुरू आहे, त्याचा संबंध डॉ. पेट्रेस्कू यांच्याशी आहे म्हणून आम्ही तिच्या मागावर आहोत.''

''तुमच्या तपासाचा संबंध लेडी व्हिक्टोरिया वेण्टवर्थच्या खुनाशी आहे का?''

''हो.'' जॅक म्हणाला.

''आणि त्या खुनात डॉ. पेट्रेस्कू संशयित आहे?'' रेन्टननी विचारलं.

''नाही.'' जॅक म्हणाला, ''त्याच्या अगदी उलट आहे. खरं सांगायचं तर आम्हाला वाटलं होतं की व्हिक्टोरियानंतर आता डॉ. पेट्रेस्कूची पाळी आहे.''

''वाटलं होतं? म्हणजे आता वाटत नाहीय?'' रेन्टननी विचारलं

''नाही. कारण सुदैवाने खुनी व्यक्तीला बुखारेस्टमध्ये अटक करण्यात आलेली आहे.''

"आणि ही गोष्ट आम्हाला सांगावी असं तुम्हाला वाटलं नाही?'' रेन्टन तीव्र स्वरात म्हणाले, "आम्ही या खुनाचा तपास करतो आहे हे माहीत असतानाही?''

"त्याबद्दल मी माफी मागतो,'' जॅक म्हणाला, "पण मला सुद्धा ही गोष्ट आताच दीड एक तासापूर्वीच कळली. मात्र आमच्या लंडन ऑफिसकडून तुम्हाला वेळोवेळी माहिती कळवली जाते हे मला माहीत आहे.''

"टॉम क्रासान्तीनं मला हे कळवलं. पण ते तुम्हाला अटक केली म्हणून, असं मला वाटतं.'' रेन्टन म्हणाले. जॅक काहीच बोलला नाही. "पण त्यानं यापुढेही आम्ही माहिती देत राहू असं आश्वासन दिलं आहे.'' जॅक गप्पच राहिला.

चीफ सुपरिन्टेन्डेंट रेन्टन जागेवरून उठले. "मि. डिलेनी तुमची ताबडतोब सुटका करण्याचे आदेश मी दिलेले आहेत. तुम्ही आता घरी जायला मोकळे आहात.''

"थँक्यू सर.'' आपली कॅप चढवून बाहेर पडणाऱ्या रेन्टनचे जॅकनं आभार मानले.

जॅकला सुपरिन्टेन्डेंटबद्दल सहानुभूती होती. न्यूयॉर्कच्या पोलीस खात्याकडून – एन.वाय.पी.डी.कडून – एफ.बी.आय.ला बऱ्याच वेळी सहकार्य मिळत नसे. सी.आय.ए.कडून तर तीही अपेक्षा करता येत नव्हती.

डिटेक्टिव्ह सार्जंट फ्रँकहॅम जॅकला म्हणाला, "कृपया माझ्याबरोबर चला. तुम्हाला हॉटेलवर नेण्यासाठी गाडी उभी आहे.'' "थँक्यू.'' असं म्हणून जॅक त्याच्या बरोबर बाहेर पडला. डेस्कजवळ बसलेल्या कॉन्स्टेबलनं मान लववून त्यांना निरोप दिला. पोलीस गाडीत बसण्यापूर्वी जॅकनं डिटेक्टिव्ह सार्जट फ्रँकहॅम हस्तांदोलन केलं. त्याला खजील झाल्यागत वाटत होतं हे जॅक समजू शकत होता. गाडी हॉटेलकडे निघाली.

टॉम त्याची वाटच पाहत होता. "क्वान्टिकोच्या धड्यांमध्ये आणखी एका धड्याचा समावेश आता व्हायला हवा.'' तो म्हणाला, "यावेळेस, एखाद्या जुन्या शहराला भेट देताना त्याचं रूपांतर राजनैतिक प्रसंगात कसं करावं हा.''

" 'खास संबंध' या शब्दांना मी नवा अर्थ दिला असावा, नाही का?'' जॅक म्हणाला.

"तरी सुद्धा बदनाम माणसाला, तुझ्यासारख्याला, खुलासा करायला एक संधी द्यायला हवी.'' टॉम म्हणाला.

"तुझ्या मनात आहे तरी काय?'' जॅकनं विचारलं.

"उद्या सकाळी आपल्या दोघांनाही लेडी ॲराबेला आणि डॉ. पेट्रेस्कूंसोबत ब्रेकफास्ट करण्याचं आमंत्रण आहे. आता मला पहायचंय जॅक, तुला ॲनाबद्दल काय वाटत ते!''

❖

९/१२

-४२-

साडेसात वाजता जॅक वेण्टवर्थ आर्म्स मधून बाहेर पडला तशी त्याला दाराशीच उभी असलेली रोल्सराईस दिसली. त्याला पाहताच शोफरनं मागचं दार उघडून धरलं.

"गुड मॉर्निंग सर." त्यानं अभिवादन केलं अन् पुढे म्हणाला, "आपल्याला भेटण्यासाठी अॅराबेला बाईसाहेब उत्सुक आहेत, असं त्यांनी मला आपल्याला सांगायला सांगितलं आहे."

"मी सुद्धा त्यांना भेटायला उत्सुक आहे." असं म्हणून जॅक गाडीत चढला. "आपण काही मिनिटांतच तिथं पोहोचू." शोफरनं आश्वासन देत गाडी सुरू केली. लोखंडी प्रवेशद्वारातून प्रवेश केल्यानंतर वेण्टवर्थ हॉलला पोहोचेपर्यंतचा प्रवास एकूण प्रवासाच्या निम्म्याएवढा होता, इतक्या आत तो प्रासाद होता. गाडी थांबली तसा जॅक हॉलच्या प्रवेशद्वाराशी पसरलेल्या मऊशार बारीक वाळूवर उतरला. त्याची वाट पाहत असणारा बटलर त्याला दिसला.

"गुड मॉर्निंग सर," अभिवादन करत तो म्हणाला. "वेण्टवर्थ हॉलला आपले स्वागत असो. कृपया माझ्या पाठोपाठ या. अॅराबेला बाईसाहेब आपली प्रतीक्षा करत आहेत."

"विश्वसनीय सूत्र." जॅक पुटपुटला. बटलरनं ते ऐकलं असलं तरी त्यानं तसं दर्शवलं नाही आणि पाहुण्यांना तो ड्रॉइंगरूमध्ये घेऊन गेला. "मि. डिलेनी, बाईसाहेब." त्यानं सांगितलं तशी दोन कुत्री शेपट्या हलवत त्याच्या स्वागतासाठी पुढे झाली.

"गुडमॉर्निंग मि. डिलेनी," अॅराबेला त्याचं स्वागत करत म्हणाली, "मला वाटतं आम्ही आपली क्षमा मागायला हवी. तुम्ही तो शिकारी नक्कीच नाही."

जॅकनं तिच्याजवळच असलेल्या ॲनाकडे पाहिलं. तीही तितकीच शरमली होती. त्यानंतर त्याचं लक्ष टॉमकडे गेलं. तो तोंड भरून हसत होता. तेवढ्यात पुन्हा ॲण्ड्र्यूज दाराशी आला अन् त्यानं सांगितलं, ''ब्रेकफास्ट तयार आहे बाईसाहेब.''

◆◆◆

ती जेव्हा दुसऱ्यांदा जागी झाली तेव्हा एक तरुण डॉक्टर तिच्या खांद्यावरच्या जखमेवर बांधलेलं ड्रेसिंग बदलताना तिला दिसला.

''मी पूर्ण बरी कधी होईन?'' तिनं पहिला प्रश्न विचारला तसा तो डॉक्टर दचकला. असा कर्कश शीळेसारखा आवाज त्यानं कधी ऐकला नव्हता. तिच्याबद्दल त्याने ऐकल्या होत्या त्या आख्यायिकांशी तर तो मुळीच जुळत नव्हता. बॅण्डेजची पट्टी हवी तेवढी कापून घेईपर्यंत तो बोलला नाही. त्यानंतर त्यानं उत्तर दिलं. ''तीन दिवस, जास्तीत जास्त चार.'' त्यानं तिच्याकडे पाहिलं अन् पुढे म्हणाला, ''तुझ्या जागी मी असेन तर मी घाई करणार नाही हे लक्षात ठेव. ज्याक्षणी हॉस्पिटलमधून तुला डिसचार्ज देण्याच्या कागदावर मी सही करेन, तेव्हापासून तुझा मुक्काम 'जिलावा' इथे असेल. मागच्या राज्यकर्त्यांच्या नोकरीत तू होतीसच. तेव्हा जिलावा म्हणजे काय हे तुला नव्यानं सांगण्याची गरज नाही.''

ती उजाड, उंदारानं भरलेली दगडी इमारत क्रान्त्झ कधीच विसरू शकत नव्हती. तिथंच तर ती नव्या आलेल्या कैद्यांना प्रश्न विचारण्यासाठी दर रात्री जात होती. तिच्या पद्धतीने प्रश्न विचारून झाल्यानंतरच ती शहरापासून दूर असलेल्या आपल्या घराकडे परतत होती.

''आणि मला असं कळलंय की तिथे आयुष्य काढणारे कैदी बऱ्याच काळानंतर तू येणार म्हणून तुझी वाट पाहताहेत.'' त्या डॉक्टरनं पुढची माहिती सांगितली. त्यानंतर तो पुढे वाकला. तिच्या बांधलेल्या बॅण्डेजची शेवटची कडा दाबून उचलून काढण्याअगोदर, तो म्हणाला ''थोडं दुखेल, पण इलाज नाही.'' असं म्हणून त्यानं ते बॅण्डेज काढलं. क्रान्त्झनं पापणी पण हलवली नाही. त्या डॉक्टरला ती, ते समाधान मिळू देणार नव्हती त्यानंतर त्यानं जखमेवर आयोडिन लावलं. कौशल्यानं नवीन ड्रेसिंग केलं आणि तिचा उजवा हात गळ्याशी बांधलेल्या झोळीत अडकवला.

''किती पहारेकरी काम करतात इथं?'' तिनं सहज चौकशी केली.

''सहा. सर्व शस्त्रधारी आहेत.'' डॉक्टरनं उत्तर दिलं, ''तुझा पळून जाण्याचा विचार असेल तर माहिती म्हणून सांगतो. सर्व पहारेकऱ्यांना पहिल्यांदा गोळी झाडा-मारा आणि नंतर आवश्यक ते कागदपत्र भरा अशा स्पष्ट सूचना दिलेल्या आहेत. कैद्याच्या नावाचं मृत्यूचं प्रमाणपत्रपण मी तयार ठेवलंय... फक्त सही करायची आहे.''

क्रान्त्झ त्यानंतर काहीच बोलली नाही. डॉक्टर गेल्यानंतर ती तशीच आढ्याला नजर लावून पडून राहिली. तिला सुटका करून घ्यायची असेल, तर ते हॉस्पिटलमध्ये

असतानाच शक्य आहे हे तिला माहीत होतं. जिलावा तुरुंगातून आजवर कोणीही पळून जाऊ शकलं नव्हतं... अगदी सिऊसेस्कूसुद्धा.

आठ तासांच्या प्रत्येक शिफ्टमध्ये सहा पहारेकरी काम करतात हे तिला आठ तासांनंतर कळलं, म्हणजे कळलेलं पक्कं झालं. पहिला गट सकाळी सहा वाजता यायचा, दुसरा दुपारी दोन आणि तिसरा रात्री दहाला नाईट ड्यूटीसाठी.

क्रान्त्झ रात्रभर जागी राहिली आणि तेवढ्या अवधीत तिनं बरीच माहिती गोळा केली. त्या सर्व सहाही पहारेकऱ्यांना आपल्याला पगार कमी मिळतो, याची विशेष जाणीव रात्रपाळी करताना व्हायची ही महत्वाची बाब तिच्या लक्षात आली. त्यातला एकजण आळसट होता. तो रात्रपाळी असताना त्यातला निम्मा वेळ झोप काढायचा, तर दुसरा सिगारेट ओढण्यासाठी फायर एस्केपकडे (आग लागली तर असलेला संकटकालीन मार्ग) धाव घेत असे. कारण हॉस्पिटलमध्ये सिगारेट पिण्यास मनाई होती. तिसरा बायकांचा नाद असलेला होता. बाईचं समाधान करण्यासाठी आपला जन्म आहे अशी त्याची समजूत होती. एका नर्सची आणि त्याची विशेष जवळीक होती. चौथा सदान्कदा आपल्याला पगार किती कमी मिळतो आणि बायकोनं सर्व पैसे काढून घेतल्यामुळे महिनाअखेर आपला खिसा कसा रिकामा असतो, या गोष्टीबदलच बोलत असे. संधी मिळाली तर त्याची काळजी आपण दूर करू अशी क्रान्त्झला खात्री होती. राहिलेले दोन पहारेकरी थोडे वयस्कर होते अन् त्यातल्या एकाला तर तिनं उशीवरून डोकं थोडं वळवलं, तरी तिला गोळी घालण्यात आनंद वाटला असता. पण त्यांनाही जेवणासाठी सुटी मिळत होतीच नं?

◆◆◆

जॅक ब्रेकफास्टसाठी बसला.अंडी, बेकन (खारवलेलं आणि वाळवलेलं डुकराचं मांस), मश्रुम्स आणि टोमॅटो त्यानंतर टोस्ट, इंग्लिश नारिंगाचा मुरंबा आणि कॉफी.

''ह्या सगळ्या धावपळीमुळे तुम्हाला भूक लागली असणारच.'' ॲराबेला म्हणाली.

''जर टॉम नसता तर मला तुरुंगात मिळतं, त्यावरच समाधान मानून घ्यावं लागलं असतं.'' जॅक म्हणाला.

''त्यासाठी मला दोष द्या. मीच तुमच्याकडे बोट दाखवलं.'' ॲना म्हणाली.

''हे खरं नाही,'' टॉम म्हणाला, ''खरं म्हणजे तुम्हाला लेडी ॲराबेलांनीच अटक करवली आणि त्यांनीच तुमची सुटका केली.''

''नाही. सर्व श्रेय मला देऊ नका.'' तिच्या बाजूला बसलेल्या दोन कुत्र्यांपैकी एका कुत्र्याच्या डोक्यावर हात फिरवत ॲराबेला म्हणाली, ''जॅकला अटक माझ्यामुळे झाली हे मी मान्य करते, पण सुटका तुमच्या राजदूतामुळेच झाली. अमेरिकन भाषेत व्यक्त करायचं तर त्यांच्या प्रेरणेनंच.''

''पण मला एक गोष्ट अजूनही कळली नाही,'' ॲना म्हणाली. ''टॉमनी मला बहुतेक सर्व गोष्टी सांगितल्या, तरी माझ्याकडे पेन्टिंग नाही हे माहीत असताही, तुम्ही वेण्टवर्थपर्यंत माझा पाठलाग का केलात?''

''तुमच्या टॅक्सी ड्रायव्हरला मारणारी बाई, तुमचा लंडनपर्यंत पाठलाग करील, अशी माझी कल्पना होती.'' जॅकनं उत्तर दिलं.

''तिनं मला ठार मारण्याचं ठरवलं होतं?'' ॲनानं विचारलं. जॅकनं मान डोलावली पण तो बोलला नाही. ''देवारेऽऽ, मला हे माहीत नव्हतं.'' ॲना शहारली अन् आपल्यासमोरची प्लेट तिनं बाजूला सारली.

''पण तोपर्यंत तिला सरजेईच्या खुनाबद्दल अटक झालेली होती ना?'' ॲराबेलानं विचारलं.

''हो, पण ते मला माहीत नव्हतं. टॉम भेटल्यानंतर काल रात्री ते कळलं.''

''म्हणजे माझ्यावरही एफ.बी.आय.ची नजर होती म्हणायची.'' जॅकचा चेहरा दिसावा म्हणून ॲनानं मान वळवली पण तो टोस्टला लोणी लावण्यात गर्क होता.

''काही काळासाठी,'' टोस्टचा तुकडा तोंडात घालत जॅक म्हणाला, ''एकदा तर असंही वाटत होतं की तुम्ही फेन्स्टनच्या भाडोत्री मारेकरी असाव्यात.''

''कोणत्या आधारावर?'' ॲनानं खुलाशाची मागणी केली.

''फेन्स्टनसाठी काम करताना, कला सल्लागार ही ढाल उत्तमच होती. तुम्ही खेळाडू (ॲथलेट) होता आणि रोमेनियात तुमचा जन्म झाला होता ह्या गोष्टी पुरेशा होत्या.''

''आणि किती काळ तुम्ही माझी तपासणी करत होतात?'' ॲनानं विचारलं.

''गेले दोन महिने,'' कॉफीचा घोट घेत जॅकनं कबूल केलं. ''खरं सांगायचं तर तुमची फाईल तेव्हाच बंद करणार होतो, जेव्हा तुम्ही व्हॅन्‌गॉग चोरलं....''

''मी व्हॅन्‌गॉग चोरलं नाही.'' रागाने तीव्र स्वरात ॲना म्हणाली.

''तिनं ते परत मिळवलं, माझ्यासाठी.'' ॲराबेलानं मध्यस्थी केली. ''आणि तेही माझ्या आशीर्वादानंच. आणखी काय हवं?''

''पण तुम्हाला अजूनही असं वाटतं का, की तुम्हाला कर्जमुक्त करण्यासाठी, फेन्स्टन ते पेन्टिंग विकायला तयार होईल म्हणून? तसं झालं तर हा पहिलाच प्रसंग म्हणावा लागेल.'' जॅक म्हणाला.

''नाही,'' ॲराबेला लगेच म्हणाली, ''ती सर्वांत अखेरची गोष्ट असेल.''

जॅक गोंधळला.

''तुमच्या बहिणीच्या खुनाचं रहस्य पोलिसांनी उलगडेपर्यंत?'' ॲनानं मध्येच विचारलं.

''आपल्या सगळ्यांना माहीत आहे की माझ्या बहिणीचा खून कुणी केला ते.''

ॲराबेला तीव्र स्वरात म्हणाली. ''आणि ती कधी माझ्या मार्गात आली तर तिच्या मस्तकात मी गोळी घालीन.'' ती हे बोलत असताना तिच्या दोन्ही कुत्र्यांचे कान वर गेले.

''माहीत असणं म्हणजे सिद्ध होणं नव्हे.'' जॅक म्हणाला.

''म्हणजे फेन्स्टन खुनातून सुटला असंच म्हणावं लागेल.'' ॲना हळूच म्हणाली.

''अनेक वेळा तो सुटला आहे,'' जॅकनं कबूल केलं. ''चार खुनांच्या आरोपांतून, नव्हे आता पाच खुनांच्या. जगाच्या वेगवेगळ्या भागांत, क्रान्त्झच्या पद्धतीनेच खून झालेले आहेत. पण तिचा फेन्स्टनशी सरळ संबंध असल्याचं आम्हाला अजून सिद्ध करता आलं नाहीय.''

''पण क्रान्त्झनंच व्हिक्टोरिया आणि सरजेईचा खून केला आहे.'' ॲना म्हणाली.

''त्याबद्दल मलाही शंका नाही,'' जॅक म्हणाला.

''सरजेई तुमच्या वडिलांचा वरिष्ठ अधिकारी होता.'' टॉम म्हणाला, ''आणि जवळचा मित्रही.''

''मला जी काही मदत करता येईल ती करायला मी तयार आहे.'' बोलताना ॲनाचे डोळे भरून आले होते. ''काही मदत म्हणजे काहीही.'' तिनं आपला निश्चय व्यक्त केला...

''आपल्याला एक छोटासा का होईना, धागा मिळाला आहे.'' टॉमनं सांगितलं, त्याचा आपल्याला कितपत फायदा होईल याची कल्पना नाही, पण होऊ शकेल असं वाटतं. क्रान्त्झला तिच्या खांद्यातून गोळी काढण्यासाठी म्हणून जेव्हा हॉस्पिटलला नेण्यात आलं, त्यावेळी तिच्याकडे एक सुरी आणि पैशांव्यतिरिक्त एक छोटीशी किल्ली सापडली.''

''ती रोमेनियातल्या कुठल्यातरी कुलपाला नक्की लागणार.'' ॲना म्हणाली.

''नाही.'' मश्रुमचा एक तुकडा चावत जॅक म्हणाला, ''त्या किल्लीवर एन.वाय.आर.सी १३ अशी अक्षरं आहेत. ती लागणारा लॉकर आम्ही शोधून काढू तेव्हा क्रान्त्झ आणि फेन्स्टनचा संबंध असल्याचा काही पुरावा मिळण्याची शक्यता आहे असं मला वाटतं. मी फक्त शक्यता आहे असं म्हणतोय... नक्की मिळेल असं नाही.''

''मग तुमचा तपास पूर्ण होईपर्यंत मी इंग्लंडलाच राहवं असं तुम्हाला वाटतं का?'' ॲनानं विचारलं.

''नाही. उलट तुम्ही न्यूयॉर्कला परत यावं असंच मी म्हणेन.'' जॅक म्हणाला. ''सर्वांना कळू द्यावं की तुम्ही सुरक्षित आणि उत्तम आहात ते. एखादी नोकरी शोधण्यासही हरकत नाही. फेन्स्टनला संशय येईल असं काहीही करता कामा नये.''

''त्याच्या ऑफिसमधल्या माझ्या जुन्या सहकाऱ्यांशी मी संपर्क ठेवू शकते?

कारण त्याची सेक्रेटरी टिना माझी खास मैत्रीण आहे.''

''तिच्याबद्दल तुम्हाला खात्री आहे?'' सुरी-काटा खाली ठेवत जॅकनं विचारलं.

''तुमचा रोख कशावर आहे?'' ॲनानं विचारलं.

''प्रत्येक वेळी तुम्ही कुठे होता, हे टिनानं सांगितलं नसेल तर मग फेन्स्टनला ते कसं कळत होतं?''

यावर ॲना म्हणाली, ''पण मला एवढं माहीत आहे, की ती फेन्स्टनचा माझ्या इतकाच तिरस्कार करते.''

''हे तुम्ही सिद्ध करू शकता?''

''मला पुराव्याची गरज नाही.'' वसकन ओरडून ॲना बोलली.

''पण मला आहे.'' शांतपणे जॅक म्हणाला.

''जॅक, तुम्ही म्हणता ते चुकीचं असलं आणि तसं ते आहे, तर टिनाच्या जिवालाही माझ्या प्रमाणेच धोका आहे, हे लक्षात ठेवा.''

''तशी परिस्थिती असेल, तर तुम्ही लगेच न्यूयॉर्कला परतून तिच्याशी ताबडतोब संपर्क करायला हवा.'' टॉमनं सुचवलं आणि तापलेलं वातावरण थोडं शांत करण्याचा प्रयत्न केला. जॅकनं मान हलवून त्याच्या म्हणण्याला मान्यता दिली.

''माझी आज दुपारची फ्लाईट आहे.'' ॲना म्हणाली.

''माझी सुद्धा.'' जॅक म्हणाला, ''हिथ्रोहूनच नं?''

''नाही स्टॅन्स्टेडवरून.'' ॲनानं सांगितलं.

''तुमच्यातल्या कोणातरी एकाला फ्लाईट बदलून घ्यावी लागेल.'' टॉमनं सुचवलं.

''मी बदलणार नाही,'' जॅक म्हणाला, ''नजर ठेवण्याच्या आरोपावरून मला परत अटक करवून घ्यायची नाही.''

''मी फ्लाईट बदलायची की नाही याचा निर्णय घेण्यापूर्वी, मला एक जाणून घ्यायचंय.'' ॲना म्हणाली, ''मी अजूनही संशयित आहे का आणि माझी तपासणी चालू राहणार आहे का? तसं असेल तर तुम्ही माझा पाठलाग करत रहा.''

''नाही,'' जॅक म्हणाला, ''तुमची फाईल मी काही दिवसांपूर्वीच बंद केली.''

''तसं करावं हे तुम्हाला कसं पटलं?'' ॲनानं विचारलं.

''व्हिक्टोरियाचा खून झाला तेव्हा तुम्ही इथं नव्हता हे सिद्ध करणारा असा साक्षीदार आहे की ज्याची साक्ष खोटी ठरवता येणार नाही.'' जॅक म्हणाला.

''तो कोण आहे मी विचारू शकते का?''

''स्वत: मी.'' जॅक म्हणाला, ''त्यावेळी सेंट्रल पार्कभोवती मी तुमचा पाठलाग करत होतो. तेव्हा तुम्ही इंग्लंडमध्ये असणं कसं शक्य आहे?''

''तुम्ही सेंट्रल पार्क मध्ये धावत होता?'' ॲनानं विचारलं.

''रोज सकाळी एक संपूर्ण चक्कर.'' जॅक म्हणाला, ''अन् रविवारी तलावाभोवती सुद्धा.''

''मी पण.'' ॲना म्हणाली, ''अगदी न चुकता.''

''मला माहीत आहे,'' जॅक म्हणाला, ''गेल्या सहा आठवड्यांत मी अनेकदा तुम्हाला पार केलं आहे.''

''हिरव्या शर्टातला माणूस?'' ॲनानं त्याच्याकडे रोखून पाहत म्हटलं, ''तुम्ही चांगले धावता.''

''पण तुम्ही तेवढ्या.....''

''सेंट्रल पार्क जॉगर्स क्लबच्या या मीटिंगमध्ये व्यत्यय आणतोय याबद्दल सॉरी.'' टॉम मिस्किलपणे म्हणाला, ''पण मला आता माझ्या ऑफिसमध्ये जायला हवंय. तिथं ९-११ च्या फाईल्सचा ढीग पडलाय. अजून मी एकही फाईल पाहिलेली नाहीय. अन् मग ॲराबेलाकडे वळून तो म्हणाला, ''थँक्यू, ब्रेकफास्टला बोलावलंत याबद्दल. आमच्या राजदूतांनी सकाळी सकाळी आपल्याला त्रास दिला याबद्दल त्यांच्यावतीनं मी दिलगिरी व्यक्त करतो.''

''बरं झालं, त्यामुळे मला आठवण झाली.'' असं म्हणून ॲराबेला आपल्या खुर्चीतून उठली. ''मलासुद्धा काही धन्यवादाची पत्रं लिहायची आहेत. राजदूतांना धन्यवाद देणं आणि सरे परगण्याच्या निम्म्या पोलीस दलाची माफी मागणं आवश्यक आहे.''

''माझ्याबद्दल काय?'' जॅकनं विचारलं, ''मी वेण्टवर्थ इस्टेट, सरे पोलीस आणि इथलं आमचं ऑफिस यांच्यावर खटला भरण्याचा विचार करतोय. टॉमच्या साक्षीनं.''

''तुला निराश करावं लागतंय,'' टॉम म्हणाला, ''पण लेडी ॲराबेलांचं शत्रुत्व घेणं मला परवडणार नाही.''

जॅक हसला! ''ठीक आहे, त्याबद्दल वेण्टवर्थ आर्म्स हॉटेलपर्यंत मला लिफ्ट मिळावी असा समझोता करायला मी तयार आहे.''

''मंजूर.'' टॉम म्हणाला.

''आणि आता मला वाटतं, मी तुम्हाला हिथ्रोला येऊन मिळण्यास हरकत नाही.'' ॲना जागेवरून उठली. तिनं जॅकला विचारलं, ''कुठे भेटायचं आपण?''

''त्याची काळजी करू नका,'' जॅक म्हणाला, ''मीच तुम्हाला शोधेन.''

❖

-४३-

विमान पोहोचण्याच्या अगोदर एक तास आधीच लिपमनला घेऊन गाडी जे.एफ.के.कडे निघाली होती, तरी सुद्धा दर मिनिटानी फेन्स्टन त्याला फोन करून चौकशी करत होता. लिमोझीन मध्ये लाल पेटी टाकून लिपमन वॉलस्ट्रीटच्या आपल्या ऑफिसकडे निघाला, तसा फेन्स्टनचा फोन दर पाच मिनिटांनी यायला लागला.

गाडी ऑफिस समोर थांबून लिपमन खाली उतरेपर्यंत फेन्स्टन ऑफिसमध्ये अस्वस्थपणे येरझारा घालत होता. लिपमन कॉरिडॉर मध्येच थांबला. त्याचवेळेस बॅरी आणि ड्रायव्हर ती लाल पेटी घेऊन लिफ्टमधून बाहेर पडले.

''उघडा ती,'' पेटी आणून भिंतीलगत ठेवताच फेन्स्टन अधीरपणे म्हणाला. बॅरी आणि ड्रायव्हर खिळ्यांनी घट्टपणे लावलेलं पेटीचं झाकण काढण्याच्या कामाला लागले. फेन्स्टन, लिपमन आणि टिना त्यांची खटपट पाहत बाजूलाच उभे होते. अखेर एकदाचं झाकणं उघडलं. पेन्टिंग हलू नये म्हणनू चारही कोपऱ्यांत असलेल्या नरम खुंट्या काढून बॅरीनं ते काळजीपूर्वक लाकडी पेटीतून बाहेर काढलं आणि चेअरमन साहेबांच्या टेबलाला लागून ठेवलं. फेन्स्टन पुढे धावला. गुंडाळलेलं बबल प्लास्टिकचं आवरण त्यानं हातानंच फाडून काढलं. ज्यासाठी तो खून करायला ही कचरला नव्हता, ते चित्र कसं आहे हे पाहायची त्याला घाई झाली होती. चित्र समोर ठेवून तो मागे गेला. त्याचे डोळे चकाकत होते. श्वास कोंडला गेला होता. अनिमिष नेत्रांनी तो त्याकडे पाहतच राहिला. खोलीत संपूर्ण शांतता पसरली होती.

त्यानं आपलं मत दिल्याशिवाय, खोलीतल्या इतर कुणाचीही शब्द उच्चारण्याची हिंमत नव्हती. अचानक त्याच्या घशातून धबधब्यागत शब्द कोसळले. ''माझ्या अपेक्षेपेक्षा कितीतरी सुंदर! उत्कृष्ट. अद्वितीय. वाऽऽ रंग किती ताजे वाटतात! किती

आल्हाददायक वाटतात आणि ब्रशचे हे फटकारे, किती बेधडक!! खरंच, मास्टरपीस आहे हे.'' लिपमननं आपलं मत दिलं नाही. टिनानं ''अतिशय सुंदर!'' या दोन शब्दांत त्या चित्राचं वर्णन केलं.

''मला माहीत आहे की मी माझं हे व्हॅन्‌गॉग नेमकं कुठे लावणार आहे ते,'' असं फेन्स्टन म्हणाला त्यावेळी तो त्याच्या टेबलामागे, वर लावलेल्या मोठ्या फोटोकडे पाहत होता. जॉर्ज बुशबरोबर, ग्राउंड झीरोला दिलेल्या भेटीच्या वेळी, त्यांच्याशी हस्तांदोलन करण्याच्या वेळी घेतलेला त्याचा फोटो होता तो.

◆◆◆

अमेरिकेला जाणाऱ्या फ्लाईटकडे ॲनाचं लक्ष लागलेलं होतं. त्या निमित्ताने तिचा आणि जॅकचा सहवास सात तासांचा होणार होता आणि ती त्याला अधिक ओळखू शकणार होती. तिच्या आणखी काही प्रश्नांची उत्तरं त्याच्याकडून मिळण्याची तिला अपेक्षा होती. त्याला आपल्या आईचा पत्ता कसा मिळाला? त्याला अजूनही टिनाचा संशय का येतो? फेन्स्टन व क्रान्त्झ एकमेकांना ओळखतात तरी का?

ती येण्याची जॅक वाटच पाहत होता. तिला मात्र त्याला पाहून एकदम मोकळं असं वाटलं नव्हतं. तो तिचा सतत नऊ दिवस पाठलाग करत होता आणि गेले दोन महिने तिच्या बाबतीत सर्व चौकशा करत होता. अनेक गोष्टी तपासत होता, ही गोष्ट तिच्या मनातून सहजासहजी जात नव्हती. पण विमानाच्या पायऱ्या एकत्र चढेपर्यंत एक बदल झाला होता. ते दोघेही बरेच मोकळे झाले होते. ती 'निक्स'ची चाहती होती, 'स्पगेटी' आणि 'डस्टीन हॉपमन' ही तिची आवड होती हे जॅकला कळलं, तर तोही निक्सचा चाहता होता, नवचित्रकार 'फर्नांडो बोटेरो'ची चित्रं त्याला आवडत होती आणि आपल्या आईसारखा 'आयरिश स्ट्यू' कोणीही बनवू शकत नाही असं त्याचं प्रामाणिक मत होतं, हे ॲनाला कळलं.

त्याला लठ्ठ स्त्रिया आवडतात की काय अशी शंका तिला आली होती. कारण शेजारच्या बाईच्या खांद्यावर मान टाकून तो खुशाल झोपला होता. पण रात्री त्याची झोप न होण्याचं कारण तीच होती हे तिला माहीत होतं. त्यामुळे तिला तक्रार करायला वाव नव्हता आणि त्या जाडीची पण काही तक्रार नव्हती. तिनं त्याचं डोकं थोडं मागे केलं – त्याची झोपमोड होऊ नये या बेताने. मग न्यूयॉर्कमध्ये पोहोचल्यानंतर काय काय करायचं याची यादी ती करायला लागली, त्यासरशी जॅकचं डोकं तिच्या खांद्यावर पडलं. त्यानंतर ॲनानं प्रयत्न सोडून दिला आणि आहे त्याच स्थितीत त्याचं डोकं ठेवून झोपण्याचा प्रयत्न केला. तिनं कुठेतरी वाचलं होतं, तुमच्या डोक्याचं वजन तुमच्या एकूण वजनाच्या एक सप्तमांश इतकं असतं. तिला आता ते पटवून देण्याची गरज राहिलेली नव्हती.

पोहोचण्याच्या पूर्वी, जवळ जवळ एक तास आधी तिला जाग आली. जॅक

अजून गाढ झोपेत होता आणि त्याचा हात तिच्या खांद्यावर होता. अजून झोपाळलेली असूनही ती किंचित ताठ बसली अन् स्ट्युअर्डेसला तिनं चहा द्यायची विनंती केली. ती चहा प्यायली तोपर्यंत जॅक उठला.

पुढे वाकून त्यानं विचारलं ''कसं काय वाटतंय?''

''फारसं ठीक नाही,'' ती म्हणाली, ''काही जण तर जागेच होते.''

''ॲना, आता न्यूयॉर्कला पोहोचल्याबरोबर तू काय करणार? कारण हा तुझा पुनर्जन्मच आहे. मृत घोषित व्यक्ती परत.'' जॅक बोलता बोलता तिला अभावितपणे 'ॲना' असं म्हणून एकेरीवर आला होता. ॲनाला ते आवडलं. थोड्याशा सहवासानंच त्यांच्यातली औपचारिकता गळून पडली होती. आपण बऱ्याच दिवसांपासून एकमेकांना ओळखतो अशी त्यांची भावना झाली होती. एका अर्थी ते खरंही होतं, पण ते संदर्भ आता बदलले होते. त्याला 'जॅक' असं एकेरीच संबोधायचं हे तिनंही ठरवून टाकलं.

''माझ्या सर्व नातेवाइकांना आणि मित्रांना कळवणार की मी १०० टक्के जिवंत आहे. त्यानंतर नोकरीसाठी प्रयत्न करणार आणि तू काय करणार जॅक?'' तिनं त्याच्या चेहऱ्याकडे पाहून विचारलं. तिनं आपल्याला जॅक म्हणून संबोधलं, हे त्याच्याही लक्षात आलं अन् त्यालाही ते आवडलं.

''मला पोहोचल्याबरोबर माझ्या बॉसला रिपोर्ट द्यावा लागेल, की फेन्स्टनला अटक करण्यासाठी कोणताही पुरावा मी मिळवू शकलो नाही. त्यावर, तो त्याच्या ठरलेल्या दोन नीतिवचनांपैकी एक तरी मला ऐकवणार. 'तुझे प्रयत्न उत्तुंग व्हायला हवेत किंवा काहीतरी मिळवायचं असेल तर प्रचंड धडपडावं लागतं,' '' जॅक म्हणाला.

''हा काही न्याय नाही हं,'' ॲना त्याची बाजू घेऊन म्हणाली, ''आणि आता तर क्रान्त्झ पण तुरुंगात आहे.''

''ते माझं श्रेय नाही, सरजेईचं.'' जॅक मनापासून म्हणाला, ''बॉसनंतर त्याच्यापेक्षाही कितीतरी तीव्र अशा संतापाला मला तोंड द्यायला लागेल.'' ॲनानं प्रश्नार्थक मुद्रेने त्याच्याकडे पाहिलं. ''माझ्या आईच्या आयरिश स्ट्यू-नाईटसाठी मी येऊ शकत नाही, हे मी का कळवलं नाही, अगदी लंडनला असलो म्हणून काय झालं, ह्या गोष्टीवर मला काय काय ऐकावं लागेल. या सगळ्यांतून वाचण्याचा एकच मार्ग आहे. एन.वाय.आर.सी म्हणजे काय हे लवकरात लवकर शोधून काढणं.'' एवढं बोलून जॅकनं खिशात हात घातला. पाकीट काढता काढता तो म्हणाला, ''वेण्टवर्थ आर्म्स हॉटेल सोडून मी टॉमबरोबरच आमच्या एम्बसीमध्ये गेलो. नवीन तंत्रज्ञानाला सलाम केलाच पाहिजे, हे मला तिथं गेल्यावर पटलं.'' असं म्हणून त्यानं पाकिटातून एक छोटी किल्ली काढली. ''मूळ किल्ली अजून रोमेनियातच आहे, ही त्याची प्रतिकृती.'' असं म्हणून ती किल्ली त्यानं तिच्या हातात दिली अन् म्हणाला, ''म्हणून तर नवीन तंत्रज्ञानाला सलाम केला.''

ॲनानं किल्ली उलटसुलट करून पाहिली. ''एन.वाय.आर.सी १३. काही कल्पना?''

''उघड उघड अशा काही,'' जॅक म्हणाला, ''न्यूयॉर्क रेसिंग क्लब, न्यूयॉर्क रोईंग क्लब, आणखी काही?'' ॲनानं सुचवून विचारलं. ''न्यूयॉर्क रॅकेट क्लब, पण तुला आणखी काही सुचत असलं तर मला सांग, कारण हा वीकएंड मी ते शोधण्यातच घालवणार आहे. सोमवारी बॉसला भेटण्यापूर्वी काहीतरी ठोस धागा, पुरावा मिळवून, त्याला तोंड दाखवायला हवं, नाहीतर काही खरं नाही.'' जॅक म्हणाला.

''तुला त्याचा उलगडा झाला तर मला सांगण्यासाठी तुला सकाळी माझ्याबरोबरच धावावं लागेल.'' ॲना म्हणाली.

''मी आज रात्री जेवण करतानाच सांगण्याचा विचार करतच होतो.'' असं म्हणून तिला रात्रीच्या जेवणाचं आमंत्रण असल्याचं जॅकनं सूचित केलं.

''सॉरी जॅक, मला ते आवडलंही असतं, पण आज रात्री मी टिनाबरोबर जेवणार आहे.'' ॲना म्हणाली.

''टिनाबरोबर? ठीक आहे, पण जरा जपून.'' जॅक म्हणाला.

''उद्या सकाळची सात वाजताची वेळ ठीक आहे?'' त्याच्या शेऱ्याकडे दुर्लक्ष करून ॲनानं विचारलं.

''तुला अर्ध्या रस्त्यावर गाठायचं म्हणजे मला साडेसहाचा गजर लावायला हवा.''

''तोपर्यंत मी शॉवर घेऊन बाहेर पडलेली असेन.''

''पण मला तसं जमणार नाही हे नक्की.''

''असो,'' ॲना म्हणाली, ''मला एक सांग, तू माझ्यावर आणखी एक मेहेरबानी करणार का?''

◆ ◆ ◆

लिपमन दारावर टक्‌टक् न करताच चेअरमन साहेबांच्या ऑफिसमध्ये शिरला.

''तुम्ही हे पाहिलंत का?'' न्यूयॉर्क टाईम्स त्याच्या टेबलावर ठेवून त्यातील आंतरराष्ट्रीय विभागातल्या एका मजकुराकडे फेन्स्टनचं लक्ष वेधत तो म्हणाला.

''रोमेनियन पोलिसांची मारेकऱ्याला अटक.'' फेन्स्टननं मथळा वाचला. त्यानंतर काही बोलण्यापूर्वी त्यानं तो छोटासा मजकूर दोनदा वाचला.

''पोलीसप्रमुखाची काय अपेक्षा आहे त्याची माहिती काढ.'' फेन्स्टन म्हणाला

''ते तेवढं सोपं नाहीये.'' लिपमननं सांगितलं.

''ते नेहमीच सोपं असतं.'' फेन्स्टन म्हणाला, ''फक्त किंमत ठरवण्यातच काही अडचण येऊ शकते.''

आता लिपमननं आपल्या कपाळाला आठ्या घातल्या आणि त्यानंतर तो म्हणाला, ''आणखी एक गोष्ट आहे, त्याचा तुम्ही विचार करायला हवा.''

''काय ती?'' फेन्स्टननं विचारलं.

''व्हॅन्‌गॉग! मोनेचं काय झालं हे माहीत आहे ना? तेव्हा तुम्ही व्हॅन्‌गॉगचा विमा काढायला हवा.'' लिपमननं सुचवलं.

''मी माझ्या चित्रांचा कधीच विमा काढत नाही. माझ्या संग्रहाची किंमत किती आहे हे आय.आर.एस.ला कळण्याची गरज नाही आणि मोनेच्या वेळी घडलं तसं नेहमीच घडत नाही. फेन्स्टन म्हणाला.''

''पण तसं आधीच घडलंय.'' लिपमन म्हणाला.

फेन्स्टनचा चेहरा रागाने लाल झाला. पण काही काळ तो बोलला नाही.

''ठीक आहे, पण फक्त व्हॅन्‌गॉगच!'' अखेर मान्य करत तो म्हणाला, ''लॉयड्स ऑफ लंडनतर्फे विमा घे. पण त्याची किंमत मात्र फक्त वीस दशलक्ष डॉलर्स दाखव.''

''एवढी कमी का दाखवायची?'' लिपमन विचारलं.

''वेण्टवर्थ इस्टेटमध्ये आणखीही काही चित्रं आहेत. व्हॅन्‌गॉगसह सर्व इस्टेटीची किंमत शंभर दशलक्ष डॉलर्सपेक्षाही कमीच व्हायला हवीय. तसं झालं तरच ती इस्टेट मला मिळण्याची शक्यता आहे नं?'' फेन्स्टन म्हणाला

लिपमननं मान डोलावली आणि जाण्यासाठी तो वळला.

''जाता जाता एक गोष्ट,'' फेन्स्टन न्यूयॉर्क टाईम्स मधल्या त्या मजकुराकडे पाहून बोलला, ''आपल्याकडे अजूनही दुसरी किल्ली आहे का?''

''होय, माझ्याकडे आहे.'' लिपमन म्हणाला, ''का?''

''कारण ती जेव्हा निसटेल तेव्हा तुला पुढची रक्कम ठेवायला लागेल.''

लिपमन चक्क हसला. क्वचित घडणारी गोष्ट. फेन्स्टननंही अभावानं अनुभवलेली...

◆◆◆

डॉक्टरांचा राउंड होण्या अगोदर काही मिनिटं आधी क्रान्त्झनं अंथरुणातच लघवी केली. डॉक्टर आल्यावर तिनं दिलगिरी व्यक्त करून त्याला आपल्या ब्लॅडरच्या त्रासाबद्दल सांगितलं. हिंडूफिरू शकणाऱ्या पेशन्ट्सना बेडपॅन देण्याची गरज नव्हती. त्यांना बाथरूमला जाताना पहारेकऱ्यासमवेत जावं लागे इतकंच. डॉक्टरने तिला ठरावीक अंतराने बाथरूमला जायला परवानगी दिली.

त्यानंतर साधारण दर दोन-तीन तासांनी क्रान्त्झ पहारेकऱ्यांच्या देखरेखीखाली बाथरूमला जाऊ लागली. असं करण्यामागे तिचा एक उद्देश होता. इमारतीच्या त्या मजल्याच्या एकूण रचनेची पाहणी नीटपणे करण्याची संधी तिला हवी होती. तिनं पाहिलं. कॉरिडॉरच्या कोपऱ्यात जिन्याच्या पायथ्याशी, त्या मजल्यावरची व्यवस्था

पाहणारी फक्त एक नर्स, बाजूला औषध देण्याचा दवाखाना- जो फक्त डॉक्टर असतानाच उघडला जायचा, त्याला लागून चादरी, उशा, ब्लँकेट्स वगैरे सामान ठेवण्याची छोटी खोली. त्यांच्या समोर एक खाट असलेल्या तीन छोट्या खोल्या, कॉरिडॉरच्या दुसऱ्या टोकाला सोळा खाटांची सोय असलेला वॉर्ड, आणि पलीकडे फायर एस्केप अशी एकूण रचना होती.

ठरावीक अंतराने बाथरूमला जाण्याची परवानगी मिळवण्यासाठी क्रान्त्झनं जे नाटक केलं होतं त्यात एक महत्त्वाचा हेतू होता. नियमितपणे राउंड घेणाऱ्या त्या तरुण डॉक्टरने, कितीही वैद्यकीय पुस्तकं वाचली असली, तरी त्याला तो हेतू कळणं शक्यच नव्हतं.

परवानगी मिळाल्यानंतर जेव्हा पहिल्यांदा ती बाथरूमला गेली तेव्हा, पद्धतीप्रमाणे एक पहारेकरी बाथरूमच्या दाराशी, तर दुसरा त्याच्यापासून थोड्या अंतरावर, कॉरिडॉरमध्ये उभा राहिला याची तिनं नोंद घेतली अन् ती आत शिरली. तिथल्या संडासाला खिडकीही नव्हती. कमोडवर बसून तिनं दोन बोटं आपल्या गुदद्वारात सारली अन् त्या बोटांच्या चिमटीत धरून तिनं एक 'कंडोम' काढलं. ते संडासमध्ये असलेल्या पाण्यानं धुतलं. त्याची वरच्या बाजूला बांधलेली गाठ सोडली आणि आत घट्टपणे गुंडाळलेली वीस डॉलर्सच्या नोटांची सुरळी तिनं बाहेर काढली. त्यातल्या दोन नोटा तिनं काढून घेतल्या. त्यांची बारीक घडी करून त्या केसांत लपवल्या. केसांवर क्लिप लावली. नंतर तीच कृती उलट्या क्रमाने करून बांधलेलं कंडोम तिनं पुन्हा गुदद्वारात सारलं.

त्यानंतर क्रान्त्झनं संडासाची चेन ओढून फ्लश केलं अन् सर्व आटोपल्यागत ती बाहेर पडली. पहारेकऱ्यांच्या देखरेखीखाली ती आपल्या पलंगाकडे पोहोचली. त्यानंतरचा संपूर्ण वेळ तिनं झोपण्यात घालवला. कारण रात्रपाळीला तिला जागं राहायचं होतं.

◆ ◆ ◆

जॅक टॅक्सीत बसला तशी टॅक्सी सुरू झाली. तो खिडकीतून पाहत होता. मॅनहॅटनवरचं धुरकट आवरण अजून संपूर्णपणे गेलेलं नव्हतं. पण धावपळ करत जाणारे न्यूयॉर्कवासी आता अविश्वासानं मान उंचावून पाहताना मात्र दिसत नव्हते. दहशतवाद ही काही वेगळीच गोष्ट आहे, हा धडा जगातल्या सर्वांत वेडपट शहराला शिकायला मिळाला होता.

जॅक मागे रेलून बसला आणि ॲनाच्या सांगण्यावरून त्यानं जी मेहेरबानी केली होती त्याबद्दल तो विचार करू लागला. त्यानं सॅमला, ॲना जिवंत असल्याची बातमी दिली होती. ती आपल्या आईला भेटायला गेली होती आणि आज संध्याकाळपर्यंत तिच्या अपार्टमेंटवर ती पोहोचेल असा निरोप त्यानं सॅमला दिला. 'कोणाला तरी

बरं वाटावं, अशी बातमी सांगण्यानं दिवसाची सुरुवात व्हावी हे चांगलंच होतं.' जॅकला वाटलं. पण दुसऱ्या कॉलच्या बाबतीत तसं घडणार नव्हतं. आपण न्यूयॉर्कमध्ये पोहोचलो हे कळवण्यासाठी त्यानं आपल्या बॉसला फोन केला. मॅसीनं त्याला सांगितलं की क्रान्त्झला बुखारेस्टमधल्या सरकारी हॉस्पिटलमध्ये नेण्यात आलं आहे आणि तिच्या खांद्याचं छोटं ऑपरेशन करण्यात आलं आहे. तिच्यावर रात्रंदिवस पहारा असल्याचंही त्यानं स्पष्ट केलं.

"तिला तुरुंगात टाकलं जाईल तेव्हा मला जास्त आनंद वाटेल." जॅक म्हणाला.

"त्या विषयावर तू अनुभवानं बोलू शकतोस हे मला कळलं आहे," मॅसी म्हणाला. जॅक त्याला काही सांगणार तेवढ्यात मॅसी पुढे म्हणाला, "तू उरलेला आठवडा रजा का घेत नाहीस जॅक? तुझा अधिकार आहे तो."

"आज शनिवार आहे बॉस." जॅकनं त्याला आठवण करून दिली.

"अरे हो! ठीक आहे तर मग, सोमवारी आपली भेट ही पहिली गोष्ट." मॅसी म्हणाला.

त्यानंतर जॅकनं ॲनाला मेसेज पाठवायचं ठरवलं होतं. 'तू लवकरच म्हणजे संध्याकाळी पोहोचशील असं सॅमला सांगितलं. तेवढा एकच पुरुष तुझ्या आयुष्यात आहे का?' तो दोनेक मिनिटं थांबला; पण उत्तर काही आलं नाही. मग त्यानं आईला फोन लावला.

"आज रात्री तरी घरी जेवायला येणार आहेस का?" तो काही बोलण्याच्या आतच तिनं तीव्र स्वरात त्याला विचारलं. तिच्या आवाजाच्या पार्श्वभूमीवर त्याला शिजणाऱ्या मांसाचा वास आल्यासारखं वाटलं.

"मी ते चुकवीन का मॉम?"

"गेल्या आठवड्यात चुकवलं होतंस."

"हो, खरंच की, खरं तर मी कळवणार होतो," जॅक म्हणाला "पण असं काही समोर आलं की..."

"तुझ्या त्या, 'असं काही'ला आज रात्री घेऊन येशील का?" जॅक गडबडला. मूर्खासारखी चूक केली. तो मनात म्हणाला. "ती एक चांगली, कॅथॉलिक मुलगी आहे नं?" त्याच्या आईने त्याला पुढचा प्रश्न केला होता.

"नाही मॉम," जॅकनं उत्तर दिलं, "ती एक घटस्फोटित आहे. तीन भूतपूर्व नवरे. त्यांतले दोन रहस्यमयरीत्या मेले. आणि हो, तिला पाच मुलं आहेत, पण ती सगळीच नवऱ्यांपासून झालेली नाहीयेत. आणि तुला हे कळून आनंद वाटेल की त्यांतल्या चार मुलांनाच अमली पदार्थांची सवय आहे.... पाचवा सध्या तुरुंगात.. सुधारगृहात आहे..."

“तिला नियमित नोकरी तरी आहे का?”

“आहे तर मॉम, अगदी रोखीचा व्यवसाय. तिच्या ग्राहकांना तिला वीक एन्डलाच पटवावं लागतं. पण आयरिश स्ट्यूच्या एका बाऊलसाठी ती एक तास नक्कीच काढू शकेल, असं आश्वासन तिनं मला दिलंय.”

“म्हणजे ती करते तरी काय?” जॅकच्या आईनं विचारलं.

“ती चित्रचोर आहे.” जॅक म्हणाला, “खास करून व्हॅन्‌गॉग आणि पिकासो. प्रत्येक व्यवहारात खूप नफा मिळवते.”

“तर मग तुझा पैसा घालवण्यात ती सुधारणा करेल.”

“गुडबाय मॉम, संध्याकाळी येतो नक्की.” जॅकनं फोन बंद केला. त्याच्या मोबाईलवर ॲनाचा मेसेज होता. तिला त्यानं खास आय.डी. दिला होता.

‘आपल्या मेंदूचा वापर कर शिकारी, आर.चा सरळ अर्थ कळला. तुझी गती माझ्यापेक्षा कमी आहे.’

“च्यायला, ह्या बायका म्हणजे.....” जॅक पुटपुटला.

त्याचा नंतरचा कॉल लंडनला टॉमला होता. तो भेटला नाही. उत्तर देणारं मशीन सांगत होतं. ‘टॉम क्रासांती. सध्या मी बाहेर आहे. थोड्याच वेळात परत येईन, कृपया निरोप ठेवावा.’

जॅकनं निरोप ठेवला नाही कारण तेवढ्यात टॅक्सी त्याच्या अपार्टमेंटसमोर थांबली होती.

“बत्तीस डॉलर्स.” टॅक्सी ड्रायव्हर म्हणाला.

जॅकनं त्याला दहा डॉलर्सच्या चार नोटा दिल्या. त्यानं पैसे परत मागितले नाहीत तरी त्याला धन्यवाद मिळाले नाहीत.

न्यूयॉर्क मूळ पदावर आल्याचं लक्षण होतं ते.

◆◆◆

रात्रपाळीचे पहारेकरी बरोबर दहा वाजता हजर झाले.सहा पहारेकऱ्यांची नवीन तुकडी. पहिले दोन तास कॉरिडॉरमधून गस्त घालत, त्यांनी आपलं अस्तित्व जाणवून दिलं. दर पंधरावीस मिनिटांनंतर त्यातला एक तिच्या कोठडीचं दार उघडून, तिथला एकमेव छोटा बल्ब लावून, ती पलंगावरच आहे याची खात्री करून घेत असे आणि पुन्हा बल्ब बंद करून कोठडीचं कुलूप लावून घेत असे. पहिले दोन तास ही तपासणी नियमित झाली. त्यानंतर तपासणी करून घेण्यामधला कालावधी आधी अर्धा तास, मग पाऊण तास असा वाढत गेला.

चार वाजून पाच मिनिटांनी, दोन पहारेकरी त्यांच्या खाण्याच्या सुटीवर गेल्यानंतर क्रान्त्झनं बेल वाजवली. दोन पहारेकरी तिच्याकडे आले. त्यातला एक सिगारेट ओढण्यासाठी वारंवार फायर एस्केपजवळ जाणारा आणि दुसरा नेहमीच पैशाची

टंचाई असल्याबद्दल तक्रार करणारा होता. क्रान्त्झ जेव्हा बाथरूमध्ये शिरली, तेव्हा नेहमी प्रमाणे एक बाथरूमच्या दाराशी थांबला अन् दुसरा त्याच्यापासून थोड्या अंतरावर कॉरिडॉरमध्ये. क्रान्त्झच्या सुदैवाने, नेहमीच पैशाची टंचाई असणारा, आज बाथरूमच्या दाराशी थांबला होता. क्रान्त्झ संडासमध्ये शिरली. आपल्या गुदद्वारातून कंडोम काढून त्यातल्या आणखी दोन वीस डॉलर्सच्या नोटा तिनं काढल्या. कंडोमला गाठ बांधून नेहमीच्या जागी पूर्ववत सारलं. फ्लश करून ती बाहेर आली. पहारेकऱ्याकडे पाहून ती हसली अन् हातातली दोन नोटांची घडी तिनं त्याच्या हातात हळूच सारली. त्यानं जरा आश्चर्याने त्याकडे पाहिलं अन् ती घडी पटकन खिशात टाकली. तिला घेऊन कॉरिडॉरमध्ये उभ्या असलेल्या पहारेकऱ्याजवळ तो आला. त्या दोघांच्या देखरेखीखाली ती आपल्या कोठडीत परतली. कोठडीचं कुलूप लावण्यात आलं.

वीस मिनिटानंतर आपलं खाणं संपवून ते दोन पहारेकरी आले. त्यातल्या एकानं कुलूप उघडून, लाईट लावून ती जागेवर आहे की नाही हे नेहमीप्रमाणे तपासलं. ती इतकी बारीक होती की पहारेकऱ्याला पलंगाच्या अगदी जवळ जाऊन ती आहे याची खात्री करून घ्यावी लागे. शिरस्त्याप्रमाणे त्याची तपासणी संपली. कोठडीचं कुलूप लावून तो बॅकगॅमन (फाशांनी खेळण्याचा एक खेळ) खेळण्यासाठी आपल्या सहकाऱ्याला जाऊन मिळाला.

पहाटे चार ते चार वीस एवढ्याच वेळात पळून जाण्याची संधी आहे या निष्कर्षाप्रत क्रान्त्झ पोहोचली. दोन जुने पहारेकरी त्यावेळेस खाण्याच्या सुटीवर जाणार, डुलक्या घेणारा अर्धवट झोपेत असणार, नर्सशी सूत असलेला त्याच्या 'कामात' असणार. उरले हे दोघे. त्यातल्या एकाला, सिगारेटची न आवरणारी तलफ आणि दुसरा तर तिला वारंवार बाथरूमला घेऊन जायला तयार असणार, जो नकळत तिचा साथीदार बनला होता.

◆◆◆

अंघोळ न करता कपडे न बदलता सकाळी सकाळीच जॅक न्यूयॉर्क टेलिफोन डिरेक्टरी घेऊन बसला. खूप शोधूनही एन.वाय.आर.सी.खाली त्याला त्यांच्या चर्चित नावापेक्षा वेगळं नाव काही दिसलं नाही. ॲनाचं सरळ अर्थवालं कोणतं? त्यानं आपला लॅपटॉप उघडला. 'न्यूयॉर्क रॅकेट क्लब' त्यानं ही अक्षरं टाईप करून गुगलला शोधायला सांगितलं. दोन सेकंदांतच सर्व माहिती त्याच्यासमोर आली. पार्क ॲव्हेन्यूला असलेल्या सुंदर इमारतींचे काही फोटो, सध्याचे चेअरमन डेरियस टी मॅबलथॉर्प-३ यांचा फोटो आणि क्लबचा असमाधानकारकरीत्या मांडलेला इतिहास– सगळं सगळं. क्लबचा मेंबर आहे असा बहाणा करून तो क्लबमध्ये जाऊ शकत होता. फक्त तो मेंबर आहे असं दिसणं आवश्यक होतं. ब्यूरो अडचणीत

येणार नाही ह्याची काळजी घेणं आवश्यक होतं.

जॅकनं आपलं सामान सूटकेसमधून काढलं. त्यानं दाढी केली, अंघोळ केली. निळा शर्ट, सौम्य उठावाचे पट्टे असलेला गर्द सूट आणि कोलंबिया टाय हा पोशाख तिथं जायला योग्य ठरेल असा विचार करून तो चढवला. त्यानं अपार्टमेंट सोडलं. टॅक्सी केली अन् ड्रायव्हरला पत्ता सांगितला. ३७०, पार्क अ‍ॅव्हेन्यू बिल्डिंगसमोर टॅक्सी थांबली. तो उतरला अन् थोडावेळ त्या अप्रतिम इमारतीकडे पाहातच राहिला. पुनरुज्जीवन काळातल्या वास्तुशास्त्राप्रमाणे बांधलेली ती चार मजल्यांची इमारत, 'पॅलाझो'ची आठवण करून देत होती. मागच्या शतकाच्या अखेर व नवीन शतकाच्या सुरुवातीला न्यूयॉर्कमधल्या इटालियनांमध्ये ती खूपच लोकप्रिय इमारत होती. एन.वाय.आर.सी. अशी अक्षरं कोरलेल्या भव्य काचेच्या दरवाजाकडे जाण्यासाठी तो पायऱ्या चढू लागला.

दारवानानं दार उघडून धरलं आणि "गुड आफ्टनून सर," म्हणून त्याचं स्वागत केलं. जणू काही तो क्लबचा तहहयात सभासद होता. उच्च अभिरुचीने संपन्न अशा लॉबीत त्याने प्रवेश केला. तिथली सजावट फार आकर्षक होती. भिंतीवर सुयोग्य वाटतील अशा जागी क्लबच्या भूतपूर्व अध्यक्षांची भव्य पोर्ट्रेट्स लावली होती. सर्व पोर्ट्रेट्समध्ये सर्व व्यक्तींचा पोशाख एकच होता. पांढरी पॅन्ट आणि निळा ब्लेझर. अर्थात प्रत्येकाच्या हातात रॅकेट होतीच. जॅकनं रुंद जिन्याकडे पाहिलं. जिन्याच्या बाजूच्या भिंतीवर, आणखी पूर्वीच्या अध्यक्षांची चित्रं होती, रॅकेटसह.

जॅक सावकाशपणे रिसेप्शन डेस्ककडे गेला.

"मी आपल्याला काही मदत करू शकतो का?" तिथल्या तरुणानं विचारलं.

"मला त्याबद्दल थोडी शंका आहे." जॅकनं सरळ सांगितलं.

"विचारून पाहा." त्यानं तयारी दर्शवली.

जॅकनं आपल्या खिशातून त्या किल्लीची प्रतिकृती काढली आणि काउंटरवर ठेवत त्यानं विचारलं, "अशी किल्ली कुठे पाहिली आहे?"

त्या तरुणाने ती किल्ली उचलून फिरवून पाहिली. त्यावरची एन.वाय.आर.सी. १३ ही अक्षरंही पाहिली. "नाही सर, ही एखाद्या लॉकरची दिसतेय, पण इथल्या नाही." तो वळला आणि बोर्डावरून त्यानं एक जड तांब्याची किल्ली काढली अन् समोर ठेवली. किल्लीच्या डोक्याशी सभासदाचं नाव आणि किल्लीच्या लांबट भागावर लाल अक्षरात एन.वाय.आर.सी. अशी अक्षरं कोरलेली होती. ती पाहून जॅकनं परत ठेवली अन् विचारलं.

"तुम्ही काही सुचवू शकता?" आपल्या आवाजात कोणत्याही प्रकारे निराशा जाणवणार नाही ह्याची खरबदारी त्यानं घेतली होती.

“नाही साहेब,” तो म्हणाला, “माझ्या काळापूर्वी काही असेल तर त्याची मला कल्पना नाही. मी गेली अकरा वर्षंच इथे आहे. पण कदाचित ॲबेंना माहीत असेल. ते फार पूर्वीपासून इथे आहेत.”

“आणि त्या काळात लोक बॅडमिन्टनच अधिक खेळत असत.” ऑफिसमधून बाहेर येत एक वयस्कर मनुष्य म्हणाला. आपल्या तरुण सहकाऱ्याकडे पाहत त्यानं विचारलं, “कोणत्या बाबतीत मी मदत करू शकेन असं म्हणतोस?” तो ॲबेच होता हे जॅकला स्पष्ट कळलं.

“ह्या किल्लीबाबत.” किल्ली हातात धरून ॲबेकडे देत त्या तरुणानं सांगितलं. “ह्या सद्गृहस्थांना अशी किल्ली कुठे पाह्यली आहे का हे जाणून घ्यायचंय.”

ॲबेनं हातात धरून ती किल्ली सर्व बाजूंनी फिरवून पाहिली. “ही आपल्याकडची नाही आणि पूर्वीही अशी कधी नव्हती.” ॲबेनं पक्कं सांगितलं. “पण आर.चा अर्थ काय ते मी सांगू शकतो.” तो विजयी मुद्रेनं म्हणाला. “या गोष्टीला जवळ जवळ वीस वर्षं झालीत. तेव्हा डिनकिन्स महापौर होते.” तो थोडा थांबला अन् त्यानं जॅककडे पाहिलं, “मी इथेच उभा असताना एक तरुण जणू धावतच आला आणि त्यानं मला प्रश्न केला– हा रोमेनियन क्लब आहे का? त्याला नीट इंग्रजीही बोलता येत नव्हतं.”

‘ॲनाच्या आर.चा सरळ अर्थ! काय मूर्ख आहे मी.’ जॅक पुटपुटला.

“मला आठवतं, त्याची केवढी निराशा झाली,” ॲबे पुढे बोलतच होता. जॅकचं पुटपुटणं त्यानं दुर्लक्षित केलं होतं. “आर.चा अर्थ रॅकेट असं कळल्यानंतर. त्याला रॅकेट म्हणजे काय हेही माहीत नव्हतं. त्याला इंग्लिश नीट वाचता येत नव्हतं. त्यासाठी मला त्याचा पत्ता वाचावा लागला. हे इतक्या वर्षांनंतर आठवायचं कारण म्हणजे तो क्लब कुठेतरी लिंकनवर होता.” ॲबेला ‘लिंकन स्ट्रीट’वर होता असं म्हणायचं होतं. त्यानं जॅककडे मान वर करून पाहिलं. जॅकनं त्याच्या बोलण्यात पुन्हा व्यत्यय आणायचा नाही असं ठरवलं.

“लिंकनच्यानंतर ते नाव त्या रस्त्याला ठेवलं गेलं.” जॅकनं मान डोलावली. “कुठेतरी क्विन्स भागात तो रस्ता आहे. असं मला आठवतं, पण नेमका कुठे ते आठवत नाही.” ॲबेचं सांगणं बहुधा संपलं असं समजून जॅकनं किल्ली खिशात टाकली आणि त्याचे आभार मानून तो निघाला.

◆ ◆ ◆

टिना आपल्या डेस्कजवळ बसून त्याचं भाषण टाईप करत होती. शनिवार असूनही आल्याबद्दल, त्यानं तिचे आभारही मानले नव्हते.

‘आपल्या कायदेशीर बाबींना अवास्तव महत्व देण्यापेक्षा दर्जेदार सेवा देण्यासाठी बँकांनी नेहमीच तयार असले पाहिजे.’

‘शेरी नेदरलँड’मध्ये होणाऱ्या वार्षिक भोजनाच्यावेळी मार्गदर्शनपर भाषण देण्यासाठी

द. न्यूयॉर्क बँकर्स असोसिएशनतर्फे फेन्स्टनला बोलावण्यात आलं होतं. फेन्स्टनला त्यामुळे आश्चर्य वाटलं होतं आणि आनंदही झाला होता. गेली काही वर्षं त्यासाठी तो धडपडत होताच. कमिटीमध्ये दुमत झालं होतं. पण अखेर त्याचं नाव निश्चित झालं होतं. बँकिंगच्या व्यवसायातल्या आपल्या सहकाऱ्यांवर आपलं वजन पडेल, असं प्रभावशाली भाषण तयार करण्यासाठी अनेक मसुदे त्यानं तयार केले होते.

'आपण आपल्यापेक्षा ग्राहकांच्या हिताचाच निर्णय घेणार यावर विश्वास ठेवून ग्राहकांनी आपल्यावर विसंबून राह्यलं पाहिजे, अशी परिस्थिती आपण निर्माण केली पाहिजे.'

फेन्स्टनची प्रमुख भूमिका असलेल्या बँकर्सच्या मालिकेसाठी आपण पटकथा तर लिहित नाही ना? नीतिमत्तेवर आधारलेल्या या कहाणीत लिपमनची काय भूमिका असेल? कितव्या भागापर्यंत व्हिक्टोरिया वेण्टवर्थ वाचेल? टिनाला प्रश्नच पडला.

'ग्राहकांच्या कमाईच्या आकांक्षेकडे दुर्लक्ष न करता आपण त्यांच्या मालमत्तेचे केवळ पालक आहोत – विशेषत: त्यांच्याकडे व्हॅन्गॉग असेल तर असे शब्द टिनाला टाकावेसे वाटले. – या भूमिकेतून आपण स्वत:कडे पाहिलं पाहिजे.'

फेन्स्टनचा निलाजरा नैतिक उपदेश टाईप करता करता टिनाचे विचार ॲनाकडे वळले. सकाळी ऑफिसला निघण्यापूर्वीच तिचा फोन आला होता आणि त्यांचं बोलणं झालं होतं. आपल्या आयुष्यात नव्यानं आलेल्या पुरुषाबद्दल – ज्याला ती असाधारण परिस्थितीत भेटली होती – ॲनाला सांगायचं होतं. त्यांनी संध्याकाळी जेवण घेण्यासाठी एकत्र यायचं ठरवलं होतं. टिनाला सुद्धा आपल्या गुपितात ॲनाला सामील करून घ्यायचं होतं.

'आणि एक विसरता कामा नये. आपला दर्जा घसरायला आपल्यापैकी एकजण पुरेसा आहे. एकाने जरी दर्जा सांभाळला नाही, तर त्याचे परिणाम उरलेल्या सर्वांनाच भोगावे लागतात.'

टिनानं जसं पुढचं पान उलटलं तसा तिच्या मनात विचार आला, 'फेन्स्टनची पर्सनल असिस्टंट म्हणून ती आणखी किती काळ काम करू शकणार होती?' तिनं लिपमनला आपल्या ऑफिसमधून हाकलल्यापासून, एका शब्दाचीही देवाणघेवाण त्यांच्यात झाली नव्हती. त्यानं तिला फेन्स्टनकरवी नोकरीतून काढून टाकलं असतं, तरी त्यापूर्वीच, तिनं फेन्स्टनविरुद्ध भरपूर पुरावा गोळा केला होता. त्यामुळे फेन्स्टनला उर्वरित आयुष्य एका मोठ्या संस्थेत, पण छोट्याशा खोलीत काढावं लागलं असतं.

'अमेरिकेचे स्वप्न साकारण्यासाठी, ज्या समाजाने मला त्यांच्यात सामील करून घेतले, त्या समाजाची सेवा करणं, हा माझा आयुष्यातला एकमात्र उद्देश आहे. कारण त्या समाजाचे ऋण फेडले पाहिजे अशी माझी भावना आहे. आपल्या सर्वांचेच या कार्यात सहकार्य मिळेल अशी अपेक्षा व्यक्त करून मी माझे भाषण संपवतो. धन्यवाद.'

हा असा एकच दस्तावेज होता, की ज्याच्या कॉपीची टिनाला गरज नव्हती. टिनाच्या फोनवरचा लाईट लागला. तिनं रिसिव्हर उचलला. ''यस चेअरमन?''

''बँकर्सच्या डिनरसाठी लिहिलेलं भाषण टाईप करून झालं का?''

''होय चेअरमन.''

''ते चांगलं आहे नं?'' त्यानं उत्सुकतेनं विचारलं.

''असामान्य आहे.'' टिनानं योग्य प्रतिसाद दिला.

◆◆◆

जॅकनं टॅक्सी घेतली अन् ड्रायव्हरला लिंकन स्ट्रीट, क्विन्स. हा पत्ता सांगितलं. लिकंन आणि हॅरिस या दोन रस्त्यांच्या कोपऱ्यावर टॅक्सी पोहोचली तेव्हा त्यांनी विमानतळापर्यंतचा अर्धा तास पार केला होता. जॅक कोपऱ्यावरच उतरला. लिंकन रस्त्यावरच्या दोन्ही बाजूला असलेल्या इमारती, दुकानं आणि रस्त्यावरून ये-जा करणारी माणसं पाहून पार्क ॲव्हेन्यूसाठी केलेला पोशाख तिथे विसंगत वाटेल याची त्याला जाणीव झाली. रस्त्यावरच्या एका मद्याच्या दुकानात तो शिरला.

''मी रोमेनियन क्लबच्या शोधात आहे.'' त्यानं काउंटरवरच्या वयस्कर बाईला सांगितलं.

''तो तर कधीच बंद पडला,'' ती म्हणाली, ''आता तिथं गेस्ट हाऊस आहे.'' असं म्हणून तिनं जॅकला नीट न्याहाळलं, ''पण मला वाटत नाही की ते तुमच्यालायक आहे.''

''बिल्डिंगचा काही नंबर वगैरे?'' जॅकनं विचारलं.

''माहीत नाही. पण इथूनच पुढे अर्धा रस्ता चाललात तर रस्त्याच्या त्या बाजूला दिसेल ते.'' तिनं सांगितलं.

जॅकनं तिचे आभार मानले. तिनं दाखवलं त्या दिशेनं तो चालत गेला. अर्ध्या रस्त्यावर म्हणजे नेमकं कुठे? लिंकन रस्ता ओलांडून तो पलीकडच्या फुटपाथला गेला आणि जरा जवळून पाट्या पाहायला लागला. त्याला खोल्या भाड्याने देणे आहे अशी एक जुनी पुसट अक्षरं झालेली पाटी दिसली. प्रवेशद्वाराजवळचा जिना चढण्यापूर्वी त्यानं वर पाहिलं तेव्हा त्याला पटकन न कळणारी एन.वाय.आर.सी. स्थापना १९१९. अशी अक्षरं दिसली. पायऱ्या चढून तो जुनाट रिसेप्शनजवळ गेला. तिथं एक वयस्कर माणूस न्यूयॉर्क पोस्ट वाचताना त्याला दिसला. त्याच्या एका हातात सिगारेट होती. धुराची वलयं त्यातून बाहेर पडत होती.

''मला एका रात्रीसाठी खोली हवीय.'' जॅकनं सांगितलं. त्याचा स्वर असा होता की जणू काही त्याला खरंच खोली घ्यायची होती. त्या वयस्कर माणसानं त्याला न्याहाळलं. त्याला राहायला खोली हवी असेल यावर त्याचा विश्वास बसला नाही. त्यानं बाहेर एखाद्या पोरीला उभं करून ठेवलं असेल का? पण त्याच्याशी त्याला

कर्तव्य नव्हतं

"सात डॉलर्स पडतील." तो म्हणाला. पुढे म्हणण्यात भर घातली, "सर्व आगाऊ."

"माझ्या काही बहुमोल वस्तू ठेवायला मला लॉकरपण हवा." जॅकनं सांगितलं.

"आणखी एक डॉलर पडेल, आगाऊ." त्याच्या तोंडातली सिगारेट बोलताना वर-खाली होत होती. जॅकनं आठ डॉलर्स दिले, त्याबदल्यात त्यानं त्याला एक किल्ली दिली. "दुसरा मजला. रूम नं ३." असं म्हणून त्यानंतर त्यानं आणखी एक किल्ली काढून जॅकला दिली. "लॉकर्स कॉरिडॉरच्या शेवटी आहेत." एवढं बोलून त्यानं सिगारेट तोंडातून काढून राख झटकली. पुन्हा सिगारेट तोंडात धरून धूर काढत त्यानं न्यूयॉर्क पोस्ट मध्ये तोंड खुपसलं.

जॅक कॉरिडॉरमधून चालत अखेरीस पोहोचला. तिथं भिंतीला लागून ठेवलेली लॉकर्सची कपाटं त्याला दिसली. ती दिसताना जुनाट दिसली, तरी सहज फोडता येणार नाहीत अशी मजबूत आहेत, हे सहज लक्षात येत होतं. त्यानं त्याला दिलेला लॉकर उघडला. आठ इंची चौरस लॉकरला जवळ जवळ दोन फूट खोली होती. त्यात पुष्कळ सामान मावू शकलं असतं. जॅकनं मागे वळून पाहिलं. त्या म्हाताऱ्याचं डोकं अजूनही न्यूयॉर्क पोस्ट मध्येच खुपसलेलं होतं आणि तोंडातली सिगारेट धूर सोडत होती. जॅक कॉरिडॉरच्या आणखी थोडा पुढे गेला. त्याला लॉकर क्र. १३ दिसला. त्यानं खिशातून ती डुप्लीकेट किल्ली काढली, मागे वळून पाहिलं, त्याचं डोकं अजून न्यूयॉर्क पोस्टमध्येच. त्यानं लॉकर क्र. १३ उघडला आणि आत पाहिलं. जॅक वरून शांत वाटला तरी त्याचं हृदय धडधडत होतं. त्यानं लॉकरमध्ये हात घातला. हाताशी एक नोट लागली, ती झटकन पाकिटात टाकून त्यानं लॉकर बंद केला. डुप्लीकेट किल्ली खिशात टाकून तो परत फिरला.

म्हाताऱ्याने आता पान उलटलं होतं आणि रेसमध्ये कोणत्या घोड्यांना कशी संधी आहे याचा अभ्यास तो करत होता. त्याला डोकं वर करून पाहायला फुरसत नव्हती. जॅक सहजपणे रस्त्यावर उतरला.

टॅक्सी मिळण्यासाठी त्याला अकरा इमारती ओलांडाव्या लागल्या होत्या. त्यानं लगेच डिक मॅसीला फोन केला नाही. तो सरळ घरी आला. पुढचं दार उघडून, आत शिरून किचनमधून तो आपल्या टेबलाकडे गेला. त्यानं पाकिटातली ती नोट काढली. शंभर डॉलर्सची. त्यानं त्या लॉकरच्या लांबी, रुंदी, खोलीचा विचार करून त्यात किती नोटा बसू शकतील याचा अंदाज केला. अंदाज जवळपास अचूक ठरावा म्हणून पाचशे पानांची पुस्तकं त्यानं टेबलावर ओळीनं रचली.... लॉकरएवढ्या जागेच्या आकारात. अन् मग त्यानं मॅसीला फोन केला.

"मी तुला उरलेला आठवडा सुटी घ्यायला सांगितली होती." मॅसी म्हणाला.

"एन.वाय.आर.सी.१३ चा लॉकर मी शोधून काढलाय.''

"काय होतं त्यात?'' मॅसीनं विचारलं.

"नक्की आकडा सांगू शकत नाही,'' जॅक म्हणाला, "पण अंदाजे दोन दशलक्ष डॉलर्स.''

"तुझी रजा रद्द करण्यात आली आहे.'' मॅसी म्हणाला.

जॅक हसला.

❖

-४४-

"**चां**गली बातमी आहे," तिसऱ्या दिवशी सकाळीच डॉक्टर म्हणाला. "तुझी जखम जवळ जवळ भरली आहे. त्यामुळे तुला उद्या जिलावा तुरुगांत न्यायला हरकत नाही, अशी शिफारस मी आजच करीन."

त्याच्या बोलण्यानं क्रान्त्झचं वेळापत्रक निश्चित केलं होतं. तिचं ड्रेसिंग बदलून, न बोलता डॉक्टर गेला आणि क्रान्त्झ शांतपणे पडून राहिली. तिनं ठरवलेल्या प्लॅनची, ती परत परत उजळणी करत होती. फक्त एकदाच दुपारी दोन वाजता तिनं बाथरूमला जाण्यासाठी बेल वाजवली होती. दुपारी तीन ते रात्री नऊ ती अगदी गाढ झोपली.

"आज तिला दिवसभर काही त्रास झाला नाही." रात्रपाळीसाठी आलेल्या पहारेकऱ्याला किल्ली सुपूर्द करताना त्यातला एकजण म्हणाल्याचं क्रान्त्झनं ऐकलं. पुढचे दोन तास क्रान्त्झ कुशीवर वळलीसुद्धा नाही. तिला माहीत होतं. ते दोन पहारेकरी तिला बाथरूमला नेण्यासाठी आणि आपला रात्रपाळीचा अतिरिक्त भत्ता वसूल करण्यासाठी अधीर झाले असणार. पण वेळ तिच्या सोयीची असायला हवी होती नं! त्यांच्या गरजा ती नक्कीच पूर्ण करणार होती पण पहाटे चार वाजून चार मिनिटांनी. त्यातल्या एकाला ती चाळीस डॉलर्स देणार होती. त्यातनंच तो दुसऱ्याला 'बेन्सन ॲण्ड हेजेस'चं सिगारेट पाकीट घेऊन देणार होता. खरं म्हणजे असमान वाटणी होती ही. पण त्यातल्या एकाचाच भाग जास्त महत्त्वाचा नव्हता का?

त्यानंतरचे दोन तास ती पूर्णपणे जागी होती... डोळे मिटून.

◆ ◆ ◆

सकाळच्या जॉगिंगसाठी, ॲनानं आपलं अपार्टमेंट सोडलं, तेव्हा सॅम समोरच आपल्या टेबलामागे बसला होता. ॲना दिसताच त्यानं उठून दार उघडलं. त्याच्या चेहऱ्यावरचं, ती परत आल्यानंतर आलेलं हसू अजूनही विरलेलं नव्हतं.

जॅक आपल्याला कुठे गाठणार? काल त्याला बाय केल्यापासून तिच्या डोक्यात त्याचाच विचार होता हे नाकबूल करण्यात काही अर्थ नव्हता. यापुढे त्यांचे संबंध केवळ व्यावसायिक राहणार नव्हते, तर त्यापुढची पायरी ते गाठणार होते याची तिला आशा वाटत होती.

"सांभाळून," जेवताना टिनानं तिला इशारा दिला होता. "त्याला एकदा काय हवं ते मिळालं, की तो पुढे जाईल हे लक्षात ठेव."

'त्याला केवळ सेक्सचं आकर्षण आहे असं दिसत नाही.' ॲना मनात म्हणत होती.

"फेन्स्टनला व्हॅन्‌गॉग आवडलं." टिनानं सांगितलं, "आपल्या टेबलामागची मानाची जागा त्यानं त्यासाठी दिलेली आहे."

गेल्या दहा दिवसांत फेन्स्टन आणि लिपमन यांच्यात जे काही बोलणं झालं, बेत झाले, त्या सर्व गोष्टींबद्दल टिनानं विस्तृतपणे सांगितलं. पण काही सूचक उल्लेख आणि सहज चौकशी केल्यासारखे काही मोजके प्रश्न करूनही, टिना फेन्स्टनला एवढी का घाबरते, हे ॲनाला कळू शकलं नाही. खरं म्हणजे जेवताना त्यांच्या गप्पा जवळ जवळ दोन तास चालल्या होत्या आणि त्यानंतर त्या दोघी रेस्टॉरंट बाहेर पडल्या होत्या, पण एवढ्या वेळातही ॲनाला कारण समजून घेणं शक्य झालं नव्हतं.

सेन्ट्रल पार्कला शेवटचा राऊंड ॲनानं अकरा तारखेला सकाळी घेतला होता, ह्याची तिला आठवण आली. काळे ढग आता विरले असले तरी त्या दिवसाच्या आठवणी मात्र विरल्या नव्हत्या.

'ग्राउंड झीरो' हे दोन शब्द कायमचेच सगळ्यांच्या मनात राहणार होते. आर्टिसन गेटजवळ जॅकला तिनं जॉगिंग करताना पाहिलं आणि त्या आठवणी तिनं बाजूला सारल्या.

"बराच वेळ झाला का शिकारी?" त्याच्या पुढे धावत धावत तिनं त्याला विचारलं.

"नाही." तिच्या बरोबरीनं येत तो म्हणाला, "माझ्या दोन चकरा आधीच झाल्या आहेत. ही चक्कर म्हणजे थांबण्यापूर्वी थोडं थंड होण्यासाठी."

"असं काय?" असं म्हणून तिनं आपला वेग वाढवला. पण तिला हे कळलं, की आपण हा वेग कायम ठेवू शकणार नाही. काही सेकंदांतच लांब टांगा टाकत त्यानं तिला पुन्हा गाठलं.

"तू बरी धावलीस," तो म्हणाला, "पण हा वेग तू किती वेळ ठेवू शकतेस?"

"मला वाटतं हा पुरुषांचा प्रश्न आहे." आपला वेग कायम ठेवण्याचा प्रयत्न करत ॲना म्हणाली. त्याला पुढे जाऊ द्यायचं नसेल तर त्याचं लक्ष थोडं विचलित

झालं पाहिजे हे तिच्या लक्षात आलं. " 'फ्रिक म्युझियम'मध्ये ज्या चित्रकारांची चित्रं लागली आहेत त्यातल्या पाचांची नावं सांगता येतील?" या क्षेत्रात त्याच्या कमी असलेल्या ज्ञानामुळे आपल्या कमी झालेल्या वेगाची भरपाई होईल असा तिचा अंतस्थ हेतू होता.

"बेलीनी, मेरी कॅसाट, रेन्वा, रेम्ब्रॉ आणि हॉल्बिनची दोन चित्रं क्रॉमवेल..."

"पण कोणता क्रॉमवेल?" ॲनानं धापा टाकत विचारलं.

"थॉमस. ऑलिव्हर नाही." जॅकनं उत्तर दिलं.

"तुला बऱ्यापैकी माहिती आहे रे शिकाऱ्या." ॲनानं मान्य केलं.

"त्याचं श्रेय माझ्या वडिलांना दे." जॅक म्हणाला, "ते रविवारी सुद्धा गस्तीसाठी जायचे. मग त्यावेळेस माझी आई मला गॅलरी किंवा म्युझियमला घेऊन जायची. हे फुकट वेळ घालवणं आहे असं मला वाटत होतं– प्रेमात पडेपर्यंत."

"कोणाच्या प्रेमात पडला होतास तू?" तिनं विचारलं. ते दोघेही आता बरोबरीनेच जॉग करत होते.

"रोझेटी किंवा अगदी बरोबर सांगायचं तर त्याची रखेली जेन वार्डन."

"तिच्याबरोबर त्याचे तसे संबंध होते याबद्दल विद्वानांमध्ये दुमत आहे." ॲना म्हणाली, "आणि तिचा नवरा, रोझेटीचा इतका चाहता होता की तसे संबंध असते तरी त्यानं आडकाठी केली नसती, असं ते म्हणतात."

"मूर्ख मनुष्य." जॅक म्हणाला.

"अजूनही तुझं जेनवर प्रेम आहे?" ॲनानं विचारलं.

"नाही. त्यापासून मी पुढे गेलो. राफेलपूर्व स्त्रियांचा मी त्याग केला आणि जिवंत स्त्रियांच्या प्रेमात पडायला सुरुवात केली."

"तर मग तशा शोधण्यात तुझा बऱ्यापैकी वेळ जात असेल?"

"काही अशाच सहज भेटी झाल्यात. पण माझ्या आईला ते पसंत नाही."

"मग कोणाच्या भेटी घ्याव्यात, कोणाशी डेटिंग करावं, असं तुझ्या आईचं म्हणणं आहे?"

"माझी आई पुराणमतवादी आहे. त्यामुळे कोणतीही मेरी, जी कुमारिका असेल.... पण मी आईला पटवण्याचं काम करतोय!"

"आणखी दुसरं कुठलं नि कसलं काम करतोयस?"

"उदाहणार्थ?" जॅकनं विचारलं.

"आर.चा सरळ अर्थ काय?" ॲना पटकन बोलून गेली.

"तू सांग." जॅक म्हणाला.

"रोमेनिया. मी खात्रीनं सांगते." तिच्या तोंडातून ताबडतोब शब्द बाहेर पडले.

"खरं म्हणजे तू एफ.बी.आय.मध्ये भरती व्हायला पाहिजेस." आपला वेग

थोडा कमी करत जॅक म्हणाला.

''म्हणजे तुला ते आधीच कळलं होतं?'' ॲनानं विचारलं.

''नाही,'' जॅकनं मान्य केलं, ''ॲबे नावाच्या माणसानं माझ्यासाठी ते शोधून काढलं.''

''आणि मग?''

''मग काय? तुझं आणि त्याचं दोघांचंही म्हणणं बरोबर आहे.''

''तर मग तो रोमेनियन क्लब आहे कुठे?''

''जवळच्याच जुन्या वस्तीत, क्विन्समध्ये.'' जॅकनं उत्तर दिलं.

''उगाच माझ्याशी छक्केपंजे खेळू नकोस शिकाऱ्या, सांग काय मिळालं?''

''जवळ जवळ दोन दशलक्ष डॉलर्स?''

''दोन दशलक्ष डॉलर्स?'' ॲनानं अविश्वासानं पुनरुच्चार केला.

''कदाचित तेवढे नसतील, पण बॉसला त्याचे सर्व कार्यक्रम आणि माझी रजा रद्द करून ती बिल्डिंग निगराणीखाली ठेवण्याइतपत पुरेसे तरी नक्कीच.''

''दोन दशलक्ष डॉलर्स, लॉकरमध्ये रोख स्वरूपात ठेवणारी व्यक्ती कशा प्रकारची असणार?''

''ज्या व्यक्तीला जगातल्या कोणत्याही बँकेत खातं उघडण्याचा धोका पत्करायचा नसेल अशी.''

''क्रान्त्झ.'' ॲनानं लगेच सांगितलं.''

''आता तुझी पाळी. टिनाबरोबर केलेल्या भोजनातून काही निष्पत्ती?

''मला वाटलं तू कधी हे विचारणार नाहीस.'' ॲना म्हणाली, आणखी शंभर यार्ड अंतर कापेर्यंत ती काहीच बोलली नाही. नंतर म्हणाली, ''फेन्स्टनला वाटतं की त्याच्या संग्रहात नव्याने पडलेली भर केवळ अप्रतिम अशी आहे. त्यापेक्षा महत्त्वाची गोष्ट म्हणजे आज सकाळी त्याच्या ऑफिसमध्ये कॉफी पिताना तिनं न्यूयॉर्क टाईम्स त्याच्या टेबलावर उघडून ठेवलेला पाहिला. पान क्र. १७.''

''खेळाचं नक्कीच नाही.'' जॅक म्हणाला.

''नाही, आंतरराष्ट्रीय घडामोडी.'' ॲना म्हणाली. ''तिनं आपल्या खिशातून तो लेख काढला आणि त्याच्याकडे दिला.''

''वाचता वाचता मी तुझ्याइतका वेग ठेवू शकतो का, हे पाहण्याचा हा काही बनाव तर नाही?''

''नाही. तू वाचू शकतोस की नाही हे पाहण्याचा हा बनाव आहे शिकाऱ्या. आणि तसंही मी वेग कमी करू शकते. कारण यापूर्वी कधीच तू माझ्या बरोबरीनं नव्हतास.'' मिस्किलपणे ॲना म्हणाली.

जॅकनं मथळा वाचला आणि तलावाच्या जरा पुढे ते असताना तो जवळ जवळ

थांबलाच.

"हुषार आहे पोरगी... तुझी मैत्रीण टिना."

"आणि तिनं आणखी एक हुषारी दाखवलीय. फेन्स्टन आणि लिपमनचं बोलणं चालू असताना ती मधेच आत गेली होती, तेव्हा तिनं काही शब्द ऐकले. 'तुझ्याकडे अजूनही दुसरी किल्ली आहे का?' हे ते शब्द. त्यावेळेस तिला त्याचा अर्थ कळला नाही पण आता...."

"मी तिच्याबद्दल केलेली सर्व वक्तव्यं मागे घेतो." जॅक म्हणाला, "ती आता आपल्या टीममध्ये आहे."

"नाही शिकाऱ्या, आपल्या नाही, ती माझ्या टीममध्ये आहे." असं बोलत असताना तिनं आपला वेग अगदी कमी केला. स्ट्रॉबेरीच्या शेताजवळ पोहोचल्यानंतर ती नेहमीच तसं करीत असे. जॅक तिच्या बरोबर होता. आर्टिसन गेटला ते परत पोहोचले तेव्हा तिनं आपलं घड्याळ पाहिलं आणि ती हसली. ११ मिनिटं ४८ सेकंद.

"इथून मी आता तुला सोडते." ती म्हणाली.

"ब्रंच?"

"अंऽऽहं, वाईट वाटतं पण शक्य नाही," ती म्हणाली, "ख्रिस्टीज्‌मधल्या एका जुन्या मित्राला भेटायचंय. नोकरीची काही संधी आहे का ते पाहायचंय."

"बरं रात्रीचं जेवण तरी?"

"व्हिटनीला असलेल्या रॉशेनबर्गची दोन तिकिटं मी आधीच काढली आहेत. तू माझ्याबरोबर येणार असलास तर मी तिथं संध्याकाळी सहा वाजता असेन शिकाऱ्या." त्यानं काही उत्तर देण्यापूर्वीच ती तिथून धावत निघाली.

❖

-४५-

लिपमननं मुद्दाम रविवारचा दिवस निवडला होता.कारण त्या दिवशीच फक्त फेन्स्टन ऑफिसला जात नसे. तरी त्या रविवारी त्यानं लिपमनला तीन वेळा फोन केला होता.

आपल्या अपार्टमेंटमध्ये टी.व्ही.समोर बसून तो एकटाच जेवण घेत होता आणि आपल्या ठरवलेल्या प्लॅनवर पुन्हा पुन्हा विचार करत होता. काहीही चूक होणार नाही आणि आपला प्लॅन फसणार नाही याची खात्री पटेपर्यंत. उद्या आणि त्यानंतरचे सर्वच उद्या, फेन्स्टनसाठी थांबावं न लागता तो एकटा रेस्टॉरंटमध्ये जेवत असेल.

त्यानं जेवणातलं शीतन् शीत संपवलं आणि मग तो आपल्या बेडरूममध्ये आला. आतले कपडे ठेवून बाकी सर्व कपडे त्यानं काढले. त्यानं एक ड्रॉवर ओढला, ज्यात या विशिष्ट कामासाठी लागणारं खेळाचं सामान, कपडे इत्यादी गोष्टी होत्या. त्यातला टी शर्ट, शॉर्ट पँट आणि ग्रे रंगाचा एक ट्रॅकसूट त्यानं काढला. ते कपडे चढवले. त्यावर पांढरे पायमोजे, खेळाडूचे पांढरे जिम शूज त्यानं चढवले. आरशात पाहायचं त्यानं टाळलं. खोलीच्या दुसऱ्या टोकाशी असलेल्या पलंगाकडे तो गेला. खाली वाकून त्याखालची मोठी जिम बॅग त्यानं बाहेर ओढली. त्यातून स्क्वॅश रॅकेटची मूठ बाहेर आलेली दिसत होती. ती बॅग काढून त्यानं बेडवर ठेवली. सगळी तयारी तर झाली होती. आता फक्त ती किल्ली आणि सिगारेटचं पाकीट तेवढं घ्यायचं राहिलं होतं.

तो सावकाशपणे किचनमध्ये गेला. तिथला एक ड्रॉवर उघडून आतला एक बॉक्स त्यानं काढला. मार्लबरो सिगारेटचा, ड्युटी फ्री शॉपमधून घेतलेला. त्यातलं वीस सिगारेटचं एक पाकीट त्यानं काढलं... तो कधीही सिगारेट ओढत नसे हे विशेष. नास्तिकाला न आवडणारी अशी त्याची शेवटची कृती होती. पार जमिनीपर्यंत

डोकं टेकून तो वाकला होता. देवाला नमस्कार म्हणून नाही तर ड्रॉवरखाली टेपने चिकटवलेली एक किल्ली काढण्यासाठी. त्याच्या यशाची किल्ली!

आता तो शंभर टक्के तयार झाला होता. त्यानं बॅग उचलली अन् तो दाराबाहेर पडला. दाराला डबल लॉक लावलं आणि बेसमेंटला जाणाऱ्या पायऱ्या तो उतरू लागला. बेसमेंटच्या मागच्या दारावाटे तो रस्त्यावर आला.

रस्त्यावरून जाणाऱ्या-येणाऱ्या कोणालाही स्क्वॅश क्लबकडे जाणारा तो एक खेळाडू आहे, असंच वाटलं असतं पण लिपमन त्याच्या आयुष्यात कधीही स्क्वॅश खेळला नव्हता. एका स्टॉपनंतर त्यानं टॅक्सी केली. त्याच्या या ठरलेल्या गोष्टीत कधीही बदल नसे. त्यानं ड्रायव्हरला जो पत्ता सांगितला, त्याच्या आसपासच्या पाच मैल परिसरात खरं म्हणजे एकही स्क्वॅश क्लब नव्हता. तो मागे बसला होता अन् ड्रायव्हर काही बोलत नव्हता. यामुळे त्याला सुटल्यासारखं वाटतं होतं. त्याच्या नेहमीच्या कार्यक्रमात आज तो एक बदल करणार होता आणि त्याची मनोमन तयारी तो गेली दहा वर्षं करत होता. फेन्स्टनला न आवडणारी गोष्ट, तो आयुष्यात पहिल्यांदा करणार होता आणि तसं करण्याची त्याची ती शेवटची वेळ असणार होती. गेल्या दहा वर्षांमध्ये त्याच्या प्रत्येक दिवसाचा फायदा फेन्स्टननं करून घेतला होता. पण आज नाही आणि यानंतर कधीच नाही.

त्यानं खिडकीतून बाहेर पाहिलं. तो हा प्रवास वर्षातून एकदा करत असे, क्वचित दोनदा. प्रत्येक वेळी तो एन.वाय.आर.सी.च्या त्या लॉकरमध्ये मोठ्या रकमा ठेवत असे. क्रान्त्झनं तिचं काम पूर्ण केलं की लगेच रक्कम जमा करावी लागे. लिंकन रस्त्यावरच्या त्या गेस्ट हाऊसच्या लॉकर क्र. १३ मध्ये गेल्या दहा वर्षांत पाच दशलक्षाहून अधिक रक्कम लिपमनने भरली होती. तिची चूक होईपर्यंत पैशांचा हा एकमार्गी प्रवास असाच चालू राहणार होता हे लिपमनला माहीत होतं.

क्रान्त्झच्या खांद्याला गोळी लागून ती मेली असती तर जास्त बरं झालं असतं. ती जखमी झाली अन् त्याच अवस्थेत तिला अटक करण्यात आली हे वृत्त टाइम्समध्ये वाचताच आपण ज्या संधीची वाट पाहत होतो ती चालून आली हे लिपमननं ओळखलं त्याचं वर्णन फेन्स्टननं 'संधीची खिडकी, उघडली आहे' असं केलं असतं हे नक्की. त्या लॉकरमध्ये किती रक्कम आहे हे फक्त क्रान्त्झला माहीत होतं आणि ज्याच्याकडे त्या लॉकरची दुसरी किल्ली आहे असा तो एकटाच उरला होता.

"नेमकं कुठे जायचंय?" ड्रायव्हरनं विचारलं.

लिपमननं खिडकीतून बाहेर पाहून सांगितलं. "आणखी दोन स्टॉप. तू मला कोपऱ्यावर सोडू शकतोस." लिपमननं बॅगमधली स्क्वॅश रॅकेट काढून सीटवर काढून ठेवली.

"तेवीस डॉलर्स." कोपऱ्यावरच्या मद्याच्या दुकानाजवळ टॅक्सी उभी करून

ड्रायव्हरनं भाडं सांगितलं. लिपमननं दहाच्या तीन नोटा दिल्या आणि म्हणाला, "मी पाच मिनिटांतच परत येईन. तू इथेच थांबलास तर आणखी पन्नास मिळतील."

"मी इथेच असेन." ड्रायव्हरनं लगेच उत्तर दिलं.

आपली रॅकेट सीटवरच सोडून बॅग घेऊन लिपमन टॅक्सीबाहेर पडला. त्यानं रस्ता ओलांडला. रस्त्यावर खरेदीसाठी स्थानिकांची गर्दी होती, ती पाहून त्याला बरं वाटलं. रविवार निवडण्याचं तेही एक कारण होतं. तिथं रात्री येण्याची जोखीम तो घेऊ शकत नव्हता. इथे क्विन्समध्ये त्याची रिकामी बॅगही पळविण्यात आली असती.

बिल्डिंग क्र. ६१ ला पोहोचेपर्यंत तो वेगाने चालला. तिथं पोहोचल्यावर आपल्याकडे कोणी पाहत नाही, याची त्याने क्षणभर थांबून खात्री करून घेतली. खरं म्हणजे त्याच्याकडे कोण पाहणार होतं? एन.वाय.आर.सी.च्या खुणेजवळ तो पोहोचला. पायऱ्या चढून त्यानं दार ढकललं. त्या दाराला कधीच कुलूप नसे.

व्यवस्थापकानं बसल्या जागेवरूनच त्याच्याकडे पाहिलं आणि कोण आहे ते पाहाताच मान डोलावली. त्या दिवसातली ती त्याची सर्वांत उत्साही हालचाल. त्यानंतर त्यानं घोड्याच्या शर्यतीच्या पानावर आपली नजर लावली. लिपमननं मार्लबरोचं पाकीट काउंटरवर ठेवलं. तो परत येईपर्यंत ते नाहीसं झालं असेल याची लिपमनला खात्री होती. प्रत्येकाची काहीतरी किंमत असतेच.

चाळीस वॅट बल्बचा मंद प्रकाश असणाऱ्या कॉरिडॉरमधून तो सरळ तिच्या लॉकरकडे गेला. त्यानं मागं पाहिलं. त्याच्या पाकिटातली पहिली मार्लबरो पेटवली गेली होती. त्यानं बॅगेची चेन उघडली. लॉकर रिकामा करायला त्याला एक मिनिटही लागलं नाही. बॅग भरली होती. त्यानं झिप ओढून ती बंद केली. त्यानं लॉकर बंद केला.

ही शेवटची वेळ.

त्यानं बॅग उचलली. अन् क्षणभर तोच चकित झाला. एवढं वजन होईल असं त्याला वाटलं नव्हतं. कॉरिडॉरमधून तो पुन्हा काउंटरवर आला. किल्ली समोर ठेवून तो व्यवस्थापकाला म्हणाला, "मला परत यावं लागणार नाही." त्या व्यवस्थापकाला तेवढाही व्यत्यय सहन झाला नाही. चार वाजताच्या बेलमॉन्ट रेसवर त्याचा विचार चालला होता. गेली बारा वर्षं तो जिंकण्यापासून केवळ पन्नास फुटांवर होता. अशा वेळी खरं म्हणजे कोणी त्रास द्यायला नको.

लिपमन पायऱ्या उतरून लिंकन रस्त्यावर आला. पायऱ्यांवर असतानाच त्यानं सर्व दिशेनं पाहिलं होतं आणि कुठेही काही संशयास्पद दिसलं नव्हतं. बॅगेचं हॅण्डल हातात घट्ट धरून तो चालू लागला. काही यार्ड अंतरावर त्याची टॅक्सी त्याला उभी असलेली दिसली, तसा त्यानं सुटकेचा निःश्वास टाकला. अखेर त्यानं बाजी मारली होती.

तो आणखी काही यार्ड पुढे गेला आणि अचानक ते कुठून आले कोण जाणे,

दहा-बारा माणसांनी त्याला घेरलं. त्या सर्वांचा जीन आणि निळा नायलॉन विंडब्रेकर असा पोशाख होता. पाठीवर एफ.बी.आय. अशी पिवळी मोठी अक्षर होती. ते सर्वच दिशांनी धावत आले होते.

काही क्षणांत लिंकन रस्त्याच्या दोन्ही दिशांनी दोन गाड्या आल्या. तो एकेरी मार्ग असूनही. लिपमनच्या दोन्ही बाजूंना त्या उभ्या राहिल्या. रस्त्यावरच्या जाणाऱ्या येणाऱ्यांनी यावेळेस मात्र ट्रॅकसूट घातलेल्या अन् हातात स्पोर्ट बॅग असलेल्या माणसाला पाहिलं होतं. तिथं उभी असलेली टॅक्सी वेगानं निघून गेली– पन्नास डॉलर्स शिवाय पण स्क्वॅश रॅकेटसह.

एका अधिकाऱ्यानं लिपमनचे दोन्ही हात मागे घेतले आणि त्याला बेडी घातली. दुसऱ्यानं त्याची स्पोर्ट बॅग उचलली. त्याच वेळेस ज्यो म्हणाला, ''त्याला त्याचे अधिकार वाचून दाखवा.''

''तुम्हाला गप्प राहण्याचा अधिकार आहे.....'' लिपमननं तेच केलं.

मिरोडा अधिकाराची एकदाची जाणीव देऊन झाली – ती पहिल्यांदाच देण्यात आली नव्हती – तसं लिपमनला जवळच्या गाडीकडे नेण्यात आलं आणि गाडीच्या मागच्या भागात ढकलण्यात आलं.

जॅक डिलेनी त्याची वाटच पाहत होता.

◆◆◆

ॲना व्हिटनी म्युझियममध्ये रॉशेनबर्गच्या 'सॅटेलाईट' नामक चित्रासमोर उभी होती. तिच्या जॅकेटच्या खिशातला सेलफोन थरथरला. तिनं तो काढून पाहिलं. शिकाऱ्यानंच फोन केला होता.

''हेऽऽ,'' ॲनानं प्रतिसाद दिला.

''माझी चूक झाली होती.''

''कशाबद्दल म्हणतोस?'' ॲनानं विचारलं.

''दोन दशलक्ष डॉलर्सपेक्षा जास्त पैसे होते ते.''

◆◆◆

जवळच्या चर्चमध्ये असलेल्या मोठ्या घड्याळाने चार टोले दिले. ''आमची खाण्याची सुटी झाली. येतोच आम्ही वीस मिनिटांत.'' त्या दोन पहारेकऱ्यांपैकी एकानं बोललेलं क्रान्त्झनं ऐकलं. सिगारेट शौकिन खाकरला. पण त्यानं काही उत्तर दिलं नाही. त्या दोन पहारेकऱ्यांच्या पावलांचा आवाज येईनासा होईपर्यंत क्रान्त्झ शांतपणे पडून राहिली. नंतर तिनं बेल वाजवली. तिच्या कोठडीचं कुलूप उघडण्याचा आवाज तिनं ऐकला. तिला बाथरूमला नेण्यासाठी त्यांच्यापैकी कोण अधीर होऊन दाराशी उभा असेल हे ओळखायला तिला वेळ लागला नाही.

"तुझा मित्र कुठे आहे?" तिनं त्याला विचारलं.

"तो झुरका मारायला गेलाय. काळजी करू नको. त्याचा वाटा त्याला मिळेल."

डोळे चोळत क्रान्त्झ पलंगावरून उठली आणि त्याच्याबरोबर कॉरिडॉरमध्ये गेली. टोकाला बसलेला एक पहारेकरी अर्धवट झोपेत होता. दुसरे दोन शौकीन– सिगारेट आणि बाईवाला, कुठे दिसत नव्हते.

पहारेकऱ्यानं तिच्या कोपराला धरून तिला बाथरूमकडे नेलं. ती आत शिरल्यानंतर तो दाराशी उभा राहिला. क्रान्त्झनं नेहमीप्रमाणे दोन नोटा काढल्या आणि त्यांची घडी उजव्या हातात ठेवली. तिनं फ्लश केला, तसा त्यानं दरवाजा उघडला. तिच्याकडे अपेक्षेनं पाहत तो हसला. कोपऱ्यातला– झोपेत असलेला पहारेकरी जराही चुळबुळ करत नव्हता, हे पाहून तिच्याइतकंच त्यालाही बरं वाटलं.

क्रान्त्झनं मान डोलावून चादरी ठेवण्याच्या खोलीकडे चलण्याची खूण केली. त्यानं दार उघडलं, अन् दोघेही आत शिरले. तिनं हाताची मूठ उघडून नोटांची घडी त्याला दाखवली. ती घेण्यासाठी तो पुढे झाला. ती घडी तिच्या हातातून निसटली अन् खाली पडली. ती उचलण्यासाठी तो वाकला. एक क्षणभरच. त्याच्या मागून दोन मांड्यामध्ये गुडघ्याचा जोरदार प्रहार करायला तेवढा क्षण तिला पुरेसा होता. झालेल्या वेदनांमुळे दोन मांड्यात हात धरून तो तोंडावर आपटला. क्रान्त्झनं त्याचे केस धरून क्षणार्धात डॉक्टरच्या कात्रीने त्याचा गळा चिरला. ते काही फारसं चांगलं हत्यार नव्हतं, पण तिथे तिच्या हाताला लागणारं ते एकमेव हत्यार होतं. तिनं त्याचे केस सोडले. त्याच्या शर्टच्या कॉलरला धरून जास्तीत जास्त ताकदीनं उचलून जेमतेम लॉण्ड्रीच्या घसरगुंडीवर टाकलं. त्याचे हातपाय व्यवस्थित करून त्याच्या पाठोपाठ तिनंही त्या घसरगुंडीवर उडी मारली.

ऐसपैस असलेल्या स्टीलच्या घसरगुंडीवरून घसरून दोघंही लॉण्ड्रीच्या खोलीतल्या चादर-उशांच्या ढिगाऱ्यात कोसळले. क्रान्त्झ झटकन उठली. तिनं खुंटीवरचा एक छोटा गाऊन घेतला. तो चढवला अन् ती दाराकडे धावली. हळूच दार उघडून तिनं फटीतून पाहिलं. खालच्या कॉरिडॉरमध्ये फरशी पुसणारी फक्त एक बाई होती. तिला हळूच ओलांडून क्रान्त्झ फायर एस्केप जवळ पोहोचली. संकटकालीन मार्गाचं दार तिनं ढकलून उघडलं तशी समोरच्या भिंतीवर 'तळघरातून वर जाण्याचा मार्ग' अशी अक्षरं दिसली. पायऱ्यांवरून ती एक मजला चढली. तळमजल्याला असलेल्या खिडकीचा काठ पकडून तिनं शरीर वर उचललं अन् झटक्यात स्वतःला खिडकी बाहेर फेकलं. ती फुलांच्या ताटव्यात पडली होती. आणि वरून पाऊस पडत होता.

तिनं आजूबाजूला पाहिलं. काही क्षणांतच सायरनचा कर्णकटू आवाज कानावर पडणार होता आणि पाठोपाठ फ्लॅशलाईटच्या उजेडात हॉस्पिटलचा कोपरान् कोपरा

शोधण्यात येणार होता.

बाईच्या शौकीन पहारेकऱ्याला त्या रात्री दुसऱ्यांदा चादरी ठेवण्याच्या कोठीच्या खोलीकडे जाण्याची गरज भासली, त्यावेळेपर्यंत क्रान्त्झ जवळ जवळ मैलभर अंतरावर पोहोचली होती. पांढऱ्या भिंतीवर रक्ताचे उडालेले डाग पाहून नर्स किंचाळली होती. पहारेकरी कॉरिडॉरमधून उलट धावत कैद्याच्या खोलीकडे निघाला. फायर एस्केपच्या दिशेनं सिगारेट शौकीन पहारेकरी वेगात येताना दिसला होता. तसा डुलक्या घेणारा पहारेकरी ताडकन उठून उभा राहिला.

बाईशौकीन पहारेकरी तिच्या कोठीपर्यंत सर्वांत आधी पोहोचला. त्यानं कडी काढून दार उघडलं. लाईट लावला आणि त्याच्या तोंडून एकापाठोपाठ एक अशा शिव्या बाहेर पडायला लागल्या. दरम्यान सिगारेट शौकिनानं, धोक्याची सूचना देण्यासाठी काच फोडून अलार्मचं लाल बटण दाबलं.

❖

-४६-

सकाळी उठल्यानंतर, अंघोळ करून, कपडे चढवून, नाश्ता करताना, न्यूयॉर्क टाइम्स वाचल्याशिवाय आपल्या सेलफोनवरचे मेसेजेस पहायचे नाहीत, हा ॲनानं ठरवलेल्या काही नियमांपैकी एक महत्त्वाचा नियम होता. पण गेल्या पंधरवड्यात तिनं प्रत्येक नियम मोडला होता, तसा आजही मोडला. अंथरुणातून बाहेर पडण्यापूर्वीच तिनं सेलफोनवरचे मेसेजेस पाहिले होते. एक 'तिच्या शिकाऱ्या'कडून होता. त्यानं फोन करायला सांगितलं होतं. ती हसली. दुसरा टिनाचा होता, मेसेज नाही म्हणून. अन् तिसरा मि. नाकामुरांचा होता. फक्त चार शब्दांचा. 'अर्जन्ट कॉल करा– नाकामुरा.' ॲनाचे डोळे आकुंचित झाले.

ॲनानं आधी थंड पाण्यानं शॉवर घ्यायचं ठरवलं. नंतरच नाकामुरांना फोन करायचा. थंड पाणी जोरदारपणे शरीरावरून ओघळताना, ती नाकामुरांच्या मेसेजचा विचार करत होती. अर्जन्ट असा शब्द आढळला, की ॲनाला नेहमीच वाईटाची शंका यायची. अर्धा ग्लास भरला आहे की अर्धा ग्लास रिकामा आहे, असं विचारलं तर ज्यांचं उत्तर अर्धा ग्लास रिकामा आहे असं असायचं– त्यांच्या पंक्तीत ॲना बसायची.

शॉवर घेतल्यानंतर तिची झोप पूर्णपणे उडाली. नेहमीप्रमाणे सकाळच्या धावण्याचा कार्यक्रम पार पडला. त्यावेळी तिचं हृदय तितक्याच जोरात धडधडत होतं. आपल्या पलंगावर बसून तिनं स्वत:ला शांत करण्याचा प्रयत्न केला. हृदयाचे ठोके नियमित झाले, तसा तिनं रिसिव्हर उचलला आणि नाकामुरांचा टोकियोचा नंबर फिरवला.

"हाय, शॅचो शित्सो देसू," रिसेप्शनिस्टचे शब्द कानी पडले.

"मला नाकामुरांना जोडून द्या प्लीज."

"कोण बोलतय म्हणून सांगू?"

"ॲना पेट्रेस्कू."

"लगेच जोडते हं, ते तुमच्या फोनची वाटच पाहत होते." ॲनाचं हृदय धडधडलं.

"गुड मॉर्निंग, डॉ. पेट्रेस्कू."

"गुड मॉर्निंग, मि. नाकामुरा," असं म्हणून प्रतिसाद देताना यावेळेस त्यांचा चेहरा पाहता आला असता तर बरं झालं असतं, असं तिला वाटलं. त्यामुळे चेहऱ्यावरचे भाव वाचून आपलं भवितव्य काय आहे, हे तरी तिला कळलं असतं.

"गेल्या काही दिवसांत, तुमच्या जुन्या बॉसशी... ब्रायस फेन्स्टनशी माझं बोलणं झालं होतं." नाकामुरांनी बोलायला सुरुवात केली होती, "त्यामुळे मला असं वाटलं की...." ॲनाचा श्वास घशात अडकला. "पुन्हा एकदा या गोष्टीचा विचार करावा की..." आपल्याला आजाऱ्यागत वाटतंय का?

"त्या माणसाला किती किंमत द्यायची?"

ॲनाला एकदम सुटल्यासारखं वाटलं. "अर्थात फोन करायला सांगण्यामागे हे कारण नव्हतं. मला फक्त हे सांगायचं होतं, की सध्या तुमच्यामुळे मला रोज पाचशे डॉलर्सचा भुर्दंड पडतोय. कारण तुमच्यामुळेच मी माझे पाच दशलक्ष डॉलर्स माझ्या लंडनच्या वकिलाकडे ठेवले आहेत. त्यामुळे व्हॅन्‌गॉग लवकरात लवकर पहावं असं मला वाटतं."

"मी दोन-तीन दिवसांत तिकडे टोकियोला येऊ शकते." ॲनानं त्यांना आश्वासन दिलं. "पण त्या आधी मला इंग्लंडला जाऊन पेन्टिंग घ्यायला लागेल."

"त्याची काही आवश्यकता आहे असं मला वाटत नाही,"नाकामुरा म्हणाले, "माझी लंडनला कोरस स्टीलशी बुधवारी मीटिंग आहे. त्याच्या आदल्या दिवशी, म्हणजे मंगळवारी मी तिथं येईन, लेडी ॲराबेलांना सोयिस्कर असेल तर."

"हे तर उत्तमच होईल,"ॲना म्हणाली, "मी ॲराबेलांना फोन करून विचारतो आणि त्याप्रमाणे तुमच्या सेक्रेटरींना सांगते. वेण्टवर्थ हॉल हिथ्रोपासून तीस मिनिटं अंतरावर आहे. त्याहून जास्त नाही. तुम्ही आरामात येऊ शकाल."

"उत्तम," नाकामुरा म्हणाले, "तर मग हे ठरलं. तुम्हा दोघींनाही तिथं उद्या... उद्याच मंगळवार आहे नं? भेटायचं. आणखी एक विचाराचंय ॲना, माझ्या फाउंडेशनचं अध्यक्षपद स्वीकारण्याचा तू काही विचार केलायस का? तुझ्यासाठी रोज पाचशे डॉलर्स घालवण्याइतकी तुझी किंमत आहे, हे मला फेन्स्टननी पटवून दिलं आहे म्हणून म्हणतो."

◆◆◆

फेन्स्टननं तिसऱ्यांदा तो लेख वाचला तरी त्याच्या चेहऱ्यावरचं हास्य कमी झालं नव्हतं. लिपमनशी कधी एकदा याबद्दल बोलतो असं त्याला झालं होतं.

लिपमननं तो लेख आधीच वाचला असेल का? त्यानं टेबलावरच्या घड्याळाकडे पाहिलं. दहा वाजायला काही मिनिटंच शिल्लक होती. लिपमनला एवढा उशीर कधीच होत नसे. गेला कुठे तो?

लॉयड्स ऑफ लंडन इन्शुरन्स कंपनीकडून, त्यांचे सल्लागार मि. जॅक्सन हे आलेले आहेत आणि प्रतीक्षागृहात भेटीची वाट पाहत आहेत, हे टिनानं चेअरमनना आधीच कळवलेलं होतं. आता फोनवरून कळल्याप्रमाणे, ख्रिस्टीज्चे ख्रिस सॅव्हेज हे इकडे यायला निघाले आहेत हेही तिनं त्यांना सांगितलं होतं.

मि. सॅव्हेज आले की त्या दोघांनाही पाठव. फेन्स्टननं सांगितलं होतं आणि त्यांच्याबरोबरच लिपमनलाही पाठवण्यास त्यानं सांगितलं.

''पण मि. लिपमनना मी सकाळपासून पाहिलं नाही.'' टिनानं असं सांगितल्यानंतर, ''ठीक आहे. तो आला की लगेच पाठव.'' असं म्हणून त्यानं फोन ठेवला होता.

त्यानंतर त्यानं तो लेख आणखी एकदा वाचला होता. आंतरराष्ट्रीय घडामोडीमधला. त्याचं शीर्षक होत– सुरीनं गळा कापणारी सराईत खुनी फरार. खाली, क्रान्त्झ नावाची स्वयंपाकाच्या सुरीनं गळा कापणारी सराईत खुनी स्त्री मारेकरी कुठून आणि केव्हा फरार झाली त्याची सविस्तर बातमी होती आणि तिच्यावर काही टिप्पणी होती. लिपमनशी बोलण्यासाठी फेन्स्टनन उतावळा झाला होता.

दारावर टक्टक् झाली आणि टिना दोन माणसांना घेऊन आत आली. ''मि. जॅक्सन आणि मि. सॅव्हेज.'' टिनानं सांगितलं. प्रथम दर्शनी पाहाताच त्यांच्या पोशाखावरुन इन्शुरन्स सल्लागार कोण आणि कलेच्या क्षेत्रात आपलं आयुष्य काढलेला कोण याचा अंदाज सहज बांधता येत होता. फेन्स्टननं मि. सॅव्हेजकडे पाहून हास्य करून मान डोलावली होती. त्याला ते पूर्वी अनेक वेळा भेटले होते. सॅव्हेजनी त्यांची खास ओळख असलेला बो टाय बांधला होता. फेन्स्टननं पुढे होऊन मि. जॅक्सनशी हस्तांदोलन केलं, ज्यांना तो प्रथमच भेटत होता. मि. जॅक्सन टक्कल पडत चाललेले बुटकेसे गृहस्थ होते. त्यांनी बारीक रेषा असलेला नेव्ही ब्ल्यू रंगाचा सूट चढवला होता आणि त्यांच्या टायवर लॉयड्सचं बोधचिन्ह होतं.

''मी सुरुवातीलाच स्पष्ट करतो,'' फेन्स्टननं बोलायला सुरुवात केली, ''की मला फक्त ह्या एका पेन्टिंगचाच विमा काढायचाय.'' असं म्हणून त्यानं आपल्या टेबलामागे वर लावलेल्या व्हॅन्गॉगच्या पेन्टिंगकडे बोट दाखवलं. ''फक्त वीस लाख डॉलर्सचा.''

''लिलावात जर हे चित्र आलं तर त्याला त्याच्या पाचपट किंमत मिळू शकते हे माहीत असूनही?'' सॅव्हेज यांनी प्रश्न केला आणि पहिल्यादांच व्हॅन्गॉगच्या चित्राकडे जरा अधिक लक्षपूर्वक पाहिलं.

''त्याचा अर्थ, त्याला त्यामाने कमी प्रिमियम बसेल.'' मि. जॅक्सन मध्येच

म्हणाले, ''अर्थात ते पुरेसं सुरक्षित आहे, याची आमच्या माणसांनी खात्री दिल्यानंतरच.''

''एक मिनिट मि. जॅक्सन. आहात तिथंच उभे राहा आणि पाहा, ते पुरेसं सुरक्षित आहे की नाही ते.'' असं म्हणून फेन्स्टन दाराकडे गेला. दारावरच्या लाईटच्या बटणाजवळ असलेल्या इलेक्ट्रॉनिक कुलपात त्यानं सहा आकडी संकेतांक भरला आणि तो दाराबाहेर पडला. त्याक्षणी त्याच्या ऑफिसचा दरवाजा बंद झाला आणि व्हॅन्‌गॉगचं चित्र ज्या भिंतीवर लावलं होतं त्या भिंतीपासून चार इंचावर एक पोलादी पडदा वरच्या सिलिंगमधून खाली येऊन जमिनीशी घट्ट बसला. त्यानंतर एक-दोन सेकंदांच्या आतच कान फाटतील एवढ्या मोठ्यानं गजर सुरू झाला.

जॅक्सन आणि सॅव्हेज या दोघांनीही कानावर हात ठेवले आणि झालेल्या आणखी एका आवाजामुळे मागे वळून पाहिलं. दाराच्या लगेच पुढे आणि ते बसले होते, त्या खुर्च्यांपासून काही अंतरावर आणखी एक पडदा पोलादी छतातून खाली पडला होता आणि ते दोघेही पिंजऱ्यात अडकल्यागत झाले होते. दोन-तीन सेकंदानंतर दारासमोरचा पडदा वर गेला.''

''परिणामकारक.'' जॅक्सन म्हणाले. त्यांच्या कानात अजूनही तो गजर घुमत होता. ''पण तरीही एक-दोन प्रश्न उरतातच,'' ते पुढे म्हणाले, ''सांकेतिक आकडे आणखी कोणाला माहीत आहेत?'

''फक्त दोघांना. मी आणि कर्मचाऱ्यांचा प्रमुख.''

''आणि त्या खिडकीचं काय?''जॅकसननी विचारलं, ''ती उघडण्याचा काही उपाय?''

''नाही. दोन्ही बाजूंना चकाकी असणाऱ्या बुलेटप्रुफ काचेची आहे ती. आणि बत्तिसाव्या मजल्यावरची खिडकी फोडण्याचा प्रयत्न कोण करणार?''

''बरं, हा गजर?''

''तो ॲबॉट सुरक्षासेवेला सरळ जोडलेला आहे. त्यांचं या बिल्डिंगमध्ये ऑफिस आहे आणि दोन मिनिटांत ते इथं पोहोचण्याची खात्री आहे.'' त्याचं बोलणं संपत नाही तोच दारावर टक्‌टक् झाली. टिना आत येऊन म्हणाली. ''ॲबॉट सिक्युरिटीजची दोन माणसं बाहेर आली आहेत.'' ''त्यांना जायला सांग. फक्त चाचणी होती हे त्यांना सांग.'' ती गेली. फेन्स्टननं विजयी मुद्रेनं जॅक्सन यांच्याकडे पाहिलं.

''मी प्रभावित झालो आहे, हे मी मान्य करतो.'' जॅक्सन म्हणाले. ते हसले आणि पुढे म्हणाले, ''आमच्या व्यवसायात अशा सुरक्षाव्यवस्थेला आम्ही 'अ' दर्जा देतो. त्याचा अर्थ कमीत कमी प्रिमियम फक्त एक टक्का. म्हणजे तुमच्या या बाबतीतला आकडा फक्त दोनशे हजार डॉलर्स एका वर्षाला. नॉर्वेच्या लोकांना तुमच्यासारखी दूरदृष्टी असती तर 'द स्क्रीम' (The scream– एडवर्ड मुंकचे एक

चित्र) साठी आम्हाला एवढे पैसे मोजावे लागले नसते.''

"पण अशा प्रकारे तुम्ही खात्री देऊ शकता?'' फेन्स्टननं विचारलं.

"निश्चित.'' जॅक्सननी आश्वासन दिलं. ते पुढे म्हणाले, "जगातल्या निम्म्याहून अधिक मौल्यवान वस्तूंचा विमा आम्ही उतरवला आहे. आणि आमच्या लंडनच्या ऑफिसात शिरण्याचा यशस्वी प्रयत्न करूनही आमचे ग्राहक कोण हे तुम्हाला समजू शकणार नाही. त्यांच्या नावांनाही आम्ही संकेतांक दिले आहेत.''

"ही गोष्ट मला दिलासा देणारी आहे.'' फेन्स्टन म्हणाला, "म्हणजे आता तुम्हाला फक्त कागदपत्रं बनवायची आहेत.''

"ते मी लगेच करू शकतो.'' जॅक्सन म्हणाले, "चित्राची किमान वीस दशलक्ष डॉलर्स किंमत असल्याचं त्यांनी निश्चित केलं की.''

"ते काही अवघड नाही.'' आपली नजर ख्रिस सॅव्हेजकडे वळवून फेन्स्टन म्हणाला. जो त्यांच्या बोलण्याच्या दरम्यान चित्राकडे बारकाईनं पाहात होता. "तसं तर वेण्टवर्थचं व्हॅन्‌गॉग शंभर दशलक्ष डॉलर्सचं असू शकतं हे त्यांनी थोड्या वेळापूर्वी सांगितलंच आहे.''

"वेण्टवर्थचं व्हॅन्‌गॉग नक्कीच त्या किमतीचं असू शकतं.'' सॅव्हेज आपला चेहरा फेन्स्टनकडे करून म्हणाले. ते थोडे थांबले अन् म्हणाले, "पण समोर जे दिसतं आहे, ते मात्र नाही. त्याची फक्त फ्रेम अस्सल आहे.''

"काय बोलताय तुम्ही?'' फेन्स्टन उठून उभा राहिला आणि वळून त्या चित्राकडे एकटक पाहात राहिला. त्याचा एकुलता एक मुलगा त्याचा नाही, असं कळल्यावर एखादा बाप त्या मुलाकडे जशा नजरेनं पााहील तशी नजर होती ती.

"मी बरोबर बोलतोय.'' सॅव्हेज म्हणाले, "ह्या चित्राची फ्रेम अस्सल आहे; पण चित्र मूळचं नाही. ते बनावट आहे, फेक.''

"बनावट?.... फेक?'' फेन्स्टननं पुनरुच्चार केला. त्याच्या तोंडून ते शब्द अतिशय कष्टाने बाहेर पडले होते. "पण ते वेण्टवर्थ हॉल मधूनच आलेलं आहे.''

"फ्रेम वेण्टवर्थ हॉलच्या चित्राची असेल,'' सॅव्हेज म्हणाले, "नव्हे आहे असं म्हणू शकतो, पण चित्र तिथलं नाही हे नक्की.''

"तुम्ही हे खात्रीनं सांगू शकता?'' फेन्स्टननं विचारलं, "अजून तर तुम्ही त्याच्या काही चाचण्या घेतलेल्या नाहीत.''

"मला त्यांची काही जरुरीही नाही.'' सॅव्हेज स्पष्टपणे म्हणाले.

"का नाही?'' फेन्स्टन भुंकल्यागत म्हणाला.

"कारण, चुकीच्या कानाला बँडेज बांधलेलं आहे.'' त्यांनी लगेच उत्तर दिलं.

"नाही, तसं मुळीच नाहीय.'' पेन्टिंगकडे पाहत फेन्स्टन जोरात म्हणाला. "प्रत्येक शाळकरी मुलाला हे माहीत आहे की व्हॅन्‌गॉगनं आपला डावा कान कापला ते.''

“पण प्रत्येक शाळकरी मुलाला हे माहीत नाहीय, की व्हॅन्‌गॉगनं सेल्फ पोर्ट्रेट आरशात पाहून केलंय, म्हणूनच उजव्या कानाला बॅण्डेज दिसतं.”

फेन्स्टन आपल्या खुर्चीवर धाडकन कोसळला. चित्राकडे पाठ करून. सॅव्हेज शांतपणे पुढे झाले आणि ते चित्र अगदी जवळून पाहू लागले.

“मला हे कोडं पडलंय की चित्र नि:संशयपणे बनावट आहे, हे माहीत असूनही कुणीतरी ते मूळच्या फ्रेममध्ये का घातलं?” ते म्हणाले. फेन्स्टनचा चेहरा रागानं लाल झाला.

“पण मला मान्य केलं पाहिजे,” सॅव्हेज पुढे म्हणाला, “की ज्या कोणा चित्रकाराने हे केलंय तो उत्कृष्ट चित्रकार आहे.” ते थोडं थांबले. “तरीसुद्धा त्याची किंमत मी दहा हजार डॉलर्स करेन,” पुढे ते किंचित अनिश्चित स्वरात म्हणाले, “कदाचित आणखी दहा हजार मूळची फ्रेम असल्यानं. त्यामुळे सुचवलेला दोनशे हजार प्रिमियम हा जरा जास्तच ठरेल.” फेन्स्टननं काहीही प्रतिसाद दिला नाही. “ही वाईट बातमी मला सांगावी लागली याबद्दल मी दिलगिरी व्यक्त करतो.” असं म्हणून ते फेन्स्टनच्या समोर येऊन उभा राहिले.

“ह्या चित्रासाठी, तुम्ही फार मोठी रक्कम दिली नसावी अशी मी आशा करतो आणि तशी दिली असेल तर या पद्धतशीर फसवणुकीसाठी कोण जबाबदार आहे हेही तुम्हाला माहीत असेलच.”

“मला लिपमनला जोडून दे.” असं फेन्स्टन इतक्या जोरात ओरडून म्हणाला की, टिना धावतच त्याच्या ऑफिसमध्ये शिरली.

“ते आताच आले आहेत,” टिना म्हणाली, “मी त्यांना सांगते तुम्हाला भेटायला.”

आता इथं थांबण्यात अर्थ नाही हे जॅक्सन आणि ख्रिस सॅव्हेज या दोघांच्याही लक्षात आलं. ते काही न बोलता बाहेर पडले आणि धावतपळत लिपमन आत शिरला.

“ते बनावट आहे... फेक आहे....” फेन्स्टन मोठ्याने ओरडून म्हणाला.

लिपमननं थोडावेळ चित्राकडे पाहिलं आणि अखेरीस म्हणाला, “ह्याला कोण जबाबदार आहे हे आपल्या दोघांनाही माहीत आहे.”

“पेट्रेस्कू.” फेन्स्टननं तिचं नाव जणू थुंकलंच.

“आणि तिची मैत्रीण. पेट्रेस्कूला काढल्यापासून तिनं तिला प्रत्येक गोष्टीची माहिती पुरवली.” लिपमन म्हणाला.

“तुझं म्हणणं बरोबर आहे,” असं म्हणून फेन्स्टननं “टिनाऽऽ” अशी भयानक आरोळीच ठोकली. पुन्हा एकदा ती धावत धावत आली.

“ते चित्र पाहते आहेस नं?” चित्राकडे वळूनही न पाहता तो म्हणाला. टिनानं

मान डोलावली, पण ती काही बोलली नाही. ''ते काढून, परत त्याच बॉक्समध्ये टाक आणि ताबडतोब वेण्टवर्थ हॉलला पाठवून दे. त्यासोबत आपल्या कर्जाच्या मागणीचंही पत्रं दे. आमच्या कर्जाचे.....''

''बत्तीस दशलक्ष आठशे ब्याण्णव हजार डॉलर्स.'' लिपमननं आकडा सांगितला.

''एकूण झालेत, ते त्वरित न चुकवल्यास... पुढे नेहमीप्रमाणे.'' फेन्स्टननं सांगितलं. ''हे पेन्टिंग आणि नोटिस आताच्या आता ताबडतोब पाठव. हे तुझं शेवटचं काम. त्यानंतर आपलं सगळं सामान आवर आणि सरळ घरी जा. कारण मी तुला काढून टाकलंय, हरामखोर.''

फेन्स्टन आपल्या खुर्चीवरून उठला तेव्हा टिना थरथरत होती. त्यानं तिच्याकडे कठोर नजरेनं पाहिलं आणि मग हळू पण खुनशी आवाजात म्हणाला, ''तुझ्या प्रिय मैत्रिणीला– पेट्रेस्कूला सांग, की मृत असण्याची शक्यता असलेल्या, बेपत्ता यादीतून तिचं नावं मी अद्याप गाळलेलं नाही.....''

-४७-

केन व्हीटलीसोबतच्या भोजनातून काही निष्पत्ती व्हायला हवी होती, असं ॲनाला वाटलं. सद्बीज ज्या कारणामुळे ॲनाला सोडावं लागलं, त्याचा कला जगातल्या तिच्या सहकाऱ्यांना अद्याप विसर पडलेला नाही, हे ख्रिस्टीज्‌चे उपाध्यक्ष असलेल्या केन व्हिटलींनी स्वच्छ सांगितलं. ती भूतकाळात घडलेली एक घटना, या पलीकडे त्याचा विचार करण्याचं कारण नाही, असं तिच्या भूतपूर्व सहकाऱ्यांना अजूनही वाटत नव्हतं. त्यामुळे बँकेतून तिला अविश्वासार्ह अधिकारी म्हणून काढून टाकलं, या फेन्स्टनच्या वक्तव्याला कोणी फारसा आक्षेप घेतलेला नव्हता. फेन्स्टनला कोणी किंमत देत नव्हतं हे केज यांनी स्पष्ट केलं होतं; पण अशा महत्त्वाच्या ग्राहकाला मुकावं असं त्यांना वाटत नव्हतं. त्यामुळे लिलाव करणाऱ्या सद्बीज किंवा ख्रिस्टीज् या दोन्ही संस्थांमध्ये तिला पुन्हा प्रवेश मिळणं सोपं नव्हतं.

केन व्हीटलींच्या बोलण्यामुळे फेन्स्टनला अटक करण्याच्या जॅकच्या इराद्याला, संपूर्ण सहकार्य देण्याचा तिचा निश्चय पक्का झाला. फेन्स्टनला कोणाचंही जीवन उद्ध्वस्त झालं तरी पर्वा नव्हती.

तिची पात्रता आणि अनुभव लक्षात घेता, सध्यातरी तिच्यालायक कोणतीही कामगिरी वा नोकरी उपलब्ध नाही हे त्यांनी तिला अतिशय मृदू शब्दात स्पष्ट केलं होतं आणि संपर्कात राहण्याचं आश्वासन दिलं होतं.

ॲनानं रेस्टॉरंट सोडलं आणि टॅक्सी केली. २६, फेडरल प्लाझा. तिनं पत्ता सांगितला. सीटला रेलून ती बसली. पाहू या, कदाचित आता होणाऱ्या दुसऱ्या मीटिंगमधून तरी काही तरी चांगली निष्पत्ती होईल अशी आशा करू या.

न्यूयॉर्क फिल्ड ऑफिसच्या लॉबीमध्ये ॲनाची वाट पाहत जॅक थांबला होता. ठरलेल्या वेळेपेक्षा ती दोनेक मिनिटं आधीच पोहोचली हे पाहून जॅकला आश्चर्य

वाटलं नव्हतं. फेडरल प्लाझाकडे जाणाऱ्या सुमारे डझनभर पायऱ्या उतरणाऱ्या ॲनाकडे तीन रक्षक लक्षपूर्वक पाहत होते. तिनं आपलं नाव कागदावर लिहून तो एका रक्षकाला दिला. तो घेऊन त्यानं तिच्याकडे ओळखपत्राची मागणी केली. तिनं आपलं ड्रायव्हिंग लायसन्स काढून दाखवलं. त्यानं त्याच्याकडच्या एका कागदावर खूण केली आणि तिचं ड्रायव्हिंग लायसन्स परत करून तिला पुढे जाण्याची खूण केली.

जॅकनं तिच्यासाठी दार उघडलं. आत शिरल्याबरोबर ॲना म्हणाली, "पहिल्या डेटची अशी कल्पना कधी मी केली नव्हती."

"मी सुद्धा नाही," त्यानं दिलासा देत म्हटलं, "पण माझ्या बॉसला ह्या भेटीचं किती महत्त्व आहे, हे तुला स्पष्ट करायचं होतं."

"का, आता अटक व्हायची माझी पाळी आहे का?" ॲनानं विचारलं.

"नाही, पण तू आम्हाला सहकार्य करशील, अशी त्याची अपेक्षा आहे. चल तर मग, एकदाची मांजराच्या गळ्यात घंटी बांधू या. तुझ्या वडिलांचं आवडतं वचन." जॅक म्हणाला.

"तुला कसं कळलं ते?" ॲनानं विचारलं, "की त्यांचीही फाईल तुझ्याकडे आहे?"

"नाही," तिला लिफ्टकडे नेताना जॅक हसून म्हणाला. लिफ्टमध्ये शिरल्यावर एकोणिसाव्या मजल्यासाठी बटण दाबल्यानंतर त्यानं खुलासा केला. "तुझ्या कदाचित लक्षात नसेल, पण आपण पहिल्यादांच जेव्हा विमानाने एकत्र प्रवास केला. तेव्हा बोलता बोलता तूच मला ते सांगितलं होतं." ते ऐकून ॲनाही हसली.

एकोणिसाव्या मजल्यावर लिफ्ट पोहोचली तेव्हा कॉरिडॉरमध्ये त्यांची वाट पाहतच उभा असलेला डिक मॅसी– जॅकचा बॉस त्यांना सामोरा गेला.

"तुम्ही आमचं आमंत्रण स्वीकारलं याबद्दल धन्यवाद डॉ. पेट्रेस्कू." तो म्हणाला. जणू तिला ते नाकारता येणार होतं. ॲना काही बोलली नाही. मॅसी त्यांना घेऊन आपल्या ऑफिसमध्ये गेला. टेबलामागील आपल्या खुर्चीवर बसतानाच त्यानं आपल्या समोरच्या खुर्चीवर बसण्याची ॲनाला खूण केली.

"ही अधिकृत मीटिंग नसली, तरी तुमच्या मदतीबद्दल ब्यूरोला किती महत्त्व वाटतं हे मी सांगू शकत नाही." मॅसी म्हणाला.

"माझ्या मदतीची तुम्हाला काय आवश्यकता?" ॲनानं विचारलं "तुम्ही लिपमनला अटक केली आणि आता तो कोठडीत आहे हे मला माहीत आहे."

"आम्ही त्याला आज सकाळी सोडलं." मॅसी म्हणाला.

"सोडलं?" ॲनानं विचारलं, "का? दोन दशलक्ष डॉलर्स पुरेसे नाहीत का?"

"पुष्कळ आहेत," मॅसीनं मान्य केलं, "म्हणूनच मी यात पडलो आहे.

कबुलीजबाब देणाऱ्याला माफीचा साक्षीदार बनवणं ही माझी खास पद्धत आहे. आज सकाळी नऊच्या सुमारास आमच्या दक्षिण विभागाच्या वकिलांसमोर लिपमननं कबुलीजबाब देऊन करारावर सही केली. आमच्या तपासात त्यानं पूर्ण सहकार्य केलं, तर त्याची शिक्षा जास्तीत जास्त पाच वर्षं तुरुंगवास एवढीच असेल, हे त्याला सांगितल्यावर त्यानं ते मान्य केलं.''

''तरीसुद्धा तुम्हाला त्याला सोडायचं कारण काय?'' ॲनानं विचारलं.

''कारण लिपमनचं म्हणणं आहे की तो, फेन्स्टन आणि क्रान्त्झ यांच्यातला संबंध सिद्ध करू शकतो. पण त्यासाठी त्याला वॉलस्ट्रीटच्या फेन्स्टनच्या ऑफिसमध्ये जावं लागेल.'' मॅसी म्हणाला, ''त्या दोघांचा संबंध दाखवणारी सर्व कागदपत्रं, काही बँक खात्यांचे क्रमांक आणि अवैधरीत्या दिलेल्या पैशांसंबंधी काही पुरावे, अशा सर्व बाबींचा पुरावा मिळवून देण्यासाठी पुन्हा ऑफिसात जाणं आवश्यक आहे, हे त्याचं म्हणणं आम्ही मान्य केलं आणि त्याला सोडलं.''

''पण तो तुमचा विश्वासघातही करू शकेल.'' ॲना म्हणाली, ''आणि तसं पाहायला गेलं तर नॉर्थ टॉवर कोसळल्यानंतर सर्वच नष्ट झालं आहे.''

''खरं आहे,'' मॅसी म्हणाला, ''पण त्यानं विश्वासघात केला तर त्याचं संपूर्ण आयुष्य तुरुंगातच जाईल याची आम्ही काळजी घेऊ, हे त्याला स्पष्ट करण्यात आलं आहे.''

''फारच प्रेरक अशी ही बाब आहे खरं,'' ॲनानं मान्य केलं, ''आयुष्यभर तुरुंगवासापेक्षा पाच वर्षं हा सौदा काही वाईट नाही.''

''आणि खटला भरला गेला तर सरकारी साक्षीदार या नात्यानं साक्ष द्यायचंही त्यानं मान्य केलं आहे.'' मॅसी म्हणाला.

''निदान क्रान्त्झ तरी तुरुंगात आहे, याबद्दल धन्यवाद द्यायला हवेत. नाहीतर तुमचा प्रमुख साक्षीदार कोर्टापर्यंत पोहोचण्याची शक्यताच नव्हती.'' ॲना म्हणाली.

मॅसीनं जॅककडे आश्चर्यानं पाहिलं आणि नंतर ॲनाकडे वळून तो म्हणाला, ''आजच्या न्यूयॉर्क टाईम्सची शेवटची आवृत्ती तुम्ही वाचली नाहीत का?''

''नाही,'' ॲना म्हणाली. त्यानं असं का विचारावं याबद्दल ती गोंधळात पडली. मॅसीनं आपली फाईल उघडली. त्यातून एक कात्रण काढून तिला वाचायला दिलं.

'सिऊसेस्कूच्या जुलमी राजवटीत मारेकऱ्याची भूमिका बजावणारी ओल्गा क्रान्त्झ, अतिशय सुरक्षित म्हणून नावाजलेल्या इस्पितळातून गेल्या रात्री फरार झाल्याचे आढळून आले. स्वयंपाकघरातल्या सुरीने गळे कापणारी म्हणून ओल्गा क्रान्त्झची विशेष प्रसिद्धी होती. तुरुंगात तिच्यावर देखरेख ठेवणाऱ्या पहारेकऱ्यांपैकी एक मृत अवस्थेत...'

''खांद्यावरच्या मानेकडे सतत लक्ष ठेवत, घाबरत मला आयुष्य काढावं

लागणार आहे असं दिसतंय.'' शेवटचा मजकूर पूर्ण न वाचताच ॲना शहारून म्हणाली.

''मला तसं वाटत नाही.'' जॅक म्हणाला, ''एफ.बी.आय.च्या मोस्ट वॉन्टेड यादीत सामील होणारी ती दहावी आहे. तिला त्याची कल्पना असणार त्यामुळे ती इतक्यात तरी अमेरिकेत येण्याची शक्यता नाहीय. तिचं संपूर्ण वर्णन जगातल्या सर्व प्रमुख प्रवेशद्वारांजवळ आणि इंटरपोलकडे असणार, हेही ती आता जाणून असणार. तिला कुठेही थांबवण्यात आलं आणि तपासणी झाली तरी तिला आपल्या उजव्या खांद्यावरच्या जखमेबद्दल खुलासा करणं अडचणीचं ठरणार आहे.''

''पण त्यामुळे फेन्स्टन सूड उगवायला थांबणार नाही.''

''त्याला काय करायचंय आता? कोणावर सूड उगवणार?'' जॅक म्हणाला, ''त्याला व्हॅन्‌गॉग मिळालय, त्यामुळे त्याच्यासाठी तू इतिहासजमा झालीस.''

''पण त्याला व्हॅन्‌गॉग मिळालेलं नाहीय.'' मान खाली घालत ॲना म्हणाली.

''म्हणजे काय? तुझ्या म्हणण्याचा अर्थ काय?'' जॅकनं विचारलं.

''मी इथं येण्यापूर्वी मला टिनाचा फोन आला होता. ख्रिस्टीज्‌कडून फेन्स्टननं एका तज्ज्ञाला बोलावून घेतलेलं आहे. कारण त्या पेन्टिंगचा विमा काढायचा आहे, असं तिनं मला सांगितलं. खरं म्हणजे आजपर्यंत फेन्स्टननं असं कधीच केलं नव्हतं.'' ॲनानं खुलासा केला.

''ठीक आहे; पण त्यामुळे काय प्रश्न उद्‌भवतो?'' जॅकनं विचारलं.

ॲनानं आपली मान वर केली अन् ती म्हणाली, ''कारण ते फेक आहे... बनावट आहे... नक्कल आहे....''

''बनावट? नक्कल?'' जॅक आणि मॅसी दोघंही एकदम उद्‌गारले.

''होय, म्हणूनच मला बुखारेस्टला जावं लागलं होतं. माझा एक जुना मित्र उत्कृष्ट पोर्ट्रेट करणारा चित्रकार आहे. त्याच्याकडून मी नक्कल करून घेतली.''

''तुझ्या अपार्टमेन्टमधल्या ड्रॉईंगचा अर्थ आता मला कळला.'' जॅक म्हणाला

''तू माझ्या अपार्टमेन्टमध्ये गेला होतास?'' ॲनानं विचारलं.

''तुझ्या जीवाला धोका आहे असं मला वाटलं त्यावेळीच...'' जॅक शांतपणे म्हणाला.

''पण,'' ॲना काही बोलणार तोच मॅसी मध्ये पडला आणि म्हणाला, ''तुम्ही ती लाल पेटी लंडनला परत पाठवली, आर्ट लोकेशनला हाताळू दिली आणि पुढे फेन्स्टनला पाठवली गेली या सर्व गोष्टींचा खुलासा आता होतो आहे.'' ॲनानं मान डोलावली.

''पण हे कधीतरी उघडकीस येईल हे तुला माहीत होतं. हो नं?''

''हो, पण कधीतरी.'' ॲना म्हणाली, ''तोच तर मुद्दा आहे. माझा काय उद्देश

आहे हे फेन्स्टनला कळण्यापूर्वी मला मूळ चित्र विकण्यासाठी पुरेसा वेळ हवा होता.''

''म्हणजे इकडे तुझा मित्र, अ‍ॅण्टन त्याची नक्कल करत होता तेव्हा तू टोकियोला जाऊन नाकामुरांना मूळ चित्र विकण्याच्या प्रयत्नात होतीस.''

अ‍ॅनानं मान डोलावली.

''तुम्हाला यश मिळालं?'' मॅसीनं विचारलं.

''हो,'' अ‍ॅना म्हणाली, ''नाकामुरांनी ते मूळ चित्र पन्नास दशलक्ष डॉलर्सना विकत घ्यायचं मान्य केलं. त्यामुळे अ‍ॅराबेलाला आपली सर्व इस्टेट ठेवूनसुद्धा फेन्स्टनचं सर्व कर्ज फेडता येईल.''

''पण आता फेन्स्टनला हे कळलं की चित्र अस्सल नाही, तर तो नाकामुरांना फोन करून तुझा उद्देश काय ते कळवेल.'' जॅक म्हणाला.

''त्यानं आधीच कळवलं आहे.'' अ‍ॅना म्हणाली.

''म्हणजे गाडी परत मूळपदावर आली.'' मॅसी म्हणाला.

''नाही,'' अ‍ॅना हसून म्हणाली, ''नाकामुरांनी त्यांच्या लंडनच्या सॉलिसिटरकडे पाच दशलक्ष डॉलर्स आधीच जमा केले असून मूळ चित्र तपासल्यानंतर उरलेली रक्कम देण्याचं त्यांनी मान्य केलं आहे.''

''पण त्यासाठी तुम्हाला पुरेसा वेळ आहे का?'' मॅसीनं विचारलं

''मी आजच संध्याकाळी लंडनला जाते आहे.'' अ‍ॅना म्हणाली. ''आणि नाकामुरा उद्या रात्री वेण्टवर्थ हॉलला येणार आहेत.''

''म्हणजे हे सर्व अगदी हातातोंडाशी आलंय म्हणायचं.'' जॅक म्हणाला.

''तसंच काही नाही,'' मॅसी म्हणाला, ''लिपमन काय देतो आहे ते पाह्यचं. आज रात्री तो काय करणार आहे विसरू नको!''

''तुम्ही काय बोलता आहात याचा अर्थ मला कळेल का?'' अ‍ॅनानं विचारलं.

''नाही, तुला त्याच्याशी कर्तव्य नाही,'' जॅक स्पष्टपणे म्हणाला, ''तू विमान पकडून लंडनला जा आणि आपला सौदा पुरा कर. आम्ही आमचं काम करू.''

''तुमच्या कामात टिनावर लक्ष ठेवणं हा भाग आहे का?''

''तसं करण्याची आम्हाला गरज काय?''

''तिला आज सकाळी फेन्स्टननं कामावरून काढून टाकलं आहे.''

''का म्हणून?'' मॅसीनं विचारलं.

''मी जगभर फिरत असताना, ती मला फेन्स्टनबद्दल सर्व बातमी देत होती, हे त्याला कळलं म्हणून. माझ्यामुळे तिचंही आयुष्य धोक्यात आलंय.''

''माझी टिनाबद्दल चूक झाली,'' जॅकनं मान्य केलं आणि मग सरळ अ‍ॅनाकडे पाहून तो म्हणाला, ''त्याबद्दल मी तुझ्याकडे दिलगिरी व्यक्त करतो. पण मला

अजून एक कळलं नाही की तिनं फेन्स्टनची नोकरी पत्करलीच का?''

''मला असं वाटतं, की ते मला आज संध्याकाळी कळेल. मी एअरपोर्टला जाण्यापूर्वी आम्ही पेयपानासाठी थोडा वेळ भेटणार आहोत,'' ॲना म्हणाली.

''तुझं विमान सुटण्यापूर्वी तुला वेळ असला तर मला कॉल कर. टिनाचं रहस्य जाणून घ्यायला मला आवडेल.''

ॲनानं मान डोलावली.

''आणखी एक रहस्य जाणून घ्यायला मलाही आवडेल. डॉ. पेट्रेस्कू, तुम्ही जाण्यापूर्वी ते सांगू शकाल.'' मॅसी म्हणाला. ॲनानं त्याच्याकडे पाहिलं.

''फेन्स्टनकडे नक्कल आहे, तर मग अस्सल चित्र कुठे आहे?'' मॅसीनं विचारलं.

''वेण्टवर्थ हॉललाच,'' ॲना म्हणाली, ''सद्‍बीजकडून ते मी परत मिळवल्यानंतर टॅक्सी करून सरळ ॲराबेलाकडे गेले. नंतर मी पेन्टिंगची मूळ फ्रेम तेवढी त्या लाल पेटीत टाकून ती पेटी घेऊन मी बाहेर पडले.''

''जी घेऊन तुम्ही बुखारेस्टला गेला. तिथं ॲण्टननं मूळ फ्रेममध्ये नक्कल टाकली. त्यामुळे फेन्स्टनला आपला हात मूळ चित्रावर पडल्यानं समाधान झालं.''

''आणि ते तसंच राहिलं असतं. त्यानं त्याचा विमा काढण्याचं ठरवलं नसतं तर.......''

थोडा वेळ कोणी काहीच बोललं नाही. नंतर मॅसी म्हणाला, ''हे सर्व फसवण्याचं काम तुम्ही जॅकच्या डोळ्यांदेखत केलं.''

''अर्थात!'' ॲनानं हसून उत्तर दिलं.

''आता एक शेवटचा प्रश्न.'' मॅसी पुढे म्हणाला, ''आमचे दोन अतिशय हुषार आणि अनुभवी एजंट जेव्हा वेण्टवर्थमध्ये ॲराबेला आणि तुमच्यासह ब्रेकफास्ट करत होते तेव्हा व्हॅन्‌गॉगचं ते अस्सल चित्र कुठे होतं?''

''व्हॅन्‌गॉगच्याच बेडरूमध्ये. आम्ही बसलो होतो त्यावर पहिल्या मजल्यावर.'' ॲनानं हसून उत्तर दिलं.

''इतक्या जवळ होतं?'' मॅसी डोळे विस्फारून म्हणाला.

◆◆◆

दहावी रिंग होईपर्यंत क्रान्त्झ थांबली आणि फोन उचलला जाऊन तिकडच्या आवाजानं विचारलं, ''तू कुठे आहेस?''

''रशियन बॉर्डरवर.'' तिनं उत्तर दिलं.

''छान! सध्यातरी तू अमेरिकेला येऊ शकत नाहीस. न्यूयॉर्क टाईम्समध्ये रोज तुझ्याबद्दल काही ना काही बातमी असते.''

''एफ.बी.आय.च्या मोस्ट वॉन्टेड यादीत मी आहे हे सांगण्याची गरज नाही.''

क्रान्त्झनं पुढे तो काय बोलणार हे ओळखलं होतं.

"मोस्ट वॉन्टेडमध्ये पंधरा मिनिटांची प्रसिद्धी." फेन्स्टन म्हणाला, "असो, पण तुझ्यासाठी दुसरी एक कामगिरी आहे."

"कुठे?" क्रान्त्झनं विचारलं.

"वेण्टवर्थ हॉल."

"मी तिथं पुन्हा जाण्याचा धोका पत्करू शकत नाही."

"तुझी फी दुप्पट केली तरीही?"

"तरीही. त्यात फार मोठा धोका आहे."

"तिथं तू कोणाचा गळा कापायचा आहे हे सांगितल्यानंतर मला नाही वाटतं की तू तसा विचार करशील म्हणून."

"मी ऐकतेय," ती म्हणाली आणि जेव्हा त्यानं आपल्या पुढल्या बळीचं नाव सांगितलं, तेव्हां तिनं फक्त एक प्रश्न विचारला, "या कामाचे मला दोन दशलक्ष डॉलर्स देणार?"

"तीन, त्याचवेळी डॉ. पेट्रेस्कूलाही ठार करू शकशील तर, ती तिथे एक रात्र राहणार आहे." क्रान्त्झची आता चलबिचल व्हायला लागली.

"आणि चार, जर तिच्यासमोर तू पहिला गळा कापला तर!" फेन्स्टननं आपल्याकडून प्रस्ताव दिला. बराचवेळ क्रान्त्झ काहीच बोलली नाही.

नंतर ती म्हणाली, "मला दोन दशलक्ष आगाऊ लागतील."

"नेहमीच्या ठिकाणी शक्य नाही." फेन्स्टनन म्हणाला.

"नाही." ती म्हणाली आणि तिनं मॉस्कोमधल्या एका बँकेचा अकाउंट नंबर दिला.

◆ ◆ ◆

फोन खाली ठेवल्याबरोबर फेन्स्टननं लिपमनशी संपर्क साधला. "मला तुझ्याशी बोलायचं आहे आत्ता."

लिपमन येईपर्यंत ज्या विषयांवर बोलायचं आहे. ते त्यानं पॅडवर लिहिले. व्हॅन्‌गॉग, पैसे, वेण्टवर्थ इस्टेट, पेट्रेस्कू. दारावर टकूटकूचा आवाज येईपर्यंत पेननं काही तरी गिरगिरटत तो बसला.

"ती निसटली आहे." लिपमननं दारात पाऊल टाकताच तो म्हणाला.

"म्हणजे न्यूयॉर्क टाइम्सचं वृत्त बरोबर आहे म्हणायचं." फारशी उत्सुकता न दाखवता लिपमन म्हणाला

"हो, पण त्यांना ती मॉस्कोच्या मार्गावर आहे हे माहीत नाही."

"ती न्यूयॉर्कला परत येण्याचा विचार करतेय का?"

"सध्यातरी नाही," फेन्स्टन म्हणाला, "सुरक्षा व्यवस्था कडक असेपर्यंत ती

असा धोका पत्करू शकत नाही.''

''ते बरोबर आहे.'' त्यांच्याशी सहमत होत लिपमन म्हणाला. फेन्स्टनच्या लक्षात येऊ नये या बेतानं त्यानं सुटकेचा नि:श्वास टाकला.

''दरम्यान, मी तिला आणखी एक कामगिरी दिली आहे.'' फेन्स्टन म्हणाला.

''यावेळेस कोण?'' लिपमननं विचारलं.

क्रान्त्झचा पुढचा बळी कोण आहे आणि यावेळेस तिला बळीचा कान का कापता येणार नाही हे फेन्स्टननं जेव्हा उघड केलं, तेव्हा लिपमनचा आपल्या कानांवर विश्वास बसला नाही.

''तोतयाला वेण्टवर्थला परत पाठवलं की नाही?'' फेन्स्टननं विचारलं. त्यावेळी लिपमन, चेअरमन आणि जॉर्ज बुश यांच्या ग्राउंड झीरोच्या भेटीच्या वेळी झालेल्या हस्तांदोलनाचा तो मोठा फोटो पाहत होता, जो पुन्हा त्याच जागी लावण्यात आला होता.

''होय, आज दुपारी तो कॅनव्हास आर्ट लोकेशन्सनी ताब्यात घेतला.'' लिपमननं उत्तर दिलं, ''आणि उद्यापर्यंत ते बनावट चित्र वेण्टवर्थला परत पाठवलं जाईल. मी आपल्या लंडनमधल्या वकिलांशीही चर्चा केली आहे. कर्ज फिटेपर्यंत तात्पुरत्या जप्तीचा आदेश मिळावा, यावर बुधवारी न्यायाधीशांच्या चेंबरमध्ये सुनावणी होईल, म्हणजे तोपर्यंत कर्ज फेडलं गेलं नाही, तर वेण्टवर्थ इस्टेट आपोआप तुमची होईल. त्यानंतर आपण तिथला उर्वरित कलासंग्रह विकून, आपलं कर्ज वसूल करू शकू. पण एक लक्षात ठेवा, हे करण्यासाठी कदाचित वर्षाहून अधिक काळ लागेल.''

''जर क्रान्त्झनं आपलं काम उद्या रात्री व्यवस्थित पार पाडलं तर कर्ज कधीच फेडलं जाऊ शकणार नाही,'' फेन्स्टन म्हणाला. ''म्हणूनच तुला मी बोलावून घेतलं. वेण्टवर्थच्या उर्वरित कलासंग्रहाचा लिलाव संधी मिळताच लगेच करायचा. ख्रिस्टीज्, सद्बीज, फिलीप्स आणि बॉनहॅम्स या चार लिलावकर्त्यांकडे चित्रांची वाटणी करून, एकाच वेळी ती विकली जातील हे पाहायचं.''

''पण लिलावात एवढी उपलब्धी एकदम झाली तर दर खाली येतील. पुरेशा किमती चित्रांना मिळणार नाहीत.'' लिपमन म्हणाला.

''तेच तर मला हवंय.'' फेन्स्टन म्हणाला, ''माझ्या आठवणीप्रमाणे पेट्रेस्कूनं त्याची किंमत पस्तीस दशलक्ष ठरवली होती. पण मला पंधरा ते वीसच्या दरम्यान मिळाले तरी आनंद वाटेल!''

''तरीही, दहा एक दशलक्ष कर्जफेडीला कमीच पडतील.'' लिपमन म्हणाला.

''अरेरे, किती वाईट नाही का?'' फेन्स्टन हसून म्हणाला, ''पण मग त्या परिस्थितीत वेण्टवर्थ हॉल बाजारात विक्रीसाठी काढावा लागेल आणि तिथल्या सर्व सामानासह तो विकावा लागेल. अगदी शेवटच्या शस्त्रसंग्रह असलेल्या खोलीसहित!''

फेन्स्टन थोडा थांबला. नंतर म्हणाला, ''लंडनच्या तीन प्रसिद्ध इस्टेट एजंट्सकडे हे काम सोपव. इस्टेट विकण्यासाठी त्यांनी रंगीत माहितीपत्रकं छापावीत, गुळगुळीत कागदांच्या मासिकामध्ये जाहिराती द्याव्यात. राष्ट्रीय वृत्तपत्रातून अर्ध्या पानांच्या जाहिरातीही द्यायला हरकत नाही. त्यामुळे वृत्तपत्रातून संपादकीयही येऊ शकेल. लेडी अॅराबेलाला, मी केवळ निष्कांचन करणार नाही, तर जगासमोर तिचा पाणउतारा झालेला मला पाहायचंय.''

''आणि पेट्रेस्कू?''

''ती चुकीच्या वेळी, चुकीच्या ठिकाणी असणार आहे हे तिचं दुर्दैव आहे.'' आपलं समाधानाचं हसू फेन्स्टन लपवू शकला नाही.

''म्हणजे क्रान्त्झ, एका दगडात दोन पक्षी मारणार असं दिसतंय.'' लिपमन म्हणाला.

''त्यासाठीच वेण्टवर्थ इस्टेटीच्या दिवाळखोरीकडे मी तुला लक्ष द्यायला सांगतोय. तिला सावकाश मृत्यू यावा अशीच माझी इच्छा आहे.''

''ठीक आहे. मी आता त्यात लगेच लक्ष घालतो.'' असं म्हणून लिपमन जाण्यासाठी वळला. दारापर्यंत पोहोचल्यानंतर बाहेर पडल्यापूर्वी तो फेन्स्टनला म्हणाला, ''तुमच्या भाषणासाठी माझ्या शुभेच्छा, चेअरमनसाहेब.''

''माझं भाषण?'' फेन्स्टननं विचारलं. लिपमन पूर्णपणे वळून त्याच्या चेहऱ्याकडे पाहत म्हणाला, ''शेरी नेदरलँडला बँकर्सच्या वार्षिक भोजनप्रसंगी तुमचं भाषण आहे असं मला कळलं होतं.''

''अरे देवा! मी तर ते विसरूनच गेलो होता. बरं झालं आठवण केली ती,'' फेन्स्टन म्हणाला, ''पण टिनानं माझं भाषण ठेवलंय कुठे?''

लिपमन हसला, पण बाहेर पडल्यानंतर. तो आपल्या ऑफिसमध्ये आला आणि फेन्स्टननं नुकतचं जे सांगितलं त्याचा विचार करू लागला. क्रान्त्झ उद्या रात्री कुठे असणार आहे, तिचा पुढचा बळी कोण आहे, या गोष्टी एफ.बी.आय.ला सांगितल्यानंतर त्यांच्या अॅटर्नी ऑफिसकडून शिक्षेत कदाचित आणखी सूट मिळू शकेल असा त्याला विश्वास वाटू लागला. फेन्स्टन आणि क्रान्त्झचा संबंध आहे याचा त्यानं कागदोपत्री पुरावा दिला, तर कदाचित शिक्षा रद्दही होऊ शकेल, किंवा अगदीच मामुली असेल.

लिपमननं आपल्या आतल्या खिशातून एफ.बी.आय.नं पुरवलेला छोटा कॅमेरा काढला. बँकर्सच्या वार्षिक भोजनप्रसंगी फेन्स्टन भाषण करण्यास गेला असताना आपण किती कागदपत्रांचे फोटो काढू शकू याचा हिशोब तो करू लागला.

❖

-४८-

बरोबर ७ वाजून १६ मिनिटांनी लिपमन आपल्या ऑफिसबाहेर पडला. त्यानं दार लावलं पण कुलूप लावलं नाही. तो लिफ्टकडे जाण्यासाठी निघाला, तेव्हा फक्त चेअरमनच्या ऑफिसच्या दाराच्या फटीतून प्रकाश दिसत होता. लिफ्टमधून तो तळमजल्यावर लॉबीत बाहेर पडला. रिसेप्शनजवळ सावकाश जाऊन त्याने निघतानाची सही केली आणि वेळ टाकली. ७.१९. त्याच्यामागे उभी असलेली एक कर्मचारी सही करण्याकरता पुढे झाली. त्यावेळेस तो दोन पावलं मागे आला. टेबलामागे उभ्या असलेल्या दोन रक्षकांवरची नजर त्यानं काढली नव्हती. एकजण बाहेर जाणाऱ्या कर्मचाऱ्यांवर नजर ठेवत होता तर दुसरा सामान घेण्यासाठी सहीची आवश्यकता लागते, अशा सामानासाठी सह्या करत होता. लिपमन तसाच हळूहळू मागे जात लिफ्टमध्ये शिरला. तो लिफ्टमध्ये कोपऱ्यात दडला त्यामुळे रक्षकाला तो दिसण्याची शक्यता नव्हती. त्यानं ३१ व्या मजल्याचं बटण दाबलं. दीड मिनिटातच तो शांत कॉरिडॉरमध्ये उतरला.

तो कोपऱ्यापर्यंत गेला. त्यानं आगीच्या वेळी वापरण्यात येत असलेल्या संकटकालीन मार्गाचं दार उघडलं अन तो बत्तिसाव्या मजल्यासाठी पायऱ्या चढू लागला. बत्तिसाव्या मजल्याचं दार जराही आवाज न करता उघडून, तो अलगद कॉरिडॉरच्या कार्पेटवर आला आणि आपल्या ऑफिसकडे आला. अजूनही चेअरमनच्या ऑफिसमध्ये प्रकाश होता हे दारातल्या फटीतून बाहेर पडणाऱ्या प्रकाशावरून कळत होतं. लिपमन आपल्या ऑफिसचं दार उघडून आत शिरला व त्यानं ते हळूच बंद केलं. कॅमेरा काढून तो अंधारातच खुर्चीवर बसला. त्यानं लाईट लावला नाही. अंधारात शांतपणे बसून तो प्रतीक्षा करू लागला.

◆◆◆

प्रांतीय स्तरावर थिएटर्सची मालिका असणाऱ्या एका कंपनीत पैसे गुंतवण्यासाठी मायकेल कारावेला चौदा दशलक्ष डॉलर्सचं कर्ज हवं होतं. त्याचा अर्ज फेन्स्टन पाहत होता. मायकेल कारावे हा सध्या कुठलंही काम नसलेला बेकार नट होता. त्याच्या खाती काही नाटकं जमेस होती. यापेक्षा महत्त्वाचं म्हणजे त्याचे लाड पुरवणाऱ्या त्याच्या आईनं, आपल्या व्हरमॉन्टमध्ये असलेल्या एक हजार एकराचा फार्म आणि मातिसचं 'व्ह्यू फ्रॉम द विन्डो', हे अप्रतिम चित्र त्याच्या खाती जमा केलं होतं. एक तरुण अनावृत युवती बेडरूमच्या बाहेर पाहत आहे, असं दर्शवणाऱ्या मातिसच्या त्या चित्राची स्लाईड फेन्स्टन लक्षपूर्वक पाहू लागला. लगेच त्यानं निर्णय घेतला, की या कर्जमंजुरीसंबंधी सर्व कागदपत्रं तयार करायला लिपमनला सांगायचं.

फेन्स्टननं तो अर्ज बाजूला ठेवला आणि ख्रिस्टीज्‌चा नवीन कॅटलॉग पाहायला सुरुवात केली. देगाच्या 'डान्सर बिफोर अ मिरर' या चित्राच्या छापलेल्या फोटोवर त्याची नजर काही काळ रेंगाळली. पण त्याची अंदाजे येणारी कमी किंमत पाहताच त्यानं पान उलटलं. नाहीतरी त्याला पिअरे डी. रोशेलनं देगाचं 'द डान्सिंग इन्स्ट्रक्टर' हे चित्र पुरवलं होतंच की... अन् तेही अगदी योग्य अशा किमतीत.

छापलेल्या चित्रांच्या किमती तो पाहत असताना, आपल्या संग्रहाचं मूल्य किती वाढत आहे, याची जाणीव होऊन त्याच्या चेहऱ्यावर हास्य फुलत होतं. आपल्या टेबलावरच्या घड्याळाकडे त्यानं पाहिलं ७.४३. "ओह् शिट." त्याच्या तोंडून शब्द बाहेर आले. त्यानं आता घाई केली नाही तर बँकर्सच्या भोजनप्रसंगी होणाऱ्या त्याच्या भाषणासाठी त्यालाच उशीर होणार होता. त्यानं कॅटलॉग उचलला अन् त्वरेने तो दाराकडे पोहोचला. त्यानं दाराशी लाईटच्या बटणाजवळ असलेल्या इलेक्ट्रॉनिक कुलपाला सहा अंकी संकेतांक पुरवला आणि दाराबाहेर जाऊन दरवाजा लावून घेतला. आठ सेकंदानंतर त्यानं कुलूप लावलं. सुरक्षेचा पोलादी पडदा खाली पडल्याचा आवाज त्यानं ऐकला.

लिफ्टमधून खाली जाताना कॅटलॉगमधील कॅलिबोत्तेच्या (Caillebotte) 'स्ट्रीट स्वीपर्स'ची अंदाजित किंमत एवढी कमी असलेली पाहून त्याला थोडं आश्चर्यच वाटलं. त्याची त्याहून मोठी प्रतिकृती, त्यानं नुकत्याच कर्जबाजारी बनवलेल्या एका ग्राहकाकडून मिळवली होती. लिफ्टचं दार उघडताच तो झपाझप पावलं टाकत रिसेप्शन जवळ आला. त्यानं बाहेर जाण्याची सही केली आणि वेळ टाकली ७.४८ पी.एम.लॉबीतून सावकाश चालत तो प्रवेशद्वाराकडे गेला. पायऱ्यांच्या पायथ्याशी ड्रायव्हर त्याचीच वाट पाहत थांबला होता. अर्धवट पाहिलेला कॅटलॉग तसाच धरून तो मागच्या सीटवर चढला. त्यानं पुढचं पान उलटलं आणि व्हॅन्‌गॉगचं 'रीपर्स इन द फील्ड' (Reapers in the Field) पाहून तो जरा नाराज झाला. अंदाजित किंमत फक्त २७ दशलक्ष डॉलर्स. किती कमी! अर्थात त्याचा दर्जा 'सेल्फ

पोर्ट्रेट वुईथ बॅण्डेज्ड इअर' सारखा नव्हता हा भाग अलाहिदा.

"माफ करा सर," ड्रायव्हर म्हणाला, "आपण अजूनही बँकर्सच्या भोजनाला जाणार आहात?"

"अर्थात! जरा जल्दी कर." फेन्स्टननं उत्तर दिलं आणि त्यानं कॅटलॉगचं आणखी एक पान उलटलं.

"नाही, त्याचं काय आहे सर..." पॅसेंजर सीटवरून सोनेरी उठावाचं काम केलेलं एक कार्ड उचलत तो म्हणाला.

"काय आहे?" फेन्स्टननं विचारलं.

"आमंत्रणात डिनर जॅकेट असं म्हटलंय म्हणून विचारलं." असं म्हणून वळून त्यानं ते कार्ड फेन्स्टनला दिलं.

"शिट्!" फेन्स्टनच्या तोंडून शब्द फुटले अन् त्यानं कॅटलॉग बाजूला ठेवला. टिना असती तर कपाटातलं डिनर जॅकेट बाहेर काढून ठेवलं असतं. त्यानं झटकन दार उघडलं अन् नेहमीपेक्षा दुप्पट वेगानं पुन्हा प्रवेशद्वाराकडे चालू लागला. रिसेप्शनला पुन्हा आल्याची सही करण्याचं टाळून, तो सरळ लिफ्टमध्ये शिरला आणि बत्तिसाव्या मजल्याचं बटण त्यानं दाबलं.

लिफ्टमधून बाहेर पडल्याबरोबर कॉरिडॉरमधून चालताना त्याला दिसलेली पहिली गोष्ट म्हणजे त्याच्या ऑफिसच्या दाराच्या खालच्या फटीतून बाहेर पडणारा प्रकाश. अलार्म लावल्यानंतर त्यानं दिवा बंद केला होता, हे त्यानं शपथेवर सांगितलं असतं. की कॅटलॉग बघताना तो एवढा गुंतला होता आणि लाईट बंद करायला विसरला होता? पुन्हा संकेतांक भरून तो दरवाजा उघडण्याच्या बेतात होता. तेव्हाच त्यानं आतून येणारा आवाज ऐकला.

दार उघडावं की उघडू नये? कोण असेल आत? आत घुसलेल्या माणसाला तो आल्याचा पत्ता लागलेला आहे का? याचा अंदाज घेत, तो थोडा वेळ जराही न हलता स्तब्ध राहिला. पण त्याला तसं काहीच वाटलं नाही. तो त्याच पावली मागं फिरला आणि बाजूच्या टिनाच्या खोलीत शिरला. त्यानं दार हळूच लावून घेतलं. त्याच्या ऑफिसमध्ये काय चाललं आहे हे टिना पाहत असे, असं त्याला लिपमननं सांगितलं होतं. त्यानं टिनाच्या डेस्कजवळचा तो स्विच शोधून काढला आणि दाबला. डेस्कच्या कोपऱ्यातला छोटासा स्क्रीन उजळला. त्याच्या ऑफिसमधलं दृश्य स्पष्ट दिसत होतं. फेन्स्टनचा डोळ्यांवर विश्वास बसला नाही....

लिपमन त्याच्या डेस्कवर बसला होता आणि त्याच्यासमोर एक उघडलेली फाईल होती. तो सावकाश फाईलमधले कागद उलटत होता. काही वेळा निरखून पाहत होता. मधूनच एखादा कागद काढून घेत होता आणि टेबलावर ठेवून एका छोट्याशा कॅमेऱ्यानं त्याचा फोटो काढत होता. कॅमेरा अतिशय उच्च तंत्रज्ञानयुक्त

असावा यात शंका नव्हती.

फेन्स्टनच्या मनात काही विचार चमकून गेले. काही काळानंतर आपल्याला ब्लॅकमेल करण्यासाठी, तो सामग्री गोळा करत असावा किंवा प्रतिस्पर्धी बँकेला काही माहिती पुरवण्याचा त्याचा विचार असावा, पण बहुधा ब्लॅकमेलच.

लिपमनच्या हालचालीवरून त्याला घाई असावी असं दिसत नव्हतं. त्यानं ही विशिष्ट वेळ काही विचारानंच निवडली असावी. एक फाईल संपवल्यानंतर ती जागेवर व्यवस्थित ठेवून त्यानं दुसरी फाईल निवडली. त्याच्या कामाची पद्धत बदलली नाही. प्रथम फाईल चाळणे, त्यातले काही कागद लक्षपूर्वक पाहणे, आवश्यक तो एखाद दुसरा कागद काढून घेऊन त्याचा फोटो घेणे आणि पुन्हा फाईल जशीच्या तशी लावून त्याच जागेवर ठेवणे.

काय करायचं याबद्दल फेन्स्टनसमोर दोन-तीन पर्याय आले. त्यानं त्यातला एक लिपमनच्या लायक असा पर्याय निवडला.

तो खात्रीपूर्वक पकडला जाऊ नये, यासाठी आवश्यक असा घटनाक्रम त्यानं सर्वप्रथम लिहून काढला. तो बरोबर आहे असं निश्चित केल्यानंतर त्यानं एक स्विच बंद करून ऑफिसमध्ये कोणताही फोन येणार नाही किंवा ऑफिसमधून बाहेर फोन करताही येणार नाही याची व्यवस्था केली. त्यानंतर तो आपल्या सेक्रेटरीच्याच डेस्कजवळ शांत बसून राहिला. लिपमननं आणखी एक जाड फाईल काढल्याबरोबर, तो कॉरिडॉरमधून आपल्या ऑफिससमोर थांबला. त्यानं लिहिलेला घटनाक्रम आठवून पुढची कृती केली. पहिल्यांदा त्यानं बरोबर असलेला संकेतांक १७०६९० दारावरच्या इलेक्ट्रॉनिक कुलपात भरला– जणू तो ऑफिस सोडून जात होता. मग त्यानं किल्ली लावून दार हळूच उघडलं, एखादा इंच. मग लगेच बंद केलं.

कान बहिरे करणाऱ्या कर्णकर्कश आवाजाचा अलार्म त्यामुळे आपोआप बंद झाला होता. म्हणजे होऊच नये ही पायरी पार पाडली होती. त्यानंतर तो आठ सेकंद थांबला त्याबरोबर पोलादाचा सुरक्षा पडदा खाली आला अन् आपल्या जागेवर घट्ट बसला. त्याबरोबर त्यानं त्वरेनं गेल्या आठवड्यातला संकेतांक १७०६८० भरला. दुसऱ्यांदा दार थोडं उघडलं अन् ताबडतोब बंद केलं.

त्यानं आतला लिपमनच्या धावण्याचा आवाज ऐकला. तो या आशेनं धावला होता की बरोबर असलेला संकेतांक भरला की अलार्मचा आवाज बंद होईल आणि पोलादी पडदे वर सरकतील. पण त्याला उशीर झाला होता कारण पोलादी पडदा जागेवर घट्ट बसलेला होता आणि अलार्मचा कर्णकटू आवाज सुरूच राहिला होता.

'आपण न सापडता' घटनाक्रम पूर्ण करायला फेन्स्टनला फक्त काही सेकंद मिळणार होते याची त्याला जाणीव होती. तो पुन्हा बाजूच्या– टिनाच्या ऑफिसकडे धावला. त्यानं लिहून ठेवलेले मुद्दे त्यानं त्वरेने नजरेखालून घातले आणि त्यानं

ॲबॉट सिक्युरिटीचा नंबर दाबला.

''ड्यूटी ऑफिसर, सिक्युरिटी.'' फोनवरून आवाज आला.

''माझं नावं ब्रायस फेन्स्टन. फेन्स्टन फायनान्सचा चेअरमन.'' तो सावकाश पण अधिकारवाणीनं बोलत होता. ''बत्तिसाव्या मजल्यावरच्या माझ्या ऑफिसमधला गजर सुरू झाला आहे. मी बहुधा चुकीनं गेल्या आठवड्यातला कोड नंबर भरला असावा. मला फक्त हे सांगायचं आहे, की ही आणीबाणीची परिस्थिती नाहीय.''

''आपलं नाव पुन्हा एकदा सांगा प्लीज.''

''ब्रायस फेन्स्टन.'' तो गजरापेक्षा मोठा आवाज काढण्याचा प्रयत्न करून म्हणाला.

''जन्मतारीख?''

''बारा सहा बावन्न.''

''आईचं नाव?''

''मादेजस्की.''

''शहराचा झिप कोड?''

''एक शून्य शून्य दोन एक.''

''धन्यवाद मि.फेन्स्टन, मी कोणाला तरी लगेच बत्तिसाव्या मजल्यावर पाठवतो. सतराव्या मजल्यावर कुणी तरी लिफ्टमध्ये अडकलं आहे तिकडे आमचे तंत्रज्ञ गेले आहेत. त्यामुळे थोडासा उशीर होऊ शकतो.''

''काही घाई नाही.'' फेन्स्टन सहज बोलल्यागत म्हणाला, ''सध्या या मजल्यावर कोणीच काम करत नाहीये आणि ऑफिस तर उद्या सकाळी सातशिवाय उघडणार नाहीय.''

''तेवढा वेळ लागणार नाही.'' सुरक्षा अधिकाऱ्यानं सांगितलं. ''पण तुमच्या परवानगीनं, तुम्हाला आम्ही 'आणीबाणी' ऐवजी 'प्राधान्यक्रम' या कक्षात बदलतो आहोत.''

''ठीक आहे. मला चालेल.'' फेन्स्टन अलार्मच्या आवाजामुळे ओरडून म्हणाला.

''पण ठरलेल्या वेळापेक्षा दुसऱ्याच वेळी बोलावल्याबद्दल तुम्हाला पाचशे डॉलर्स फी द्यावी लागेल.''

''ही फारच जास्त वाटते.'' फेन्स्टन म्हणाला.

''अशा केसेसमध्ये ती ठरलेली आहे सर,'' ड्युटी ऑफिसर म्हणाला. ''पण आपण स्वत: खालच्या डेस्कवर येऊन, अलार्मच्या वहीत नोंद केलीत, तर ती निम्मी म्हणजे अडीचशे डॉलर्स पडेल.''

''मी येतो.'' फेन्स्टन म्हणाला.

''पण आणखी एक मुद्दा आहे सर,'' ड्युटी ऑफिसर पुढे म्हणाला, ''तुम्ही

तसं केलंत तर तुमची केस नेहमीच्या दर्जात बसेल आणि आणीबाणी, तसंच प्राधान्यक्रमाच्या केसेस संपल्यावर तुमची बाब हातात घेतली जाईल.''

''माझी काही हरकत नाही.'' फेन्स्टन म्हणाला.

''मग तुम्ही निश्चिंत असा. इतरांच्या समस्या दूर केल्यानंतर लगेच तुमच्या समस्येवर कारवाई करण्यात येईल. जास्तीत जास्त चार तासांच्या आत.

''थँक्यू.'' फेन्स्टन म्हणाला, ''मी खाली येतो आणि रीतसर नोंद करतो.'' त्यानं रिसिव्हर खाली ठेवला.

कॉरिडॉरमध्ये येऊन तो आपल्या ऑफिस समोर थोडा थांबला. पिंजऱ्यात अडकलेल्या जनावराप्रमाणे लिपमनच्या ओरडण्याचा आणि पोलादी पडद्यावर जोरजोरात मारत असलेल्या धडकांचा आवाज गजराच्या आवाजात क्षीणपणे येत होता. फेन्स्टन लिफ्टमध्ये शिरला. लिफ्ट चार-पाच मजले खाली आली तरी तो गजर असह्य वाटत होता. खाली आल्यावर तो सरळ दर्शनी डेस्ककडे गेला.

''ओह् मि. फेन्स्टन,'' सुरक्षारक्षक म्हणाला, ''कृपया इथं सही करा. त्यामुळे तुमचे अडीचशे डॉलर्स वाचतील.'' फेन्स्टननं त्याला दहा डॉलर्सची नोट दिली. ''घाईची आवश्यकता नाही. बाहेर पडणारा मी सर्वांत शेवटचा आहे.'' त्यानं आश्वासित केलं आणि तो प्रवेशद्वाराकडे निघाला.

त्याच्यासाठी थांबलेल्या आपल्या गाडीत शिरण्यापूर्वी त्यानं आपल्या ऑफिसकडे वर पाहिलं होतं. तेव्हा त्याला खिडकीवर थापा मारताना छोटीशी आकृती दिसली होती. तो आत शिरताच ड्रायव्हरनं दार बंद करून घेतलं आणि तो आपल्या सीटवर बसला; पण तो गोंधळला होता. त्याच्या बॉसनं आताही डिनर जॅकेट घातलेलं नव्हतं.

❖

-४९-

साडेनऊच्या सुमारास जॅकनं आपली गाडी 'ब्रॉड स्ट्रीट' वर पार्क केली. त्यानं रेडिओ सुरू केला आणि एफ.एम.१०१.१ वरील 'कझीन ब्रुसी'चं गाणं ऐकत, लिपमनची वाट पाहत तो सीटला रेलून बसला. भेटीचं स्थळ लिपमननं निवडलं होतं. त्यानं जॅकला दहा ते अकराच्या दरम्यान भेटायचं कबूल केलं होतं आणि त्यावेळेस तो फेन्स्टनला अटक करण्याइतका पुरावा देणारा 'तो कॅमेरा' त्याच्या सुपूर्द करणार होता.

अर्धवट झोपेत, खऱ्या खोट्याच्या सीमेवर तरंगत असताना त्यानं तो अलार्म ऐकला. कायदा आणि सुव्यवस्था पाहणाऱ्या इतर अधिकाऱ्यांप्रमाणे जॅकला पण रुग्णवाहिका, पोलिसांची गाडी आणि अग्निशामक दलाची गाडी, या तिन्हींच्या सायरनमधला फरक क्षणार्धात समजत होता. हा सायरन रुग्णवाहिकेचा होता. बहुधा सेंट व्हिन्सेंटहून आलेल्या.

त्यानं आपलं घड्याळ पाहिलं. ११.१५ पी.एम. लिपमनला उशीर झाला होता. पण शंभरहून अधिक कागदपत्रांचे फोटो घ्यायचे असल्यामुळे त्याला उशीर होण्याची शक्यता त्यानं आधीच सांगितली होती. उच्च तंत्रज्ञानाने युक्त असलेला तो कॅमेरा कसा हाताळायचा हे एफ.बी.आय. तंत्रज्ञांनी लिपमनला नीट समजावून सांगितलं होतं, त्यामुळे येणारे फोटो नक्कीच चांगले असणार होते. दरम्यान, लिपमनचा फोन आला होता. त्यानं सात वाजल्यानंतर जॅकला त्याच्या ऑफिसमध्ये फोन केला होता. त्याला काही वेळापूर्वी फेन्स्टननं, असं काही सांगितलं आहे की कोणत्याही कागपत्रांपेक्षा ते खूप महत्त्वाचं आहे, असं त्यानं सांगितलं होतं. पण फोनवर त्यानं अधिक खुलासा करायचं टाळलं होतं. त्याला सांगण्याचा आग्रह करण्यापूर्वीच त्यानं फोन ठेवला होता. कबुलीजबाब देणारे, आपल्याकडे अशी काही माहिती आहे की

ज्यामुळे केस सहज उलगडेल, असा दावा नेहमीच करत असतात आणि आपली शिक्षा कमी व्हावी असा आग्रह एफ.बी.आय.कडे धरत असतात, हा पूर्वीचा अनुभव असल्यामुळे जॅक त्याच्यामागे जास्त लागला नव्हता. जोपर्यंत फेन्स्टन आणि क्रान्त्झ यांचा संबंध असल्याचा न खोडण्याजोगा पुरावा हाती मिळणार नव्हता तोपर्यंत आपल्या बॉसनं कोणत्याही म्हणण्याचा विचार केला नसता, हे जॅकला माहीत होतं.

सायरनचा आवाज आता आणखी मोठा होत होता. गाडीच्या बाहेर पडून जरा हात पाय ताणावेत असा त्यानं विचार केला. त्याचा रेनकोट बराच चुरगळलेला होता. त्यानं तो 'ब्रुक्स ब्रदर्स' कडून घेतला होता. त्यावेळेस आपण एफ.बी.आय.मध्ये आहोत हे प्रत्येकाला कळावं अशी इच्छा होती. जसजसा तो वर चढत गेला तसतशी ती कमी होत गेली होती. तो विभागीय प्रमुख झाला तर त्यानं नवीन रेनकोट घ्यायचा विचार केला होता. पण असा, की ज्यामुळे तो वकील किंवा बँकर दिसेल. त्याच्या वडिलांनाही ते आवडेल.

त्याच्या मनात पुन्हा फेन्स्टनबद्दल विचार आला. आधुनिक बँकर्सनी नैतिक जबाबदारीचं भान कसं ठेवलं पाहिजे हे सांगणारं त्याचं भाषण एव्हाना संपलं असेल. नंतर त्याला ॲनाची आठवण झाली. नाकामुरांना भेटण्यासाठी गेलेल्या ॲनानं एव्हाना अर्धा ॲटलांटिक पार केला असेल. तिनं त्याच्या सेलफोनवर मेसेज ठेवला होता. फेन्स्टनची पी.ए. म्हणून टिना त्याच्याकडे का नोकरी करत होती, हे आपल्याला कळलंय असं तिनं त्यात म्हटलं होतं. तिनं जेव्हा फोन केला तेव्हा लाईन बिझी आहे असं उत्तर मिळत होतं. पण पुन्हा उद्या सकाळी फोन करीन हे सांगणं तिला शक्य झालं होतं – जेमतेम ती विमानात चढण्यापूर्वी. तेव्हा लिपमनचा फोन चालू असणार. "मरो तो लिपमन!" जॅक वैतागला होता. न्यूयॉर्कच्या एका रस्त्याच्या कडेला थकलेला, भुकेलेला जॅक मध्यरात्री वाट पाहत होता. कॅमेरा घेऊन येणाऱ्या लिपमनची... अन् तो कुठे मेला होता कोण जाणे. त्याच्या वडिलांचं म्हणणं बरोबर होतं. त्यानं वकीलच व्हायला हवं होतं....

जॅक रस्त्याच्या शेवटपर्यंत सावकाश चालत गेला आणि लिपमन काम करत होता त्या बिल्डिंगकडे पाहिलं, बत्तिसाव्या मजल्याच्या जवळपास. बहुतेक सर्व इमारत काळोखात होती; पण साधारपणे मध्याच्या सुमारास असलेल्या एका मजल्यावर मात्र लाईट दिसत होते. त्यानं मजले मोजण्याचा प्रयत्न केला, पण अठराव्या पर्यंत पोहोचल्यानंतर त्याला संभ्रम पडला. पण तसंच मोजत गेल्यावर जिथे प्रकाश होता तो बत्तिसावाच मजला आहे असं त्याला वाटू लागलं. पण त्याला अर्थ नाही. लिपमन जिथे असणार होता तिथे एकच लाईट असणार होता. आपल्याकडे लक्ष वेधून घ्यायला तो कधीच तयार झाला नसता.

जॅकनं रस्त्याच्या पलीकडे पाहिलं. एक रुग्णवाहिका त्या बिल्डिंगच्या दारासमोरच उभी राहिली. त्याचं मागचं दार उघडलं गेलं. त्यातून तीन शिकाऊ डॉक्टर– दोन पुरुष आणि एक बाई बाहेर पडले. त्या सर्वांचे पोशाख परिचयाचे – निळ्या रंगाचा गणवेश – होते. एकानं स्ट्रेचर बाहेर काढलं. दुसऱ्यानं ऑक्सिजन सिलिंडर तर तिसऱ्यानं भरलेली मेडिकल बॅग. ते सर्व पायऱ्या चढून बिल्डिंगमध्ये शिरले.

जॅकनं आपली नजर रिसेप्शन डेस्ककडे वळवली. एक रक्षक त्याच्या हातातल्या पॅडवरचा मजकूर दुसऱ्याला – तो आकर्षक सूट घातलेला वयस्कर माणूस होता – दाखवत होता. दुसरा त्याचा वरिष्ठ असावा असं दिसत होतं. आणखी एक रक्षक टेलिफोनवरून बोलत होता. काही लोक इकडून तिकडे ये-जा करत होते, पण त्यात आश्चर्य वाटण्याचं काहीच कारण नव्हतं. कारण ते शहराच्या अशा मध्यवर्ती भागात होते की जिथे चोवीस तास आर्थिक घडामोडी सुरू असत. बहुतांश अमेरिकन झोपेत असताना सिडने, टोकियो, हाँगकाँग आणि लंडन या शहरांशी पैशाची देवाण-घेवाण सुरू होती. दुसऱ्या देशातल्या वेळांवर, काही अमेरिकनांचं आयुष्य अवलंबून होतं.

जॅक आपल्या विचारात असताना त्यानं लिफ्ट खाली आलेली पाहिली. त्यातनं ते तीन शिकाऊ डॉक्टर बाहेर पडले. त्यातल्या दोघा पुरुषांनी, रुग्ण असलेलं स्ट्रेचर धरलं होतं, तर स्त्री डॉक्टरच्या हातात ऑक्सिजनचा सिलिंडर होता. ते दाराकडे जात असताना सर्व बाजूला सरून त्यांना जागा करून देत होते. जवळून पाहण्यासाठी जॅक पुढे गेला. आता आणखी एका सायरनचा आवाज आला. तो एन.वाय.पी.डी.चा– पोलिसांच्या गाडीचा होता. अर्थात ती इथेच येत असेल असं निश्चित म्हणता येत नव्हतं. पण शक्यता वाटत होती.

जॅकनं आपलं लक्ष स्ट्रेचरवर केंद्रित केलं. ते तीन डॉक्टर त्यांच्या रुग्णाला घेऊन बाहेर येण्याअगोदरच तो प्रवेशद्वाराशी उभा राहिला. टॉर्चसारखा एखादा प्रकाश पडल्यानंतर डोळ्यांची जशी अवस्था होते. तशी अवस्था झालेल्या, पांढराफटक चेहरा झालेल्या रुग्णाकडे जॅकनं पाहिलं. त्याच्याजवळून स्ट्रेचर पुढे नेण्यात आलं तशी त्याला रुग्णाची ओळख पटली.

त्यानं त्वरित निर्णय घेण्याची आवश्यकता होती. त्यानं रुग्णवाहिकेच्या पाठोपाठ जावं की बत्तिसाव्या मजल्यावर? पोलीस सायरनचा आवाज आता असा येत होता की ती इकडेच येत होती हे निश्चित. त्यानं काही क्षणच रुग्णाच्या चेहऱ्याकडे पाहिलं होतं आणि त्याचवेळी त्याच्या लक्षात आलं होतं की, लिपमन आता कोणाशीही बराच काळपर्यंत बोलू शकणार नव्हता. तो बिल्डिंगमध्ये शिरला, तेव्हा सायरनचा आवाज वाढायला लागला होता. पोलीस पोहोचण्या अगोदर, त्याला काही मिनिटंच मिळणार होती. एफ.बी.आय.चा बॅज दाखवण्यापुरता तो रिसेप्शनजवळ थांबला होता.

"तुम्ही लवकर पोहोचलात," तिथला रक्षक म्हणाला. तो पुढे काही बोलण्या

अगोदरच जॅक लिफ्टकडे धावला. दार बंद होण्यापूर्वी जेमतेम अर्धा सेकंद तो आत शिरला होता. त्यानं बत्तिसाव्या मजल्याचं बटण दाबलं. कॉरिडॉरमध्ये बाहेर पडताच कुठून प्रकाश येतो आहे हे त्यानं पाहिलं अन् तो सरळ तिकडे गेला. तिथल्या ऑफिसमध्ये एक रक्षक आणि दोन तंत्रज्ञ तसेच एक सफाई कामगार त्यांच्या लाल डगल्यात उभे असलेले त्यानं पाहिलं.

''तुम्ही कोण? आणि कसे वर आलात?'' सुरक्षारक्षकानं विचारलं.

''एफ.बी.आय.'' आपला बॅज दाखवत, पण नाव लपवत जॅक म्हणाला. तो त्या ऑफिसमध्ये शिरला तसा त्याला फेन्स्टन, जॉर्ज बुश यांच्याशी हस्तांदोलन करत असतानाचा मोठा फोटो टेबलामागच्या भिंतीवर दिसला. तो फोटो भिंतीवर अगदी उठून दिसत होता. त्यानंतर त्यानं खोलीवरून नजर फिरवली आणि त्याला हवी ती वस्तू दिसली. टेबलाच्या मधोमध. आजूबाजूला पसरलेल्या कागदांच्या ढिगाऱ्यात. एका उघडलेल्या फाईलच्या कव्हरखाली. ती वस्तू इतर कोणाला सहजासहजी दिसली नसती.

''काय झालं?'' त्यानं अधिकारवाणीनं प्रश्न केला.

''एकजण ह्या ऑफिसमध्ये तीनेक तास तरी अडकला होता. ह्यात आमचा काही दोष नाही.'' त्यांच्यातला एक तंत्रज्ञ लगेच म्हणाला, ''सावकाश कारवाई केली तरी चालेल असं आम्हाला सांगण्यात आलं होतं. आणि तशी लेखी सूचना आमच्याकडे आहे, नाहीतर आम्ही लवकर येऊ शकलो असतो.''

अलार्म कोणी बंद केला होता हे त्याला विचारण्याची आवश्यकता नव्हती. त्यानं लिपमनला त्याच्या नशिबावर सोडलं. तो टेबलाजवळ गेला. त्याचे डोळे, पडलेल्या कागदात काही सापडतं का, ते तपासत होते. त्यानं मान वर करून पाहिलं तसे ते चौघेही त्याच्याकडे रोखून पाहत असल्याचं त्याला आढळलं. जॅकनं सुरक्षारक्षकाकडे सरळ पाहून सांगितलं, ''लिफ्टजवळ जा आणि पोलीस आले की सरळ त्यांना माझ्याकडे घेऊन ये.'' ते ऐकून तो लगेच लिफ्टकडे निघाला. उरलेल्या तिघांकडे रोखून पाहत जॅकनं त्यांना आज्ञावजा सुरात सांगितलं. ''आणि तुम्ही तिघंही बाहेर थांबा. ही गुन्ह्याची जागा ठरण्याची शक्यता आहे. कोणत्याही पुराव्यात ढवळढवळ व्हायला नको.'' ते तिघेही जाण्यासाठी वळले. जॅकनं टेबलावरची ती वस्तू – कॅमेरा – आपल्या रेनकोटच्या खिशात टाकली.

त्यानं फेन्स्टनच्या टेबलावरचा फोनचा रिसिव्हर उचलला. डायल टोन येत नव्हता. कोणीतरी लाईन तोडली असावी किंवा बंद केली असावी. ज्यानं पुन्हा अलार्म सुरू केला, त्यानेच ते केलं असावं यात शंका नव्हती. जॅकनं खोलीतल्या कोणत्याही वस्तूला हात लावला नाही. तो कॉरिडॉरमध्ये आला आणि बाजूच्या खोलीत– टिनाच्या ऑफिसमध्ये शिरला. तिथल्या टेबलाच्या कोपऱ्यावरचा स्क्रीन

फेन्स्टनच्या ऑफिसमधली दृश्यं अजूनही दाखवत होता. फेन्स्टननं केवळ लिपमनच्या हालचालीच न्याहाळल्या नव्हत्या, तर त्यावर कारवाई करून, लिपमनचा राक्षसी सूड घेतला होता.

जॅकची नजर स्विच बोर्डवर गेली. त्यातलं एक बटण त्यानं वर केलं. त्याबरोबर चमचमणारा नारिंगी रंगाचा छोटा दिवा लागला, टेलिफोन लाईन सुरू झाल्याचं स्वच्छ लक्षण होतं ते. लिपमननं बाहेर कुणाशी संपर्क साधू नये म्हणून फेन्स्टननं लाईन बंद केली असावी. फेन्स्टननं ज्या टेबलाशी बसून हे सर्व ठरवलं त्या टेबलाकडे जॅकनं पाहिलं. कोणतीही चूक राहू नये म्हणून काय करायचं त्याची यादीही त्यानं लिहून ठेवली होती असं दिसलं.

एन.वाय.पी.डी.च्या अधिकाऱ्यांना दिसतील असे सर्व पुरावे तिथं होते. त्याचा काय अर्थ काढायचा तो ते काढतील. तो स्विच, टेबलावर पडलेली हातानं लिहिलेली यादी आणि अलार्म बंद करण्याची वेळ, या सर्व गोष्टींवरून कोणत्याही हुषार तपासनीसाला, फेन्स्टनला अटक करून त्याच्याकडून सत्य वदवून घ्यायला हरकत नव्हती, पण फेन्स्टननं निराश होऊन कधीही कबूल केलं नसतं. जॅकला विषाद वाटला.

लिफ्टचं दार उघडलं आणि ''माझ्या पाठोपाठ या.'' असे शब्द जॅकनं ऐकले. पोलीस आले हे त्याला कळलं. त्याचं लक्ष परत त्या स्क्रीनकडे गेलं. फेन्स्टनच्या ऑफिसमध्ये गणवेशातले दोघे आणि ते चौघे त्याला दिसले.

जॅक त्या बाजूच्या ऑफिसमधून हळूच बाहेर पडला आणि लिफ्टकडे गेला. तो लिफ्टच्या दाराशी पोहोचला त्याच वेळेस ऑफिमधून बाहेर पडलेल्या एका पोलीस अधिकाऱ्यानं त्याला पाहिलं. तो ओरडला ''हेऽऽ यू.'' जॅक आपला चेहरा दिसू नये म्हणून बाजूला वळला. पण त्याआधीच त्यानं डाऊनचं बटण दाबलेलं होतं अन् लिफ्ट खाली पोहोचेपर्यंत बटणावरचं बोटही त्यानं उचललं नव्हतं. तीस सेकंदात तो खाली आला होता. रिसेप्शन पार करून पायऱ्या उतरून तो आपल्या पार्क केलेल्या गाडीच्या दिशेनं निघाला.

आपल्या गाडीत बसून त्यानं इंजिन सुरू केलं, तसं इमारतीबाहेर आलेल्या पोलिसाला त्यानं वळणावर पाहिलं. त्यानं आपली गाडी झटकन वळवून सेंट व्हिन्सेंट हॉस्पिटलकडे घेतली.

◆◆◆

''गुड आफ्टरनून, सद्बीज.''

''मि. पॉल्टिमोर, प्लीज.''

''कोण बोलता आहात म्हणून सांगू मॅडम?''

''लेडी वेण्टवर्थ.''

मार्क पॉल्टिमोरनं काही क्षणांतच फोन उचलला.

"आपला फोन आल्याचा आनंद वाटला ॲराबेला बाईसाहेब." मार्क म्हणाला, "आपण काही घेणार, की विकणार आहात?" किंचित चेष्टेच्या सुरात त्यानं विचारलं, पण तिच्या बोलण्यातले मुद्दे लिहून घेण्यासाठी त्यानं पॅड पुढे ओढलं.

ॲराबेलाच्या पुढच्या प्रश्नाला उत्तर देताना त्यानं सांगितलं, "सद्बीजला रुजू होण्यापूर्वी विक्रेता म्हणून काम करत होतो तेव्हा मी पहिल्या दशलक्ष डॉलर्ससाठी १० टक्के कमिशन घेत असे आणि चित्राची किंमत त्यापेक्षा अधिक होत असेल तर विकणाऱ्याशी चर्चा करून ते ठरवत असे."

"आणि मी वेण्टवर्थचं व्हॅन्गॉग विकायला काढलं असतं, तर तू किती कमिशनला राजी झाला असतास?"

आपल्या चेहऱ्यावरचे भाव ॲराबेलाला दिसू शकत नाही याचा मार्कला आनंद वाटला होता. तो भानावर आला. रक्कम सुचवण्यापूर्वी तो म्हणाला, "तुम्ही सद्बीज तर्फे लिलावासाठी चित्र देणार असाल तर आम्ही तुम्हाला कोणतीही रक्कम आकारणार नाही. अखेरच्या बोलीत जी रक्कम मिळेल ती सर्व तुम्हाला मिळेल याची मी खात्री देतो."

"पण मग तुम्ही फायदा कसा मिळवता?" ॲराबेलानं विचारलं.

"आम्ही खरेदीदाराकडून तो मिळवतो." मार्कनं खुलासा केला

"मी खरेदीदार आधीच मिळवला आहे," ॲराबेला म्हणाली. "पण तुझ्या सल्ल्याबद्दल मी आभार मानते." ॲराबेलानं फोन खाली ठेवला.

१/२५

-५०-

क्रान्त्झ रस्त्याच्या कोपऱ्यावर वळली. फुटपाथवरची गर्दी पाहून तिला बरं वाटलं होतं. सुमारे शंभर यार्ड चालल्यानंतर ती एका छोट्या हॉटेलसमोर थांबली. तिनं चोहोबाजूला पाहिलं आणि आपला कोणी पाठलाग करत नाही याची तिनं खात्री करून घेतली.

झुलत्या दारातून ती आत शिरली आणि रिसेप्शन ओलांडून ती पुढे निघाली, व्यवस्थापकाकडे लक्ष न देता. बहुधा अमेरिकेहून आलेल्या एका पर्यटकाशी तो बोलत होता. तिची नजर भिंतीलगतच रिसेप्शनच्या डाव्या बाजूला असलेल्या कपाटांकडे होती. क्रान्त्झ थोडं थांबली. रिसेप्शनवरची तिन्ही माणसं आपल्या कामात गुंतली आहेत हे पाहून ती पुढे झाली.

आपल्यामागे नजर टाकून दुसरं कुणी लॉकर उघडायला येत नाहीय, याची खात्री करून घेऊन ती त्वरेनं पुढे झाली अन् मागच्या खिशातून तिनं एक किल्ली काढली. लॉकर क्र. १९ उघडून तिनं आत पाहिलं. सर्व काही जसंच्या तसं होतं. लॉकरमधून तिनं सर्व नोटा आणि दोन पासपोर्ट काढून आपल्या खिशात सारले. लॉकर बंद करून, कुणाशीही न बोलता आल्या वाटेनं परत जाऊन, ती हर्झन रस्त्यावर बाहेर पडली.

तिनं टॅक्सी बोलावली. कम्युनिस्ट जेव्हा तिला व्यापार शिकवत होते, त्या काळात तिला टॅक्सी करणं शक्य होत नसे. 'चेरियोमुस्की' विभागातल्या एका बँकेचा पत्ता तिनं ड्रायव्हरला सांगितला आणि ती सीटला रेलून बसली. तिच्या मनात कर्नल सरजेई स्लेटिनरूचा विचार आला, अगदी काही क्षणांपुरता. त्याचा डावा कान कापता आला नाही, याचीच तिला खंत वाटत होती. रोमेनियाच्या आठवणीदाखल पेट्रेस्कूला 'ती' छोटीशी भेट देणं क्रान्त्झला आवडलं असतं. तिच्या मनात

पेट्रेस्कूबद्दल झालेल्या अपेक्षाभंगापेक्षा एक वेगळीच भावना निर्माण झाली होती. त्याचा विचार ती नंतर करणार होती. त्या आधी तिला रशियातून निसटण्यावर लक्ष केंद्रित करणं भाग होतं.

बुखारेस्ट मधल्या नवशिक्यांना गुंगारा देऊन पळणं सोपं होतं. पण रशियातून इंग्लंडला सुरक्षित मार्गानं जाणं तितकंच अवघड होतं. बेटं ही नेहमीच प्रश्न निर्माण करतात. पाणी पार करणं, डोंगर पार करण्याइतकं सोपं नव्हतं. हॉस्पिटलमधून पळाल्यापासून केलेल्या सततच्या प्रवासानंतर, आज पहाटे जेव्हा ती रशियाच्या राजधानीत शिरली होती, तेव्हा ती थकून गेली होती.

क्रान्त्झ हायवेला पोहोचली त्याआधीच सायरनचा आवाज बंद झाला होता. पण हॉस्पिटलचं आवार प्रकाशानं न्हाऊन निघालेलं तिनं पाहिलं. एका ट्रक ड्रायव्हरनं तिला सीमेपर्यंत आणून सोडलं होतं. तिला त्यासाठी, त्याच्याशी दोनदा संग करावा लागला होता. वास्तविक तो इतक्या लवकर मरायला पात्र नव्हता. पण तिचा नाइलाज होता. त्यानंतर रेल्वे, मग विमान, आणखी तीनशे डॉलर्स आणि सतरा तास खर्च करून, ती मॉस्कोला येऊन पोहोचली होती. त्यानंतर ती लगेच इशा हॉटेलकडे निघाली होती. तिचा तिथे राहण्याचा अर्थातच विचार नव्हता. तिला फक्त तिथल्या लॉकरमधून, दोन पासपोर्ट आणि काहीशे रुबल्स घ्यायचे होते.

मॉस्कोला तिला एकाकी वाटत होतं. त्यामुळे अमेरिकेला परतेपर्यंत रात्रीचा उपयोग थोडं भटकून पैसे कमावण्याकरिता करण्यास हरकत नाही, असा विचार तिनं केला होता. रशियामध्ये, अमेरिकेच्या मानानं खूप स्वस्ताई होती. मृत्यूसहित सर्वच गोष्टींची. त्यामुळे मारेकऱ्यांचे दरही कमी होते. बायकोसाठी ५००० डॉलर्स तर नवऱ्यासाठी १०,००० हजार. रशियनांना समान हक्क मान्य नव्हते हा त्याचा सरळ अर्थ होता. के.जी.बी.च्या कर्नलला मारून फक्त ५०,००० डॉलर्स मिळत होते. त्याउलट माफिया बॉसला मारून अमेरिकेत क्रान्त्झ १,०००,०० डॉलर्स कमावू शकत होती. फेन्स्टननं बोलल्याप्रमाणे जर दोन दशलक्ष डालर्स जमा केले असतील, तर कंटाळलेल्या रशियन बायकांना आणि नवऱ्यांना, ती पुन्हा परत येईपर्यंत थोडं थांबावं लागणार होतं एवढंच. रशियानं आता थोडं उदारमतवादी होऊन, काही बाबतीत खाजगीकरण सुरू केलं होतंच. त्यामुळे तिथं नव्यानं निर्माण झालेल्या राज्यकर्त्यांपैकी, एखाद्याला आपली संपूर्ण सेवा देऊ करून तिथं राहणं क्रान्त्झला चालणार होतं. अमेरिकेत तिला जो धोका होता तसा रशियात नव्हता.

तिला खात्री होती, की त्या दोघांपैकी कोणीतरी एक न्यूयॉर्कला क्विन्स भागात असलेल्या लॉकरमधून, तिने बाजूला काढून ठेवलेल्या डॉलर्सचा उपयोग करणार. मग त्या परिस्थितीत, तिथं कधीच जाण्याची गरज लागणार नव्हती.

बँकेच्या प्रवेशद्वाराशी तिची टॅक्सी थांबली. तिनं ड्रायव्हरला पैसे दिले आणि

तो दिसेनासा होईस्तोवर ती तिथेच थांबली अन् मग तिने बँकेत प्रवेश केला. त्या बँकेला आपल्या ग्राहकांची संख्या मोजकीच असण्यात गर्व वाटत होता. बँकेच्या प्रवेशद्वारावर, कोपऱ्यावर नक्षीकाम असलेल्या संगमरवरी दगडावर, जी आणि झेड अशी अक्षरं कोरलेली होती.

कम्युनिझमचा बव्हंशी त्याग केल्यानंतर, राजकीय पुढारी, गुंड असलेले व्यापारी, फुटबॉल खेळाडू किंवा पॉप स्टार ही सर्व मंडळी आता चिल्लर वाटावी, अशी भांडवलदार आणि सुपर स्टार्सची नवीन पिढी रशियात उदयाला आली होती. या पिढीतले खास लोक या बँकेचे ग्राहक होते आणि या पिढीला आपली सेवा देणं हे बँकेचं वैशिष्ट्य होतं. बँकेचे बरेच ग्राहक अत्यंत नावाजलेले होते आणि सर्वच एकमेकांना नावानं ओळखत होते. पण बँक सर्वांनाच नंबराने ओळखत होती.

महत्त्वाचं म्हणजे, ग्राहकांना ते सोयीचं होतं. त्या पद्धतीत त्याचं नाव गुप्त राहत होतं. कोणाकडे किती संपत्ती आहे हे नावानं उघड होण्यापेक्षा, नंबरानं उघड झाली तर त्यात गुप्तता राहत होती. ती त्यांच्या दृष्टीने महत्त्वाची होती.

जुन्या पद्धतीच्या लाकडी काउंटरकडे क्रान्त्झ गेली. त्याला ग्रिल नव्हतं. त्यासमोर रांग लागलेली नव्हती. काउंटरमागे उत्कृष्ट ग्रे सूट, पांढरा शर्ट आणि प्लेन सिल्क टाय लावलेल्या लोकांची एक छोटी रांगच होती. जिनीव्हा आणि झुरीचला शोभण्यासारखं प्रत्येकाचं व्यक्तिमत्त्व होतं. शांतपणे ते ग्राहकांना आपली सेवा देत होते.

"मी आपली काय सेवा करू शकतो?" क्रान्त्झनं ज्या क्लार्कची निवड केली होती, त्यानं तिला ती समोर उभी राहताच विचारलं होतं. ती कोणत्या दर्जात बसत असेल याचा तो विचार करत होता. एखाद्या माफिया बॉसची बायको, की भांडवलदाराची मुलगी? ती पॉप स्टार दिसत नव्हती हे नक्की.

"एक-शून्य-सात-दोन-शून्य-नऊ-पाच-नऊ." तिनं क्रमांक सांगितला. त्यानं तो संकेतांक कॉम्प्युटरमध्ये भरला. त्यावर जमा असलेली रक्कम पाहताच त्याला तिच्यात जरा रस वाटला.

"जरा आपला पासपोर्ट दाखवाल का?" त्यानं विनंतीवजा प्रश्न केला.

इशा हॉटेलच्या लॉकरमधून काढल्यापैकी एक पासपोर्ट तिनं पुढे केला अन् विचारलं. "माझ्या खात्यावर किती पैसे आहेत?"

"किती असावेत असं वाटतं?" त्यानं सरळ उत्तर दिलं नाही.

"दोन दशलक्ष डॉलर्स पेक्षा थोडे जास्त." ती म्हणाली.

"मग आता आपण किती काढू इच्छिता?" त्यानं प्रश्न विचारला.

"दहा हजार डॉलर्समध्ये आणि दहा हजार रुबल्समध्ये."

त्यानं काऊंटरखाली असलेला एक ट्रे ओढला. त्यातून नोटा काढून तो

सावकाश मोजू लागला. ''ह्या खात्यामधून बराच काळ काही व्यवहार झालेला दिसत नाही.'' त्यानं अंमळ साहस करून विचारलं.

''नाही झाला,'' तिनं मान्य केलं, ''पण यापुढे बऱ्याच वेळा होईल. कारण आता मी मॉस्कोला आले आहे.'' तिनं कारण नसताना खुलासा केला.

तिच्या पुढ्यात त्यानं प्लॅस्टिक पिशवीत बंद केलेल्या नोटांची दोन पुडकी ठेवली अन् म्हणाला, ''तुमची सेवा करण्याची संधी मला मिळावी याची मी वाट पाहीन.''

तिनं नोटांची दोन्ही पुडकी जीनच्या आतल्या खिशात ठेवली. ह्या बँकेचं एक बरं होतं, कुठलाही कागदोपत्री व्यवहार नाही. कुठे स्लीप नाही, सही नाही, काही नाही. फक्त कोड नंबर सांगायचा की मागितलेल्या नोटांची बंडलं मिळणार. ती सुद्धा अशी की त्या कुठून आल्या याचा काहीही मागमूस नाही. बँकेत काही व्यवहार झाला आहे याचा काहीही पत्ता लागणार नाही.

क्रान्त्झ बँकेच्या बाहेर पडली आणि तिनं उपलब्ध असल्यापैकी तिसरी टॅक्सी घेतली.

''द काल्स्टर्न.'' तिनं टॅक्सी ड्रायव्हरला पत्ता सांगितला आणि ती सीटवर रेलून बसली. योजनेच्या दुसऱ्या भागावर तिला आता विचार करायचा होता.

फेन्स्टननं ठरलेल्या सौद्याचा एक भाग पूर्ण केला होता. तिला आणखी दोन दशलक्ष डॉलर्स मिळवायचे, तर तिला सौद्याचा दुसरा भाग पूर्ण करणं आवश्यक होतं. मिळालेले दोन दशलक्ष डॉलर्स ठेवून गप्प बसावं आणि इंग्लंडला जाण्याची जोखीम घेऊ नये असा विचार क्षणभर तिच्या मनात आला होता. पण क्षणभरच. फेन्स्टननं अजूनही के.जी.बी.शी संबंध ठेवले आहेत आणि यापेक्षा कितीतरी स्वस्तात तिला नाहीसं करण्यात त्यांना आनंद वाटणार होता, हे तिच्या लगेच लक्षात आलं आणि तो विचार तिनं बाजूला सारला होता.

दहा मिनिटांनंतर टॅक्सी तिनं सांगितलेल्या स्थळी पोहोचली. तिनं ड्रायव्हरला चारशे रुबल्स दिले आणि सुटे मिळण्याची वाट न पाहता ती चालू लागली. पर्यटकांच्या एका गटात ती सामील झाली. पर्यटक तिथल्या दुकानाच्या शोकेसेसमध्ये ठेवलेल्या वस्तू गर्दी करून पाहत होते. मायदेशी परत जाताना आपण कम्युनिस्टांच्या दुष्ट देशाला भेट दिली होती त्याचा पुरावा म्हणून ते काहीतरी भेटवस्तू पाहत होते. मध्यवर्ती शोकेसमध्ये कम्युनिझमची आठवण म्हणून ठेवलेल्या खास वस्तूंचा एक संच, अतिशय लोकप्रिय होता. चार मानचिन्हं असलेल्या जनरलचा गणवेश, त्या सोबत असणाऱ्या कॅप, पट्टा, पिस्तुलाची केस आणि पदकांच्या तीन रांगा, या सर्वांसह. त्याची किंमत दर्शवलेली नव्हती पण क्रान्त्झला ती माहीत होती. त्या गणवेशाचा सध्या चालू असलेला दर फक्त वीस डॉलर्स होता. जनरल नंतर

ॲडमिरल. त्याचा संपूर्ण गणवेश पंधरा, त्यानंतर त्याच्या पाठचा के.जी.बी.चा कर्नल दहा डॉलर्स. पर्यटकांना, आपण यापूर्वी मॉस्कोला आलो आहोत हे कळू देण्याची आवश्यकता क्रान्त्झला वाटली नाही. तिला हव्या असणाऱ्या गणवेशाची मागणी, पर्यटकांपैकी कुणीही केली नसती हे मात्र निश्चित.

क्रान्त्झनं दुकानात प्रवेश केला. तशी एक तरुण विक्रेती पुढे झाली अन् म्हणाली, "मी आपल्याला काही मदत करू शकते का?"

"मला तुझ्या मालकाशी खाजगी बोलायचं आहे," क्रान्त्झनं सांगितलं. ती मुलगी थोडावेळ घुटमळली. क्रान्त्झची रोखून पाहणारी नजर तिला जाणवली. अखेर ती म्हणाली, "कृपया, माझ्या पाठोपाठ या." ती क्रान्त्झला दुकानाच्या मागच्या भागात घेऊन गेली आणि एका छोट्या ऑफिसचं दार तिनं हळुवार ठोठावलं.

खोलीतल्या टेबलामागे विटकरी रंगाचा ढगळ सूट घातलेला एज जाडजूड मनुष्य बसलेला होता. त्यानं घातलेला लाल शर्ट कित्येक दिवसांत धुतलेला नव्हता असं वाटत होतं. त्यानं त्याचं वरचं बटण उघडून ठेवलेलं होतं. समोरच्या टेबलावर बराच पसारा होता. काही कागद, सिगारेटची रिकामी पाकिटं आणि अर्धवट खाल्लेलं सलामी सॅण्डविच. पडलेल्या टकालामुळे आणि भरदार मिशांमुळे त्याचं वय ओळखणं कठीण असलं, तरी तोच या दुकानाचा मालक आहे हे मात्र सहज कळत होतं.

त्यानं आपले दोन्ही हात टेबलावर ठेवले आणि तिच्याकडे डोळे आंकुचित करत पाहिलं. तो क्षीणपणे हसला. क्रान्त्झनं मात्र फक्त त्याची दुहेरी हनुवटी आणि जाड गर्दन पाहिली. अशा माणसांबरोबर सौदा करणं फार कौशल्याचं असतं.

"मी आपली काय मदत करू शकतो?" असं त्यानं विचारलं खरं, पण त्याच्या स्वरावरूनच तिला मदत करावी असं त्याला वाटत नसल्याचं स्पष्ट होत होतं.

क्रान्त्झनं तिला काय हवंय ते नेमकं सांगितलं. त्यानं ते शांतपणे ऐकलं, पण त्याला धक्का बसला होता हे निश्चित. त्याला ती थट्टा वाटली अन् तो मोठ्यानं हसला.

"पण हे काम स्वस्तात होणार नाही," त्यानं अखेर म्हटलं, "आणि त्याला वेळही लागेल."

"मला आज दुपारपर्यंत तसा गणवेश हवा आहे." क्रान्त्झ म्हणाली.

"ते शक्य नाही!" आपले जड खांदे उडवून तो म्हणाला.

क्रान्त्झनं खिशातून नोटांचं पुडकं काढलं. त्यानंतर शंभर डॉलरची नोट त्याच्या समोर ठेवत ती म्हणाली, "आज दुपारपर्यंत."

मालकानं आपल्या भुवया उंचावल्या, पण नजर बेंजामिन फ्रँकलीनकडे तशीच होती. "मला संबंधित व्यक्ती मिळू शकेल," तो म्हणाला.

क्रान्त्झनं आणखी एक नोट समोर ठेवली.

"तशा आदर्श व्यक्तीला मी ओळखतो."

"आणि मला तिचा पासपोर्टही लागेल." क्रान्त्झ म्हणाली.

"अशक्य आहे."

क्रान्त्झनं त्याच्या पुढ्यात दोनशे डॉलर्स ठेवले.

"मला असं वाटतं की काहीतरी व्यवस्था करता येईल," तो थोडा थांबला अन् पुढे म्हणाला, "योग्य किंमत मिळत असेल तर."

त्याचं सांगून झाल्यानंतर त्यानं आपल्या ग्राहकाकडे मान वर करून पाहिलं. हात मात्र पोटावर तसेच ठेवले होते.

"मला सर्व संध्याकाळपर्यंत मिळत असेल तर एक हजार डॉलर्स."

"मी व्यवस्थितपणे करीन." तो म्हणाला.

"करायलाच लागेल." क्रान्त्झ त्याच्याकडे डोळे रोखून म्हणाली. "कारण यानंतर दर पंधरा मिनिटांनी, माझे शंभर डॉलर्स संपणार आहेत." तिनं आपल्या घड्याळाकडे पाहिलं– दुपारचे दोन झाले होते. तो काही विरोध दर्शवणार होता; पण त्यानं स्वत:ला आवरलं. फायद्याचा सौदा कोण सोडणार?

❖

-५१-

ॲनाची टॅक्सी वेण्टवर्थ हॉलच्या प्रवेशद्वारातून आत शिरली तेव्हा वरच्या पायरीवर आपल्या उजव्या हातात बंदूक घेऊन उभ्या असलेल्या ॲराबेलाकडे पाहून तिला आश्चर्य वाटलं. ब्रुन्सविक आणि पिक्टन, तिचे दोन कुत्रे तिच्या बाजूला उभे होते. बटलरनं टॅक्सीचं दार उघडलं तशी ॲराबेला ॲनाचं स्वागत करण्यासाठी पुढे झाली. तिच्याबरोबर तिचे दोन कुत्रेही पुढे आले.

"तुला पाहून बरं वाटलं," ॲराबेला म्हणाली आणि तिनं तिच्या दोन्ही गालांचं चुंबन घेतलं, "तू अगदी चहाच्या वेळेवर आलीस." ती म्हणाली.

ॲराबेलाबरोबर पायऱ्या चढून घरात शिरताना, ॲनानं मध्येच दोन्ही कुत्र्यांच्या अंगावरून हात फिरवला. दरम्यान, दोन नंबरच्या त्या बटलरनं टॅक्सीतून तिची सूटकेस काढली होती. हॉलमध्ये शिरताच ॲनानं थोडा वेळ थांबून, सर्व चित्रांवरून नजर फिरवली.

"आपले पूर्वज आपल्या सोबत आहेत ही भावनाच किती छान आहे नाही?" ॲराबेला म्हणाली, "भले या देशातला त्यांचा हा शेवटचा वीकएंड असू दे."

"तुम्हाला काय म्हणायचं आहे?" ॲनानं भीतीनं व्याकूळ झालेल्या स्वरात विचारलं.

"फेन्स्टनच्या वकिलांचं हॅण्ड डिलिव्हरीनं पत्र आलंय. उद्या दुपारपर्यंत मी, त्याचं सर्व कर्ज फेडलं नाही, तर कुटुंबानं ठेवलेल्या सर्व गोष्टींना मला मुकावं लागेल, याची त्यांनी मला आठवण करून दिली आहे."

"संपूर्ण संग्रहच विकण्याचा त्याचा विचार आहे?" ॲनानं विचारलं.

"तसं दिसतंय." ॲराबेला म्हणाली.

"पण त्याला काही अर्थ नाही," ॲना म्हणाली, "त्यानं एकाच वेळी संपूर्ण चित्रसंग्रह विकायला काढला तर त्याच्या कर्जाच्या मूळ रकमेइतकीही रक्कम त्याला मिळणार नाही."

“मिळेल, त्या सोबत त्यानं वेण्टवर्थ हॉल विकायला काढला तर.” ॲराबेला म्हणाली.

“नाही, तो तसं करू.....” ॲनानं बोलायला सुरुवात केली.

“तो तसं करू शकतो,” तिला मध्येच तोडून ॲराबेला म्हणाली. “तेव्हा आता नाकामुरांना व्हॅन्‌गॉगची पडलेली भुरळ तशीच राहो एवढीच आशा आपण करू शकतो. खरं सांगायचं तर नाकामुरा ही माझी शेवटची आशा आहे.”

“ते मास्टरपीस असलेलं अप्रतिम चित्र आहे कुठे?” ॲराबेला तिला ड्रॉईंग रूममध्ये नेत असताना ॲनानं विचारलं.

“व्हॅन्‌गॉगच्याच बेडरूमध्ये, जिथं तो गेली शंभर वर्षं राहत होता. हिथ्रोला सहलीसाठी गेलेला एक दिवस सोडून.”

ॲराबेलानं तिची नेहमीची फायर प्लेसजवळची जागा घेतली. तसे तिचे दोन कुत्रे तिच्या दोन बाजूंना बसले. ॲना मात्र भिंतीवरून नजर टाकत, सावकाश पावलं टाकत चौथ्या अर्लनं गोळा केलेला इटालियन संग्रह आठवत होती.

“माझ्या इटालियनांनाही न्यूयॉर्कचा अनपेक्षित प्रवास करावा लागला, तरी त्यांनी कुरकुर करण्याचं कारण नाही.” ॲराबेला म्हणाली. “शेवटी त्यांची आणि अमेरिकनांची परंपरा सारखीच आहे.”

‘टिशन’(Titian) पाहता पाहता पुढे ‘व्हेरोनीज’कडे (Veronese) सरकलेली ॲना मोठ्यानं हसली अन् पुढे कॅराव्हागिओकडे (Caravaggio) आली. त्याचं ‘द मॅरेज ॲट कॅना’ हे चित्र पाहत असताना ती मागं गेली. पुन्हा चित्राजवळ आली अन् म्हणाली, “कॅराव्हागिओ किती उत्कृष्ट चित्रकार होता नाही? पण मी मात्र त्याला विसरूनच गेले होते.”

“तुला मृत इटालियनांमध्ये एवढा रस आहे, हे मला माहीत आहे, पण जिवंत आयरिशांमध्ये का नाही याचं मला कोडं पडलंय!” ॲराबेला म्हणाली.

तिच्या बोलण्याकडे ॲनाचं लक्ष नव्हतं असं नाही, पण ती अजूनही इटालियनांमध्येच गुंतली होती. म्हणून पटकन म्हणाली, “कॅराव्हागिओ आज जिवंत असता तर जॅक त्याच्या मागे लागला असता, माझ्या नाही.”

“म्हणजे काय?” ॲराबेला म्हणाली.

“दारूच्या धुंदीत झालेल्या भांडणात, त्यानं एका माणसाचा खून केला आणि शेवटची काही वर्षं लपून छपून पळण्यात त्यानं घालवली. पण जिथे जिथे तो जात असे, तिथले स्थानिक डच रहिवासी त्याच्याकडे काणाडोळा करीत असत. कारण ‘व्हर्जिन मदर’ आणि ‘ख्रिस्त चाईल्ड’ यावर त्यानं अनेक सुरेख चित्रं काढलेली आहेत, हे त्यांना माहीत होतं.”

“ॲना, तू माझी एक विलक्षण पाहुणी आहेस असंच मी म्हणेन.” ॲराबेला

म्हणाली, ''आता इथं ये आणि बस.'' काम करणारी सेविका आली. तिच्या हातात चांदीचा ट्रे होता. तिनं चहा बनवण्यापूर्वी ॲराबेलानं विचारलं, ''आता मला सांग, तुला कसा चहा हवाय भारतीय की चीन?''

''मला नेहमीच प्रश्न पडला आहे,'' ॲना म्हणाली, ''असं का विचारतात त्याचा? एकतर तो प्रश्न 'भारतीय की चिनी' असा किंवा 'भारत की चीन' असा विचारायला नको का?'' ॲराबेलाला प्रश्न पडला, 'याचं उत्तर काय द्यावं?' पण तेवढ्यात ॲण्ड्र्यूज आत आल्यामुळे संकट टळलं.

''बाईसाहेब, बाहेर एक मनुष्य एक पॅकेट घेऊन आला आहे. त्याला मी सांगितलं की व्यापाऱ्यांसाठी असलेल्या प्रवेशद्वारावर ते दे, पण तो म्हणतो की आपलीच सही लागेल.'' ॲण्ड्यूजनं सांगितलं.

''एक नवीन त्रास, सध्याच्या जगातला.'' ॲराबेला म्हणाली. ''पाहते त्या कटकट्यानं काय आणलंय ते.'' असं म्हणून ती ॲण्ड्र्यूजच्या पाठोपाठ बाहेर गेली.

ॲना जेव्हा तिन्तोरेत्तोचं 'परस्यूज ॲण्ड ॲन्ड्रोमेदा' पाहत होती, तेव्हा ॲराबेला आत आली. मघाशी चेहऱ्यावर असलेल्या हास्याऐवजी आता तिच्या चेहऱ्यावर कठोर भाव होते.

''काही गडबड आहे?'' ॲनानं विचारलं.

''त्या उर्मट माणसानं माझ्यावरच डाव उलटवलेला दिसतोय,'' ॲराबेला म्हणाली. ''बाहेर ये आणि तूच पाहा.''

ॲना तिच्याबरोबर हॉलमध्ये गेली. तिथं ॲण्ड्र्यूज आणि त्याच्या हाताखाली काम करणारा बटलर, असे दोघे मिळून एका लाल पेटीचं झाकण काढण्याचा प्रयत्न करत होते. ती लाल पेटी आपल्याला परत दिसणार नाही अशी ॲनाची कल्पना होती.

''माझा पाठलाग काही संपलेला दिसत नाहीय.'' ॲना म्हणाली

''तुझा पुरुषांवर फार प्रभाव पडतो असं वाटतं.'' ॲराबेला म्हणाली.

ॲण्ड्र्यूज आणि त्याच्या सहकाऱ्यानं पेटीच्या आतल्या वस्तूवरचं बबल प्लास्टिक काढलं आणि ॲण्टनच्या स्टुडिओत पाहिलेला कॅनव्हास त्यांच्या समोर आला.

''चला, हे बरंच झालं,'' ॲना म्हणाली, ''आता आपल्याला मूळ फ्रेममध्ये मूळ मास्टरपीस टाकता येईल.''

''पण याचं काय करायचं?'' त्या तोतयाकडे बोट दाखवत ॲराबेलानं विचारलं.

ॲण्ड्र्यूज दूरदर्शीपणे खाकरला. ''तुला काही सांगायचं आहे... हो नं, ॲण्ड्र्यूज?'' तिनं विचारलं. ''सांग, काय सांगायचं आहे ते.''

''तसं नाही बाईसाहेब,'' ॲण्ड्र्यूज म्हणाला, ''पण तुमचे दुसरे पाहुणे आताच येताहेत याची आठवण करून द्यायची होती.''

''ह्या माणसाला खरचं वेळेची जाण आहे.'' असं म्हणून ॲराबेलानं आरशात

पाहून आपले केस ठीकठाक केले, अन् मग तिनं त्याला विचारलं. "ॲण्ड्र्यूज, मि. नाकामुरांसाठी वेलिंग्टन रूम तयार करून ठेवलीयस नं?" आता ॲराबेलाचा आवाज नेहमीप्रमाणेच आला होता.

"होय बाईसाहेब आणि डॉ. पेट्रेस्कू व्हॅन्गॉग रूममध्ये."

"किती सुंदर!" ॲराबेला म्हणाली, "त्याची शेवटची रात्र तुझ्या सहवासात." ॲनाला हायसं वाटलं. किती लवकर ॲराबेला सावरली होती! नाकामुरांवर तिची छाप पडणार हे निश्चित होतं.

ॲण्ड्र्यूजनं पुढचं दार उघडलं आणि तो पायऱ्या उतरून वाळू पसरलेल्या भागापर्यंत आला. तेवढ्यात टोयोटा लेक्सस त्याच्या पायाशीच येऊन थांबली. ॲड्र्यूजनं लिमोझीनचं मागचं दार नाकामुरांसाठी उघडून धरलं. त्यांच्या हातात एक छोटं चौरसाकृती पॅकेट होतं.

"जपानी लोक नेहमी काहीतरी भेट घेऊन येतात," ॲना कुजबुजली, "पण कोणत्याही परिस्थितीत ते त्यांच्यासमोर उघडायचं नाही हे लक्षात ठेवा."

"ते सर्व ठीक आहे," ॲराबेला म्हणाली, "पण त्यांच्यासाठी माझ्याकडे काहीच नाहीय."

"परतभेट मिळण्याची त्यांची अपेक्षाही नसणार. तुम्ही त्यांना आपले पाहुणे म्हणून बोलावलंत, हाच ते सन्मान समजतील."

"हे एकून मला हायसं वाटलं," ॲराबेला म्हणाली. तोपर्यंत नाकामुरा दाराशी आले. "लेडी ॲराबेला," वाकून नाकामुरांनी अभिवादन केलं आणि म्हणाले, "आपल्या उत्कृष्ट प्रासादात आपण मला बोलावलंत हा मी माझा सन्मान समजतो."

"तसं नाही मि. नाकामुरा," ॲराबेला म्हणाली, "आपण येऊन या घराचा सन्मान केलाय." आपण हे बरोबर बोललो आहोत अशी तिला आशा होती.

तो जपानी अजून खाली वाकला. त्यानं सर्वत्र नजर फिरवली. त्याचं लक्ष लॉरेन्सनं केलेल्या वेलिंग्टनच्या पोर्ट्रेटकडे गेलं. तो त्याच्यासमोर आला.

"किती सुंदर आणि प्रमाणबद्ध!" नाकामुरांनी आपलं मत दिलं. ते पुढे म्हणाले, "वॉटर्लूला जाण्यापूर्वी ह्या महान माणसानं आदल्या रात्रीचं जेवण इथंच वेण्टवर्थ हॉलला केलं होतं ना?"

"हो, इथंच केलं होतं." ॲराबेलानं उत्तर दिलं. "आपली व्यवस्था त्याच खोलीत केली आहे आणि तुम्ही त्याच बेडवर झोपणार आहात, ज्यावर आयर्न ड्यूक त्या ऐतिहासिक वेळी झोपले होते."

नाकामुरा हसले अन् त्यांनी मान वळवून ॲनाकडे पाहिलं आणि वाकून अभिवादन केलं.

"तुम्हाला पुन्हा पाहून आनंद वाटतोय. डॉ पेट्रेस्कू." ते म्हणाले,

"तुम्हाला पाहून मलाही फार आनंद झालाय, नाकामुरा सान," ॲना म्हणाली, "आपला प्रवास चांगला झाला असेलच."

"हो. थँक्यू, आम्ही वेळेतही पोहोचलो हा एक बदल म्हणावा लागेल." ते म्हणाले. ॲनाला हसू आलं. त्यानंतर त्यांची नजर पुन्हा एकदा सर्व चित्रांवरून फिरली. ॲनाकडे वळून ते म्हणाले. "ॲना, मी कुठे चुकत असेन तर मला सांग. ही खोली इंग्लिश स्कूलला वाहिलेली आहे हे तर स्पष्ट दिसतंय. गेन्सबरो?" लेडी वेण्टवर्थ कॅथरीनचं पोर्ट्रेट पाहताना त्यांनी प्रश्न केला. ॲना आणि ॲराबेला दोघींनीही माना डोलावल्या. ते एकेका चित्रासमोरून जाऊ लागले. "लँडसीर, मोरलँड, रूमनी, स्टब्ज आणि नंतर... 'माझी दांडी उडाली' हे माझं वाक्य बरोबर आहे नं?"

"अगदी बरोबर आहे." ॲराबेला म्हणाली, "पण त्याचा अर्थ अमेरिकनांना कळणार नाही. तुमची दांडी लिलीनं उडवली आहे."

नाकामुरा हसून पुढे सरकले. "अहा, सर पीटर आणि किती सुंदर स्त्री. ह्या कुटुंबाचा हा विशेष गुण दिसतो." पुढचं पेन्टिंग पाहून ते म्हणाले.

"आणि मला वाटतं मि. नाकामुरा," ॲराबेला चेष्टेने म्हणाली, "तुमच्या कुटुंबाचाही फाजील स्तुती करणं हा विशेष गुण दिसतो."

नाकामुरा मोठ्याने हसले अन् पुढे म्हणाले, "लेडी ॲराबेला, आणखी पाहण्या-अगोदर विचारतो, तुमची प्रत्येक खोली अशीच चित्रांनी भरलेली आहे का? तसं असेल तर कोरस स्टीलच्या रुक्ष लोकांबरोबरची मीटिंग मला रद्द करावी लागेल." त्यानंतर नाकामुरांच्या नजरेनं, झाडून सर्व चित्रं पाहिली... व्हीटली, लॉरेन्स, वेस्ट आणि विल्की असं करत करत त्यांची नजर भिंतीलगत ठेवलेल्या त्या पोर्ट्रेटकडे वळली. नाकामुरांनी थोडा वेळ आपलं काहीही मत व्यक्त केलं नाही.

नंतर ते म्हणाले, "अतिशय उत्कृष्ट. हातात तेवढीच ताकद आहे, पण हात व्हॅन्‌गॉगचा नाही एवढंच."

"एवढं ठाम कसं सांगू शकता, नाकामुरा सान?" ॲनानं विचारलं.

"कारण, चुकीचा कान बॅण्डेजमध्ये आहे." नाकामुरांनी उत्तर दिलं.

"पण प्रत्येकाला माहीत आहे, की व्हॅन्‌गॉगनं आपला डावा कान कापला ते." ॲना म्हणाली. नाकामुरा वळले आणि हसून ॲनाला म्हणाले, "आणि व्हॅन्‌गॉगनं मूळ चित्र रंगवताना आरशात पाहून केलं, हे तुलाही चांगलं माहीत आहे ॲना. त्यामुळे बॅण्डेज चुकीच्या कानाला बांधलं गेलं."

"तुमच्यापैकी कोणीतरी, नंतर मला काय ते नीट समजावून सांगेल, अशी मी आशा करते." असं म्हणून ॲराबेला पाहुण्यांना घेऊन ड्रॉईंग रूमकडे निघाली.

❖

-५२-

क्रान्त्झ दुपारी दोन वाजता पुन्हा त्या दुकानात आली, पण त्या मालकाचा पत्ता नव्हता. ''येतील एवढ्यातच.'' असं तिथली विक्रेती म्हणाली खरं, पण तिचाही त्यावर विश्वास नव्हता असा तिचा सूर होता.

'एवढ्यातच'चा अर्थ अर्धा तास असा ठरला. त्या अवधीत ती विक्रेतीही कुठे गायब झाली होती कोण जाणे. शेवटी तो आला. त्याच्या हातातली फुगलेली प्लास्टिक पिशवी पाहून क्रान्त्झ खूष झाली. काहीही न बोलता क्रान्त्झ त्याच्या पाठोपाठ दुकानाच्या मागे असलेल्या त्याच्या ऑफिसमध्ये गेली. दार बंद करून घेतल्यावर त्याच्या जाडजूड ओठांवर हसू दिसलं.

आपल्या टेबलावर ती पिशवी ठेवून, थोडा वेळ थांबून त्यानं आतला लाल पोशाख बाहेर काढला. क्रान्त्झला हवा असलेला. ''ती तुझ्याहून थोडी उंच असेल, पण मी जादाचा सुईदोरा देण्याची फी आकारणार नाही.'' असं म्हणून त्यानं हसण्याचा प्रयत्न केला पण आपल्या गिऱ्हाईकाचा काही प्रतिसाद नाही, असं पाहून ओठ बंद केले.

क्रान्त्झनं तो गणवेश आपल्या खांद्यावर लावून पाहिला. जिचा तो असेल, ती क्रान्त्झपेक्षा तीन-चार इंचांनी नक्कीच उंच अन् थोडी जाडी असावी, पण त्यानं सांगितल्या प्रमाणे सुईदोऱ्यानं काम झालं असतं.

''आणि पासपोर्ट?'' क्रान्त्झनं विचारलं.

मालकानं पुन्हा पिशवीत हात घातला आणि एखाद्या जादूगारानं पोतडीतून ससा काढावा, अशा अविर्भावानं रशियन पासपोर्ट काढून तिच्या हातात ठेवला अन् म्हणाला, ''तिला तीन दिवसांची सुटी आहे. त्यामुळे हा नाहीसा झाला आहे हे तिला शुक्रवारपर्यंत कळणार नाही.''

"तोपर्यंत काम झालेलं असेल," असं म्हणून क्रान्त्झ पासपोर्ट काळजीपूर्वक पाहू लागली. सशा प्रेस्ताकाविच तिच्याहून तीन वर्षं लहान होती, आठ सेंटिमीटर उंच होती आणि ओळखण्याची कोणतीही विशिष्ट खूण तिच्या शरीरावर नव्हती. क्रान्त्झला पासपोर्ट पाहून कळलं. उंच टाचांचे बूट घालून उंचीचा प्रश्न सुटला असता. एखाद्या अतिउत्साही अधिकाऱ्यानं कपडे काढून तपासणी करण्याचा आग्रह धरला असता, तरच तिच्या खांद्यावरची जखम उघड झाली असती.

सशा प्रेस्ताकाविचचा फोटो जिथं होता, ते पान तिनं पाहिलं. तसा स्वतःवर खूष झालेला मालक आपलं हसू लपवू शकला नाही. आपल्या टेबलाच्या ड्रॉवरमधून एक पोलोराईड कॅमेरा काढणं ही त्यानं दाखवलेली पुढची चलाखी होती.

"स्माईल प्लीज," तो म्हणाला पण ती हसली नाही.

काही सेकंदांनंतर प्रिन्ट बाहेर आली. नंतर कात्री काढून, फोटो योग्य त्या आकारात कापून, पासपोर्टवरच्या पान तीनवर हवा तिथं चिकटवणं ही पुढची क्रिया त्यानं पूर्ण केली. प्लास्टिक पिशवीत एक धाग्याचं बंडल – सुई लावलेलं – टाकून, त्यानं त्याचं काम संपवलं. असं काम तो पहिल्यांदाच करत नव्हता हे त्याच्याकडे पाहत असलेल्या क्रान्त्झच्या लक्षात आलं. तिनं तो गणवेश आणि पासपोर्ट पिशवीत टाकला आणि त्याला आठशे डॉलर्स दिले.

"तुम्ही हजार म्हणाला होता." ते मोजून घेतल्यावर तो म्हणाला.

"तुम्ही तीस मिनिटं उशिरा आलात." क्रान्त्झ म्हणाली आणि निघण्यासाठी वळली.

"पुन्हा या कधी काही लागलं तर." त्यानं सूचित केलं.

क्रान्त्झ काहीच बोलली नाही. तिच्या व्यवसायात ती कुणालाही परत दुसऱ्यांदा भेटली नव्हती आणि भेटलीच, तर ती व्यक्ती पुन्हा कधीही तिला पाहू शकत नव्हती. पण हे त्याला सांगण्याचं काही कारणच नव्हतं.

रस्त्यावर आल्यावर, तिला आणखी ज्यांची गरज होती, त्या वस्तू घेण्यासाठी थोडं अंतर चालावं लागलं. तिनं साधे काळ्या रंगाचे, पण उंच टाचांचे बूट घेतले. ते तिच्या आवडीचे नव्हते, पण उद्देश साध्य करणारे होते. तिने त्याचे पैसे रुबल्स मध्ये दिले. दुकानातून बाहेर पडल्याबरोबर तिनं टॅक्सीला हात दाखवला.

टॅक्सी ड्रायव्हरला तिनं पत्ता सांगितला आणि नेमक्या कोणत्या प्रवेशद्वारावर सोडायचं ते समजावून सांगितलं. तिची टॅक्सी 'फक्त कर्मचाऱ्यांकरिता' अशी पाटी असलेल्या दाराजवळ थांबली. क्रान्त्झनं पैसे दिले आणि बिल्डिंगमध्ये शिरून सरळ स्त्रियांसाठी असलेल्या प्रसाधनगृहाकडे गेली. बाथरूममध्ये शिरून तिनं दार लावून घेतलं. नंतरची चाळीस मिनिटं ती आतच होती. दिलेल्या सुईदोऱ्याचा उपयोग करून तिनं गणवेशाची उंची दोनेक इंचानी आणि कंबरेची रुंदी पण जवळ जवळ

तितकीच कमी केली. वर जॅकेट घातल्यानंतर काही कळणार नव्हतं. तिनं आपले कपडे काढले आणि तयार झालेला गणवेश घालून पाहिला. एकदम फिट बसला नव्हताच पण सुदैवानं ती ज्या कंपनीचं काम करणार होती ती कपड्यांबद्दल एवढी काटेकोर नव्हती. आपले जुने बूट काढून, तिनं नवीन चढवले. आपले जुने कपडे, बूट वगैरे सर्व सामान पिशवीत भरलं आणि ती बाथरूमबाहेर पडली.

आता तिला तिची कंपनी शोधायची होती, ज्या कंपनीला ती थोड्या कालावधीसाठी का होईना आपली सेवा फुकट देणार होती. क्रान्त्झला चालताना जरा विचित्र वाटत होतं. तिला उंच टाचांची सवय नव्हती. तिच्यासारखाच गणवेश असलेल्या काउंटरवरच्या तरुणीकडे तिनं पाहिलं. ती सरळ तिकडे गेली.

"आपल्या लंडन फ्लाईटमध्ये एखादी सीट मिळू शकेल का?" तिनं विचारलं.

"काही अडचण नाही असं मला वाटतं." ती म्हणाली, "जरा तुमचा पासपोर्ट देता का?" क्रान्त्झनं नवीन मिळवलेला पासपोर्ट पुढे केला.

कंपनीच्या त्या तरुण प्रतिनिधीनं कॉम्प्युटरवर माहिती तपासली. 'सशा प्रेस्ताकाविच तीन दिवसांच्या रजेवर.'

"सर्व काही ओके दिसतंय," अखेर ती म्हणाली आणि तिनं तिला कर्मचाऱ्यांसाठी असलेला पास दिला. पण बजावून सांगितलं. "सर्वांत शेवटी प्रवेश मिळेल, माहीत आहे नं? कोणताही पॅसेंजर येणार नाही याची खात्री झाल्यावर."

क्रान्त्झ इंटरनॅशनल टर्मिनलकडे निघाली. कस्टम तपासणी झाल्यानंतर ती ड्यूटी फ्री शॉपमध्ये थोडा वेळ रेंगाळली. लंडनला जाणाऱ्या फ्लाईट क्र. ४१३ करता शेवटचा बोर्डिंग कॉल आला. तेव्हा ती गेटजवळ आली. शेवटचे तीन प्रवासी आत गेल्यानंतर ती पुढे झाली. पुन्हा एकदा तिचा पासपोर्ट पाहून कॉम्प्युटरवर सर्व पडताळणी झाली. कॉम्प्युटर स्क्रीनवर पाहत तिच्या कंपनीचा प्रतिनिधी म्हणाला, "सर्वच क्लासमध्ये जागा उपलब्ध आहेत. तुम्हाला निवड करायला संधी आहे."

"इॅकॉनामी क्लासची शेवटची रांग." ती म्हणाली.

त्यानं आश्चर्यानं तिच्याकडे पाहिलं. 'कोणताही क्लास उपलब्ध असूनसुद्धा?' असं त्याला म्हणायचं होतं, पण काहीही न बोलता त्यानं बोर्डिंग पास तिच्या हातात दिला. ती लंडनला जाणाऱ्या फ्लाईट क्र. ४१३ मध्ये चढली.

❖

-५३-

ॲना जिन्याच्या रुंद संगमरवरी पायऱ्या उतरत खाली येत होती. दर दोन-तीन पायऱ्यांनंतर ती बाजूच्या चित्रांकडे पाहत होती. उत्तमोत्तम चित्रकारांनी काढलेली चित्रं अनेक वेळा पाहूनही तिचं पोट भरत नव्हतं. त्याचवेळी तिनं आवाज ऐकला. ॲण्ड्र्यूज तिच्या बेडरूमचं दार उघडून हातात एक कॅनव्हास घेऊन येत होता. ती हसली.

सावकाश प्रत्येक चित्र पाहत ती उतरत होती. अखेरची पायरी उतरताना ती कॅथरिन लेडी वेण्टवर्थच्या पोर्ट्रेटकडे अनिमिष नेत्रांनी बराच वेळ पाहत राहिली. काळ्या, पांढऱ्या चौरस संगमरवरी फरशा असलेला हॉल ओलांडून ती ड्रॉईंग रूममध्ये शिरली.

ड्रॉईंग रूमच्या मधोमध ॲण्ड्र्यूजनं इझलवर ठेवलेल्या व्हॅन्‌गॉगवर तिची नजर पाहिल्यांदा गेली.

"तुला काय वाटतं?" चित्राकडे पाहत गुंगलेल्या ॲनाला तिच्या पाठोपाठ आलेल्या ॲराबेलानं विचारलं.

"तुम्हाला असं वाटत नाही का, की मि. नाकामुरांना हे जरा...." ॲनानं बोलणं अर्धवट सोडलं. आपल्या यजमानाला दुखावणं योग्य नाही या विचारानं.

"असंस्कृत किंवा निर्लज्जपणाचं वाटेल म्हणून? असंच म्हणायचं आहे ना तुला? की आणखी काही दुसरा शब्द आठवतोय?" ॲराबेला म्हणाली.

ॲना मोठ्यानं हसली.

"हसू नकोस. हे बघ, वस्तुस्थितीला सामोरं जाऊया," ॲराबेला म्हणाली. "माझ्याकडचे पैसे आणि वेळ, दोन्ही गोष्टी संपत आल्या आहेत. त्यामुळे माझ्यापुढे काहीही पर्याय नाही."

"तुमच्याकडे पाहून कोणालाही विश्वास वाटणार नाही." ॲराबेलाकडे पाहत ॲना म्हणाली. ॲराबेलानं गुलाबी रंगाचा लांब टाफेटा सिल्कचा फ्रॉक घातला होता. आणि त्यावर हिऱ्याचा नेकलेस चमचमत होता.

"असं तू म्हणतेस, पण खरं सांगू? तुझ्यासारखी फिगर आणि नजर माझ्याकडे असती नं, तर अशा कपड्यांनी आणि अलंकारांनी लक्ष वेधून घेण्याची गरज मला वाटली नसती." ॲराबेला म्हणाली.

ॲराबेलानं किती लवकर स्वत:ला सावरून घेतलं याचं कौतुक वाटून ॲना हसली.

"तुला काय वाटतं? नाकामुरा निर्णय घेतील?" आपल्या स्वरात आपण घायकुतीला आलो आहोत हे जाणवू न देण्याचा प्रयत्न करत तिनं विचारलं.

"सर्व संग्राहक जसा निर्णय घेतात तसाच ते घेतील." ॲना म्हणाली, "काही क्षणांतच ते निश्चित करतील. अलीकडेच केलेल्या एका शास्त्रशुद्ध पाहणीत असं आढळलंय की पुरुष एखाद्या स्त्रीशी संग करायचा की नाही याचा निर्णय आठ सेकंदांत घेतात... तसंच...."

"एवढा वेळ लागतो?" ॲराबेलानं विचारलं. ॲना हसली अन् म्हणाली, "नाकामुरांना निर्णय घ्यायला तेवढाच वेळ लागेल."

"त्यानिमित्ताने थोडं ड्रिंक घेऊ या." ॲराबेला म्हणाली.

ॲण्ड्र्यूज तेवढ्यात पुढे आला. त्याच्या हातातल्या चांदीच्या ट्रेमध्ये तीन ग्लास होते. "शॅम्पेन मॅडम." तो म्हणाला. त्यातला एकेक ग्लास त्या दोघींनी उचलला. ॲण्ड्र्यूज बाजूला झाला, त्यासरशी त्याच्यामागे ठेवलेल्या मोरपिशी निळ्या आणि काळ्या रंगाच्या एका सुंदर पुष्पपात्रावर ॲनाची नजर पडली.

"वाऽऽ किती देखणं आहे....सुंदर!" तिच्या तोंडून आपोआप शब्द बाहेर पडले.

"नाकामुरांनी दिलेली भेट!" ॲराबेला म्हणाली, "खरं म्हणजे मला फार ओशाळवाणं वाटतंय. मी त्यांच्यासाठी काही तरी चांगलं घ्यायला हवं होतं." तिनं सुस्कारा सोडला अन् पुढे म्हणाली, "मि. नाकामुरा इथे अजूनही असताना मी ते काढून ठेवायला नको होतं नं? तसं करून मी उद्धटपणा तर केला नाही नं? तसं वाटत असेल तर सांग, ॲण्ड्र्यूज लगेच ते इथून दूर करेल."

"नाही. तशी काळजी करू नका बाईसाहेब. उलट तुमच्या या सुंदर संग्रहात, तुम्ही त्यांच्या 'भेटी'ला जागा दिली म्हणून त्यांना गौरवच वाटेल," ॲना म्हणाली.

"नक्की नं?"

"अगदी नक्की. त्याचं देखणेपण इथं आणखी वाढल्यागत वाटतंय. एक निश्चित नियम असा आहे, की कलेचा कोणताही प्रकार, योग्य अशा वातावरणात असला, तर त्याचं सौंदर्य वाढतं. भिंतीवरचं राफेलचं चित्र, इझलवरचं व्हॅन्‌गॉग, तुम्ही पुष्पपात्र ठेवले

आहे ते चिपनडेलचं टेबल आणि तुमच्या गळ्यातला हिऱ्यांचा नेकलेस, अशा सर्वच उत्कृष्ट अन् तोडीस तोड अशा कलाकृती क्वचितच एकत्र पाहायला मिळतात. हे पुष्पपात्र कोणत्या कारागिरानं केलं आहे, हे मला माहीत नाही. पण त्यांच्या देशात तो श्रेष्ठ कलावंत म्हणूनच मानला जात असेल, असं मला वाटतं.''

''नाही, श्रेष्ठ कलावंत म्हणून नाही.'' त्यांच्या मागून आवाज आला. दोघींनी एकाच वेळी माना वळवून पाहिलं. नाकामुरांनी खोलीत प्रवेश केला होता. त्यांनी डिनर जॅकेट घातलं होतं आणि बो टाय बांधला होता. ॲण्ड्र्यूजला खास आवडणारा.

''तो श्रेष्ठ कलावंत नाही?'' ॲराबेलानं विचारलं.

''नाही,'' नाकामुरा म्हणाले, ''ज्यांनी काही विशेष प्रावीण्य मिळवलं आहे अशा लोकांना, कवी, साहित्यिक किंवा गायक अशासारख्यांना तुमच्या देशात जशी 'बॅरन' किंवा 'नाईट' अशी पदवी बहाल केली जाते, तशीच जपानमध्ये दिली जाते. त्याला आम्ही 'राष्ट्रीय संपत्ती' असं म्हणतो. या पुष्पपात्राला वेण्टवर्थ हॉलमध्ये स्थान मिळालं हे योग्यच झालं. कारण तज्ज्ञातर्फे जगातल्या उत्कृष्ट मानल्या गेलेल्या मातकाम करणाऱ्या बारा पॉटर्सपैकी अकराजण जपानी आहेत आणि फक्त एक, तुमच्या इथला कॉर्निशचा बर्नाड लीच हा आहे. त्याला वास्तविक तुमच्याकडून 'लॉर्ड' किंवा 'नाईट' अशी पदवी मिळायला हवी होती. पण आम्ही मात्र त्याला 'राष्ट्रीय संपत्ती' असा मानद किताब दिला. हे पुष्पपात्र त्याचंच आहे.'' आपलं म्हणणं नाकामुरांनी मांडलं.

''आपल्या सुसंस्कृतपणाचं लक्षण आहे हे,'' ॲराबेला म्हणाली, ''आजकाल, आमच्याकडे पॉप स्टार, फुटबॉल खेळाडू आणि फालतू कोट्यधीशांनापण आम्ही वाटेल तसे किताब देतो आहोत हे मला मान्यच करावं लागेल.'' तिच्या बोलण्यावर नाकामुरा खळखळून हसले. तेवढ्यात ॲण्ड्र्यूजनं ट्रे मधला शॅम्पेनचा ग्लास त्यांच्यापुढे केला.

''मि. नाकामुरा, आपण सुद्धा 'राष्ट्रीय संपत्ती' आहात का?'' ॲराबेलानं विचारलं.

''नक्कीच नाही,'' शॅम्पेनचा घोट घेत नाकामुरा म्हणाले, ''माझ्या देशात फालतू कोट्यधीशांना असले किताब दिले जात नाहीत.'' त्यांचं उत्तर ऐकून ॲराबेला लाजेनं लाल झाली. तिची चर्या किंचित शरमल्यागत झाली. त्यांचं बोलणं चालू असताना ॲना मात्र त्या पुष्पापात्राकडे टक लावून पाहत होती. मोरपिशी रंग किती बेमालूमपणे काळ्यात मिसळत होता. एखाद्या मेणबत्तीचं मेण जितक्या सहजतेनं वितळतं तसा. नाकामुरांच्या शेऱ्याकडे लक्ष न देता वळून ती म्हणाली, ''मी कदाचित चुकत असेन मि. नाकामुरा, पण हे 'वाझ' सर्व बाजूंनी एकसारखं नाहीय असं मला वाटतं.''

नाकामुरा व्हॅन्गॉगचं चित्र ओलांडून पुढे आले, पण त्यांनी जणू ते पाहिलंच नाही

असं दाखवलं आणि त्या वाझजवळ– पुष्पपात्राजवळ येऊन थांबले. त्यांनी त्याकडे नजर लावली अन् थोड्या वेळाने म्हणाले, ''तुम्हाला निर्दोष असं एखादं पात्र मिळालं तर समजावं की ते यंत्राच्या साहाय्याने केलं आहे. म्हणून मातकामात तुम्हाला शंभर टक्के निर्दोष असं आढळणार नाही. बारकाईनं पाहिलं, तर काही ना काही दोष दिसेलच. आणि तेच साहजिक आहे, कारण त्याच्या घडणीमागे मानवी मन असतं. असा दोष दिसायला जेवढा अधिक वेळ लागेल, तेवढा तो कारागीर श्रेष्ठ, असं समजायला हरकत नाही. संपूर्ण निर्दोष वर्तुळ हातानं काढणारा जिओतोसारखा एखादाच, क्वचितच आढळेल. त्याचंही वर्तुळ, प्रत्येक वेळी शंभर टक्के निर्दोष असायचं असं नव्हतंच.''

''मला तर ते अगदी निर्दोष वाटतं. जिओतो (Giotto) मला खूप आवडतो. या सर्वच श्रेष्ठ कलावंतांवर माझं खूप प्रेम आहे. माझ्या राष्ट्रीय संपत्तीचा मला अभिमान आहे,'' ॲराबेला म्हणाली ती थोडं थांबली अन् त्वेषाने पुढे म्हणाली, ''त्याची वाटेल ती किंमत करणाऱ्या फेन्स्टनसारख्या नीच माणसाच्या हाती, मी माझा ठेवा कधीच जाऊ देणार नाही.'' ॲराबेलाच्या चेहऱ्यावर क्षुब्ध झाल्याचे भाव होते.

''तशी गरज भासणार नाही असं मला वाटतं.'' नाकामुरा शांतपणे म्हणाले. त्यांनी व्हॅन्‌गॉगच्या चित्राकडे पाहिलं. जणू ते पहिल्यांदाच पाहत होते. ॲराबेलानं आपला श्वास रोखून धरला. ॲना नाकामुरांच्या चेहऱ्याकडे पाहत होती. तिला काहीच अंदाज येईना. नाकामुरांनी चित्राकडे काही क्षणच पाहिलं आणि म्हणाले, ''स्वत: राष्ट्रीय संपत्ती नसताही 'दुसऱ्याच्या राष्ट्रीय संपत्तीचा' कायम आनंद घेण्याच्या अशा संधी क्वचितच येतात. मी फालतू कोट्यधीश असण्याचा हा फायदाच नाही का ॲराबेला?''

ॲनाला 'चीअर्स' असं मोठ्यानं ओरडावंसं वाटलं, पण भान ठेवून तिनं फक्त आपला ग्लास उंचावला. नाकामुरांच्या विधानाचा अर्थ अगदी स्पष्ट होता. नाकामुरा आणि ॲना, दोघांनीही ॲराबेलाकडे एकाचवेळी पाह्यलं. तिच्या डोळ्यांतून अश्रू ओघळत होते.

''तुमचे आभार कसे मानावेत ते मला कळत नाही मि. नाकामुरा.'' एवढंच ती म्हणाली.

''अंहंऽऽ माझे आभार मानू नका,'' नाकामुरा म्हणाले, ''मानायचेच असतील तर ॲनाचे माना. एवढं धैर्य दाखवून, संकटातही ती अविचल राहिली नसती, तर या सर्व प्रकरणाचा असा सुंदर शेवट झाला नसता.''

त्यांचं हे बोलणं ऐकून ॲनाला किंचित लाजल्यासारखं झालं.

''हे मला पूर्ण मान्य आहे,'' ॲराबेला म्हणाली, ''त्यासाठीच मी ते सेल्फ पोर्ट्रेट तिच्या बेडरूममध्ये नेऊन ठेवायला ॲण्ड्र्यूजला सांगणार आहे. त्याच्या जपान प्रवासापूर्वी तिला ते डोळे भरून पाहता यावं म्हणून.''

''योग्यच आहे हे,'' नाकामुरा म्हणाले, ''पण ॲनानं माझ्या फाउंडेशनचं

सी.ई.ओ. पद स्वीकारलं, तर तिला, ते हवं तेव्हा पाहता येईलंच की.''

ॲना त्यांना प्रतिसाद देणार होती तेवढ्यात ॲण्ड्र्यूजनं प्रवेश केला आणि म्हणाला, ''डिनरची सर्व तयारी झालीय, बाईसाहेब.''

◆◆◆

कमीत कमी प्रवाशांच्या नजरेस यावं, म्हणूनच क्रान्त्झनं सर्वांत मागची रांग मागितली होती. संबंध फक्त क्रू शी असणं जास्त बरं. लंडनला पोहोचण्यापूर्वी, त्यांच्यातल्या एकीशी तरी दोस्ती करण्याची तिला आवश्यकता वाटत होती. आपला उद्देश सफल होईल अशी व्यक्ती शोधण्याचा तिचा प्रयत्न होता. विमान विशिष्ट उंचीवर पोहोचून एका लयीत धावू लागलं, त्यावेळेस तिला संधी मिळाली. प्रवाशांना जे जे हवं, ते सर्व पुरवल्यानंतर त्यातल्या बहुतेक जणी मोकळ्या झाल्या. त्यांची मुख्य स्ट्युअर्डेस तिच्याकडे आली अन् तिनं सहज विचारलं, ''आंतरदेशीय की आंतरराष्ट्रीय?''

''आंतरदेशीय,'' क्रान्त्झनं जपून उत्तर दिलं. ''मी तीन महिन्यांपूर्वीच रुजू झालेय.'' क्रान्त्झनं सुरक्षित उत्तर दिलं.

''मग बरोबर आहे. माझं नाव निना.'' तिनं सांगितलं.

''मी सशा.'' क्रान्त्झ, चेहऱ्यावर उबदार हास्य खेळवत म्हणाली.

''काही लागलं तर मला सांग हं सशा.'' ती निघता निघता म्हणाली.

''नक्कीच सांगेन, थँक्यू.'' क्रान्त्झनं उत्तर दिलं.

किंचित शिथिल होऊन जरा मागे टेकावं म्हणून तिनं पाठ टेकताच खांद्यातून होणाऱ्या वेदना तिला जाणवल्या. झोपता येणार नाही म्हणजे जागं राहणं क्रमप्राप्तच होतं आणि जागं राहिलं तर गप्पा होणारच नं! निनाशी गप्पा मारत, अधून मधून डुलक्या घेत तिनं रात्र तर जागून काढलीच मात्र तिची आवश्यक तेवढी माहितीही मिळवली. फसवण्याच्या तिच्या कृत्यात ती निनाला तिच्या नकळत सामील करून घेणार होती. पहाटे पहाटे क्रान्त्झचा डोळा लागला, तोपर्यंत निनाला, क्रान्त्झ अगदी आपल्यातलीच एक आणि खूप जवळची अशी वाटली.

''तुला पुढे जायचंय का सशा?'' निनानं तिला विचारलं. कॅप्टननं आपल्या क्रूला, 'लवकरच विमान उतरत आहे तरी तयार राहा' असा आदेश दिल्यानंतर, तिनं लगेच क्रान्त्झला विचारलं होतं. ''म्हणजे दार उघडताच तुला लगेच बाहेर जाता येईल.''

क्रान्त्झनं नकारार्थी मान हलवली. ''मी लंडनला पहिल्यांदाच येते आहे. मला तुमच्याबरोबर आणि तुमच्या बरोबरच्या इतर सर्वजणींबरोबरच उतरायला आवडेल.'' ती म्हणाली.

''ठीक आहे,'' निना म्हणाली, ''मग तर तुला आमच्या सर्वांबरोबर मिनीबसमधूनही येता येईल.''

"थँक्यू." क्रान्त्झनं आभार मानले.

अगदी शेवटचा प्रवासी उतरपेर्यंत क्रान्त्झ आपल्या जागेवरच बसून राहिली. त्यानंतर सर्व कर्मचाऱ्यांबरोबर ती विमानाबाहेर पडली. टर्मिनलच्या दिशेनं लांबलचक कॉरिडॉमधून जातानाही ती निनाला चिकटून होती. दरम्यान, निनानं पुतिन ते रासपुतीन यासहित सर्व विषयांवर आपलं म्हणणं मांडलं होतं.

विमानातले सर्व कर्मचारी अखेर पासपोर्ट कस्टम तपासणीपर्यंत पोहोचले. प्रवाशांची लांब रांग लागली होती पण 'क्रू ओन्ली– फक्त कर्मचाऱ्यांसाठी' असलेल्या द्वाराजवळ ते सर्व आले. क्रान्त्झ निनाच्या पाठोपाठ उभी राहिली. तपासणी करणाऱ्या अधिकाऱ्यांना आपला पासपोर्ट तपासणीसाठी दिला. तरी तिची बडबड काही थांबली नव्हती. तपासणी अधिकाऱ्यानं पासपोर्टची पानं उलटली फोटो पाहिला आणि निनाला पुढे जाण्याची खूण करत म्हटलं, "नेक्स्ट."

क्रान्त्झनं त्याला पासपोर्ट दिला. त्यानं त्याच पद्धतीनं तो तपासला. तिच्याकडे पाहिलं अन् तिला पुढे जायची खूण केली. "नेक्स्ट." त्यानं पुन्हा शब्द उच्चारले. क्रान्त्झनं पुढे पाऊल टाकलं अन् एकाएकी उजव्या खांद्यातून तीव्र कळ आली. आणखी एक पाऊल पुढे टाकणंही अशक्य व्हावं इतकी त्याची तीव्रता होती. क्षणभरासाठी तिची ही अवस्था झाली; पण निग्रहपूर्वक तिनं ती चेहऱ्यावर येऊ दिली नाही. तपासणी अधिकाऱ्यानं पुन्हा खूण केली. तरीही ती तिथंच उभी राहिली.

"चल सशा, लवकर. तू इतरांना पण थांबवून ठेवते आहेस." निना वळून म्हणाली. क्रान्त्झ कशीबशी कठड्याला हात धरून पुढे झाली. तपासणी अधिकारी तिच्याकडे पाहतो आहे याची तिला जाणीव होती. 'मागे पाहायचं नाही,' तिनं स्वत:ला बजावलं अन् निनाकडे पाहून ती हसली किंवा हसण्याचा प्रयत्न केला. निनाच्या हातात तिनं आपला हात दिला आणि त्या दोघी बाहेरच्या रस्त्याकडे निघाल्या. तपासणी अधिकाऱ्यानं तिच्यावरून आपलं लक्ष काढलं आणि पुढे आलेल्या दुसऱ्या कर्मचाऱ्याकडे लक्ष दिलं.

एअरपोर्टच्या बाहेर असलेल्या रुंद फुटपाथवर त्या पोहोचल्यानंतर निनानं क्रान्त्झला विचारलं, "आमच्याबरोबर बसनी येणार नं?"

"नाही," क्रान्त्झ म्हणाली, "माझा एक खास मित्र– बॉयफ्रेंड मला भेटायला येणार आहे." निनाला आश्चर्य वाटल्याचं दिसलं, पण तिनं काही न बोलता "गुड बाय." केलं.

"कोण होती ती?" निनाबरोबर चालणाऱ्या त्यांच्यातल्या एकीनं बसमध्ये चढताना विचारलं.

❖

-५४-

''आपल्याला धागा मिळेल असं त्या फिल्मध्ये काहीही आढळलं नाही?'' मॅसीनं विचारलं.

''अंहं, काहीसुद्धा नाही.'' टेबलापलीकडे बसलेल्या आपल्या बॉसला जॅक म्हणाला. ''फक्त आठ कागदपत्रांचे फोटो लिपमननं काढले होते, तेवढ्यात फेन्स्टन तिथे अचानक आला होता.''

''त्या आठ कागदपत्रांवरून काही समजलं?'' मॅसीनं अपेक्षेने विचारलं.

''आपल्याला माहीत नाही असं काही नाही,'' जॅकनं उत्तर दिलं आणि एक फाईल उघडून त्याच्यासमोर धरली. ''सर्व जगभर पसरलेल्या त्याच्या अशा ग्राहकांची यादी, की ज्यांनी आपली मालमत्ता फेन्स्टन फायनान्सकडे गहाण ठेवली आहे. पण त्यांच्यातल्या कुणी, मालमत्ता विकून कर्ज फेडण्याचा प्रयत्न केला, तर मला वाटतं, आणखी एखाद दुसरं प्रेत आपल्या हाती येईल, या पलीकडे काही नाही.'' तो थोडा वेळ गप्प राहिला अन् मग म्हणाला. एन.वाय.पी.डी.नं त्याच्या विरुद्ध लिपमन प्रकरणी काही पुरावा गोळा केला असेल तरच शक्य आहे, कारण माझ्याकडे तर त्याला पार्किंग तिकीट दिल्याचाही पुरावा नाही.''

''त्यांच्याकडून काही मदत मिळणार नाही,'' मॅसी म्हणाला. ''कारण, आज सकाळी मी त्यांच्याशी बोललो. खरं म्हणजे उलट आहे. ते जेव्हा माझ्याशी बोलले, तेव्हा त्यांनी मला पहिला प्रश्न विचारला, की डिलेनी नावाचा तुमचा कोणी एजंट त्यावेळेस तिथं होता की नाही?''

''मग तुम्ही काय सांगितलं?'' जॅकनं हसू आवरत विचारलं होतं.

''हेच, की मी त्यात लक्ष घालतो आणि नंतर कळवतो म्हणून.'' बोलता बोलता मॅसी थोडा थांबला आणि पुढे म्हणाला, ''पण तू त्यांना काही माहिती

पुरवायला तयार झालास तर ते शांत होतील आणि बदल्यात तुलाही काही माहिती मिळेल.''

''पण आपल्याला माहीत नाही, असं त्यांच्याकडे काहीच नाही, असं मला वाटतं.'' जॅकनं आपलं म्हणणं मांडलं, ''लिपमन जिवंत असेपर्यंत ते फेन्स्टनवर आरोप ठेवण्याची आशाही करू शकत नाहीत.''

''बरं, हॉस्पिटलमधून काही बातमी? लिपमनच्या प्रकृतीत सुधारणा होण्याची कितपत शक्यता आहे?''

''सांगता येणं कठीण आहे. फेन्स्टनच्या ऑफिसमध्ये अडकला असताना त्याचा रक्तदाब वाढून, अति ताणामुळे त्याला झटका आला. वैद्यकीय भाषेत त्याला 'अफॅसिया' असं म्हणतात.

''अफॅसिया?''

''बोलण्याशी संबंधित मेंदूचा भाग सुधारणेपलीकडे दुखावला गेला आहे. त्यामुळे लिपमन बोलू शकत नाही आणि शकणारही नाही. त्याची परिस्थिती इतकी नाजूक आहे की कोणत्याही क्षणी त्याचा मृत्यू होऊ शकतो. एक छोटासा धक्काही पुरेसा आहे.''

''एन.वाय.पी.डी.नं तर मला सांगितलं आहे, की पेशंटच्या काळजीमुळे फेन्स्टन तिथं जातीनं हजर आहे.''

''खरं तर तिथे एका क्षणासाठीही त्यांनी फेन्स्टनला राहू देता कामा नये. लिपमन शुद्धीवर आला आणि त्यानं फेन्स्टनला पाहिलं तर डॉक्टरांना काही करण्याची आवश्यकताच भासणार नाही.''

''एन.वाय.पी.डी.ला हेही जाणून घ्यायचं आहे की तू तिथून कॅमेरा तर घेतलेला नाही?''

''तो एफ.बी.आय.च्या मालकीचा आहे.''

''गुन्ह्याच्या ठिकाणी तो पुरावा म्हणून असेल, तर मालकीचा प्रश्न उद्‌भवत नाही, हे तुलाही माहीत आहे जॅक. लिपमननी घेतलेले दोन-चार फोटो त्यांना देऊन त्यांचं सहकार्य मिळेल असा का प्रयत्न करत नाहीस? तुझ्या वडिलांनी त्यांच्या खात्याची सव्वीस वर्षं सेवा केली आहे, असं सांगितलं तर काम होऊ शकतं.'' मॅसीनं सल्ला दिला.

''पण त्या बदल्यात ते काय देणार?'' जॅकनं विचारलं.

''ज्या फोटोमागे तुझं नाव लिहिलेलं आहे तो फोटो. त्याचा त्यांना काही उपयोग नाही आणि मलाही नाही, पण तुला होऊ शकतो का बघ.'' मॅसी म्हणाला. त्यानं आपल्या ड्रॉवरमधून दोन फोटो काढले अन् टेबलावर ठेवून जॅकच्या दिशेनं सारले. त्यातला पहिला फेन्स्टन आणि जॉर्ज बुश यांचा ग्राउंड झीरोच्या भेटीच्या

वेळी केलेल्या हस्तांदोलनाचा होता. त्याचा मोठा ब्लो-अप फेन्स्टनच्या ऑफिसमध्ये पहिल्याचं जॅकला आठवलं. फोटो हाती धरलेला असतानाच त्यानं विचारलं,

"त्यांना हा कुठून मिळाला?"

"त्यांना तो लिपमनच्या टेबलावर मिळाला. हा फोटो तो तुला काल संध्याकाळी देणार होता. त्याच्यामागे लिहिलेल्या मजकुरावरून ते समजतं." मॅसी म्हणाला.

जॅकनं त्याची दुसरी प्रत हातात घेतली. फोटोमागे लिहिलेल्या मजकुराचा तो विचार करत होता. "डिलेनी, तुम्हाला हवा असलेला हा पुरावा." त्याचवेळी मॅसीच्या टेबलावरचा फोन वाजला. त्यानं फोन उचलला आणि म्हणाला, "ठीक आहे, त्याला जोडून द्या." त्यानं रिसीव्हर खाली ठेवून स्पीकरफोन सुरू केला. त्यामुळे त्या दोघांनाही एकदम ऐकता येणार होतं.

"मी टॉम क्रासान्ती, लंडनहून बोलतोय."

"हाय टॉम, डिक मॅसी. जॅक माझ्यासमोरच बसला आहे. आम्ही फेन्स्टनच्या केसवरच चर्चा करत होतो. अजून काही फारशी प्रगती नाहीय."

"म्हणूनच मी फोन केलाय," टॉम म्हणाला. "त्या बाबतीत एक नवीन बातमी पुढे आलीय, पण ती चांगली नाहीय. आम्हाला वाटतं की क्रान्त्झ इंग्लंडमध्ये आलीय."

"ते शक्य नाही." जॅक म्हणाला. "ती कस्टममधून कशी बाहेर पडू शकते?"

"स्ट्युअर्डेस असल्याचं भासवून. असं दिसतंय." टॉम म्हणाला. "रशियन एम्बसीतल्या माझ्या माणसानं मला फोन करून इशारा दिला आहे. सशा प्रेस्ताकाविच नावानं बनावट पासपोर्टच्या आधारावर तिनं इंग्लंडमध्ये प्रवेश केला आहे असं त्याचं म्हणणं आहे."

"पण सशा प्रेस्ताकाविच नावानं प्रवास करणारी क्रान्त्झचं आहे ते कसं गृहीत धरताहेत?" जॅकनं विचारलं.

"ते गृहीत धरत नाहीयेत," टॉम म्हणाला, "त्यांना ती कोण आहे याची कल्पना नाहीय. संशयित स्त्रीनं एअरोफ्लोटच्या मुख्य स्ट्युअर्डेसशी मैत्री केली. तिच्या बरोबरच ती पासपोर्ट कस्टम वगैरे सोपस्कर पूर्ण करून बाहेर पडली, हे आम्हाला त्यांच्याकडून कळलं. पुढे चौकशी केल्यावर असं कळलं की पायलटच्या साहाय्यकानं ती कोण आहे म्हणून विचारलं, तेव्हा त्याला तिचं नाव सशा प्रेस्ताकाविच असल्याचं सांगण्यात आलं. त्यावर त्यानं ते शक्य नसल्याचं सांगितलं, कारण त्यानं तिच्याबरोबर अनेक वेळा काम केलंय, असं त्याचं म्हणणं होतं. हे सर्व नंतर उघडकीस आलं."

"तरीही तीच क्रान्त्झ असेल असं सिद्ध होत नाही." मॅसी म्हणाला.

"मी ते सिद्ध करीन सर, मला थोडा वेळ द्या." टॉम म्हणाला. आपल्या बॉसच्या चेहेऱ्यावरचे उतावीळ झाल्याचे भाव टॉमला दिसत नाहीत याचं जॅकला बरं

वाटलं.

“पुढे त्या साहाय्यक पायलटनं त्याच्या कॅप्टनला ते सांगितलं.” टॉमनं पुढे, सांगायला सुरुवात केली. “त्यानं लगेच एअरोफ्लोटच्या सुरक्षाव्यवस्थेला कळवलं. त्यांना हे कळायला वेळ लागला नाही की सशा प्रेस्ताकाविच तीन दिवसांच्या रजेवर आहे आणि तिचा पासपोर्ट चोरीला गेला आहे म्हणून. त्याचबरोबर तिचा गणवेशसुद्धा चोरीला गेल्याचं आढळलं. या सर्व गोष्टींमुळे धोक्याचा इशारा मिळाला आहे.” मॅसी आपल्या बोटांनी टेबलावर वाजवू लागला. तो उद्दीपित झाल्याची लक्षणं होती ती. “रशियन एम्बसीतल्या माझ्या माणसानं ९/११ च्या प्रसंगामुळे निर्माण झालेल्या नवीन सलोख्याच्या अतंर्गत, इंटरपोलला ही बातमी कळवली आहे.” टॉमनं माहिती सांगितली.

“आम्ही तिथपर्यंत पोहोचू शकतो; बरोबर आहे नं टॉम?”

“कोणत्याही क्षणी सर,” तो थोडं थांबला अन् म्हणाला, “हं, तर मी काय सांगत होतो?”

“रशियन एम्बसीमधल्या तुझ्या माणसाशी फोनवरून झालेल्या संभाषणाबद्दल.”

“हंऽऽ मग मी त्यांना क्रान्त्झचं वर्णन सांगितलं. सुमारे पाच फूट उंच, शंभर पौंड वजन, खलाशीटाईप केस वगैरे. तर त्यांनी मला फोटो फॅक्सनं पाठवायला सांगितला. मी पाठवला. त्यानं त्याची कॉपी साहाय्यक पायलटला दाखवली आणि त्यानं तीच सशा प्रेस्ताकाविच नावानं प्रवास करत होती हे सांगितलं.”

“वाऽ सुंदर काम केलंस तू टॉम.” मॅसी म्हणाला, “अगदी नेहमीप्रमाणे परिपूर्ण. पण याचवेळेस क्रान्त्झ इंग्लंडला का आलीय याबद्दल तुझी काय कल्पना आहे?”

“पेट्रेस्कूला ठार करण्यासाठी. माझी खात्री आहे.” टॉम म्हणाला.

“तुला काय वाटतं जॅक?” मॅसीनं जॅकला विचारलं.

“मी टॉमशी सहमत आहे” जॅक म्हणाला, “ॲना हे तिचं स्वाभाविक लक्ष्य असणारच.” तो थोडा घुटमळला अन् म्हणाला, “पण माझ्या हे लक्षात येत नाहीय की क्रान्त्झनं आता असा धोका का पत्करावा?”

“मी सुद्धा तसाच विचार करतोय.” मॅसी म्हणाला, “पण तिचा दुसरा काय हेतू असणार, याचा विचार करताना डॉ. पेट्रेस्कूचं आयुष्य मी धोक्यात घालू शकत नाही.” मॅसी थोडा पुढे वाकला आणि म्हणाला, “आता मी सांगतो ते लक्षपूर्वक ऐका. टॉम, मी हे फक्त एकदाच सांगणार आहे,” फेन्स्टनची फाईल हातात घेऊन तो भराभर कागद उलटू लागला. “हंऽऽ सापडलं.”

“टॉम, तू सरे सी.आय.डी.च्या चीफ सुपरिन्डेन्डेंट रेन्टन यांच्याशी त्वरित संपर्क साधायचा. जॅकची फाईल वाचल्यानंतर माझं असं मत झालंय की रेन्टन हा एकच मनुष्य असा आहे की जो कठोर निर्णय त्वरित घेतो आणि सर्व गोष्टींची

जबाबदारी पण आपल्या शिरावरच घेतो. मला माहीत आहे, की क्रान्त्झची माहिती तुम्ही त्यांना दिली आहे. पण आता त्यांना इशारा द्यायचाय, की क्रान्त्झ परत वार करण्याची शक्यता आहे आणि तोही वेण्टवर्थ हॉलमधल्याच कुणावर तरी. त्यांचं लक्ष असताना, दुसऱ्यांदा असं घडावं हे त्यांना नक्कीच नको असणार आणि त्यांना हेही सांग, की क्रान्त्झ पकडली गेली होती पण पळालेली आहे. ती फार घातकी स्त्री आहे. त्यामुळे ते चोवीस तास जागरूक असतील. त्यांना माझ्याशी बोलायचं असेल तर मी इथं कधीही असेन, असा त्यांना माझा निरोप दे.'' मॅसीनं आपल्या लांबलचक सूचना संपवल्या.

''आणि माझ्याही शुभेच्छा त्यांना सांग,'' जॅक म्हणाला.

''तर मग आता हे ठरलं,'' मॅसी म्हणाला, ''तेव्हा टॉम लगेच कारवाई सुरू कर.''

''होय सर,'' लंडनहून उत्तर आलं, तसा मॅसीनं स्पीकरफोन बंद केला. ''आता, जॅक तू.'' मॅसी म्हणाला, ''तू आता पहिल्या फ्लाईटनं लंडनला जायचं. क्रान्त्झनं पेट्रेस्कूला मारण्याचा विचार करण्याच्या आत, तू तिथं हजर असला पाहिजेस. जर यावेळेस दुसऱ्यांदा क्रान्त्झ सुटली तर मला लगेच पेन्शनीत जावं लागेल आणि तुलाही तुझी बढती विसरावी लागेल, समजलं?''

जॅकनं डोळे किंचित आकुंचित केले, पण तो काही बोलला नाही.

''तुला कसली तरी भीती वाटतेय, असा तुझा व्याकूळ चेहरा सांगतोय.'' मॅसी म्हणाला.

''मला त्या फोटोनं अस्वस्थ केलंय. फेन्स्टनचं जॉर्ज बुशशी हस्तांदोलन आणि 'डिलेनी, तुम्हाला हवा असलेला हा पुरावा' हे लिपमनचं वाक्य. काय संबंध असावा? क्रान्त्झच्या दुसऱ्या हेतूचा विचार मला सुचलाय. एवढा धोका पत्करून तिनं दुसऱ्यांदा वेण्टवर्थला जायचं कारण काय हे मला वाटतं मी सांगू शकतो.'' जॅक म्हणाला.

''काय कारण आहे, सांग.'' मॅसी म्हणाला.

''ती व्हॅन्‌गॉग चोरणार आहे.'' जॅक म्हणाला, ''आणि कोणत्याही तऱ्हेने ते फेन्स्टनकडे पोहोचणार आहे.''

''म्हणजे ती परत लंडनला येण्याचं कारण डॉ. पेट्रेस्कू हे नाहीय?''

''नाही. ती कारण नाही.'' जॅक म्हणाला, ''पण क्रान्त्झला कळलं, की ती तिथंच आहे, तर तिला ठार करणं म्हणजे क्रान्त्झला बोनस मिळणं, हे तुम्ही गृहीत धरू शकता.''

❖

-५५-

सप्टेंबर २५ ला संध्याकाळी ७.४५ मिनिटांनी वेण्टवर्थचे सर्व दिवे उजळले. आठ वाजेपर्यंत क्रान्त्झ वेण्टवर्थच्या बाह्य परिसरापर्यंत फिरकली नाही.

ॲराबेला त्यावेळेस आपल्या पाहुण्यांबरोबर डायनिंग रूममध्ये शिरत होती. क्रान्त्झनं अंगाशी घट्ट बसणारा पण सहज हालचाली करता येतील असा काळ्या रंगाचा ट्रॅकसूट घातला होता. संपूर्ण इस्टेटीला दोनदा फेरी मारून कुठून आत शिरायचं हे तिनं ठरवलं. मुख्य प्रवेशदारातून प्रवेश करणं तर शक्य नव्हतं. हल्लेखोरांपासून, विशेषत: फ्रेन्च आणि जर्मन, संरक्षण मिळावं म्हणून इस्टेटी भोवती सुरुवातीला दगडाच्या उंच भिंती बांधल्या होत्या. त्यावेळी त्यांनी त्यांची उपयुक्तता सिद्ध केली होती. त्या अजिंक्य ठरल्या होत्या. पण विसाव्या शतकाच्या अखेरीपर्यंत त्या तेवढ्या मजबूत राहिल्या नव्हत्या. पडझड झालेल्या ठिकाणी त्यांची डागडुजी करण्यात आली असली, तरी कमी मजुरीत केलेल्या कामामुळे त्यात काही ठिकाणी कच्चेपणा राहिलाच होता. सफरचंद चोरणाऱ्या स्थानिक मुलांनी एक-दोन जागा हेरल्याच होत्या, की जिथून सहज, कोणाच्याही नकळत प्रवेश करता येत होता. त्यांपैकी एका जागेतून इस्टेटीमध्ये प्रवेश करणं सोपं होतं. क्रान्त्झनं प्रवेशाची तीच जागा निश्चित केली.

क्रान्त्झ, खड्डे अन् भोकं पडलेल्या त्या भागातल्या भिंतीवर सहज चढली. भिंतीच्या दोन्ही बाजूला पाय टाकून त्यावर स्वार झाली. अन् मग पाय उचलून घेऊन खाली अलगद उडी मारून जमिनीवर लोळली. व्यायामपटू म्हणून आपल्या चमूत असताना तिनं असं हजारवेळा तरी केलं असेल. लोळताना तिला उजव्या खांद्यात वेदना जाणवल्या, म्हणून थोडा वेळ डाव्या खांद्यावर पडून राहून तिनं किंचित विश्रांती घेतली. ढगाआड चंद्र जाताच ती उठली. त्यानंतर ती तीस-चाळीस यार्ड

धावत गेली. आणि नदीकाठी वाकलेल्या झाडांच्या जवळ असलेल्या झुडपाआड सुरक्षिततेसाठी दडली. ती ढगाआडून चंद्र बाहेर येण्याची वाट पाहत होती. चंद्रप्रकाशात तिला आसपासचा संपूर्ण प्रदेश नीट पाहता येणार होता. तिला संयम ठेवायला हवा होता. तिच्या व्यवसायात संयम हाच महत्त्वाचा होता. उतावीळपणा करणं म्हणजे चुकांना आमंत्रण. इतर व्यवसायाप्रमाणे, या व्यवसायातल्या चुका दुरुस्त करता येत नव्हत्या.

ती आणखी पुढे झाली, इतपत की घराची इमारत तिला नीट दिसू शकेल. चंद्रप्रकाश पसरला आणि इमारत स्पष्ट दिसू लागली. ती आणखी थोडी जवळ गेली. आता घरातल्या हालचाली दिसू शकणार होत्या.

क्रान्त्झ शांतपणे एका झुडपाआड दडून राहिली होती. चाळीस-पंचेचाळीस मिनिटांनंतर मुख्य दरवाजा उघडला गेल्याचं क्रान्त्झनं पाहिलं. दरवाजात उभ्या असलेल्या लांब काळा कोट आणि बहुधा पांढरा टाय घातलेल्या त्या माणसानं दोन कुत्र्यांना, मुक्तपणे खेळण्यासाठी बाहेर सोडून दिलं आणि दरवाजा बंद करून घेतला. कुत्र्यांनी नाकावाटे फुरफुरत जोरात श्वास घेतला. तसा त्यांना क्रान्त्झचा वास आला. तिच्या दिशेने वास घेत पळत पळत त्यांनी भुंकायला सुरुवात केली. ती त्यांची वाटच पाहत होती– शांतपणे.

इंग्लिशांना प्राण्यांचं, त्यातूनही कुत्र्यांचं फार वेड असतं, हे खास शिक्षण देणाऱ्या शिक्षकाने तिला सांगितलं होतं. त्यांनी पाळलेल्या कुत्र्यांवरून त्यांचा दर्जा तुम्हाला कळू शकतो. तो म्हणाला होता. 'कामकऱ्यांना ग्रेहाऊंड आवडतात, तर मध्यमवर्गीयांना जॅक रसेल आणि कॉकर स्पॅनियल. नवश्रीमंत रॉटविलर किंवा जर्मन शेफर्डना प्राधान्य देतात, कारण त्यांना नव्यानं मिळालेल्या संपत्तीचं रक्षण करायचं असतं. उच्च श्रेणीच्या लोकांमध्ये परंपरेनं लॅब्रडॉर जातीचे कुत्रे/कुत्री पाळण्याची प्रथा होती. पण ही जात संरक्षणाच्या बाबतीत कुचकामी आहे. ते तुमचा लचका तोडण्याऐवजी तुमच्यापुढे लाळ गाळतील,' त्यानं सांगितलं होतं.

अधून मधून वास घेत कुत्रे तिच्याकडे जोरात येत होते. पण क्रान्त्झनं काहीही हालचाल केली नाही आता त्यांना बहुधा दुसराही वास आला असावा. कारण त्यांच्या शेपट्या आणखी जोरात हलायला लागल्या होत्या. क्रान्त्झनं इथं यायच्या अगोदर फुल्हॅम रस्त्यावरच्या 'कर्निक्स' मधून 'सिरलोइन स्टेक'चे अगदी लुसलुशीत असे तुकडे घेतले होते. वेण्टवर्थ हॉलमध्ये आता जेवत असलेल्या पाहुण्यांनी खाल्ले असते तर त्यांनीही त्याची तारीफ केली असती. आपला उद्देश साध्य करायचा तर खर्चाला मागेपुढे पाहायचं नाही असं क्रान्त्झचं म्हणणं होतं. तसंही त्या कुत्र्याचं हे 'लास्ट सपर'– अखेरचं जेवणच नव्हतं का?

क्रान्त्झनं आपल्या भोवती तुकड्यांची वर्तुळाकार रचना केली होती आणि मधोमध

ती शांत बसली होती. ब्रुन्सविक आणि पिक्टन पोहोचल्याबरोबर त्यांच्या शेपट्या सुवासानं जोरजोरात हलायला लागल्या. त्यांच्या जेवणाचा फर्स्ट कोर्स संपला तोपर्यंत वर्तुळात मध्ये असलेल्या मानवी पुतळ्याकडे त्यांचं लक्षही नव्हतं. क्रान्त्झ हळूच एका गुडघ्यावर वाकली आणि त्यांच्या दुसऱ्या कोर्ससाठी तयारी करू लागली. जिथे जिथे वर्तुळात खंड पडला होता, नवीन तुकडे टाकून तिनं ते अखंडित राखलं होतं. भरल्या तोंडाने कुत्रे मध्येच थांबत होते आणि तिच्याकडे उदास डोळ्यांनी पाहत होते. त्यांच्या शेपट्या मात्र सारख्या हलत होत्या. त्यानंतर ते पुन्हा तुटून पडत होते.

त्यांच्यासाठी शेवटचा कोर्स तिनं सर्व्ह केला अन् मग हळूच पुढे वाकून ती छोट्या पिक्टनच्या डोक्यावरच्या रेशमी केसांवरून हात फिरवायला लागली. तिनं म्यानातून स्वयंपाकाची सुरी कधी काढली हे त्या बिचाऱ्याला कळलंही नाही. शेफील्ड स्टीलची ती सुरी तिनं त्या दुपारी फुल्हॅम रस्त्यावरच घेतली होती.

तिनं पुन्हा एकदा त्या चॉकलेटी लॅब्रॅडोरच्या डोक्यावरून हात फिरवून त्याला कुरवाळलं आणि शेवटचा रसदार तुकडा मटकावत असतानाच अचानक त्याचे कान धरून त्याच्या गळ्यावरून धारदार सुरी फिरवली. कर्कशपणे केकाटून त्यानं प्राण सोडले. तेव्हा त्याच्या मोठ्या काळ्या डोळ्यांतली वेदना, क्रान्त्झला अंधारात दिसली नाही. दुसरा काळा लॅब्रॅडोर, जो मोठा होता पण शहाणा नव्हता, तिच्याकडे पाहून फक्त गुरगुरला. क्रान्त्झनं झटकन आपला डावा हात पुढे करून त्याच्या जबड्याखाली घातला अन् त्याची मान धरली. त्याला आपलं डोकं वर उचलावंच लागलं. तेवढ्या वेळात क्रान्त्झनं त्याच्या मानेवर सुरीनं वार केला. दुःखानं रडका आवाज काढून ब्रुन्सविक धराशयी झाला.

क्रान्त्झनं दोन्ही मेलेल्या कुत्र्यांना ओढून एका पडलेल्या ओक झाडाच्या मागे झुडपात लपवून ठेवलं. मग तिनं ओढ्याच्या पाण्यात आपले हात स्वच्छ केले. गवतावर सुरी घासून, साफ करून परत म्यानात ठेवली. नेहमीच्या सफाईनं नसलं तरी तिचं काम झालं होतं. तिला वाईट फक्त याच गोष्टीचं वाटलं की, तिचा नवा कोरा त्याच दिवशी खरेदी केलेला ट्रॅकसूट खराब झाला होता. त्यावर रक्ताचे डाग पडले होते. तिनं घड्याळ पाहिलं. या संपूर्ण कामगिरीसाठी तिनं दोन तास अवधी ठरवला होता. त्यातला एक तास संपला होता. आणखी एक तास शिल्लक होता. तेवढ्या अवधीत कुत्रे परत आले नाहीत हे घरातल्या जेवणाऱ्या आणि वाढणाऱ्या, सर्वांनाच कळणार होतं.

ती लपली होती त्या झुडपापासून घराचा उत्तर भाग शंभर-सव्वाशे यार्ड अंतरावर असावा. आपण थोडीही हालचाल केली तरी त्या स्वच्छ चंद्रप्रकाशात ती कुणाच्याही लक्षात आली असती हे तिला माहीत होतं. त्यामुळे वेगळी पद्धतच वापरावी लागणार होती.

ती पहिल्यांदा गुडघ्यावर बसली. मग पुढे ओणवी झाली. आपलं डोकं जमिनीला टेकवून एक हात पुढे घेतला. मग पाय, नंतर दुसरा हात, अन् दुसरा पाय. जमिनीलगत राहून ती पुढे सरकायला लागली. मानवी खेकडा स्पर्धेत, शंभर यार्ड अंतर तिनं केवळ सात मिनिटं एकोणीस सेकंदांत पार केलं होतं. ती त्याच गतीनं आणि पद्धतीनं अंतर पार करू लागली. कधीतरी थांबून, मान वर करून, आपण योग्य दिशेनं चाललो आहोत याची ती खात्री करून घेत होती. घरात प्रवेश कुठून करायचा ते तिला ठरवायचं होतं. म्हणून पुढे सरकताना ती घराची रचनाही निरखत होती.

घराचा तळमजला प्रकाशानं उजळलेला होता तर पहिला जवळजवळ अंधारात होता. दुसऱ्या मजल्यावर नोकरांच्या खोल्या होत्या. त्यातल्या फक्त एकीत प्रकाश होता. क्रान्त्झला दुसऱ्या मजल्यात काही रस नव्हता. ती ज्याला शोधत होती, ती व्यक्ती तळमजल्यावरच असणार होती किंवा पहिल्या.

घरापासून क्रान्त्झ दहा एक यार्डापर्यंत पोहोचली, तशी खेकड्याची चाल मंदावली, ती तिच्या हाताला घराची बाहेरची भिंत लागेपर्यंत. तिनं हळूच डोकं वर उचललं. चंद्रप्रकाशात त्या प्रासादाची काळजीपूर्वक पहाणी करण्यासाठी आणि तिला मार्ग दिसला. भव्य प्रासादांना अजूनही इतक्या रुंद ड्रेन पाईपांचा अभिमान होता हे तिच्या पथ्यावर पडणार होतं. जिनं चार इंच रुंदीच्या बीमवर कोलांटी उडीचा सराव केला होता, त्या क्रान्त्झला, तो पाईप म्हणजे सहज चढण्यासारखी शिडीच होती.

बहुतेक सर्व आवाज ज्या खोलीतून ऐकू येत होते त्या खोलीच्या खिडक्यांची क्रान्त्झनं तपासणी केली. बहुतेक सर्व खिडक्यांवर लांब जाड पडदे सोडले होते. एका खिडकीत तिला त्यांच्यातली फट दिसली. ती त्या खिडकीकडे गेली. हळूच वर उठून तिनं त्या फटीला डोळा लावला अन् आतलं दृश्य पाहू लागली.

डिनर जॅकेट मधली एक व्यक्ती तिला दिसली. त्याच्या हातात शॅम्पेनचा ग्लास होता. तो काय बोलत होता ते तिला ऐकू येत नव्हतं. पण तिला त्यात रस नव्हता. फटीतून खोलीचा जेवढा भाग न्याहाळता येईल तेवढा न्याहाळण्याचा तिचा प्रयत्न होता. टेबलाच्या एका टोकाला लांब फ्रॉक घातलेली एक बाई खिडकीकडे पाठ करून बसलेली तिला दिसली. ती बोलणाऱ्या माणसाकडे लक्षपूर्वक पाहत त्याचं बोलणं ऐकत होती. क्रान्त्झची नजर तिच्या गळ्यातल्या हिऱ्याच्या हाराकडे गेली. पण तिला त्याच्याशी कर्तव्य नव्हतं. तिचा तो व्यवसाय नव्हता. 'तिची स्पेशालिटी' त्या चमकणाऱ्या हिऱ्यांच्या 'वर' दोन तीन इंच उंचीवर होती.

क्रान्त्झनं, आपलं लक्ष टेबलाच्या दुसऱ्या कडेला बसलेल्या व्यक्तीकडे वळवलं. तीतर पक्ष्यांच्या मांसाचे तुकडे तोंडात टाकणाऱ्या आणि अधून मधून वाईनचे घुटके

घेणाऱ्या त्या व्यक्तीकडे पाहून ती जवळ जवळ हसलीच. पेट्रेस्कू नंतर जेव्हा झोपायला जाईल तेव्हा तिला कळणारही नाही अशा जागी क्रान्त्झ लपणार होती. हा विचारच तिला सुखावणारा होता.

क्रान्त्झनं नंतर त्या लांब, काळा टेलकोट घातलेल्या त्या माणसाकडे पाहिलं– ज्यानं कुत्र्यांना बाहेर सोडलं होतं. लांब सिल्क फ्रॉक घातलेल्या बाईच्या ग्लासमध्ये, तो वाईन ओतत होता. बाकीचे दोन-तीन नोकर प्लेट्स उचलत होते तर एक टेबलावर सांडलेलं हळूच उचलून चांदीच्या ट्रेमध्ये टाकत होता. खोलीच्या दिसणाऱ्या भागावरून नजर फिरवत क्रान्त्झ तो 'दुसरा गळा' शोधत होती, जो चिरण्यासाठी फेन्स्टननं तिला सुपारी दिली होती.

''लेडी ॲराबेला, मी आता उठतो. तुमच्या आदरातिथ्याबद्दल धन्यवाद. नदीतले ताजे ट्राऊट मासे आणि इस्टेट मधले मारलेले तीतर मला फार आवडले. फारच रुचकर होते ते. तुम्हा दोघींच्या सहवासाचा आनंद मला मिळाला ही महत्त्वाची गोष्ट. ही रात्र अनेक करणांसाठी माझ्या नेहमीच लक्षात राहील. उद्या इथून जाताना दोन खास गोष्टी मी घेऊन जातो आहे. एक म्हणजे व्हॅन्‌गॉगचं ते अप्रतिम चित्र आणि दुसरं म्हणजे एक आश्वासन– ॲनाचं. तिनं माझ्या फाउंडेशनचं सी.ई.ओ. पद स्वीकारायचं कबूल केलं आहे.'' त्यांनी ॲराबेलाच्या आनंदित चेहऱ्याकडे पाहिलं अन् पुढे म्हणाले, ''तुमचे आजोबा खरंच ग्रेट होते. शंभर वर्षांपूर्वी १८८९ साली, त्यांनी डॉ. गॅचेकडून त्याच्या मित्रानं– व्हॅन्‌गॉगंन केलेलं सेल्फ पोर्ट्रेट घेतलं ही किती शहाणपणाची गोष्ट होती. तो 'मास्टरपीस' जगाच्या दुसऱ्या भागात जाण्याचा प्रवास सुरू करेल हे मलाही खरं वाटत नाही.'' ते थोडे थांबले अन् पुढे म्हणाले, ''आणखी एक सांगतो, तुमच्या आणखी एका राष्ट्रीय संपत्तीवर माझी नजर पडली आहे. या वेळेस मात्र त्याची योग्य किंमत मी नक्की देईन.''

''कोणतं चित्र हे मी विचारू शकते का?'' ॲराबेला म्हणाली.

क्रान्त्झनं ठरवलं की आता पुढच्या कारवाईची वेळ झाली आहे.

पावलांचा आवाज न करता हळूहळू ती बिल्डिंगच्या उत्तर भागाकडे आली. बिल्डिंगच्या कोपऱ्यावर ठरावीक उंचीवर थोडे बाहेर आलेले छोटे चौरस दगड, सर जॉन व्हॅन्ब्रु यांच्या वास्तुकलेतला आनंद होते. क्रान्त्झ आनंदाशी सहमत होती पण उद्देशाशी नाही. त्याच्यामुळे तिला पहिल्या मजल्यावर चढणं किती सोपं गेलं होतं!

पहिल्या मजल्याच्या बाल्कनीपर्यंत ती दोन मिनिटांत चढली होती. ती थोडा वेळ थांबली. आपल्याला किती बेडरूम्स पाहाव्या लागतील याचा ती विचार करत होती. घरात पाहुणे असताना खोल्यांना अलार्म लावलेला असण्याची शक्यता नव्हती, हे तिला माहीत होतं. बिल्डिंग इतकी जुनी होती की, पहिल्यांदाच चोरी करणाऱ्या चोरालासुद्धा आत शिरणं सोपं होतं. आपल्या सुरीचा उपयोग करून, तिनं

एका जुनाट खिडकीचे बोल्ट काढण्यात यश मिळवलं. ती त्या खोलीत शिरली. एकदा आत शिरल्यानंतर कितीही का खोल्या असेना, त्याची काळजी करण्याचं कारण नव्हतं. आत शिरल्यानंतर ती लाईटचं बटण दाबायच्या भानगडीत पडली नाही. तिनं छोटा पेन टॉर्च काढला. एखाद्या टी.व्ही. स्क्रीन एवढी जागा त्या प्रकाशात सहज दिसू शकत होती. खोलीच्या भिंतीवर चित्रं लावलेली होती. एकेका चित्रावर प्रकाश टाकत ती पुढे सरकली. एरवी हॉल्स, हॉब्बेमा, व्हॅन गोयेन अशांनी रसिकाला भुरळ घातली असती; पण क्रान्त्झचा तो प्रांत नव्हता. तिला हव्या असलेल्या डच मास्टरला ती शोधत हाती. सर्व चित्रांवरून प्रकाश फिरवल्यानंतर तिनं टॉर्च बंद केला. ती पुन्हा बाल्कनीकडे आली अन् दुसऱ्या बेडरूममध्ये शिरली, त्यावेळी ॲराबेला मि. नाकामुरांना धन्यवाद देत होती.

पुन्हा एकदा क्रान्त्झनं या खोलीतलेही सर्व कॅनव्हास पाहिले पण कोणत्याही कॅनव्हासमुळे तिच्या चेहऱ्यावर स्मित उमटलं नाही. ती पुन्हा छपराच्या कडेच्या भिंतीकडे आली. त्यावेळी बटलर नाकामुरांना पोर्टवाईनबद्दल विचारत होता. मि. नाकामुरांनी त्याला 'टेलर्स-४७' ओतायला परवानगी दिली. बटलरनं सिगारचा बॉक्स उघडला. त्यांनी सिगार घेतली नाही. बटलर नंतर मालकिणीकडे वळला. तिनं वाईन नाकारली. पण सिगार बॉक्स मधल्या काही चाळल्या अन् अखेर 'मॉन्टे क्रिस्टो'ची निवड केली. बटलरनं तिच्यासाठी काड्यापेटीतली काडी ओढली अन् तिची सिगार पेटवून दिली. ॲराबेला हसली. सर्व काही ठरल्याप्रमाणे होत होतं.

❖

-५६-

ॲराबेलानं आपल्या पाहुण्यांना कॉफी घेण्यासाठी ड्रॉईंग रूममध्ये बोलावेपर्यंत क्रान्त्झच्या पाच बेडरूम्स पाहून झाल्या होत्या. आणखी नऊ पाहायच्या शिल्लक होत्या. त्यामुळे तिचा वेळ जाणार होता एवढाच प्रश्न नव्हता तर तिला दुसरी संधीही मिळणार नव्हती.

ती पुढच्या बेडरूममध्ये शिरली. बाहेरची ताजी हवा मिळावी म्हणून तिथली एक खिडकी कोणीतरी उघडून ठेवलेली होती. तिनं टॉर्च पेटवला तसं आयर्न ड्यूकच्या कठोर डोळ्यांनी तिचं स्वागत केलं. ती पुढच्या चित्राकडे वळली. तसा मि. नाकामुरांनी कॉफीचा कप बाजूला ठेवला.

''मला आता बिछान्यावर पडावंसं वाटतं आहे, लेडी ॲराबेला.'' मि. नाकामुरा म्हणाले, ''मी थकलो आहे असं कोरस स्टीलच्या त्या रुक्ष माणसांना वाटता कामा नये.'' असं म्हणून ते ॲनाकडे वळून म्हणाले, ''आपण उद्या सकाळी ब्रेकफास्टच्या वेळेस भेटू तेव्हा माझा संग्रह वाढवण्यासंदर्भात आपण चर्चा करू आणि जमल्यास तुमच्या मेहेनतान्याबदल म्हणजे पगाराबद्दलही.''

''पण मला किती मिळायला हवेत ते तुम्ही आधीच सांगितलेलं आहे.'' ॲना म्हणाली.

''मी असं सांगितलं आहे? मला तर आठवत नाही.'' नाकामुरा कोड्यात पडले होते.

''होय. तुम्ही सांगितलं आहे.'' ॲना हसून म्हणाली, ''मी दिवसाला पाचशे डॉलर्स मिळण्याइतपत महत्त्वाची आहे हे फेन्स्टननं तुम्हाला पटवून दिलं, असं तुम्ही मला सांगितल्याचं आठवतंय.''

''तू म्हाताऱ्याचा फायदा घेते आहेस हं,'' नाकामुरा म्हणाले, ''पण मी माझ्या

शब्दापासून हटणार नाही.''

दार बंद केल्याचा आवाज झाला असं क्रान्त्झला वाटलं आणि वेलिंग्टनकडे पुन्हा न पाहता ती पटकन बाल्कनीत परत आली. पुढच्या खोलीत शिरण्यासाठी कोणाला कळणार नाही अशा हळुवार दबक्या पावलांनी जमीन ओलांडून ती आणखी एका डबल बेडरूममध्ये शिरली अन् थांबली. तिनं टॉर्च पेटवला. रिकामी भिंतच आढळेल या अपेक्षेनं. पण नाही......

यावेळेस, एका अलौकिक व्यक्तीनं त्याची वेडसर नजर तिच्याकडे रोखली होती.

क्षणभर क्रान्त्झ मंत्रमुग्ध झाल्यासारखी झाली. भानावर येऊन त्या मारेकरी स्त्रीनं तिची वेडसर नजर त्याच्याकडे उलट रोखली. दोन वेडसर नजरा एकमेकांना छेद देत होत्या... ती हसली.

त्या दिवसभरात क्रान्त्झ दुसऱ्यांदा हसली होती. ती पलंगावर चढली आणि हळूहळू आपल्या दुसऱ्या बळीच्या दिशेने पुढं झाली. ती त्याच्याजवळ काही इंच पोहोचली. म्यानातून तिनं सुरी काढली आणि वर उचलून ती व्हॅन्‌गॉगच्या गळ्यात खुपसणार तोच तिला आठवण झाली, फेन्स्टननं तिला भर देऊन जे सांगितलं होतं त्या शब्दांची. तिला चार दशलक्ष डॉलर्स मिळवायचे असतील तर... तिनं टॉर्च विझवला. जमिनीवरच्या जाड गालिच्यावर ती उतरली. रुंद पलंगाच्या खाली सरकून, पाठीवर सरळ पडून ती शांतपणे वाट पाहू लागली.

ॲराबेला आणि पाहुणे ड्रॉईंग रूममधून हॉलच्या मार्गिकेत पोहोचले, तशी ॲराबेलाला आठवण झाली. तिनं ब्रुन्सविक आणि पिक्टन परत आले का, याबद्दल ॲण्ड्र्यूजकडे चौकशी केली.

''नाही. बाईसाहेब,'' त्यानं उत्तर दिलं. ''पण बाहेर बरेच रानटी ससे झाले आहेत त्यामुळे....''

''त्या हरामखोरांना मीच आणायला हवं.'' ॲराबेला पुटपुटली अन् नंतर आपल्या पाहुण्यांकडे वळून म्हणाली, ''चला, आता शांत झोप घ्या. उद्या सकाळी नाष्ट्याच्या वेळी भेटूच.''

नाकामुरांनी वाकून अभिवादन केलं आणि ॲनासोबत ते जिन्याच्या पायऱ्या ॲराबेलाच्या पूर्वजांची चित्रं पाहत, मधूनच थांबत थांबत चढू लागले.

''ॲना, मी चढायला फार वेळ घेतो आहे, याबद्दल मला माफ कर.'' ते म्हणाले. ''पण या मंडळींना पुन्हा भेटण्याची संधी मिळणार नाहीय.'' चित्रांकडे पाहत ते म्हणाले. रूमनीनं केलेलं मिसेस सिड्डॉनचं पोर्ट्रेट पाहण्यासाठी थांबलेली ॲना हसली.

जिन्यावर पोहोचल्यानंतर कॉरिडॉरच्या एका टोकाला असणाऱ्या आपल्या

बेडरूमकडे नाकामुरा वळले तर त्यांच्या उलट दिशेनं जाऊन ॲना व्हॅन्गॉग बेडरूमसमोर थांबली. आत शिरून तिनं लाईट लावला. एक मिनिटभर ती व्हॅन्गॉगचं सेल्फ पोर्ट्रेट पाहत तिथंच थांबली. तिनं आपला ड्रेस काढला आणि वॉर्डरोबमध्ये ठेवला. आतले कपडे काढून तिनं बाथरूमच्या बाजूला असणाऱ्या पलंगाच्या कोपऱ्यावर टाकले अन् बेडवरचा लाईट लावून घड्याळ पाहिलं. अकरा वाजून काही मिनिटं झाली होती. ती बाथरूममध्ये शिरली.

क्रान्त्झनं शॉवरचा आवाज ऐकला. तशी ती पलंगाखालून बाहेर पडली आणि रुंद पलंगाच्या बाजूला वाकून बसली. तिनं एखाद्या प्राण्याप्रमाणे आपले कान टवकारले. शॉवर अजून सुरू होता. ती उठली अन् दाराकडे गेली. दाराशेजारचा लाईट तिनं बंद केला. ॲनानं लावलेला पलंगाचा लाईट तसाच राहू देऊन, व्हॅन्गॉगवर अखेरची नजर टाकून ती पलंगाच्या दुसऱ्या कडेला गेली. ब्लँकेट आणि कव्हरच्या आत शिरून तिनं ते नीट डोक्यावर ओढून घेऊन पाठीवर ती पडून राहिली. ती इतकी बारीक होती की रीडिंग लाईटमध्ये लक्षातही आली नसती. तिनं शॉवर बंद होण्याचा आवाज ऐकला. त्यानंतर थोडी शांतता पसरली. ॲना आपले केस सुकवत असावी. त्यानंतर बाथरूमच्या लाईटचं बटण बंद केल्याचा आणि पाठोपाठ दार बंद केल्याचा आवाज आला.

क्रान्त्झनं पडल्या पडल्याच हळूच म्यानातून सुरी काढून हाताशी तयार ठेवली होती ती तिनं आता हाताच्या मुठीत घट्ट धरली. ॲना बाथरूममधून बाहेर आली. ती आपल्या विचारात एवढी गर्क होती की आपण लावलेला खोलीतला लाईट दिसत नाही हे तिच्या लक्षातही आलं नाही. कदाचित आपणच बंद केला असं तिला वाटलं असावं. सरळ पुढे येऊन पलंगावरच्या कोपऱ्यावर ठेवलेले आतले कपडे तिनं चढवले. नाईट गाऊन घातला आणि पलंगाच्या त्या कडेच्या बाजूनं पलंगावर पडली. ब्लँकेट व कव्हर्स ॲनानं ओढून घेऊन डोक्याच्या बाजूचा रीडिंग लॅम्प हात लांबवून बंद केला. अल्पावधीतच तिच्या डोळ्यांवर झापड आली. आजचा दिवस किती चांगला होता! नाकामुरांनी व्यवहार पूर्ण केला. एवढंच नाही, तर तिला नोकरीही देऊ केली होती. याहून आणखी काय हवं? तिच्या मनात झोपण्यापूर्वी आलेला हा शेवटचा विचार होता. ती गाढ झोपली.

क्रान्त्झ वळली. झोपलेल्या ॲनाच्या अंगावरून मानेपासून ते खाली पार नितंबापर्यंत तिनं आपली तर्जनी फिरवली. त्यानंतर आणखी खाली नेऊन, मांडीच्या वरच्या भागापर्यंत तिनं आपली तर्जनी फिरवली अन् ती थांबली.

ॲनानं सुस्कारा टाकला. आणखी एक मिनिटभर थांबून क्रान्त्झनं आपला बारीक हात तिच्या दोन मांड्यांमध्ये घुसवला.

'मी स्वप्न पाहाते आहे की खरचं कोणी तिथं स्पर्श करत आहे,' कुशीवर

धनुष्याकृती करून झोपलेल्या ॲनाला अर्धवट झोपेत काही कळत नव्हतं. थंड सुरीचं पातं जेव्हा तिला दोन्ही मांड्यांमध्ये टोचलं, तेव्हा तिला खरं काय ते कळलं आणि ती पूर्ण जागी झाली. तिच्या मनात अनेक विचार क्षणार्धात चमकून गेले.

अन् त्याचवेळेस तिनं अगदी हळू पण धारदार व स्पष्ट आवाज ऐकला. "अजिबात हलण्याचा विचार करू नको. तुझ्या दोन्ही मांड्यांमध्ये मी सहा इंची धारदार सुरी धरली आहे." ॲना अजिबात हलली नाही. तिचं हृदय भले धडधडायला लागलं होतं. "जराही कुरकुरलीस तर खालपासून वर मानेपर्यंत उभी चिरीन मी तुला." खुनशी आवाजात तिनं सांगितलं.

ॲनाला सुरीचा थंड स्पर्श आता आणखी जाणवायला लागला होता त्यामुळे तिनं जराही हालचाल केली नाही. पण भीतीनं ती आता थरथरायला लागली होती.

"माझ्या सूचनेतला शब्दन् शब्द तू पाळशील तर," क्रान्त्झ म्हणाली, "तर तू कदाचित जिवंत राहशील हे लक्षात ठेव."

ॲनाच्या ते लक्षात आलं होतं आणि तिला हेही कळलं होतं की आपल्याला जिवंत रहायचं असेल तर थोडा वेळ काढणं आवश्यक होतं. "तुला काय पाहिजे?" तिनं साहस करून विचारलं.

"तुला मी जराही आवाज करू नको असं सांगितलं होतं ना?" क्रान्त्झ म्हणाली. बोलता बोलता तिनं सुरीचं टोक दोन मांड्यांमध्ये जरा दाबलं होतं. ॲनानं वाद घातला नाही.

"तुझ्या बाजूचा रीडिंग लॅम्प लाव." ती म्हणाली.

ॲनानं जरा हात वर करून पण तशाच स्थितीत राहून लॅम्प लावला. ते करताना तिला सुरीचं टोक जरा आणखी थोडं रुतल्याचं जाणवलं."

"छान! आता मी तुझं ब्लँकेट बाजूला करते, मात्र सुरी नाही. ती म्हणाली. ॲना तशीच पडून समोर पाहत राहिली. तिनं हळू हळू ब्लँकेट दूर केलं."

"आता तुझे गुडघे हनुवटीला टेकव." क्रान्त्झ म्हणाली.

ॲनानं तिची आज्ञा पाळली. ते करताना सुरीची पण थोडी हालचाल झाली.

"आता थोडं वळून उशीकडच्या भिंतीकडे बघ." क्रान्त्झची पुढली आज्ञा तिनं पाळली तशी तिची नजर उशाशी भिंतीवर लावलेल्या व्हॅन्‌गॉगकडे गेली. तिनं त्याच्या बॅण्डेज बांधलेल्या कानाकडे पाहिलं तशी तिला व्हिक्टोरियाची आठवण आल्याखेरीज राहिली नाही. क्रान्त्झनं केलेलं निर्घृण कृत्यं तिच्या डोळ्यांसमोर आलं.

"थोडं अजून वर सरक, वाक आणि फ्रेमच्या दोन्ही बाजूला धरून चित्र हुकवरून काढून उशाशी घे."

तिची प्रत्येक आज्ञा पाळण्याचं बळ ॲनात शिल्लक होतं हे एक नवलच होतं. तिनं तिच्या आज्ञेप्रमाणे ते चित्र ओढून उशाशी ठेवलं.

''आता, मी सुरी तिथून काढून तुझ्या मानेवर ठेवणार आहे. त्यावेळी काहीही हालचाल करण्याचा विचार करू नकोस. काही मूर्खपणा करण्याचा विचार केलास, तर मानेत सुरी खुपसायला मला तीन सेकंदही लागणार नाहीत आणि खिडकीतून बाहेर पडायला दहा सेकंद, हे नीट लक्षात ठेव.'' क्रान्त्झ म्हणाली.

ॲनानं विचार करून काहीही हालचाल न करण्याचा निर्णय पक्का केला. ती जराही हलली नाही. सेकंदातच क्रान्त्झनं सुरी बाहेर काढली आणि तिच्या मानेच्या भागात त्याचं टोक रोवलं.

''आता, चित्र धरून माझ्याकडे वळ. सुरी तुझ्या गळ्यापासून काही इंचावरच असेल हे विसरू नकोस. कोणतीही, पुन्हा सांगते, दुसरी कोणतीही हालचाल केलीस तर ती तुझी शेवटची हालचाल ठरेल.''

तिच्यावर विश्वास ठेवण्यासारखीच परिस्थिती होती. ॲनानं तेच केलं. चित्र दोन्ही हातांनी डोक्यावरच्या बाजूनं उचलून ती तशीच हळूहळू तिच्याकडे वळली. तिच्या समोर पहिल्यांदा क्रान्त्झचा चेहरा आला. पडल्या पडल्या तिला पाहिल्यानंतर काही काळ आश्चर्य वाटलं. ती इतकी छोटी आणि बारीक होती की तिच्यावर सहज मात करता येईल असं कुणालाही वाटलं असतं. हीच चूक कित्येक सराइतांनीही भूतकाळात केली होती.... त्यांच्या भूतकाळात. क्रान्त्झ सरजेईपेक्षा वरचढ ठरली होती, तिथं तिचा काय पाड लागणार होता? तिची पुढची आज्ञा मिळेपर्यंतच्या वेळात तिच्या मनात विचार आला, 'ॲण्ड्र्यूजनं झोपण्यापूर्वी कोको आणू का?' असं विचारलं होतं, तेव्हा ती 'हो' असं का म्हणाली नाही?

''आता चित्र उलट फिरव– मला दिसेल असं. सुरीवरची नजर काढू नकोस.'' असं सांगून तिनं सुरी तिच्या नजरसमोर पण स्वत:च्या जवळ धरली. डोक्यावर धरलेलं चित्र ॲनानं हळूहळू वळवलं. क्रान्त्झनं तिची सुरी ॲनाच्या शरीराच्या तिच्या आवडत्या भागाच्या दिशेन धरलेली होती.

''चित्र घट्ट धरून ठेव,'' क्रान्त्झ समाधानानं म्हणाली. तिनं चित्राकडे पाहिलं. तिच्या डोळ्यांत आता एक वेगळीच वेडसर चमक दिसत होती. ''पुन्हा सांगते, चित्र अगदी घट्ट धरून ठेव. कारण तुझा व्हॅन्‌गॉग आणखी काही मिनिटांतच कानाशिवाय आणखीही काही गमावणार आहे.''

''पण का?'' ॲनानं व्याकूळ स्वरात विचारलं. तिला शांत राहवलं नव्हतं.

''आता तू बोललीस आणि विचारलंस, तरी त्याचा मला आनंदच वाटतो आहे.'' क्रान्त्झ म्हणाली. ''कारण, फेन्स्टनच्या आज्ञा याहून स्पष्ट असणं शक्यच नव्हतं. व्हॅन्‌गॉग नष्ट करण्यापूर्वी त्याला पाहणारी, तू शेवटची असावीस अशी त्याची इच्छा होती.''

''पण का?'' ॲनानं विचारलं.

''फेन्स्टनला जर ते पेन्टिंग मिळू शकत नसेल तर नाकामुरांनाही ते मिळू शकणार नाही याची खात्री त्यांना हवी होती.'' क्रान्त्झनं सांगितलं. तिच्या बोलण्यात आत्मविश्वास होता आणि आसुरी आनंदही. आता तिनं सुरी गळ्याच्या आणखी जवळ आणली होती. ''फेन्स्टनला विरोध करणं ही नेहमीच चूक ठरते. तुझी मैत्रीण ॲराबेलाबद्दल काय वाटतं हे तू तिला सांगू शकणार नाहीस याची मला कीव येते. एकदा का पेन्टिंग नष्ट झालं – तिनं त्याचा विमा काढलेला नाही ही किती दुर्दैवाची गोष्ट? – की सर्व संपलंच नं? कारण मग फेन्स्टन तिची इस्टेट विकायला काढेल. कर्ज पूर्ण वसूल करतील तेव्हा तिच्याकडे काय शिल्लक राहील बरं? तिचा मृत्यू, तुझ्यासारखा झटपट नसेल. विपन्नावस्थेत, हालात असलेल्या ॲराबेलाचा मृत्यू रेंगाळणारा असेल. फेन्स्टनच्या तर्कशुद्ध विचार करणाऱ्या मनाला कोणीही दाद द्यावी.कळलं नं?'' क्रान्त्झ थोडं थांबली. तिनं ॲनाकडे आणि व्हॅन्‌गॉगकडे आपल्या वेडसर नजरेनं पाहिलं. तिच्या चेहऱ्यावर विलक्षण भाव होते. आपल्या सुरीकडे ती कौतुकानं पाहत होती. एकाएकी ती बोलली. ''बस्स. आता वेळ भरली. व्हॅन्‌गॉगची आणि तुझी.'' असं म्हणून क्रान्त्झनं सुरी धरलेला हात तिच्या डोक्यावर नेऊन कॅनव्हासमध्ये व्हॅन्‌गॉगच्या गळ्यात खुपसला.

त्या वारामागे क्रान्त्झची किती ताकद होती हे पेन्टिंग घट्ट धरून ठेवलेल्या ॲनाला समजलं. नुसती सुरी खुपसून ती थांबली नाही तर सर्व ताकदीनिशी सुरी फिरवत तिनं वेडंवाकडं वर्तुळ पूर्ण केलं आणि व्हॅन्‌गॉगचं डोकं पूर्ण कापलं जाऊन त्या कॅनव्हासला मोठं भोक पडल्यानंतरच ती थांबली. 'व्हॅन्‌गॉगचं' डोकं खाली पडलं.

क्रान्त्झनं थोडं मागे होऊन आपलं कौशल्य पाहिलं आणि समाधानानं ती हसली. फेन्स्टनशी झालेला करार तिनं शब्दश: पाळला होता. ॲनानं आपल्या कष्टी डोळ्यांनी हे सर्व पाहिलं होतं त्यामुळे आता चौथा दशलक्ष डॉलर्सचा हिस्सा पदरात पाडून घेण्याची वेळ आली होती.

व्हॅन्‌गॉगचं डोकं जराही रक्त न येता खाली पडल्याचं ॲनानं पाहिलं. आपलं कौशल्यपूर्ण काम निरखण्यासाठी क्रान्त्झ जरा मागे झाली, त्याच वेळेस ॲनानं हालचाल केली. हातात धरलेली जड फ्रेम, तिनं क्रान्त्झच्या डोक्याशी जोरात आणली, पण ॲनाच्या कल्पनेपेक्षा क्रान्त्झ चपळ होती. आपला हात वर करून तिनं तो फटका चुकवला. तो तिच्या खांद्यावर बसला. ॲना चपळाईनं उठली. क्रान्त्झ फ्रेम बाजूला सारून स्वत:ला सावरेपर्यंत ॲना दाराच्या दिशेनं धावली. पलंगावरून उठून तिच्या पाठोपाठ जात क्रान्त्झनं सुरीचं टोक तिच्या पोटरीत जेमतेम खुपसलं. ॲना तशीच पुढे पावलं टाकत जेमतेम दाराजवळ पोहोचणार, तोच धडपडून खाली पडली. तिच्या पोटरीतून निघणाऱ्या रक्ताचे डाग सर्वत्र पडत होते. तशीच उठून ती

दरवाजापर्यंत पोहोचली. दाराचं हॅण्डल धरून तो उघडणार, तेवढ्यात क्रान्त्झनं तिचे केस धरून तिला मागे ओढलं आणि जमिनीवर पाडलं. क्रान्त्झनं आपली सुरी तिच्या गळ्यावर धरली. "ह्या खेपेला ही माझी वैयक्तिक बाब आहे." असे तिचे शेवटचे शब्द ॲनानं ऐकले.

क्रान्त्झ आपलं काम तमाम करणार तोच धाडकन दरवाजा उघडला गेला. दारात हातात बंदूक घेतलेली आणि सिल्क फ्रॉकवर रक्ताचे डाग पडलेली स्त्री क्रान्त्झला दिसली.

क्रान्त्झ काही काळ बसल्या जागीच खिळून गेली. समोर व्हिक्टोरिया वेण्टवर्थला पाहून तिला धक्का बसला होता. तिनं तर व्हिक्टोरियाला ठार मारलं होतं. तिच्या भुताकडे ती पाहात आहे का? ते भूत तिच्याकडे येऊ लागलं तशी तिला भुरळ पडल्यागत झालं. तिनं ॲनाच्या गळ्याजवळ अजूनही सुरी धरून ठेवली होती.

ॲराबेलानं बंदूक उचलली तशी क्रान्त्झ ॲनाचे केस धरून तिला ओढत मागे सरली. ॲराबेलानं बंदुकीच्या चापावर बोट ठेवलं.

"रक्ताचा एक थेंब जरी आणखी सांडला, तर मी तुझे तुकडे तुकडे करीन." ॲराबेला म्हणाली. तिचे डोळे रागानं धगधगत होते. चेहऱ्यावर भीषण भाव होते. उरात धडकी भरवणारे. "मी पायापासून सुरुवात करीन, दुसरी गोळी तुझ्या पोटात घुसेल, पण तू मरणार नाहीस याची मी दक्षता घेईन. तुला सावकाश आणि दुःखद मृत्यू आला पाहिजे. ती वेळ जवळ येईल तेव्हाच मी ॲम्ब्युलन्स बोलवेन." ॲराबेलानं आपली बंदूक थोडी खाली घेतली अन् चाबकाच्या फटकाऱ्यागत तिचे शब्द आले –"सोड तिला." क्रान्त्झ एकदम दचकल्यागत झाली. तिनं पटकन ॲनाचे केस सोडून दिले. क्रान्त्झ भयंकर घाबरली आहे हे पाहून ॲराबेलालाही आश्चर्य वाटलं.

केस सोडताक्षणीच, क्रान्त्झनं खिडकीच्या दिशेनं झेप घेतली. ॲराबेलानं बंदुकीचं बॅरल झटक्यात बंद करून, बंदूक तिच्या दिशेने धरून गोळी झाडली. गोळी खिडकीला लागली. क्रान्त्झ खिडकीतून निसटली. ॲराबेला पुढे झाली अन् रागाने धुमसत ओरडली, "आत्ता– ॲण्ड्र्यूज, जल्दी कर." तीतर मारताना ती ज्या तऱ्हेनं ओरडायची तसंच ती ओरडली. सेकंदातच आवारातले सर्व सुरक्षा दिवे पेटले अन् त्या उजेडात एखाद्या मोकळ्या फुटबॉल मैदानात एकट्याच खेळाडूने गोल करण्यासाठी धावावं तशी क्रान्त्झ धावताना दिसली.

तिरपं-तारपं धावतानाची तिची काळी आकृती ॲराबेलाला दिसली. तिनं झटक्यात बंदूक खांद्याला लावली. नेम धरला, दीर्घ श्वास घेतला अन् दुसरी गोळी झाडली. एका क्षणात क्रान्त्झची आकृती जमिनीवर पडलेली तिनं पाहिली. तरी ती कशीबशी उठून भिंतीकडे सरकत असताना ॲराबेलानं पाहिलं.

"खाली, खाली," ॲराबेला ओरडतच खाली आली. "आणखी दोन काडतुसं दे ॲण्ड्र्यूज." ती म्हणाली. ॲण्ड्र्यूजनं उजव्या हातानं मुख्य दरवाजा उघडला अन् डाव्या हातानं तिला दोन काडतुसं दिली. पुढच्या पायऱ्या उतरण्यापूर्वी तिनं काडतुसं भरली अन ती पुढं झाली. एक छोटी काळी आकृती काही अंतरावर तिला दिसत होती. वेगाने जात ॲराबेलानं तिच्या आणि क्रान्त्झमधलं अंतर कमी केलं. आता क्रान्त्झ बंदुकीच्या टप्प्यात आली होती. तिनं बंदूक उचलली, खांद्याला लावली, नेम धरला अन् ती घोडा दाबणार तोच अचानक कुठून, कशा, कुणास ठाऊक, तीन पोलीस गाड्या आणि एक ॲम्ब्युलन्स प्रवेशद्वारातून येताना दिसल्या. त्यांच्या हेडलाईट्सनी ॲराबेलाचे डोळे आंधळ्यागत झाले. तिला तिची शिकार दिसेनाशी झाली.

पहिली पोलीस गाडी तिच्या जवळ येऊनच थांबली. त्यातून कोण उतरलं हे पाहिल्यानंतर ॲराबेलानं अगदी अनिच्छेनंच बंदूक खाली केली.

"गुड इव्हिनिंग, चीफ सुपरिन्टेन्डन्ट." तिच्या डोळ्यांवर पडणारा हेडलाईटचा प्रकाश कपाळाशी हात धरून अडवत ती म्हणाली.

"गुड इव्हिनिंग ॲराबेला." चीफ सुपरिन्टेन्डन्टनी प्रत्युत्तर केलं. तिच्याकडे होणाऱ्या ड्रिंक पार्टीला जरा उशिरा पोहोचल्यानंतर करावं तसं. "सर्व ठीक आहे नं?"

"तुम्ही येईपर्यंत सर्व ठीक होतं." उद्वेगानं ॲराबेला म्हणाली. "लोकांच्या कामात नाक खुपसण्याची तुम्हाला काय जरूर? पण मला आश्चर्य वाटतं, इतक्या लवकर तुम्ही कसे काय पोहोचलात?

"त्याबद्दल तुम्ही तुमच्या अमेरिकन मित्राला– मि. डिलेनीला धन्यवाद द्यायला हवेत." चीफ सुपरिन्टेन्डन्ट म्हणाले. "त्यानं आम्हाला इशारा दिला होता, की कदाचित तुम्हाला आमची मदत लागेल, म्हणून आम्ही गेला तासभर पाळतीवर होतो."

"मला कुठल्या मदतीची गरज नाहीय." ॲराबेला आपली बंदूक पुन्हा वर उचलत म्हणाली, "तुम्ही आणखी दोन मिनिटं उशिरा आला असता तर मी तिला संपवलं असतं आणि आनंदानं पुढच्या परिणामाला सामोरी गेले असते."

"तुम्ही काय बोलता आहात ते काही माझ्या लक्षात येत नाहीय." असं म्हणून ते आपल्या गाडीकडे गेले आणि त्यांनी हेडलाईट बंद केला. एव्हाना इतर दोन गाड्या आणि ॲम्ब्युलन्स कुठे दिसत नव्हत्या.

"तुम्ही तिला निसटू दिलंत, हा केवढा मूर्खपणा." ॲराबेला रागानं म्हणाली, अभावितपणे तिनं तिसऱ्यांदा आपली बंदूक वर उचलली. तेवढ्यात मि. नाकामुरा नाईट गाऊनवरच तिथे पोहोचले. "मला वाटलं की ॲनाला...." त्यांचं बोलणं अर्धच राहिलं.

“ओह् माय गॉड!” असे उद्गार काढून ॲराबेला वळली आणि घराकडे तीरासारखी धावली. तिनं चीफ सुपरिन्टेन्डन्टची पर्वा केली नाही. पायऱ्या चढून, उघड्या दारातून ती पहिल्या मजल्याच्या जिन्याच्या पायऱ्या चढून, ॲनाच्या बेडरूमपर्यंत जाईपर्यंत ती कुठेही थांबली नाही. ॲण्ड्र्यूज ॲनाच्या पायाला बॅण्डेज बांधतो आहे आणि ती सुखरूप आहे हे पाहताच तिचा जीव भांड्यात पडला. ॲराबेलाच्या पाठोपाठ मि. नाकामुरा पोहोचले. त्यांनाही ॲना सुखरूप आहे हे पाहून आनंद वाटला. थोडा दम खाऊन ते ॲराबेलाला म्हणाले. “तुमच्या इंग्लिश हाऊस पार्टीनंतर काय घडलं ते मला कळलं नव्हतं. आता मला ते समजलं.”

ॲराबेलाला हसू फुटलं. तिनं त्यांच्याकडे मान वळवली तेव्हा ते उद्ध्वस्त केलेल्या त्या कॅनव्हासकडे पाहत होते... टक लावून. त्यांच्या चेहऱ्यावर अनाकलनीय भाव होते.

“ओह्, माय गॉड!” पुन्हा एकदा ॲराबेलाच्या तोंडून उद्गार बाहेर पडले. आपल्या बहुमोल वारशाची स्थिती तिला बघवेना. तिचा चेहरा त्या वारशाप्रमाणेच उद्ध्वस्त झाला. तिच्या चेहऱ्यावरचा रंग पार उडाला. तिच्या स्वप्नांची धूळधाण झाली होती.

“शेवटी त्या हरामजादीने डाव साधला म्हणायचा. आता मला कळलं की मला माझा सर्व ठेवा आणि इस्टेट विकावी लागेल, याचा त्याला एवढा आत्मविश्वास का वाटत होता.” तिचा भकास चेहरा ॲनाला पाहवेना.

ॲना हळूच आपल्या पायांवर उठली आणि पलंगाच्या कडेला बसली. “मला तसं वाटत नाही,” ॲराबेलाच्या चेहऱ्याकडे पाहत ती म्हणाली. ॲराबेलाला ती काय बोलते आहे ते कळेना. ती कोड्यात पडली.

“पण त्यासाठी तुम्हाला ॲण्ड्र्यूजला धन्यवाद द्यायला लागतील.” ॲनानं पुढे सांगितलं.

“ॲण्ड्र्यूज?” ॲराबेलानं पुनरुच्चार केला. अजूनही ती गोंधळलेलीच होती.

“हो. ॲण्ड्र्यूज. त्यानं मला विचारलं की मि. नाकामुरा आपल्या मीटिंगसाठी सकाळी लवकर जाणार असल्यामुळे त्यांचं पेन्टिंग त्यानं डिनरच्या दरम्यान पॅक केलं तर चालेल का? कारण पहाटेच्या भलत्या वेळी मलाही त्रास देणं त्याला आवडणार नव्हतं. मी तसं करण्याची परवानगी दिली, तर त्याला मूळ फ्रेममध्ये मूळ चित्र टाकायला आणि नीट पॅक करायला भरपूर वेळ मिळणार होता. म्हणजे सकाळी मि. नाकामुरा निघणार, तेव्हा सगळं तयार असणार होतं. मी त्याला तशी परवानगी दिली.” एवढं बोलून ॲना थोडा वेळ थांबली. ॲराबेला तिच्याकडे उतावीळ होऊन पाहत होती तर नाकामुरांच्या चेहऱ्यावर समाधान पसरलेलं होतं.

“ॲण्ड्र्यूजला पुढे, त्याच्या कल्पनेप्रमाणे जे करायला मी परवानगी दिली, ते

सांगितलं तर तुम्हाला आवडणार नाही ॲराबेला. तुमच्या आदरातिथ्याचा तो मी अपमानच केला म्हणायचा.'' ॲनानं सांगितलं. ''मला त्याचे नेमके शब्द आठवतात.'' ॲनानं पुढे सांगायला सुरुवात केली. ''तो म्हणाला, मूळच्या ठिकाणी– तुमच्या व्हॅन्‌गॉगच्या बेडरूमध्ये, मी पुन्हा बनावट चित्र लावून ठेवलं तर चालेल नं? तसं केलं तर माझी खात्री आहे की बाईसाहेब शहाण्याच ठरतील.''

आपल्या एकोणपन्नास वर्षांच्या चाकरीच्या काळात ॲण्ड्र्यूजनं पहिल्यांदाच त्याच्या बाईसाहेबांना गप्प झालेलं पाहिलं.

थोडा वेळ कुणीच काही बोललं नाही. त्यानंतर मि. नाकामुरा पहिल्यांदा बोलले. ॲराबेलाकडे वळून ते म्हणाले, ''मला वाटतं ॲराबेला, तुमची अवज्ञा केल्याबद्दल आणि तुम्हाला न विचारता हे सगळं केल्याबद्दल, तुम्ही आताच त्याला कामावरून काढून टाकलं पाहिजे.'' नंतर ॲण्ड्र्यूजकडे वळून ते म्हणाले, ''ॲण्ड्र्यूज, बाईसाहेबांनी काढून टाकल्यानंतर माझ्याकडे नोकरीला येशील? मी तुला दुप्पट पगार देईन.''

''आशा धरू नका, मि. नाकामुरा.'' ॲण्ड्र्यूजला काही बोलण्याची संधी न देता ॲराबेला म्हणाली. ॲण्ड्र्यूज आमची 'राष्ट्रीय संपत्ती' आहे. मी ती कधीच कोणाला नेऊ देणार नाही.

तिच्या म्हणण्यावर नाकामुरांसह सर्वच हसले.

❖

-५७-

मि. नाकामुरांना सकाळी सहानंतर काही मिनिटांनीच जाग आली. काही काळ ते पडूनच राहिले. काल रात्री घडलेल्या सर्व घटनांचा आढावा घेताना, 'ते सत्य होतं' हे त्यांना स्वत:ला पटवावं लागलं होतं, इतक्या स्वप्नवत घटना होत्या त्या.

आपलं पांघरूण काढून त्यांनी खालच्या गालिच्यावर असलेल्या सपाता चढवल्या. पलंगाच्या कडेला असलेला ड्रेसिंग गाऊन चढवून ते पलंगाच्या टोकाला पोहोचले. त्यांनी आपलं डिनर जॅकेट, संध्याकाळचा शर्ट आणि इतर कपडे तिथे असलेल्या खुर्चीवर ठेवले होते. सकाळी उठल्याबरोबर सामान पॅक करण्याचा त्यांचा विचार होता, पण तिथं ते आता दिसत नव्हते. आपण आधीच तर ते बॅगमध्ये भरले नाही नं, हे आठवण्याचा त्यांनी प्रयत्न केला. त्यांना काही आठवेना. अखेर त्यांनी खात्री करून घ्यायचं ठरवलं. त्यांनी सूटकेसचं झाकण उघडलं मात्र– त्यांना त्यांचा शर्ट धुऊन, इस्त्री करून ठेवलेला दिसला. डिनर जॅकेटही इस्त्री करून सूट कॅरियरमध्ये घालून वॉर्डरोबमध्ये लटकवून ठेवललं दिसलं.

त्यांनी बाथरूममध्ये प्रवेश केला. तिथंही बेताच्या गरम पाण्यानं पाऊण टब भरलेला दिसला, तेव्हा त्यांना आठवलं. आपल्याला जाग आली होती ती हळूच दार लावून घेण्याच्या आवाजानं. पाहुण्यांची झोपमोड होऊ न देता सेवकांनी सर्व कामं केली होती. 'हा इंग्लिश पाहुणचार' ते स्वत:शीच म्हणाले आणि त्यांनी टबमध्ये पाऊल टाकलं.

◆ ◆ ◆

ॲना बाथरूममधून बाहेर आली आणि कपडे चढवायला लागली. टिनाचं घड्याळ हातावर घालताना, तिला पलंगाशेजारच्या टेबलावर ठेवलेला लिफाफा दिसला. ती बाथरूममध्ये शॉवर घेत असताना ॲण्ड्र्यूजनं ठेवला असावा का?

तिला नक्की आठवत होतं, सकाळी ती उठली तेव्हा तिनं तिथं तो पाहिला नव्हता. तिनं तो उचलून पाहिला. वर नाव होतं. 'ॲना.' ॲराबेलाचं सहज ओळखू येणारं ठसठशीत अक्षर. ॲना पलंगाच्या कोपऱ्यावर बसली आणि तिनं तो फोडला.

वेण्टवर्थ हॉल

डियरेस्ट ॲना, सप्टेंबर २६, २००१

तुझे आभार मानायला मी कशी सुरुवात करू? व्हिक्टोरियाच्या दुर्दैवी मृत्यूशी तुझा काही संबंध नाही, हे तुला सिद्ध करायचंय, असं तू मला दहा दिवसांपूर्वी सांगितलं होतंस. त्यानंतर तू इतकं काही केलंयस की त्याबद्दल आभार कसे मानायचे हेच मला कळत नाहीय. अखेरीस तू आमच्या कुटुंबीयांची इभ्रत वाचवली आहेस.

'विलक्षण इंग्लिश अभिव्यक्तिचं रूप' पाहून ॲनाला हसू कोसळलं. हसता हसता लिफाफ्यातले दोन कागद खाली पडले. ते तिनं उचलले आणि पाहिले. त्यातला एक काऊंट्स बँकेचा दशलक्ष पौंडचा चेक होता. त्यावर ॲना पेट्रेस्कू असं लिहिलं होतं अन् दुसरा.....

◆◆◆

नाकामुरा संपूर्ण पोशाख करून तयार झाले तसा त्यांनी पलंगाशेजारच्या टेबलावर ठेवलेला आपला सेलफोन उचलला आणि टोकियोचा नंबर दाबला. त्यांनी त्यांच्या फायनान्स डायरेक्टरला, त्यांच्या लंडनच्या बँकेत इलेक्ट्रॉनिक पद्धतीने पंचेचाळीस दशलक्ष डॉलर्स पाठवायला सांगितले. त्यांना त्यांच्या सॉलिसिटर्सना सांगण्याची गरज नव्हती. कारण त्यांना पूर्ण पन्नास दशलक्ष डॉलर्सची रक्कम स्ट्रान्ड मधील काऊंट्स ॲण्ड को. मध्ये वेण्टवर्थच्या खात्यात जमा करण्याच्या सूचना आधीच देण्यात आल्या होत्या. काऊंट्स ॲण्ड को. मध्ये वेण्टवर्थ कुटुंबीयांचं खातं गेली दोनशे वर्षं होतं.

ब्रेकफास्टसाठी खाली उतरण्यापूर्वी नाकामुरा वेलिंग्टनच्या पोर्ट्रेटसमोर उभे राहिले. त्यांनी आयर्न ड्यूकना वाकून अभिवादन केलं. आयर्न ड्यूकनी काल रात्रीच्या साहसाचा आनंद घेतला असणार हे नक्की.

जिन्याच्या संगमरवरी पायऱ्या उतरून ते खाली आले. त्यांना समोरच ॲण्ड्र्यूज दिसला. त्याच्या देखरेखीखाली, त्याच्या हाताखालचा बटलर एक लाल रंगाची पेटी दाराशी भिंतीला नीट लावून ठेवत होता. 'सेल्फ पोर्ट्रेट वुईथ बॅण्डेज्ड इअर' हे व्हॅन्गॉगचं मौल्यवान मूळ चित्र, मूळ फ्रेमसहित, पेटीत व्यवस्थितपणे बबल प्लास्टिकमध्ये पॅक करून ठेवलेलं होतं. शोफर नाकामुरांची गाडी घेऊन येताच लगेच पेटी त्यात ठेवता येणार होती.

ॲराबेला ब्रेकफास्ट रूममधून वेगात पुढे आली.

"गुड मॉर्निंग ताकाशी," ती म्हणाली. तसे नाकामुरा हसले. "सर्व भानगडीतून थोडी का होईना तुम्हाला झोप मिळाली असेल अशी मला आशा आहे."

"होय. थँक्यू ॲराबेला." त्यांनी उत्तर दिलं, तशी त्यांच्या मागून ॲना पुढे झाली. आणि ॲराबेलाला म्हणाली, "तुमचे कसे आभार मानावे तेच मला कळत नाही."

"सद्बीजनं मला कितीतरी अधिक कमिशन आकारलं असतं." ॲराबेला म्हणाली.

"आणि मला हे माहीत आहे की टिना..." ॲनाचं बोलणं अर्धवट राहिलं, कारण तेवढ्यात दारावर थाप पडली. दार उघडण्यासाठी ॲण्ड्र्यूज शांतपणे पुढे झाला.

"बहुधा माझा ड्रायव्हर." नाकामुरांनी सूचित केलं.

"गुड मॉर्निंग सर," दार उघडून ॲण्ड्र्यूज म्हणाला.

ॲराबेला वळली आणि तिनं अनपेक्षितपणे आलेल्या पाहुण्याचं हसून स्वागत केलं. "गुड मॉर्निंग जॅक," ती म्हणाली, "तू ब्रेकफास्ट आमच्या बरोबर करणार आहेस हे मला माहीत नव्हतं. तू आताच अमेरिकेहून आला आहेस की आमच्या इथल्या पोलीस स्टेशनात रात्र काढून आला आहेस?"

"नाही ॲराबेला, मी नाही. पण तुम्ही काढायला हवी होती, असं मला सांगण्यात आलं." जॅकनं हसत मिष्किलपणे प्रत्युत्तर दिलं.

"हॅलो हिरो," जॅकच्या गालाचं चुंबन घेत ॲना म्हणाली. "आम्हाला वाचवण्यासाठी तू अगदी वेळेवर आलास."

"ते बरोबर नाहीये," ॲराबेला मध्येच म्हणाली. "आमच्या स्थानिक पोलिसांना त्यानंच पहिले खबर दिली."

ॲना हसली आणि नाकामुरांकडे वळून म्हणाली, "हा माझा मित्र जॅक फिट्झगेराल्ड डिलेनी."

"त्याच नाव जॉन ठेवायला हवं." जॅकशी हस्तांदोलन करताना नाकामुरांनी सूचना केली.

"अगदी बरोबर सर."

"आयरिश आईनं ठेवलेली नावं अशीच असतात किंवा तुझा जन्म बावीस नोव्हेंबर १९६३ ला झाला असावा."

"दोन्ही बाबतीत मी दोषी आहे सर." जॅकनं मान्य केलं.

"फार गमत्या माणूस आहे हा." असं म्हणून ॲराबेलानं पाहुण्यांना ब्रेकफास्ट रूममध्ये चलण्यास सुचवलं. ती नाकामुरांना घेऊन जात असताना ॲनानं, तिच्या पायाला बॅण्डेज का आहे, याचा त्यानं विचारल्यावर खुलासा केला.

ॲराबेलानं नाकामुरांना आपल्या उजवीकडे बसण्याची विनंती केली. जॅकला

खूण करत ती म्हणाली, ‘‘तू माझ्या डावीकडे बस यंग मॅन. मला अजून एक-दोन प्रश्नांची उत्तर हवी आहेत.’’

जॅकचं लक्ष प्लेटमधल्या लुसलुशीत मांसाच्या तुकड्याकडे लागलं होतं. त्यानं सुरी-काटा उचलला. कधी आपण ते तोंडात टाकतो असं त्याला झालं होतं.

‘‘खाण्याचा विचार नंतर कर,’’ ॲराबेला त्याच्याकडे पाहत हसून म्हणाली. ‘‘आधी माझ्या एक प्रश्नाचं उत्तर दे.’’ जॅकनं प्रश्नार्थक मुद्रेनं तिच्याकडे पाहिलं.

‘‘कालच्या माझ्या बहादुरीबद्दल डेली मेलच्या पहिल्या पानावर माझं नाव का नाही?’’

‘‘तुम्ही काय म्हणताहात ते माझ्या लक्षात येत नाहीय.’’ जॅक म्हणाला. तो बोलत असताना ॲण्ड्र्यूजनं त्याच्या कपात काळी कॉफी ओतली.

‘‘आणि तू काय बोललास ते मलाही कळलं नाही.’’ ॲराबेला म्हणाली, ‘‘तू इथं कसा टपकलास याचं धड उत्तर तू दिलं नाहीस. लोक कटकारस्थान आणि पोलिसांनी दिलेलं संरक्षण याबाबतीत बोलतात, त्यात काही आश्चर्य नाही. तेव्हा आता सांग काय सांगायचं ते.’’

‘‘मी आमच्या इथल्या एम. १५ ला आज सकाळी काही प्रश्न विचारले.’’ जॅक काटा-सुरी खाली ठेवत म्हणाला, ‘‘गेल्या चोवीस तासांत कोणत्याही अतिरेक्यानं या देशात प्रवेश केला नाही याचा त्यांनी निर्वाळा दिला.’’

‘‘दुसऱ्या शब्दात सांगायचं झालं तर ती निसटली, असंच ना?’’ ॲनानं विचारलं.

‘‘नाही. तसं म्हणता येणार नाही.’’ जॅक म्हणाला, ‘‘मी फक्त एवढं सांगू शकतो, की सुमारे पाच फूट उंच, बारीक आणि अंदाजे शंभर पौंड वजन असलेल्या एका स्त्रीला पोलिसांनी बंदुकीची गोळी लागलेल्या अवस्थेत पकडलं. तिनं रात्र ‘बेलमार्श’च्या तुरुंगात घालवली आणि अजूनही ती तिथेच आहे.’’

‘‘आणि तिथून सुद्धा ती निसटेल.’’ ॲराबेलानं शेरा मारला.

‘‘ॲराबेला, मी खात्रीपूर्वक सांगतो. अद्यापपर्यंत कोणीही तिथून निसटू शकलेला नाहीय.’’

‘‘समजा, पण शेवटी ते तिला बुखारेस्टलाच परत पाठवतील नं?’’

‘‘शक्यता कमी आहे,’’ जॅकनं सांगितलं. ‘‘तिनं या देशात प्रवेश केल्याचा कोणताही पुरावा नाही ही पहिली गोष्ट आणि या तुरुंगात तिला पाहायला कोणीही येणार नाहीत हे निश्चित.’’

‘‘तसं असेल तर आता मी तुला थोडं मश्रुम खायला परवानगी देते.’’ जॅकनं आपला सुरी-काटा उचलला.

‘‘आणि त्याची मी जोरदार शिफारस करतो.’’ आपल्या जागेवरून उठत

नाकामुरा म्हणाले, ''ॲराबेला आता मला निरोप द्या. मला निघालंच पाहिजे नाहीतर मीटिंगला उशीर होईल.''

जॅकनं दुसऱ्यांदा सुरी-काटा खाली ठेवला. सर्वच जण उठले आणि नाकामुरांना निरोप देण्यासाठी त्यांच्याबरोबर हॉलमध्ये आले.

ॲण्ड्र्यूज दाराशी उभा होता. मि. नाकामुरांची सूटकेस आणि ती लाल पेटी त्यांच्या लिमोझीनमध्ये नीटपणे ठेवण्याची व्यवस्था पाहत होता.

''मला वाटतं ॲराबेला,'' मि. नाकामुरा ॲराबेलाकडे वळून म्हणाले, ''वेण्टवर्थ हॉलला दिलेल्या माझ्या या छोट्याशा भेटीचं वर्णन केवळ 'संस्मरणीय' अशा शब्दात करणं, हे तुमच्या अभिजात इंग्रजी भाषेच्या दृष्टीनं, फारच सौम्य ठरेल; पण याहून चांगल्या शब्दांत मी सांगू शकत नाही.'' असं म्हणून नाकामुरा प्रसन्न हसले. निघण्यापूर्वी त्यांनी एक शेवटची नजर गेन्सबरोच्या कॅथरीन लेडी वेण्टवर्थ या पोर्ट्रेटकडे टाकली अन् ॲराबेलाकडे पाहत म्हणाले, ''मी चुकत असेन तर मला सांगा ॲराबेला, पण त्यांच्या गळ्यातला नेकलेस तोच आहे नं, जो तुम्ही काल डिनरच्यावेळी घातला होता?''

''तोच आहे खरं,'' हसून उत्तर देत ॲराबेला म्हणाली. ''कॅथरीन बाईसाहेब या अभिनेत्री होत्या. आजच्या जमान्यातल्या कलांवताप्रमाणे त्याही लोकप्रिय होत्या. भेट म्हणून मिळालेला हा नेकलेस त्यांना कोणी दिला ते मला माहीत नाही; पण त्यांच्यामुळे मला तो मिळाला याबद्दल मी त्यांना धन्यवाद द्यायला हवेत हे नक्कीच.''

''आणि इअरिंग्ज?'' ॲनानं विचारलं.

''इअरिंग्ज नव्हे, इअरिंग. फक्त एक.'' आपल्या उजव्या कानाकडे हात नेत ॲराबेला म्हणाली.

''इअरिंग,'' जॅकनं पुनरुच्चार केला आणि पेन्टिंगकडे पाहिलं. ''हॅऽऽऽ, किती बुद्धू आहे मी!'' तो उद्गारला. ''माझ्या डोळ्यांसमोर सतत होतं ते... माझ्याकडे पाहत होतं जणू.''

''तुझ्याकडे काय सतत पाहत होतं?'' ॲनानं विचारलं.

''फेन्स्टन जॉर्ज बुशशी हस्तांदोलन करत असलेल्या फोटोमागे लिपमननं लिहिलं होतं, 'तुम्हाला हवा असलेला हा पुरावा.' ''

''तुम्हाला हवा असलेला पुरावा? कशासाठी?'' ॲराबेलानं विचारलं.

''फेन्स्टननंच तुमच्या बहिणीचा खून केला हे सिद्ध करण्यासाठी.'' जॅकनं सांगितलं.

''कॅथरिन लेडी वेण्टवर्थ आणि प्रेसिडेंट बुश यांचा काय संबंध? माझ्या काही लक्षात येत नाहीय.'' ॲराबेला गोंधळून म्हणाली.

"नेमकी हीच चूक मी पण केली." जॅक म्हणाला, "लेडी वेण्टवर्थ आणि बुश यांचा संबंध नाही, पण लेडी वेण्टवर्थ आणि फेन्स्टन यांचा संबंध मात्र लागू शकतो. आणि ते दर्शवणारा धागा आपल्या डोळ्यांसमोर नेहमीच होता."

सर्वांनीच गेन्सबरोच्या त्या पोर्ट्रेटकडे पुन्हा एकदा पाहिलं. थोड्या वेळानं ॲनानं शांततेचा भंग केला. ती शांतपणे म्हणाली, "त्या दोघांनीही एकाच प्रकारचं, नव्हे, एकच इअरिंग घातलेलं आहे. लेडी वेण्टवर्थच्या डाव्या कानातलं इअरिंग. मला फेन्स्टननं नोकरीवरून काढून टाकलं त्या दिवशी फेन्स्टनच्या कानात मी ते पाहिलंही होतं. पण मी संबंध जोडला नाही. मी सुद्धा पूर्णपणे दुर्लक्ष केलं."

"पण लिपमनला त्याचं महत्त्व माहीत होतं." जॅक म्हणाला, "फेन्स्टनवर आरोप सिद्ध करण्यासाठी तो एक महत्त्वाचा पुरावा आहे हे त्यानं ओळखलं होतं."

आणि त्यावेळेस ॲण्ड्र्यूज खाकरला.

"ॲण्ड्र्यूज, माझ्या लक्षात आलं, तुला काय म्हणायचं ते." ॲराबेला म्हणाली, "मि. नाकामुरांना आम्ही अधिक काळ तिष्ठत ठेवणं योग्य नाही. त्यांना बिचाऱ्यांना एकाच दिवसात आमच्या कुटुंबाच्या बऱ्याच भानगडींना सामोरं जावं लागलं आहे."

"खरं आहे," मि. नाकामुरा म्हणाले, "पण इतक्या सुंदर तऱ्हेनं तपास करणाऱ्या जॅकचं अभिनंदन मला केलंच पाहिजे."

"हो नं. थोडं उशिरा का होईना, तो शेवटाला पोहोचतो हे बाकी खरं आहे." असं मिस्किलपणे म्हणून तिनं जॅकचा हात धरला. तो हसला. नाकामुराही हसले.

ॲराबेला मि. नाकामुरांना थेट त्यांच्या गाडीपर्यंत सोडायला गेली. ॲना आणि जॅक मात्र वरच्या पायरीवरच थांबले.

"वेल डन शिकाऱ्या, मि. नाकामुरांशी मी सहमत आहे बरं. तपास करण्याची तुझी पद्धत वाईट नाहीय हे नक्की." असं म्हणून ती खळखळून हसली. तिच्या हास्यात सामील होत जॅक म्हणाला, "आणि नवशिकी एजंट म्हणून तुझ्या प्रयत्नांचं काय? टिनाचं रहस्य तुला कळलं का?"

"मला वाटलं की हे तू मला विचारणार नाहीस," ॲना म्हणाली, "पण मलाही हे कबूल केलं पाहिजे की नवशिक्या तपासनीसाच्याही लक्षात आल्या असत्या अशा काही उघड गोष्टीकडे मी दुर्लक्ष केलं."

"उदाहरणार्थ?" जॅकनं विचारलं.

"एक मुलगी, जी ४९ च्या आणि लेकर्सच्या संघांना पाठिंबा देते, जिला अमेरिकन आर्टचं प्रेम आहे आणि मूळ मालकानं आपल्या दोन मुलांच्या नावानं ठेवलेली ख्रिस्टिना बोट चालवण्याचा जिला शौक होता."

"ती ख्रिस ॲडम्सची मुलगी आहे?" जॅकनं विचारलं.

"हो, ख्रिस ॲडम्स ज्युनियरची बहीण." ॲनानं उत्तर दिलं.

"तर मग सर्व गोष्टींचा खुलासा होतो."

"हो, बहुतेक सर्वच गोष्टींचा," ॲना म्हणाली, "क्रान्त्झनं तिच्या भावाचा गळा कापून खून केल्यानंतर तिला आपलं घर आणि बोट इतकंच सोडावं लागलं नाही तर वकिली शिक्षणही सोडावं लागलं."

"म्हणजे फेन्स्टननं चुकीच्या व्यक्तींची निवड केली म्हणायची."

"पण ते बरंच झालं." ॲना म्हणाली, "टिनानं आपलं नाव बदललं. ती ॲडम्सची फॉर्स्टर झाली. न्यूयॉर्कला आली. एक सेक्रेटरी कोर्स केला आणि बँकेला अर्ज केला. फेन्स्टनच्या पहिल्या सेक्रेटरीनं नोकरी सोडण्याची – जे नेहमीच घडायचं असं तिला कळलं होतं – वाट पाहत बसली. तिला बोलावणं आलं. नोकरीचा करार झाला. आणि तिला गेल्या आठवड्यात काढण्यात येईपर्यंत ती तिथेच होती. आता आणखी चांगली बातमी तुला सांगते." ॲना म्हणाली. आणि ती थोडं थांबली. मि. नाकामुरा त्या दोघांना हात दाखवून बाय करत होते. त्यांनी उलट हात दाखवून निरोप दिला.

ॲनानं पुढे सांगायला सुरुवात केली. "तुझ्या दृष्टीने ही बातमी एकदमच चांगली आहे," ॲना म्हणाली. तसा जॅक उत्सुक झाला. "टिनानं फेन्स्टनची बहुतेक सर्व अशी कागदपत्रं स्वत:च्या कॉम्प्युटरवर डाऊनलोड करून घेतली आहेत, की ज्यामुळे त्याला कायद्याच्या कचाट्यात पकडणं सोपं झालं आहे."

"काय सांगतेस?" जॅकचे डोळे चमकले. त्यावेळी नाकामुरा ॲराबेलाला वाकून अभिवादन करून गाडीत चढत होते.

"हो, फेन्स्टननं लिहिलेली काही वैयक्तिक स्वरूपाची माहिती, काही खास शेरे आणि सूचना. अगदी वैयक्तिक पत्र सुद्धा. नॉर्थ टॉवर कोसळल्यामुळे हे सर्व नष्ट झालंय अशी फेन्स्टनचीही समजूत आहे. त्यामुळे तुला आता फेन्स्टनची फाईल बंद करता येईल. "

"झकास! त्याबद्दल तुला आणि टिनाला खास धन्यवाद द्यायला हवेत." जॅक म्हणाला. "पण एवढं सगळं करूनही तिनं सर्व गमावलंच नं?"

"सर्व नाही. तिनं काही मिळवलंय पण." ॲना म्हणाली. "तुला हे कळल्यानंतर आनंद होईल की लेडी ॲराबेलानं वेण्टवर्थ इस्टेट वाचवण्यातल्या तिच्या सहभागाबद्दल तिला एक दशलक्ष डॉलर्स दिले आहेत."

"एक दशलक्ष डॉलर्स?"

"येस आणि मला एक दशलक्ष पौंड्स." जॅकने डोळे विस्फारले. "तात्पुरत्या सेवेसाठी जर एखाद्या कामकऱ्याला नेमलं तर जेवढा किमान मेहेनताना त्याला मिळायला हवा तेवढा, अशा प्रकारच्या शब्दात ॲराबेला वर्णन करते."

"वाऽ क्या बात है। आणि याच घरात राहणं, खाणं-पिणं. तात्पुरत्या सेवेसाठी

नेमलेल्या कामकरी व्यक्तीला.''

''एकदम झकास नं?'' ॲना म्हणाली

''आणि मला पुरेसा नाश्ताही मिळाला नाही.'' जॅक वेडवाकडं तोंड करत म्हणाला.

''मला तुझी कीव येते शिकाऱ्या. म्हणून माझ्याबरोबर फर्स्टक्लासमधून विमानातलं जेवण घेण्याची परवानगी मी तुला देते आहे.''

जॅक थोडं वळून ॲनाच्या अगदी जवळ गेला. तिच्या चेहऱ्याकडे पाहात, तिचे दोन्ही हात धरून म्हणाला, ''त्यापेक्षा या शनिवारी तूच का माझ्याकडे डिनरला येत नाहीस?'' ती हसली.

''तुझ्या आईची स्ट्यू-नाईट? मग फर्स्ट क्लासपेक्षा ते बरं.'' ती म्हणाली.

''पण तू ते मान्य करण्यापूर्वी मला काही सांगायचं आहे ॲना,'' जॅकनं चेहरा गंभीर केला अन् म्हणाला. त्यावेळी नाकामुरांची गाडी दिसेनाशी झाली होती. ॲराबेला परत येण्यासाठी वळली होती.

''काय ते?'' ॲनानं विचारलं.

''माझ्या आईचा असा भ्रम आहे, की तुझी आधी तीन लग्नं झालेली आहेत, पाच मुलं आहेत, पण ती सर्वच तीन नवऱ्यांपासूनच झाली आहेत असं नाही. त्यांतली चार अमली पदार्थांचं सेवन करतात आणि एक तुरुंगात आहे,'' तो थोडा थांबला. ''तिची अशीही समजूत आहे की तू कला सल्लागार नाही, तर फार जुन्या धंद्यात आहेस!'' ॲनाला मोठ्यांदा हसू फुटलं. उगाच आपला चेहरा खोटा खोटा गंभीर करणारा जॅक पण तिच्या हास्यात सामील झाला. हसण्याचा भर ओसरल्यानंतर ती जॅकला सामोरी झाली अन् म्हणाली,

''पण यातलं काहीही खरं नाही हे तिला कळल्यानंतर तू तिला काय सांगशील?'' तिनं ओठांचा चंबू केला.

''तू आयरिश नाहीस एवढंच.'' त्यानं सांगितलं तशी तिनं पुढे होऊन त्याला मिठी मारली. तिचा चेहरा उचलून त्यानं तिचं हळुवार चुंबन घेतलं.

पायऱ्या चढायला सुरुवात करणारी ॲराबेला पाहातच राहिली.

❖

लेखकाची टिप्पणी

''गोगँ''शी कडाक्याचं भांडण झाल्यानंतर व्हॅन्‌गॉगनं रेझरनं आपला डावा कान कापला. पण त्यानं केलेल्या दोन्ही सेल्फ पोर्ट्रेट्‌समध्ये त्याचा उजवा कान बॅण्डेजमध्ये बांधलेला का दिसतो, हे अजूनही रहस्यच राहिलेलं आहे.

कला इतिहासकारांना – त्यात व्हॅन्‌गॉग म्युझियमचे व्यवस्थापक लुईस व्हॅन तिलबोर्ग यांचाही समावेश आहे – चित्रकारानं ही चित्रं आरशात पाहून केली आहेत हे पटलं आहे.

व्हॅन्‌गॉगनं आपला भाऊ थिओ, याला १५ सप्टेंबर १८८८ ला लिहिलेल्या पत्राचा दाखला देताना, आरसा विकत घेतल्यावर 'काम करण्यासाठी त्याला मदत व्हावी म्हणून' या शब्दांचा तिलबोर्ग उल्लेख करतात. (पत्र क्रमांक ६८५– व्हॅन्‌गॉगची पत्रे १९९०, आवृत्ती आणि क्रमांक ५३७– १९५३ (इंग्रजी) त्यांच्या पत्रव्यवहाराची आवृत्ती.)

चित्रकार सेंट रेमीला गेला तेव्हा तो आरसा आर्ल (Arles)ला ठेवलेला होता. तरीपण व्हॅन्‌गॉगनं दुसरं एक पत्रं जे. जिनो (J. Ginoux) (११ मे १८९०– ६३४- (अ)– इंग्लिश आवृत्तीत ८७२– डच आवृत्तीत.) यांना पाठवून, त्यात त्यांना आरशाची काळजी (टेक गुड केअर ऑफ मिरर) घेण्याविषयी अशा शब्दांत कळवलं होतं.

व्हॅन्‌गॉगनं बँडेज्ड कानासह दोन पोर्ट्रेट्स केली आहेत हे सर्वांना माहीत आहे. त्यातलं एक लंडन येथील सॉमरसेट हाऊसमधील कोर्टाल्ड इन्स्टियूटमध्ये पाहायला मिळतं, तर दुसरं खाजगी कला-संग्रहात आहे.

❖

café illuminé sur la terrasse par une grande
lanterne de gaz   dans la nuit bleue
avec un coin de ciel bleu étoilé
Le troisième tableau de cette semaine
est un portrait de moi même presque
décoloré des tons cendrés
sur un fond véronèse pâle
J'ai acheté exprès un miroir assez bon
pour pouvoir travailler d'après moi même
à défaut de modèle car si j'arrive à pouvoir
peindre la coloration de ma propre tête ce
qui n'est pas sans présenter quelque
difficulté je pourrai bien aussi peindre
les têtes des autres bonshommes et
bonnes femmes
La question de peindre les scènes en effet de nuit
sur place et la nuit même m'intéresse
énormément Cette semaine je n'ai absolument
rien fait que peindre et dormir
et prendre mes repas. Cela veut dire
des séances de douze heures de
6 heures et salon et puis des
sommeils de 12 heures d'un seul
trait aussi.

चित्रलिलाव जगतात १९८० ते २००५ या कालावधीत प्रत्येक वर्षात सर्वाधिक मूल्य मिळालेल्या चित्रांची सूची

वर्ष	चित्रकार	चित्राचे शीर्षक	डॉलर्समधील मूल्य
१९८०	टर्नर	जुलिएट अॅन्ड हर नर्स	७,०००,०००
१९८१	पिकासो	यो पिकासो	५,८००,०००
१९८२	बोट्टीसेली	जिओवानी डी पिअरफ्रान्सेक्सो डी मेडिसी	१,४००,०००
१९८३	सेजान	सक्रायर, पॉयरे एत् टॅपीज	४,०००,०००
१९८४	राफेल	चॉक स्टडी ऑफ मॅन्स हेड अॅण्ड हॅण्ड	४,४००,०००
१९८५	मॅन्टेग्ना	अडोरेशन ऑफ द मॅगी	१०,५००,०००
१९८६	माने	ला रु मॉन्सीर ऑक्स पॅव्हीयर्स	११,१००,०००
१९८७	**व्हॅन्‌गॉग**	**आयरिसेस**	**५३,९००,०००**
१९८८	पिकासो	अॅक्रोबेट एत ज्यून आर्लेक्वीन	३८,५००,०००
१९८९	पिकासो	यो पिकासो	४७,९००,०००
१९९०	**व्हॅन्‌गॉग**	**पोर्ट्रेट दु डॉक्टर गॅचे**	**८२,५००,०००**
१९९१	टिशन	व्हिनस अॅन्ड अॅडोनीस	१३,५००,०००
१९९२	कनालेत्तो	द ओल्ड हॉर्स गार्डस	१७,८००,०००
१९९३	सेजान	नेचर मोर्त: लेस ग्रासेस पॉम्स	२८,६००,०००
१९९४	दा विन्सी	कोडेक्स हॅमर	३०,८००,०००
१९९५	पिकासो	एन्जल फर्नान्डिस डी सोतो	२९,१००,०००
१९९६		जॉन एफ. केनेडीज रॉकिंग चेअर	४५३,५००
१९९७	पिकासो	ले रिव्ह	४८,४००,०००

वर्ष	चित्रकार	चित्राचे शीर्षक	डॉलर्समधील मूल्य
१९९८	**व्हॅन्‌गॉग**	**पोर्ट्रेट डी ला आर्टिस्ट सॅन्स बार्ब**	**७१,५००,०००**
१९९९	सेजान	रिदेवू, क्रचोन एत कंपोशर	६०,५००,०००
२०००	मायकेल ॲन्जेलो	द रायझन ख्रिस्त	१२,३००,०००
२०००	रेम्ब्रॉ	पोर्ट्रेट ऑफ अ लेडी एज ६२	२८,७००,०००
२००१	कून्स	मायकेल जॅक्सन ॲण्ड बबल्स	५,६००,००
२००२	रूबेन्स	द मॅसकर ऑफ द इनोसंट्स	७६,७००,०००
२००३	रोथको	नं.९ (व्हाईट अँड ब्लॅक ऑन वाईन)	१६,४००,००
२००४	राफेल	मॅडोना ऑफ द पिंक्स	६२,७००,००
२००४	पिकासो	जॅरकॉन अ ला पाईप	१,०४,०००,०००
२००५	व्हर्मीर	अ यंग वूमन सीटेड ॲट द व्हर्जिनल्स	३०,०००,०००
२००५	वारहोल	मस्टर्ड रेस रायट	१५,१००,०००
२००५	गेन्सबारो	पोर्ट्रेट ऑफ सर चार्ल्स गॉल्ड	१,१००,००
२००५		युवान डायनॅस्टी वॉझ	२७,६००,००

आर्ट ॲण्ड ऑक्शन सप्टेंबर २००५ मधून संकलित